ರಜತಾದ್ರಿಯ ಕನಸು

ಸಾಯಿಸುತೆ

ಸುಧಾ ಎಂಟರ್‌ಪ್ರೈಸಸ್

ನಂ. 761, 8ನೇ ಮೈನ್, 3ನೇ ಬ್ಲಾಕ್,
ಕೋರಮಂಗಲ, ಬೆಂಗಳೂರು – 560 034.

Rajatadriya Kanasu (Kannada): a social novel written by Smt. Saisuthe; published by Sudha Enterprises, # 761, 8th Main, 3rd Block, Koramangala, Bangalore - 560 034.

ಮೊದಲನೆಯ ಮುದ್ರಣ	:	1988
ಎರಡನೆಯ ಮುದ್ರಣ	:	1992
ಮೂರನೆಯ ಮುದ್ರಣ	:	2011
ನಾಲ್ಕನೆಯ ಮುದ್ರಣ	:	2023
ಪುಟಗಳು	:	164
ಬೆಲೆ	:	ರೂ. 155
ಉಪಯೋಗಿಸಿದ ಕಾಗದ	:	70 ಜಿ.ಎಸ್.ಎಂ. ಮ್ಯಾಪ್‌ಲಿಥೋ
ಮುಖಪುಟ ವಿನ್ಯಾಸ	:	ಪ.ಸ. ಕುಮಾರ್
ಹಕ್ಕುಗಳು	:	ಲೇಖಕಿಯವರದು

ಸಗಟು ಮಾರಾಟಗಾರರು
ವಸಂತ ಪ್ರಕಾಶನ
360, 10ನೇ 'ಬಿ' ಮುಖ್ಯರಸ್ತೆ, 3ನೇ ಬ್ಲಾಕ್,
ಜಯನಗರ, ಬೆಂಗಳೂರು – 560 011
ದೂರವಾಣಿ : 080–40917099 / ಮೊ: 7892106719
email : vasantha_prakashana@yahoo.com
website: www.vasanthaprakashana.com

ಅಕ್ಷರ ಜೋಡಣೆ :
ಲೇಜರ್ ಲೈನ್ ಗ್ರಾಫಿಕ್ಸ್

ಮುದ್ರಣ :
ಶ್ರೀ ಶ್ರೀನಿವಾಸ ಬೈಂಡಿಂಗ್ ವರ್ಕ್ಸ್

ಮುನ್ನುಡಿ

ಪ್ರೀತಿಯ ಓದುಗರೇ,

ಕಾದಂಬರಿಯ ಶಾರದ ಮಾತ್ರವಲ್ಲ ಎಲ್ಲಾ ಪಾತ್ರ, ಸನ್ನಿವೇಶಗಳ ಬಗ್ಗೆ ವಿಶ್ಲೇಷಿಸಿ ಪತ್ರಗಳನ್ನು ಬರೆದ ಓದುಗರು ನನ್ನಲ್ಲಿ ಹಲವಾರು ಪ್ರಶ್ನೆಗಳನ್ನ ಹುಟ್ಟು ಹಾಕಿದ್ದರು. ಆ ಎಲ್ಲಾ ಪ್ರಶ್ನೆಗಳಿಗೆ ಉತ್ತರಗಳನ್ನು ಹುಡುಕಲು ತಲೆಕೆಡಿಸಿ ಕೊಂಡಿದ್ದುಂಟು. ಆದರೆ ಎಲ್ಲಕ್ಕೂ ಉತ್ತರ ಸಿಕ್ಕಿದೆಯೆಂದು ಹೇಳಲಾರೆ.

ಈಗ ಸುಧಾ ಎಂಟರ್ಪ್ರೈಸಸ್‌ನ ಮಾಲೀಕರಾದ ಶ್ರೀ ಕೆ.ಎಸ್. ಮುರಳಿಯವರು ಪ್ರಕಟಿಸಿದ್ದಾರೆ. ಪ್ರಕಾಶನದ ಕ್ಷೇತ್ರದಲ್ಲಿ ಅವರದು ನೂರು ಕನಸುಗಳು, ಹಲವಾರು ಆಶಯಗಳು. ಅವೆಲ್ಲ ಕೈಗೂಡಲಿಯೆಂದೇ ನನ್ನ ಹಾರೈಕೆ.

ನಿಮ್ಮನ್ನು ಮರೆಯಲು ಸಾಧ್ಯವೇ? ಕೃತಜ್ಞತೆ ಅಂದರೆ ಸಾಕಾ? ಖಂಡಿತ... ಇಲ್ಲ. ನನ್ನಲ್ಲಿ ಧನ್ಯತೆಯನ್ನು ತುಂಬಿಸಿದವರು ನೀವೇ.

– **ಸಾಯಿಸುತೆ**

"ಸಾಯಿಸದನ"
12, 2ನೇ ಮುಖ್ಯರಸ್ತೆ, 2ನೇ ಅಡ್ಡರಸ್ತೆ,
ಮಾರುತಿನಗರ, ಕೋಗಿಲೆ ಕ್ರಾಸ್,
ಯಲಹಂಕ ಓಲ್ಡ್ ಟೌನ್, ಬೆಂಗಳೂರು – 560064.
ದೂ: 080–28571361
Email: saisuthe1942@gmail.com

ನಮ್ಮಲ್ಲಿ ದೊರೆಯುವ ಸಾಯಿಸುತೆಯವರ ಇತರ ಕೃತಿಗಳು

ಮೌನ ಆಲಾಪನ

ಮತ್ತೊಂದು ಬಾಡದ ಹೂ

ಶಿಶಿರದ ಇಂಚರ

ರಜತಾದ್ರಿಯ ಕನಸು

ಶಿಲ್ಪ ತರಂಗಿಣಿ

ನೀಲಾಂಜನ

ಪ್ರಿಯ ಸಖಿ

ಮಧುರಿಮ

ನೀಲ ಆಕಾಶ

ಮಧುರ ಗಾನ

ಪುಷ್ಕರಿಣಿ

ಅಭಿಲಾಷ

ಭಾವ ಸರೋವರ

ಶಾರದ ಲೈಬ್ರರಿ ಬಿಟ್ಟಾಗ ಸರಿಯಾಗಿ ನಾಲ್ಕೂವರೆಯ ಮೇಲೆ ಹತ್ತು ಸೆಕೆಂಡ್‌ಗಳು ಆಗಿದ್ದವು. ಸುಬ್ರಮಣ್ಯಂ ಹೆಂಡತಿಯ ಜೊತೆ ಎಲ್ಲೋ ಹೊರಟಿದ್ದರು. ಪ್ರಶ್ನಿಸುವ, ಸಲಿಗೆಯಿಂದ ವರ್ತಿಸುವ ಅದೃಷ್ಟ ಅವಳ ಪಾಲಿಗೆ ಇರಲಿಲ್ಲ.

ಸುಬ್ರಮಣ್ಯಂ ಸಂಕೋಚಿಸಿದರು – "ನಿಮ್ಮ ಚಿಕ್ಕಮ್ಮ ಷಾಪಿಂಗ್ ಇದೆ ಅಂದ್ಲು. ನಿಂಗೆ ಏನಾದ್ರೂ ಬೇಕಾದ್ರೆ ಹೇಳು" ಮಗಳನ್ನು ನೇರವಾಗಿ ನೋಡದೇ ನೋಟವನ್ನು ಬೇರೆಡೆ ಹೊರಳಿಸಿದರು.

ಅವಳ ತುಟಿಯಂಚಿನಲ್ಲಿ ಮಿನುಗಿದ ಕಿರುನಗೆ ಮಂಕಾಗಿ ಕೊನೆಗೆ ಮಾಯವಾಯಿತು. "ಏನು... ಬೇಡ." ತನ್ನ ಕೋಣೆಯತ್ತ ನಡೆದಳು. ತಂದೆಯೆಷ್ಟು ನಿಸ್ಸಹಾಯಕರೆಂದು ಅವಳಿಗೆ ಗೊತ್ತು.

ತಂದ ಪುಸ್ತಕಗಳನ್ನು ಟೇಬಲ್ಲು ಮೇಲೆ ಇರಿಸಿ ಕಿಟಕಿಯಿಂದ ಹೊರಗೆ ನೋಡತೊಡಗಿದಳು.

ಕೋಣೆಯ ಬಾಗಿಲಿಗೆ ಬಂದ ಪದ್ದಮ್ಮ ಕ್ಷಣ ಮುಖ ಗಂಟಿಕ್ಕಿದರು. "ಸ್ವಲ್ಪ ಬೇಗ ಬಂದಿದ್ರಾಗಿತ್ತು. ಮೂರ್ಹೊತ್ತು ಓದೋದು ಏನಿರುತ್ತೆ. ಎಲ್ಲಾ ಪುಸ್ತಕಗಳಲ್ಲು ಇರೋದು ಒಂದೆ ತಾನೇ!" – ಇಂಥ ಮಾತುಗಳು ಅವಳಿಗೆ ಸರ್ವೇ ಸಾಮಾನ್ಯ, ಅದರ ಹಿಂದೆ ಯಾವ ಕೆಟ್ಟ ಉದ್ದೇಶವು ಇರುತ್ತಿರಲಿಲ್ಲ.

ಮತ್ತೊಂದು ಮಾತು ಸೇರಿಸಿದರು ಆಕೆ – "ಈಗ್ಲೇ ವಾಸು ಅಡ್ಗೇ ಮಾಡೋದ್ಬೇಡ. ನಾನು ಹೊರ್ಗಡೆ ಹೋಗ್ಬರ್ತೀನಿ."

"ಹೋಗ್ಬನ್ನಿ" ಚುಟುಕಾಗಿ ಹೇಳಿದಳು.

ತಂದ ಪುಸ್ತಕವೊಂದನ್ನು ಹಿಡಿದು ಬಂದು ವರಾಂಡದಲ್ಲಿ ಕೂತಳು. ಪದ್ದಮ್ಮ ಕೈಯಲ್ಲಿ ಪರ್ಸ್ ಹಿಡಿದು ಬಂದರು. ರೇಶಿಮೆಯ ದೊಡ್ಡ ಜರಿಯಂಚಿನ ಸೀರೆಯುಟ್ಟು ಒಡವೆಗಳು ಕಾಣುವಂತೆ ಸೆರಗನ್ನು ಹೊದ್ದಿದ್ದರು.

ಸುಬ್ರಮಣ್ಯಂ ಪದ್ದಮ್ಮ ಹೊರಟ ಮೇಲೆ ವಾಸು ಅವಳ ಮುಂದೆ ಕಾಫೀ, ತಿಂಡಿ ತಂದಿಟ್ಟ.

"ಅಮ್ಮ ಒಂದರ್ಧ ಗಂಟೆ ಹೊರ್ಗ್ ಹೋಗ್ಬರ್ತೀನಿ" ಕತ್ತು ತೂರಿಸಿದ. ನಿಧಾನವಾಗಿ ನೋಟವೆತ್ತಿದವಳು. "ಹೋಗ್ಬಾ... ಅವ್ರುಗಳು ಬರೋದ್ರಲ್ಲಿ ಮನೆಯಲ್ಲಿದ್ರೆ... ಸಾಕು" ಎಚ್ಚರಿಸಿದಳು.

ಸಂಭ್ರಮದಿಂದ ಒಳಗೆ ಹೋದ ವಾಸು ಪ್ಯಾಂಟ್, ಷರಟು ತೊಟ್ಟು ತಲೆ ಬಾಚಿಕೊಂಡು ಬಂದ.

"ಬೇಗ್ಬಂದು ಅಡ್ಗೇ ಮಾಡ್ತೀನಿ" ಹಾರುವ ನಡಿಗೆಯಲ್ಲಿ ಹೊರಟಾಗ ಅವನತ್ತಲೇ ನೋಡಿದಳು. 'ಪೂರ್ ಬಾಯ್' ಮನ ಹೇಳಿತು. ಕೆಲಸಕ್ಕೆ ಸೋಮಾರಿಯಲ್ಲದ ಪದ್ದಮ್ಮ ಸಣ್ಣ ತಪ್ಪು ಸಿಕ್ಕರೂ ಅಟ್ಟಿಬಿಡುತ್ತಾರೆಂದು ಅವಳಿಗೆ ಗೊತ್ತು.

ತಿಂಡಿ ಎತ್ತಿಟ್ಟು ಬರೀ ಕಾಫಿ ಕುಡಿದು ಹೊರಬಂದು ಕಾಂಪೌಂಡಿನಲ್ಲಿ ನಿಂತಳು. ವಾತಾವರಣದಲ್ಲಿ ಒಂದು ರೀತಿಯ ಮಬ್ಬು. ಮುಖ ಮೇಲೆತ್ತಿ ಆಕಾಶದ ಕಡೆ ನೋಡಿದಳು. ಮೋಡಗಳು ಸಾಂದ್ರವಾಗತೊಡಗಿದವು.

ಹಿಂದಿನಿಂದ ಬಂದ ಮಾಧು ಅವಳನ್ನ ಹೆದರಿಸಿದ: "ಆ... ಆ..." ಅವಳ ಕಿವಿಯ ಬಳಿ ಕೂಗಿದ. ಶಾರದ ಎರಡು ಕಿವಿಗಳನ್ನು ಮುಚ್ಚಿಕೊಂಡಳು. "ಏನೇನು ಬೆಳ್ದಿಲ್ಲ" ಅವನ ತಲೆಯ ಮೇಲೆ ಮೊಟಕಿದಳು. "ಬೆಳೆಯೋ ಇಷ್ಟಾನೇ ಇಲ್ಲ. ಆದ್ರೂ ಬೆಳೀತಾ ಇದ್ದೀನಿ. ದೊಡ್ಡವ್ನು ಆಗ್ಬಿಟ್ರೆ... ಕಷ್ಟ" ಮುಖದಲ್ಲಿ ಕಷ್ಟವನ್ನು ಪ್ರದರ್ಶಿಸಿದ.

ಅವನ ಕೈಯಲ್ಲಿನ ಬ್ಯಾಟು ಜೊತೆ ಮೈ ಕೈಗಳೆಲ್ಲ ಧೂಳು. ಮನೆ ಬಿಟ್ಟಾಗ ಎಷ್ಟು ಶಿಸ್ತಿನಿಂದ ಕಳಿಸಿದರೂ ಬರುವಾಗ ಇದೇ ಅವಸ್ಥೆ. ಇದನ್ನು ತಪ್ಪಿಸಲು ಯಾರಿಗೂ ಸಾಧ್ಯವಾಗಿರಲಿಲ್ಲ.

"ಬೇಗ ಹೋಗಿ ನಿನ್ನ ಡ್ರೆಸ್ ಬಿಚ್ಚಿ ಒಂದಿಷ್ಟು ಸ್ನಾನ ಮಾಡೇ ಬಂದ್ಬಿಡು" ಎಂದಾಗ ಅಲ್ಲೇ ಕೂತ. "ಇವತ್ತು ಏನಾಯ್ತು ಅಂದ್ರೆ..." ತನ್ನ ಕೈ ಬೆರಳುಗಳಿಂದ ಅವನ ಬಾಯಿ ಮುಚ್ಚಿದಳು. "ಅದೆಲ್ಲ ಆಮೇಲೆ. ಮೊದ್ಲು ಬಟ್ಟೆ ಬದಲಾಯ್ಸೋ ಕೆಲ್ಸ ಮಾಡು" ಅವನ ರಟ್ಟೆ ಹಿಡಿದು ಬಾತ್‌ರೂಂವರೆಗೂ ಕರೆದೊಯ್ದುಬಿಟ್ಟು ಬಂದಳು.

ಇನ್ನು ಕನಿಷ್ಟ ನಾಲ್ಕಾರು ಬಕೆಟ್‌ಗಳ ನೀರಾದರೂ ಹಾಳು ಮಾಡಿಯೇ ಅವನು ಹೊರಬರುವುದೆಂದು ಅವಳಿಗೆ ಗೊತ್ತು. ಪದ್ದಮ್ಮನ ಮುದ್ದು ಅವನನ್ನ ಹಟಮಾರಿಯನ್ನಾಗಿ ಮಾಡಿದ್ದರು, ಅವನು ತುಂಬ ಒಳ್ಳೆಯ ಹುಡುಗ.

ಹತ್ತು ನಿಮಿಷದ ನಂತರ ಹೊರಬಂದ ಮಾಧು ತಲೆಯಿಂದ ನೀರು ತೊಟ್ಟಿಕ್ಕುತ್ತಿತ್ತು. "ನೋಡಕ್ಕಾ... ಆ ರಾಜು ಒಳ್ಳೆ ಬೌಲರ್ ಅಲ್ಲ. ಆದ್ರೂ ಅವ್ನಿಗೆ ಜಂಬ" ಅಹವಾಲು ಸಲ್ಲಿಸುತ್ತ ಬಂದಾಗ ಟವಲು ತಂದು ಅವಳೇ ಒರೆಸುವುದು ಅನಿವಾರ್ಯವಾಯಿತು. "ಪ್ಲೀಸ್ ನೀನ್ಹೋಗಿ ಬಟ್ಟೆ ಹಾಕ್ಕೋ. ಚಿಕ್ಕಮ್ಮ ಬಂದ ಕೂಡ್ಲೇ ಗಲಾಟೆ ಮಾಡ್ತಾರೆ" ಬಲವಂತದಿಂದ ಅವನನ್ನ ಕೋಣೆಗೆ ದೂಡಿ ಬಂದಳು.

"ಎಂ.ಎ. ಆದ್ಮೇಲೆ... ಏನ್ಮಾಡ್ತೀಯಾ?" ಅವಳ ಸಹಪಾಟಿ ಕೇಳಿದಾಗ ಗೊತ್ತಿಲ್ಲವೆನ್ನುವಂತೆ ತಲೆಯಾಡಿಸಿದ್ದಳು. "ಪಿಹೆಚ್‌ಡಿ. ಜಾಬ್. ಮ್ಯಾರೇಜ್ ಇತ್ಯಾದಿ... ಇತ್ಯಾದಿ" ಎಂದಿದ್ದಳು. ಅಂಥ ಪ್ರಬಲ ಪ್ರಯತ್ನ ಅವಳಿಂದ ಸಾಧ್ಯವಾಗಿರಲಿಲ್ಲ.

ಕೆಲವು ಕಡೆ ಕೆಲಸಕ್ಕಾಗಿ ಅಪ್ಲಿಕೇಶನ್ ಹಾಕಿದ್ದಳು. ಮದುವೆಯ ಬಗ್ಗೆ

ಮಾತುಕತೆಗಳು ನಡೆಯುತ್ತಿದ್ದವು. ಈಗೀಗ ಪಿಹೆಚ್.ಡಿ. ಮಾಡುವ ಬಗ್ಗೆಯೂ ಅವಳ ಮನದಲ್ಲಿ ಮೊಳಕೆಯೊಡೆದಿತ್ತು. ಅಂತಹ ಉತ್ತೇಜನ ಮಾತ್ರವಿಲ್ಲ.

ಅವಳ ಚಿಕ್ಕಮ್ಮ ಆಗಾಗ ಗೊಣಗುತ್ತಿದ್ದರು. "ಪಿಹೆಚ್.ಡಿ. ಅವೆಲ್ಲ ಬೇಡ, ಕೆಲ್ಸ ಸಿಕ್ರೆ... ಸೇರ್ಕೋ. ಮದ್ವೆಗೆ ಅದೊಂದು ಎಕ್ಸ್‌ಟ್ರಾ ಕ್ವಾಲಿಫಿಕೇಶನ್, ಬೇಗ ಗಂಡು ಸಿಕ್ಕುತ್ತೆ." ಅವಳಪ್ಪ 'ಹ್ಞೂ'ಗುಟ್ಟುತ್ತಿದ್ದರು. ಇವಳದು ಯಾವುದೇ ಪ್ರತಿಕ್ರಿಯೆ ಇಲ್ಲ.

ತೀರಾ ಕತ್ತಲು ಆವರಿಸಿದಾಗ ಎದ್ದು ಲೈಟು ಹಾಕಿದಳು. "ದೇವರ ಮುಂದೆ ದೀಪ ಹಚ್ಚಿಡು" ಗೇಟು ದಾಟುವ ಮುನ್ನ ಅವಳ ಚಿಕ್ಕಮ್ಮ ಹೇಳಿದ್ದರು. ಆಕೆಗೆ ದೇವರ ಬಗ್ಗೆ ನಂಬಿಕೆ, ಭಕ್ತಿ. ಇವೇನು ಆಕೆಯ ಅತಿಯಾದ ಚಿನ್ನದ ವ್ಯಾಮೋಹವನ್ನ ಕಡಿಮೆ ಮಾಡಿರಲಿಲ್ಲ.

ದೀಪ ಹಚ್ಚಿಟ್ಟು ಅಲ್ಲಿಯೇ ಕೂತಳು. ಮಾಧು ದೇವರ ಕೋಣೆಯಿಂದ ದೊಡ್ಡ ದನಿಯಲ್ಲಿ ಸಿನಿಮಾ ಹಾಡು ಹೇಳುತ್ತಿದ್ದ.

ಮಂದಾಸನದಲ್ಲಿದ್ದ ವಿಗ್ರಹಗಳೆಲ್ಲ ಹೊಳೆಯುತ್ತಿದ್ದವು. "ಇದೆಲ್ಲ ನಿನ್ನಮ್ಮ ತಂದಿದ್ದು. ಅವ್ಳಿಗೆ ದೇವರಲ್ಲಿ ವಿಪರೀತ ಭಕ್ತಿ! ಅದ್ಕೇ ದೇವ್ರು... ಕರ್ಕೊಂಡ" ನೋವಿನ ಜೊತೆ ನಿರಾಸೆಯು ಅವರ ದನಿಯಲ್ಲಿ ಮಿನುಗುತ್ತಿತ್ತು.

ವರಾಂಡದಲ್ಲಿ ಬಂದು ಕೂತು ವಾಸುಗಾಗಿ ಕಾದಳು. ಏಳು ದಾಟಿದರೂ ಅವನ ಪತ್ತೆ ಇಲ್ಲದಾಗ, ಅಡಿಗೆಯ ಮನೆಗೆ ಹೋದಳು. ಎಂದೂ ಅವಳು ಪೂರ್ತಿ ಅಡಿಗೆ ಮಾಡಿದವಳೇ ಅಲ್ಲ. ಅಪರೂಪಕ್ಕೊಮ್ಮೆ ಮಾಡಿದರೂ ಎಡವಟ್ಟು, ಪದ್ದಮ್ಮ ಅಂತು ತುತ್ತು ಎತ್ತರು.

"ನೀನು ಅಡ್ಗೇ ಮಾಡ್ಬೇಡ್ವೆ ತಾಯಿ. ಆ ಹೊತ್ತು ಎಲ್ಲಾ ನಾನು ಉಪವಾಸ ಸಾಯ್ಬೇಕಾಗುತ್ತೆ" ಎಂದು ಪದ್ದಮ್ಮ ಅಂದ ದಿನದಿಂದ ಶಾರದ ಅಡಿಗೆಯ ಮನೆಯ ಬಳಿಯೇ ಸುಳಿಯುತ್ತಿರಲಿಲ್ಲ.

ಸುಬ್ರಮಣ್ಯಂ ಆಗಾಗ ಹೆಂಡತಿಗೆ ತಿಳಿ ಹೇಳುತ್ತಿದ್ದರು – "ಏಕಾಏಕಿ ಹಾಗೆ ತಳ್ಳಿಹಾಕಿದ್ರೆ... ಹೇಗೆ! ಒಂದು ದಿನ, ಎರ್ಡು ದಿನ ಕೆಡುತ್ತೆ. ಮೂರನೆಯ ದಿನ ಸರಿಹೋಗುತ್ತೆ. ಯಾವಾಗ್ಲೂ ಕೆಲ್ಸದವರನ್ನ ನೆಚ್ಕೋಕೇ ಆಗುತ್ತಾ! ವಾಸು ಎಂದಾದ್ರೂ ಕಾಲು ತೆಗೆಯುವಂಥವನೇ." ಆ ಮಾತುಗಳನ್ನ ಪದ್ದಮ್ಮ ಕಿವಿಯ ಮೇಲೆ ಹಾಕಿಕೊಳ್ಳುತ್ತಿರಲಿಲ್ಲ.

ಎಂಟರ ವೇಳೆಗೆ ವಾಸು ಬಂದ. "ಬಂದೇಬಿಟ್ಟೆ. ಚಿಟಿಕೆ ಹೊಡೆಯೋದ್ರಲ್ಲಿ ಅಡ್ಗೇ ಮುಗೀತು ಅಂತ್ಲೇ ಅರ್ಥ."

ತುಂತುರು ಹನಿ ಹೂ ಉದುರಿದಂತೆ ಬೀಳುತ್ತಿತ್ತು. ಹೊರ ಬಂದವಳು ಮಳೆಗೆ ಕೈ ಚಾಚಿದಳು. ತುಂಬ ಹಿತವೆನಿಸಿತು.

ಅವಳು ವಿದ್ಯಾರ್ಥಿ ಜೀವನದುದ್ದಕ್ಕೂ ಪ್ರತಿಭಾವಂತೆ. ಮೊದಲ ದರ್ಜೆಯ

ವಿದ್ಯಾರ್ಥಿ. ಪಿ.ಯು.ಸಿ.ಯಲ್ಲಿ ಪ್ರಥಮ ರ್‍ಯಾಂಕ್ ಪಡೆದಾಗ ಪತ್ರಿಕೆ, ಟಿ.ವಿ., ರೇಡಿಯೋದವರು ಅವಳನ್ನು ಸಂದರ್ಶಿಸಿದ್ದರು.

"ಮುಂದೆ ಏನಾಮ್ಡ್ಬೇಕೂಂತ ಇದ್ದೀರಾ?" ಪ್ರಶ್ನಿಸಿದಾಗ ತೊದಲದೆ ಹೇಳಿದ್ದಳು. "ಬಿ.ಎ.ಗೆ ಸೇರ್ಕೋತೀನಿ, ಇತಿಹಾಸ ನನ್ನ ಇಷ್ಟವಾದ ಸಬ್ಜೆಕ್ಟ್."

ಅವರಿಗೆಲ್ಲ ಆಶ್ಚರ್ಯ. ಪ್ರತಿಭಾವಂತ ವಿದ್ಯಾರ್ಥಿಗಳೆನಿಸಿಕೊಂಡವರೆಲ್ಲ ಇಂಜಿನಿಯರಿಂಗ್, ಎಂ.ಬಿ.ಬಿ.ಎಸ್.ಗೆ ಮುಗಿಬೀಳುವುದು ಮಾತ್ರವಲ್ಲದೆ ಸಾಮಾನ್ಯ ದರ್ಜೆಯ ವಿದ್ಯಾರ್ಥಿಗಳು ಕೂಡ ವಿದ್ಯಾಭ್ಯಾಸವೆಂದರೆ ಇಂಜಿನಿಯರಿಂಗ್, ಡಾಕ್ಟರ್ ಕೋರ್ಸ್ ಎಂದು ತಿಳಿದಿರುವಾಗ, ಅವಳ ಬಗ್ಗೆ ಆಶ್ಚರ್ಯಪಟ್ಟರೂ ಅಭಿನಂದಿಸಿದ್ದರು. ಆದರೆ ತೀವ್ರ ವಿರೋಧ ಬಂದಿದ್ದು ಪದ್ದಮ್ಮನಿಂದ.

"ಇವ್ಳಿಗೆ ಲೋಕಜ್ಞಾನವೇ ಕಡ್ಮೆ! ತಾನಾಗಿ ಡಾಕ್ಟ್ರು ಕೋರ್ಸ್‌ಗೆ ಸೀಟು ಸಿಕ್ಕೋದು; ಇತಿಹಾಸ ಓದುತ್ತಾಳಂತೆ. ಏನು ಬೇಡ" ಪಟ್ಟಾಗಿ ಕೂತರು. ಆದರೆ ಶಾರದ ಈವೊಂದು ವಿಷಯದಲ್ಲಿ ಒಂದಿಂಚು ಕೂಡ ಚಲಿಸಲಿಲ್ಲ." ನಾನು ಕಾಲೇಜಿಗೆ ಹೋಗೋದೇ ಇಲ್ಲ. ನಂಗೆ ಇಷ್ಟವಾದ ವಿಷ್ಯಗಳನ್ನು ಮನೆಯಲ್ಲೇ ಕೂತು ಓದ್ತೀನಿ"

ಇವರಿಬ್ಬರ ಮಧ್ಯೆ ನಲುಗಿ ಹೋದವರು ಸುಬ್ರಮಣ್ಯಂ. ಹೆಂಡತಿಯನ್ನು ಒಲಿಸಿಕೊಳ್ಳಲಾರರು; ಮಗಳನ್ನ ಗದರಿ ಬುದ್ಧಿ ಹೇಳಲಾರರು. ಕಡೆಗೆ ಪದ್ದಮ್ಮ ಸೋತರು.

"ನಾನು ಹೇಳಿ, ಕೇಳಿ ಚಿಕ್ಕಮ್ಮ. ಇವ್ಳ ಮೊಂಡು ಹಟ ಯಾರ್ಗೆ ಗೊತ್ತಾಗುತ್ತೆ. ನಾಳೆ ನಂಗೆ ಅಪನಿಂದೆ. ರ್‍ಯಾಂಕ್ ಬಂದಿರೋ ಹುಡ್ಗೀನ ಓದಿಸ್ದೇ ಮನೆ ಕೆಲ್ಸಕ್ಕೆ ಹಾಕಿಕೊಂಡ್ಳು.... ಅಂದ್ಕೋತಾರೆ ಜನ" ನೊಂದುಕೊಂಡರು. ಆಮೇಲೆ ಶಾರದ ಬಿ.ಎ.ಗೆ ಸೇರಿಕೊಂಡರೂ ಆಗಾಗ ಪದ್ದಮ್ಮನ ಗೊಣಗಾಟ ಕೇಳಬೇಕಾಗಿತ್ತು.

ಮನೆಯ ಮುಂದೆ ಟ್ಯಾಕ್ಸಿ ನಿಂತಾಗ ವಾಸು ಒಂದೇ ಉಸುರಿಗೆ ಓಡಿಬಂದ. ಕೋಣೆಯಿಂದ ಹೊರಗೆ ಇಣುಕಿದ ಮಾಧು ಮತ್ತೆ ಒಳಗೆ ಹೋದ.

ನಾಲ್ಕಾರು ಪ್ಲಾಸ್ಟಿಕ್ ಚೀಲಗಳನ್ನು ಹೊತ್ತು ತಂದ ವಾಸು ವಿನಮ್ರವಾಗಿ ಅಲ್ಲಿಟ್ಟ. ಸುಬ್ರಹ್ಮಣ್ಯಂ ಮಗನ ಮುಖ ನೋಡಲಾರದೆ ತಲೆ ತಗ್ಗಿಸಿಕೊಂಡು ತಮ್ಮ ಕೋಣೆಗೆ ಹೋದರು.

ಸೋಫಾ ಮೇಲೆ ಕೂತ ಪದ್ದಮ್ಮ ತಾವು ತಂದ ಪಾಕೆಟ್‌ಗಳನ್ನು ಮುಂದೆ ಹರಡಿಕೊಂಡರು. ಬರೀ ಸೀರೆ, ಮ್ಯಾಚಿಂಗ್ ಬ್ಲೌಸ್ ಪೀಸ್‌ಗಳೇ ಇದ್ದಿದ್ದು. ಸೀರೆಗಳ ಒಡಲು, ಅಂಚುಗಳನ್ನ ಬಿಚ್ಚಿ ಮುಟ್ಟಿ ಮುಟ್ಟಿ ನೋಡಿದರು.

"ಶಾರದ..." ಕೂಗಿದರು. ಸ್ವರ ನಾಜೂಕಾಗಿತ್ತು. "ಇವೆರಡು ನಿಂಗೋಸ್ಕರ ತಂದೆ" ಬಂದವಳ ಕೈಗೆ ಕೊಟ್ಟರು. ಢಾಳಾದ ಬಣ್ಣಗಳು, ದೊಡ್ಡ ದೊಡ್ಡ ಡಿಸೈನ್‌ಗಳು ಅವಳಿಗಿಷ್ಟವಿಲ್ಲ. ಎರಡೂ ಅದೇ ನಮೂನೆಯೆ, ಮಾತಾಡದೆ ಕೋಣೆಗೆ ಕೊಂಡೊಯ್ದಳು.

ಈಗ ಏನಾದರೂ ಹೇಳಿದರೆ ಅವರ ಮನಸ್ಸಿಗೆ ನೋವಾಗುತ್ತದೆಯೆಂದು ಅವಳಿಗೆ ಗೊತ್ತು. ಅವಳು ಉಡದೆ ಇಟ್ಟರೆ ಪದ್ದಮ್ಮ ಗೊಣಗಿಕೊಂಡು ತನ್ನ ತಂಗಿಯರಿಗೆ ಕೊಟ್ಟುಬಿಡುತ್ತಾಳೆಂದು ಅವಳಿಗೆ ಗೊತ್ತು.

ವಾಸು ಬಂದು ಊಟಕ್ಕೆ ಎಬ್ಬಿಸುವವರೆಗೆ ಪದ್ದಮ್ಮ ತಮ್ಮ ಸೀರೆಗಳ ಆನಂದದಲ್ಲಿಯೇ ಮಗ್ನರಾಗಿದ್ದರು.

ಶಾರದಾಗೆ ಕೂಗಿ ಹೇಳಿದರು. "ಇದ್ನೆಲ್ಲ ತೆಗೆದಿಡು. ಸೀರೆಗಳನ್ನ ಕೈಗೆತ್ತಿಕೊಂಡ ಅವಳು "ಹ್ಯಾಂಗರ್‌ಗೆ ಹಾಕ್ಲಾ? ಬೀರುವಿನಲ್ಲಿ ಇಡ್ಲಾ?" ಕೇಳಿದಾಗ "ಏನೋ ಒಂದ್ಮಾಡು" ಎಂದರು.

ಮಾಧು ಬಂದು ಎದೆಯ ಮೇಲೆ ಕೈಯಿಟ್ಟುಕೊಂಡು "ಈ ಸೀರೆಗಳನ್ನ ಕೊಂಡು ಬೀರುನಲ್ಲಿ ಕೊಳೆಹಾಕೋ ಬದ್ಲು.... ನಾವೇ ಒಂದು ಸ್ಯಾರಿ ಸೆಂಟರ್ ತೆಗೀಬಹ್ದು" ಮೂತಿ ಸೊಟ್ಟಗೆ ಮಾಡಿ ಗೊಣಗಿದ. ತಾಯಿಯ ಸೀರೆ, ಒಡವೆಗಳ ಆಸೆ ಅವನಿಗೆ ಗೊತ್ತು.

ಮೌನವಾಗಿ ಸೀರೆಗಳನ್ನು ಹಿಡಿದು ಶಾರದ ಕೋಣೆಗೆ ಬಂದಾಗ ಸುಬ್ರಮಣ್ಯಂ ಮಗಳನ್ನು ದಿಟ್ಟಿಸಿದರು. ಶಾಂತವಾಗಿತ್ತು. ಅವರಿಗೆ ಹೃದಯ ಕಿತ್ತು ಬಾಯಿಗೆ ಬಂದಂತಾಯಿತು. ತುಂಟತನ ಮಾಡುತ್ತ ಕಾಡುವ ಮಗಳ ಪ್ರೀತಿ ಅವರಿಗೆ ಬೇಕಿತ್ತು.

"ತಂದ ಸೀರೆಗಳು ನಿಂಗೆ ಇಷ್ಟವಾಯ್ತು?" ಕೇಳಿದರು. ಅವಳ ಮುಖದಲ್ಲಿ ಯಾವುದೇ ಭಾವಗಳು ವ್ಯಕ್ತವಾಗಲಿಲ್ಲ. "ಚೆನ್ನಾಗಿದೆ, ಪಪ್ಪ, ಈಗೇನು ಅಗತ್ಯವಿರ್ಲಿಲ್ಲ" ಬೀರು ಬಾಗಿಲು ತೆಗೆದು ಎಲ್ಲಾ ಒಳಗಿಟ್ಟಳು.

ಸುಬ್ರಮಣ್ಯಂ ಭಾರವಾದ ನಿಟ್ಟುಸಿರನ್ನು ದಬ್ಬಿದರು. ಅವರ ಒಳ್ಳೆಯತನವನ್ನ ಆಕೆ ಸಮರ್ಥವಾಗಿ ಬಳಸಿಕೊಂಡಿದ್ದಳು.

ಮನೆಯಲ್ಲಿ ಆಕೆಯ ಮಾತೇ ಕೊನೆಯದು. ಆಕೆ ಮನೆ ಯಜಮಾನಿಯೆಂಬ ಗೌರವಕ್ಕೊ, ಅಥವಾ ಬಾಯಿಗೆ ಹೆದರಿಯೋ ಒಟ್ಟಿನಲ್ಲಿ ಸುಬ್ರಮಣ್ಯಂ ತೆಪ್ಪಗಿರುತ್ತಿದ್ದರು. ಇದ್ದಿದ್ದರಲ್ಲಿ ಶಾರದ ಕೆಲವು ಸಂದರ್ಭಗಳಲ್ಲಿಯಾದರೂ ಎದುರು ನಿಂತು ಮಾತಾಡುತ್ತಿದ್ದಳು.

ಡಿಗ್ರಿಯಲ್ಲಿ ಗೋಲ್ಡ್‌ಮೆಡಲ್ ಗಳಿಸಿಕೊಂಡ ಆತ ಹೆಂಡತಿಯ ಕೆಲವು ಪ್ರಶ್ನೆಗಳಿಗೆ ಉತ್ತರಿಸಲಾರರು. ಸ್ವಂತ "ಸುಬ್ರಮಣ್ಯಂ ಎಲೆಕ್ಟ್ರಿಕ್ಸ್", ಕೈ ತುಂಬ ಸಂಪಾದನೆ - ಕೊರತೆ ಇಲ್ಲದ ಜೀವನ. ಆದರೆ ಯಾವುದೋ ನಿರಾಸೆ, ನೋವು ಅವರನ್ನು ಕಾಡುತ್ತಿತ್ತು.

ಶಾರದಳ ತಾಯಿ ಕಮಲ ಕೂಡ ಕೆಲರೊಮ್ಮೆ ಸಿಟ್ಟಿಗೇಳುತ್ತಿದ್ದರಿಂದ ತಮ್ಮಲ್ಲಿಯೇ ಯಾವುದೋ ಕೊರತೆ ಇದೆಯೆಂದು ಸಂಶಯಪಡುತ್ತಿದ್ದರು.

ಊಟ ಮುಗಿಸಿ ಹೊರಗೆ ಬಂದಾಗ ವಾಸು ಅವರಿಗಾಗಿ ಕಾಯುತ್ತಿದ್ದ. "ನಾನು

ಊರ್ಗೇ ಹೋಗ್ಬಿಡ್ಬೇಕೂಂತ ಮಾಡಿದ್ದೀನಿ." ಸುಬ್ರಮಣ್ಯಂ ಕಣ್ಣುಗಳು ಕಿರಿದಾದವು "ಯಾವತ್ತು ಹೋಗ್ತೀಯಾ? ಎಂದು ಬರ್ತೀಯಾ." ಅವನು ತಲೆ ತಗ್ಗಿಸಿದ.

"ಅಲ್ಲೇ ಉಳಿಯೋ ಯೋಚ್ನೇ ಮಾಡಿದ್ದೀನಿ. ಇಂಥದ್ದೇ ದಿನ ಹೋಗ್ಬೇಕೂಂತೇನೂ ಇಲ್ಲ."

"ಸರಿ...." ಎಂದರು ಸುಬ್ರಮಣ್ಯಂ. ಅದಕ್ಕೆ ಪದ್ದಮ್ಮನ ಒಪ್ಪಿಗೆಯ ಮುದ್ರೆ ಬೀಳಬೇಕು. ಹಾಗೆಂದು ನಿಲ್ಲಲಾರದ ಅದೃಷ್ಟವಂತ. ಮುಖ ಮೇಲೆತ್ತಿ ಆಕಾಶದ ಕಡೆ ನೋಡಿದರು. ನಕ್ಷತ್ರಗಳು ನಕ್ಕವು.

* * * *

ಸುಬ್ರಮಣ್ಯಂ ಅವರ ಮನೆಯಲ್ಲಿ ಸಂಭ್ರಮದ ವಾತಾವರಣ. ಶಾರದನ ನೋಡಲು ಸಿರಿವಂತ, ವಿದ್ಯಾವಂತ ಕುಟುಂಬದ ಜನ ಬಂದಿದ್ದರು. ಮದುವೆಯ ದಿನ ನಿಶ್ಚಯವಾಗಿಬಿಡುವ ಮಟ್ಟದ ಮಾತುಕತೆ ನಡೆದಿತ್ತು.

ಶಾರದನ ನೋಡಿದ ಮೇಲೆ ಕೃಷ್ಣಪ್ರಸಾದ್ ಮೆಚ್ಚಿಗೆಯೊಂದಿಗೆ ತುಟಿ ತೆರೆದರು. "ನಮ್ಗೇನೋ ಹೆಣ್ಣು ಇಷ್ಟವಾಗಿದ್ದಾಳೆ. ನನ್ಮಗನಿಗೆ ಕೆಲ್ಸದಲ್ಲಿ ಇರೋ ಹುಡ್ಗೀನ ಮದ್ವೆ ಆಗೋ ಇಚ್ಛೆ."

ಕೂತಿದ್ದ ಶಾರದ ಎದ್ದು ಒಳಗೆ ಹೋದಳು. "ತನಗೆ ಯಾವುದೇ ಕೆಲಸವಿಲ್ಲೆಂದು ತಿಳಿದು ಕೂಡ ನಮ್ಮ ಸಂಬಂಧಕ್ಕೆ ಪ್ರಯತ್ನಿಸಿದ್ದೇಕೆ?" ಅವಳಿಗೆ ಮೈಯೆಲ್ಲ ಉರಿದುಹೋಯಿತು.

"ನನ್ಮಗ್ಳು ಗೋಲ್ಡ್ ಮೆಡಲಿಸ್ಟ್. ಹಾಗೆಂದೇನು ಕೆಲ್ಸ ಮನೆ ಬಾಗಿಲಿಗೆ ಬರೋಲ್ಲ. ಅವ್ಳು ನಾಲ್ಕಾರು ಕಡೆ ಪ್ರಯತ್ನ ಮಾಡ್ತಾ ಇದ್ದಾಳೆ. ಸಿಕ್ಕಬಹ್ದು. ಅಥ್ವಾ ಸೊಸೆಯಾದ್ಮೇಲೆ ನೀವೇ ಪ್ರಯತ್ನಪಟ್ಟು ಉದ್ಯೋಗ ಕೊಡ್ಸಿ" ಸುಬ್ರಮಣ್ಯಂ ನೇರವಾಗಿ ಹೇಳಿದರು.

ಆಮೇಲೆ ಅರ್ಧ ಗಂಟೆಯ ಚರ್ಚೆಯ ನಂತರ ತಮ್ಮ ಒಪ್ಪಿಗೆ ತಿಳಿಸಿದರು. ಪದ್ದಮ್ಮ ಸುಬ್ರಮಣ್ಯಂ ತಲೆಯ ಮೇಲಿನ ದೊಡ್ಡ ಭಾರ ಇಳಿಸಿಕೊಂಡಂತೆ ಸಮಾಧಾನದ ಉಸಿರುಬಿಟ್ಟರು.

"ನೀವೊಂದ್ಸಲ ನಮ್ಮ ಮನೆಗೆ ಬನ್ನಿ. ಇನ್ನೊಂದಿಷ್ಟು ಮಾತುಕತೆ ಮುಗ್ಸಿ ಲಗ್ನ ನಿಶ್ಚಯಿಸಿಬಿಡೋಣ" ಕೃಷ್ಣಪ್ರಸಾದ್ ತಮ್ಮ ಕುಟುಂಬದೊಂದಿಗೆ ಮೇಲೆದ್ದರು.

ಕಾರು ಹತ್ತಿದ ಕೃಷ್ಣಪ್ರಸಾದರ ಹೆಂಡತಿ ಕೆಳಗಿಳಿದು ಹೋದರು.

"ಹೇಗೂ ಎಲ್ಲರ ಒಪ್ಪಿಗೆ ಸಿಕ್ಕಿದೆ. ಶಾರದ ಕೂಡ ಎಂ.ಎ. ಕಲಿತ ಹೆಣ್ಣು. ಒಬ್ಬರಿಗೊಬ್ಬರು ಇನ್ನಷ್ಟು ಅರ್ಥ ಮಾಡ್ಕೊಳ್ಳಿ" ಮಗನ ಮನಸ್ಸು ಅರಿತವರಂತೆ ಹೇಳಿದರು.

ಪದ್ದಮ್ಮ ಒಂದೇ ಹಾರಿಗೆ ತಮ್ಮ ಸಮ್ಮತಿ ತಿಳಿಸಿದರು. "ಹಾಗೇ ಆಗ್ಲಿ, ಯಾರು

ಬೇಡಾಂದ್ರು! ನಾನು ಕೂಡ ಅಂಥ ಹಳೆ ಸಂಪ್ರದಾಯಗಳನ್ನು ಲೆಕ್ಕಕ್ಕೇ ಇಟ್ಟಿಲ್ಲ!" ತಾವು ಹೊಸ ಜಾಡಿಗೆ ಹೊಂದಿಕೊಂಡ ಜನರೆನ್ನುವ ಬಿಗುಮಾನ ಇತ್ತು ಆಕೆಯ ಮುಖದಲ್ಲಿ.

ಜಗದೀಶ ಒಂದು ತರಹ ನೋಡಿದ. ಬದುಕಿನ ಬಗ್ಗೆ ನೂರಾರು ಕನಸುಗಳನ್ನು ಇಟ್ಟುಕೊಂಡ ವ್ಯಕ್ತಿ. ಅವನಿಗೆ ವರದಕ್ಷಿಣೆಗಿಂತ ತಿಂಗಳು ತಿಂಗಳು ಸಂಬಳ ತರುವ ಹೆಣ್ಣು ಇಷ್ಟ.

ಕಾರು ಮುಂದಕ್ಕೆ ಹೊರಟ ಮೇಲೆ ತಾಯಿಯ ಬಗ್ಗೆ ಗೊಣಗಿದ – "ಆ ವಿಷ್ಯನ ನೀನು ನೇರವಾಗಿ ಶಾರದಾಗೆ ಹೇಳ್ಬೇಕಿತ್ತು. ಕಲಿತ ಮೆಜಾರಿಟಿಗೆ ಬಂದ ಹೆಣ್ಣಿಗೆ ಅವ್ರುಗಳ ಒಪ್ಗೆ ಏಕೆ?" ಅವನ ಸ್ವರದಲ್ಲಿ ಖಾರವಿತ್ತು. ಕೃಷ್ಣಪ್ರಸಾದರಿಗೆ ಅಸಮಾಧಾನವಾಯಿತು.

"ಹಾಗಂತ ಯೋಚ್ಸಿದ್ರೆ ಇಷ್ಟೆಲ್ಲ ಫಾರ್ಮಾಲಿಟೀಸ್ ಯಾಕೆ ಬೇಕಿತ್ತು? ನೀವು.... ನೀವು... ಮಾಡ್ಕೊಳ್ಳಿ"

ಜಗದೀಶ್ ಕಾರಿನ ವೇಗ ಹೆಚ್ಚಿಸಿದ. ಅವನು ಪೂರಾ ಪದ್ದಮ್ಮ, ಸುಬ್ರಮಣ್ಯಂನ ಶ್ರದ್ಧೆಯಿಂದ ಗಮನಿಸಿದ್ದ. ಆಡಳಿತವೆಲ್ಲ ಆಕೆಯದೆ ಎಂಬುದು ಅವನಿಗೆ ಅರಿವಾಗಿತ್ತು.

"ಆಕೆ ತುಂಬ ಬುದ್ಧಿವಂತೆಯಂತೆ ಕಾಣ್ತಾಳೆ, ಮಗ್ಳ ಮೈಮೇಲೆ ಇರ್ಬೇಕಾದ ಒಡ್ವೆಗಳೆಲ್ಲ ಆಕೆಯ ಮೈಮೇಲೇ ಇತ್ತು" ಎಂದ ಗೇರ್ ಬದಲಿಸುತ್ತ.

ಕೃಷ್ಣಪ್ರಸಾದ್ ಅವಾಕ್ಕಾದರು. ಮಗ ಮಹತ್ವಾಕಾಂಕ್ಷಿಯೆಂದು ಅವರಿಗೆ ಗೊತ್ತು. ಸಮಾಜದಲ್ಲಿ ತಮ್ಮ ಪ್ರತಿಷ್ಠೆ ಬೆಳೆಯಬೇಕೆನ್ನುವ ಹಂಬಲ ಅವನಿಗೆ.

ಕನ್ನಡಕ ತೆಗೆದು ಕಣ್ಣು ಹೊಸಕಿದ ಕೃಷ್ಣಪ್ರಸಾದ್ ನೋವಿನ ನಿಟ್ಟುಸಿರು ದಬ್ಬಿದರು. "ಆ ಹುಡ್ಗಿ! ಮಲಮಗಳು. ಸ್ವಂತ ಮಕ್ಳ ಮೇಲಿದ್ದಷ್ಟು ಪ್ರೀತಿ, ಅಕ್ಕರೆ ಶಾರದ ಮೇಲಿರೋಕೆ ಹೇಗೆ ಸಾಧ್ಯ? ಆಕೆಗೆ ಬೇಡದ ಅನಿವಾರ್ಯ ಅಷ್ಟೆ. ಧಾರೆಯೆರೆದು ಕೈ ತೊಳ್ದುಕೊಂಡುಬಿಟ್ರೆ.... ಮುಗೀತು." ತಿಳಿದ ಸತ್ಯಸಂಗತಿಯನ್ನೇ ಆಡಿದ್ದರು.

ಜಗದೀಶ್ ಮುಖ ಸಪ್ಪಗಾಯಿತು. ಹಣ, ವಿದ್ಯೆ, ಎರಡು ಇದ್ದರೂ ಅವನಿಗೆ ಸಾಕಾಗದು. ತಾನು ದೊಡ್ಡ ಇಂಡಸ್ಟ್ರಿಯಲಿಸ್ಟ್ ಆಗಬೇಕು, ನೂರಾರು ಮಂದಿಗೆ ಅನ್ನ ಕೊಡುವ ಮಾಲೀಕತ್ವ ತನಗೆ ಲಭಿಸಬೇಕು ಅನ್ನೋ ಮಹತ್ವಾಕಾಂಕ್ಷಿ.

ವನಜಮ್ಮ ಮಧ್ಯೆ ಬಾಯಿ ಹಾಕಿದರು. "ಹೇಗೆ ಅಂದ್ಕೊಂಡ್ರೂ.... ಅವ್ರಿಗೆ ಕಡಮೆಯಾಗಿರೋದೇನು! ಶಾರದ ಅಮ್ಮನದು ಬೇಕಾದಷ್ಟು ಒಡ್ವೆಗಳು ಇವೆಯಂತೆ. ಡಾಬು, ವಂಕಿ, ನಾಗರ, ಬಿಲ್ಲೆ, ಕುಚ್ಚು ಕಡಿವಾಣ – ಎಲ್ಲಾ ಗಟ್ಟಿ ಒಡ್ವೆಗಳು ಅಂತಾರೆ. ಈಗ ಅವು ಲಕ್ಷಾಂತರ. ಸ್ವಂತ ಏನು ಮಾಡ್ಸಿ ಕೊಡದಿದ್ರೂ.... ಅದಷ್ಟಾದ್ರೂ ಕೊಡ್ಲೇಬೇಕು" ನಿರ್ಧಾರವಿತ್ತು.

ಜಗದೀಶ ಯೋಚಿಸುತ್ತಲೇ ಕಾರಿನ ವೇಗ ಹೆಚ್ಚಿಸಿದವನು ಅವರುಗಳನ್ನು ಮನೆಯ ಮುಂದೆ ಇಳಿಸಿ ನೇರವಾಗಿ ಲೈಬ್ರರಿಗೆ ಬಂದ.

ಇತಿಹಾಸದ ವಿಭಾಗಕ್ಕೆ ಬಂದಾಗ ಪುಸ್ತಕ ಹುಡುಕುತ್ತಿದ್ದ ಶಾರದ ಕಣ್ಣಿಗೆ ಬಿದ್ದಳು. ತಾನು ನೋಡಿದ ಸರಳ ಅಲಂಕಾರದಲ್ಲಿಯೇ ಇದ್ದಳು.

"ಹಲೋ..." ಎಂದ ಹತ್ತಿರದಲ್ಲಿಯೇ ನಿಂತು, ಪುಟಗಳನ್ನು ಮೊಗಚುತ್ತಿದ್ದವಳು ನೋಟವೆತ್ತದೆ "ಹಲೋ..." ಎಂದಳು.

ಜಗದೀಶನ ಮುಖ ಬಿಗಿಯಿತು. ಎರಡು ಕೈಗಳನ್ನ ಪ್ಯಾಂಟ್ ಜೇಬಿನೊಳಕ್ಕೆ ತುರುಕಿ ಹಿಂದಕ್ಕೆ ಹೊರಗೆ ನಡೆದ. ಅಲಕ್ಷ್ಯವೆನಿಸಿತು. ಆದರೆ ಆ ರೀತಿ ಯೋಚಿಸಲು ಹಿಂಜರಿದ ಅವಳು ಅವನನ್ನು ನೋಡಿರಲೇ ಇಲ್ಲ.

ಮ್ಯಾಗಜೀನ್ ವಿಭಾಗದಿಂದ ಹೊರಬರುವ ವೇಳೆಗೆ ಲೈಬ್ರೆರಿಯನ್ ಕೋಣೆಯಿಂದ ಹೊರಬಂದ ಅವಳ ಕೈಯಲ್ಲಿ ಎರಡು ಗ್ರಂಥಗಳಿದ್ದವು.

ಸಂಕೋಚಿಸುತ್ತಲೇ ಅವಳತ್ತ ನಡೆದವನು, "ಹಲೋ..." ಎಂದ. ಅವಳ ತುಟಿಯಂಚಿನಲ್ಲಿ ನಗುವಿನ ಹೂ ಅರಳಿತು. "ಹಲೋ..." ಎಂದಳು.

ಜೊತೆಯಲ್ಲಿಯೇ ಬಾಗಿಲ ಕಡೆ ಹೆಜ್ಜೆ ಹಾಕಿದರು. ಅವಳ ಕೈಯಲ್ಲಿನ ಗ್ರಂಥಗಳನ್ನು ತೆರೆದು ನೋಡಿದ. ಸಂಶೋಧನೆಗೆ ಸಂಬಂಧಪಟ್ಟವು. ಹಿಂದಿರುಗಿಸಿದ.

"ಇಷ್ಟು ಬೇಗ ಲೈಬ್ರರಿಯಲ್ಲಿ ಪ್ರತ್ಯಕ್ಷ!" ಅವನ ಸ್ವರದಲ್ಲಿ ಹಾಸ್ಯವಿತ್ತು. "ನೆವರ್, ಸದ್ಯಕ್ಕೆ ಲೈಬ್ರರಿ ಮನೆಯ ಓಡಾಟವೇ ನಂದು. ಇಲ್ಲಿ ನನಗೆ ಗಂಟೆಗಳು ನಿಮಿಷಗಳಾಗಿ ಹೋಗುತ್ತೆ."

ಜಗದೀಶ ನಸುನಕ್ಕ.

ಕಾಂಪೌಂಡ್ ಗೇಟಿಗೆ ಬಂದವರು ನಿಂತರು. ಜಗದೀಶ ನೇರವಾಗಿ ನೋಡಿದ. ಮನೆಯಲ್ಲಿ ನೋಡಿದ್ದಕ್ಕಿಂತ ಚೆಲುವಾಗಿ ಕಂಡಳು. ಹೆಣ್ಣಿನ ರೂಪ, ವಿದ್ಯೆಯ ಬಗ್ಗೆ ಅವನದು ತಕರಾರಿಲ್ಲ.

"ಒಂದು ಕಪ್ ಕಾಫೀ ಕುಡ್ಯೋಣ" ಅವಳತ್ತ ನೋಟ ಹರಿಸಿದಾಗ ಮೃದುವಾಗಿ ನಿರಾಕರಿಸಿದಳು. "ಬೇಡ, ಈಗ ರೂಟ್ ಬಸ್ ತಪ್ಪಿದ್ರೆ.... ನಾನು ಕಾಯ್ಬೇಕಾಗುತ್ತೆ" ಅವಸರಿಸಿದಳು.

"ನಾನು ನಿಮ್ಮನ್ನ ಡ್ರಾಪ್ ಮಾಡ್ತೀನಿ". ನಿಲ್ಲಿಸಿದ್ದ ಕಾರಿನತ್ತ ಹೊರಟ. ಅವನನ್ನ ಹಿಂಬಾಲಿಸುವುದು ಅನಿವಾರ್ಯವಾಗಿತ್ತು. "ಪ್ಲೀಸ್, ಹತ್ತು ಶಾರದ" ತಾನೇ ಡೋರ್ ತೆರೆದ.

ಇಬ್ಬರನ್ನು ಹೊತ್ತ ಕಾರು ಮುಂದಕ್ಕೆ ಹೊರಟಾಗ ಜಗದೀಶ ಉಲ್ಲಾಸವಾಗಿದ್ದ. ಅವನ ಪ್ರಕಾರ ಶಾರದಾಗೆ ಕೆಲಸ ಸಿಕ್ಕುವುದು ಅಷ್ಟೊಂದು ಕಷ್ಟವಾಗಿ ಕಾಣಲಿಲ್ಲ.

"ನಿಮ್ಗೆ ಯಾವ ಹೂ ಇಷ್ಟ?" ಪ್ರಶ್ನೆಯ ಮೂಲಕ ಪ್ರಾರಂಭಿಸಿದ. "ನಿಮ್ಮ ಇಷ್ಟ ಅನಿಷ್ಟಗಳನ್ನು ತಿಳ್ಕೊಳ್ಳೋದು ಒಳ್ಳೇದು" ಮತ್ತೊಂದು ಸೇರಿಸಿದ.

"ಮದ್ವೆ ಆದ್ಮೇಲೆ ತಾನಾಗಿ ತಿಳಿಯುತ್ತೆ. ಈಗ್ಲೆ ಯಾಕೆ ಅಷ್ಟೊಂದು ಅವಸರ?" ಜಾರಿಸಿದಳು.

"ನಮ್ಮ ಹುಡುಗನಿಗೆ ಕೆಲ್ಸದಲ್ಲಿರೋ ಹುಡ್ಗೀ ಇಷ್ಟ" ಕೃಷ್ಣಪ್ರಸಾದರ ಮಾತು ಅವಳ ಕಿವಿಯಲ್ಲಿನ್ನೂ ಗುಯ್‌ಗುಡುತ್ತಿತ್ತು. ವರದಕ್ಷಿಣೆ, ವರೋಪಚಾರ, ಹೆಣ್ಣಿಗೆ ಕೆಲಸ ಈ ಫಾರ್ಮುಲ ಇಟ್ಟುಕೊಂಡೇ ಹೆಣ್ಣನ್ನು ಹುಡುಕಲು ಪ್ರಾರಂಭಿಸುತ್ತಾರೆಂದುಕೊಂಡಳು.

ಹೋಟೆಲ್ ಮುಂದೆ ಕಾರು ನಿಲ್ಲುವವರೆಗೂ ಜಗದೀಶ ಏನೂ ಮಾತಾಡಿಸಲು ಹೋಗಲಿಲ್ಲ. ಮೊದಲ ಪ್ರಶ್ನೆಯಿಂದಲೇ ಅವನ ಮುಖಭಂಗವಾಗಿತ್ತು.

ಡೋರ್ ತೆಗೆದುಕೊಂಡು ಇಳಿದ ಶಾರದ ಅತ್ತಿತ್ತ ನೋಟ ಹರಿಸಿದಳು. ಅವಳ ಪಕ್ಕದಲ್ಲಿ ನಿಂತ ಜಗದೀಶ ಮೆಲ್ಲನೆ ಉಸುರಿದ – "ನಡೀರಿ, ಯಾಕೆ ಹಿಂಜರಿಕೆ?" ಮೆಲ್ಲಗೆ ಭುಜದ ಮೇಲೆ ಕೈಯಿಟ್ಟ. ಮೃದುವಾಗಿ ಪಕ್ಕಕ್ಕೆ ಸರಿಸಿದಳು.

ಇಬ್ಬರೂ ಫ್ಯಾಮಿಲಿ ರೂಮಿನಲ್ಲಿ ಬಂದು ಕೂತರು. ಮೆನು ಕಾರ್ಡನ್ನು ಅವಳತ್ತ ತಳ್ಳಿದ.

"ನಂಗೆ ಬರೀ ಕಾಫೀ ಸಾಕು." ಕಾರ್ಡನ್ನ ಪಕ್ಕಕ್ಕೆ ಸರಿಸಿದಳು. ಜಗದೀಶ ಮತ್ತಷ್ಟು ಹಸನ್ಮುಖತೆಯನ್ನು ಮುಖದಲ್ಲಿ ಪ್ರದರ್ಶಿಸಿದ "ನೋ... ನೋ... ಮೊದಲ ಬಾರಿ ಸಂಧಿಸುತ್ತ ಇರೋದು. ಇದು ಸವಿ ನೆನಪಾಗಿ ಮಾರ್ಪಡಬೇಕು." ಕಾರ್ಡ್‌ನತ್ತ ನೋಟ ಹರಿಸಿದ.

ಡ್ರೈ ಜಾಮೂನ್, ವೆಜಿಟೆಬಲ್ ಕಟ್‌ಲೆಟ್‌ಗೆ ಆರ್ಡರ್ ಮಾಡಿದ. ಶಾರದಾಳ ಮುಖದಲ್ಲಿ ಭಾವನೆಗಳ ಹೋರಾಟವಿತ್ತು.

"ಎನಿ ರಾಂಗ್? ನೀವ್ಯಾಕೋ ಬೇಜಾರಿನಲ್ಲಿ ಇದ್ದಂತೆ ಕಾಣ್ತೀರಾ! ಇದ್ವರ್ಗೂ ಯಾವ್ದೇ ಲವ್ ಅಫೇರ್ಸ್‌ನಲ್ಲಿ ನೀವು ಸಿಕ್ಕಿಕೊಂಡಿಲ್ಲ ಅನ್ನೋದು ನಂಗೆ ಗೊತ್ತು" ಜಗದೀಶ, ಎಂದಾಗ ಅವಳ ಕಣ್ಣುಗಳಲ್ಲಿ ಕಿರಿದಾಗಿ ಅಚ್ಚರಿ ಮಿನುಗಿತು. "ವ್ಹಾಟ್, ನಂಗೆ ಅರ್ಥವಾಗ್ಲಿಲ್ಲ!"

ಜಗದೀಶ ನಗೆಯ ಅಲೆಗಳನ್ನು ಹರಿಸಿದ. ಕೂತ ಸೀಟು ಅವಳಿಗೆ ಬೆಂಕಿ ಆಯಿತು. ಅವನ ಬಗ್ಗೆ ಯಾವುದೇ ನಿರ್ಧಾರಕ್ಕೆ ಬರಲಾರದೆ ಹೋದಳು.

"ದಿಸ್ ಈಸ್ ಸಿಂಪಲ್. ನಿಮ್ಮ ಬಗ್ಗೆ ಎಲ್ಲಾ ತಿಳ್ದುಕೊಂಡಿದ್ದೀನಿ. ಅಗತ್ಯ ಕೂಡ. ಮದ್ವೆ ಮೂರು ದಿನದ ಮಾತಲ್ಲ; ನೂರು ದಿನದ ಸಂಬಂಧ." ಕಣ್ಣಿನ ರೆಪ್ಪೆಗಳನ್ನ ಮುಚ್ಚಿ ತೆಗೆದ.

ನಿಧಾನವಾಗಿ ತಲೆ ಕೆಳಗೆ ಹಾಕಿದಳು. ಅವನ ಮಾತು ಸರಿಯೆನಿಸಿತು. ಆದರೆ ತನಗೆ ಜಗದೀಶನ ಬಗ್ಗೆ ಏನು ಗೊತ್ತು? ಏನೂ ಗೊತ್ತಿಲ್ಲವೆನಿಸಿತು ಹಣೆಯೊತ್ತಿದಳು.

ಅವನು ಮತ್ತೇನನ್ನೋ ಹೇಳಲು ಶುರು ಮಾಡಿದ. ತಾನು ತುಂಬ ಬುದ್ಧಿವಂತನೆಂಬ 'ಹಮ್ಮು' ಅವನ ಮಾತುಗಳಲ್ಲಿ ಎದ್ದು ಕಾಣುತ್ತಿತ್ತು.

ತಿಂಡಿ ಮುಗಿಸಿ ಬಿಲ್ ತೆತ್ತು ಹೊರಗೆ ಬರುವವರೆಗೂ ಶಾರದ ಮಾತಾಡಲಿಲ್ಲ. ಅವಳಲ್ಲಿ ಒಂದು ರೀತಿಯ ಹೋರಾಟವಿತ್ತು. ಎಂ.ಎ. ಮುಗಿಯುವವರೆಗೂ ತನ್ನ ವ್ಯಾಸಂಗ ಬಿಟ್ಟು ಮದುವೆಯ ಬಗ್ಗೆ ತಲೆ ಕೆಡಿಸಿಕೊಂಡವಳೇ ಅಲ್ಲ.

"ಸುಮ್ನೆ ಯಾಕೆ ತೊಂದರೆ? ನಾನು ಆಟೋದಲ್ಲಿ ಹೋಗ್ತೀನಿ" ಎಂದಾಗ, ಕಾರಿನೊಳಕ್ಕೆ ಹತ್ತಿದವನು ಇಳಿದ. "ಡೋಂಟ್ ಬಿ ಸಿಲ್ಲಿ. ಮೆಲುಕು ಹಾಕುವಂಥ ಮಧುರ ಕ್ಷಣಗಳು." ಅವಳ ಕಣ್ಣಲ್ಲಿ ಕಣ್ಣಿಟ್ಟು ನೋಡಿದ. ಎಂತಹುದೋ ಪ್ರಬಲ ಆಕರ್ಷಣೆ ಅವನ ಕಣ್ಣುಗಳಲ್ಲಿದೆಯೆನಿಸಿತು. ಮಧುರವಾದ ಭಾವವೊಂದು ಅವಳಲ್ಲಿ ಮೂಡಿತು.

ಮೌನವಾಗಿ ಹತ್ತಿ ಕೂತಳು. ಜಗದೀಶ್ ಬಹಳ ಹಿತವಾಗಿ ಹರಟಲಾರಂಭಿಸಿದ. ಅವಳ ಮುಖದಲ್ಲು ನಗು ಮಿನುಗುವಂತೆ ಮಾಡಲು ಸಮರ್ಥನಾದ.

ಮನೆಯ ಮುಂದೆ ಕಾರು ನಿಂತಾಗ ಇಳಿದವಳು ಅನುಮಾನಿಸಿದಳು. "ಒಳಗಡೆ... ಬನ್ನಿ" ಆಹ್ವಾನಿಸಿದಳು.

ನಿಧಾನವಾಗಿ ಅವನ ಹುಬ್ಬುಗಳೇರಿ ಇಳಿದವು. "ಸಾರಿ, ಬೇರೆಯವ್ರಿಗೆ ಸರ್‌ಪ್ರೈಜ್ ಆಗೋದೇ ಬೇಡ. ಆಮೇಲೆ ಕಲ್ಪನೆಗಳು, ಊಹೆಗಳು ತಾನಾಗಿ ಗರಿಗೆದರುತ್ತೆ." ಕಣ್ಣಲ್ಲೇ ನಗು ತುಳುಕಿಸಿ ಅವಳನ್ನು ನುಂಗುವಂತೆ ನೋಡಿ ಕೈ ಬೀಸಿದ. "ಸಿ ಯೂ ಟುಮಾರೋ..." ಕಾರು ನಿಮಿಷದಲ್ಲಿ ಮರೆಯಾಯಿತು.

ಲಾಕ್ ಮಾಡಿದ್ದ ಬೀಗವನ್ನು ತನ್ನಲ್ಲಿದ್ದ ಡೂಪ್ಲಿಕೇಟ್ ಕೀಯಿಂದ ತೆರೆದಳು. ಸದ್ಯಕ್ಕೆ ಪ್ರಶ್ನೆಗಳನ್ನ ಎದುರಿಸಬೇಕಾಗಿಲ್ಲವೆಂದುಕೊಂಡಳು.

ಹೂ ಹಣ್ಣು ಕಾಯಿಯ ಬುಟ್ಟಿ ಹಿಡಿದ ವಾಸು ಜೊತೆ ದಂಪತಿಗಳು ಬರುವ ವೇಳೆಗೆ ಎಂಟು.... ಐದಾಗಿತ್ತು. ಬಳಲಿಕೆ ಅವರುಗಳ ಮುಖದ ಮೇಲಿದ್ದರೂ ಒಂದು ರೀತಿಯ ಸಂಭ್ರಮದಿಂದ ಇದ್ದರು.

"ಎಲ್ಲಾ ಒಳ್ಳೆದಾಯ್ತು!" ಪದ್ದಮ್ಮ ನೆಲದ ಮೇಲೆ ಗೋಡೆಗೊರಗಿ ಕೂತು ಕಾಲುಗಳನ್ನು ಚಾಚಿದರು. ಆಗಾಗ ಕಾಡೋ ಕಾಲುನೋವು ಅವರ ಸಂಗಾತಿಯಾಗಿತ್ತು. "ಈ ಕಾಲುಗಳ ನೋವು ಜನ್ಮಕ್ಕೆ ಹತ್ತಿದ ನಂಟು! ನನ್ನ ಬಿಟ್ಟು ಹೋಗೋಲ್ಲಾಂತ ಕಾಣಿಸುತ್ತೆ!" ಗೊಣಗುಟ್ಟಿದರು.

"ಶಾರದ, ಪ್ರಸಾದ್ ತಗೊಂಡ್ ಹಣೆಗಿಟ್ಕೋ!" ಕೂಗಿ ಹೇಳಿದರು. ಅವರಿಗೆ ಈ ದಿನ ತುಂಬ ಸಂತೋಷವಾಗಿತ್ತು. "ನಿಮ್ಮಮ್ಮ ಮಾಡ್ದ ಪುಣ್ಯ ನಿನ್ನ ಪಾಲಿಗಿತ್ತು. ಒಟ್ಟಿನಲ್ಲಿ ಒಳ್ಳೆ ಸಂಬಂಧ ಸಿಕ್ತು. ಬಡಬಡಿಸಿದರು.

ಕುಂಕುಮ ಪ್ರಸಾದವನ್ನು ಹಣೆಗಿಟ್ಟುಕೊಂಡ ಶಾರದ ಒಳಗೆ ಹೋದಳು. ಇವರುಗಳು ಆಡೋ ಮಾತುಗಳಿಂದಲೇ ಜಗದೀಶನ ಬಗ್ಗೆ ತಿಳಿಯಬೇಕಾಗಿತ್ತು. ತಾನಾಗಿ ಅವನೇನು ಅವಳಿಗೆ ಹೇಳಿರಲಿಲ್ಲ.

ಊಟ ಮುಗಿದ ಮೇಲೆ ಸುಬ್ರಮಣ್ಯಂ ಅವಳ ಕೋಣೆಗೆ ಬಂದರು. ಚಿಂತೆಗಳಿಂದ ಮುಪ್ಪಡರಿದ ಮುಖದಲ್ಲಿ ತೀರಾ ಗಾಂಭೀರ್ಯವಿತ್ತು.

"ನಿನ್ಹತ್ರ ಮಾತಾಡ್ಬೇಕಿತ್ತಮ್ಮ" ಎದ್ದ ಶಾರದ ಕೂತಳು. "ಏನು ಪಪ್ಪ?" ಅವರ ಮುಖದ ಗೆರೆಗಳು ಇನ್ನಷ್ಟು ಆಳವಾದವು.

ಅವಳ ಸನಿಹದಲ್ಲಿಯೇ ಕೂತು ಪ್ರೀತಿಯಿಂದ ಮುಂದಲೆ ಸವರಿದರು. "ನಾನು ತಂದೆಯಾಗಿ ನಿನಗೇನೂ ಕೊಡ್ಲಿಲ್ಲ. ಕರ್ತವ್ಯಭ್ರಷ್ಟನಾದೆ. ನಾನು ಎರಡನೇ ಮದ್ವೆ ಆಗ್ಬಾರ್ದಿತ್ತು" ಸತ್ಯವನ್ನೇ ಉಸುರಿದರು. ಅವರ ಕಂಠ ಗದ್ಗದವಾಗಿತ್ತು.

"ಛೆ, ಅದೇನು ಆಗ್ಲಿಲ್ಲ. ಚಿಕ್ಕಮ್ಮ ನನ್ನ ಚೆನ್ನಾಗೇ ನೋಡ್ಕೊಂಡಿದ್ದಾರೆ. ನೀವು ಪಶ್ಚಾತ್ತಾಪಪಡೋ ಅಗತ್ಯವಿಲ್ಲ" ಅತ್ಯಂತ ಸಹಜವಾಗಿ ಹೇಳಲು ಪ್ರಯತ್ನಪಟ್ಟಳು.

ಪದ್ಮಮ್ಮನವರು ಬೇರೆ ಮಲತಾಯಿಯರಂತೆ ಎಂದೂ ಹೊಡೆದು ಬಡಿದು ಮಾಡಿರಲಿಲ್ಲ. ಉಪವಾಸ ಕೆಡವಿದ್ದಂತೂ ಎಂದೂ ಇಲ್ಲ. ಆದರೆ ಮಾನಸಿಕವಾಗಿ ಬಹಳ ನೋವು ಅನುಭವಿಸಿದ್ದಳು. ಎಂದೂ ಅವಳ ಇಷ್ಟಾನಿಷ್ಟಗಳ ಬಗ್ಗೆ ಆಕೆ ಯೋಚಿಸಿಯೇ ಇರಲಿಲ್ಲ. ಉಡುಪು, ತಿಂಡಿ ಎಲ್ಲಾ ಅವರು ಮಾಡಿದಂತೆಯೇ, ಒಂದೆರಡು ವಿಷಯಗಳನ್ನು ಬಿಟ್ಟು ಅವಳು ತುಟಿ ಬಿಚ್ಚಿದ್ದೇ ಇಲ್ಲ.

"ಜಗದೀಶನ ಬಗ್ಗೆ ನಾನೇನು ಹೇಳ್ಲೇ ಇಲ್ಲ. ನಿನ್ನ ಮನಸ್ಸಿಗೆ ನೋವಾಗಿರ್ಬಹುದ್ದು" ಸುಬ್ರಮಣ್ಯಂ ಕನ್ನಡಕ ತೆಗೆದು ಕಣ್ಣುಗಳನ್ನೊತ್ತಿಕೊಂಡರು. ಶಾರದಳ ಹೃದಯ ದ್ರವಿಸಿಹೋಯಿತು. ತುಟಿ ಕಚ್ಚಿ ನುಂಗಿದಳು.

"ಕೃಷ್ಣಪ್ರಸಾದರ ಒಬ್ನೇ ಮಗ, ವಿದ್ಯಾವಂತ, ಬುದ್ಧಿವಂತ, ಸಮಾಜದಲ್ಲಿ ಗೌರವ ಸಂಪಾದ್ನೆ ಮಾಡಿದ ವ್ಯಕ್ತಿ. ಆರ್ಥಿಕವಾಗಿ ಅನ್ಕೂಲವಾಗೇ ಇದ್ದಾರೆ. ಎಲೆಕ್ಟ್ರಾನಿಕ್ಸ್‌ನ ಸಣ್ಣ ಉದ್ಯಮ ಪ್ರಾರಂಭಿಸೊ ಪ್ರಯತ್ನದಲ್ಲಿದ್ದಾನೆ. ಮುಂದಕ್ಕೂ ಬರ್ತಾನೆ ಅನ್ನೋ ಭರವಸೆ ನಂಗಿದೆ. ಹೇಗೂ ನೋಡಿದ್ದೀಯ. ಯೋಚ್ನೇ ಮಾಡೇ ತಿಳ್ಸು. ನಿನ್ನ ಒಪ್ಗೇ ಇಲ್ದೇ ಮದ್ವೆ ಆಗೋಲ್ಲ" ಮೇಲೆದ್ದರು. ದೃಢ ನಿರ್ಧಾರವಿತ್ತು ಅವರ ಸ್ವರದಲ್ಲಿ ಅಂದೂ. ಇಂಥ ದೃಢತೆಯನ್ನು ಅವರ ಮುಖದ ಮೇಲೆ ಕಂಡಿರಲಿಲ್ಲ.

ಬಾಗಿಲವರೆಗೂ ಹೋದವರು ಹಿಂದಿರುಗಿ ಬಂದರು. ಎರಡು ಕೈಗಳಿಂದ ಅವಳ ಮುಖವನ್ನಿಡಿದು ಕಣ್ಣು ತುಂಬಿಕೊಳ್ಳುವಂತೆ ನೋಡಿದರು. ಕಣ್ಣಂಚಿನ ಕಂಬನಿ ಕೆನ್ನೆಯ ಮೇಲಿಳಿಯಿತು.

"ಶಾರದ...." ಬಲವಾಗಿ ಅಪ್ಪಿಕೊಂಡು ಕಣ್ಣೀರು ಸುರಿಸಿದರು. "ಈ ನಿನ್ನ ತಂದೆನ ಕ್ಷಮ್ಸಿಬಿಡಮ್ಮ" ಉದ್ವೇಗದಿಂದ ಅವನ ದನಿ ನಡುಗುತ್ತಿತ್ತು. ಶಾರದ ತೀರಾ ಮೆತ್ತಗಾಗಿ ಹೋದಳು.

"ಸ್ವಲ್ಪ... ನೋಡಿ..." ಪದ್ಮಮ್ಮನ ಕೂಗು ಕೇಳಿಸಿದಾಗ ಅವಳ ಕೆನ್ನೆ ಸವರಿ ಹೊರಗೆ ಹೋದರು. ಅವರ ಅಂತರಂಗದಲ್ಲಿ ಕುದಿಯುತ್ತಿದ್ದ ಜ್ವಾಲಾಮುಖಿಯ ಅರಿವು ಅವಳಿಗಾಯಿತು.

ಆಮೇಲೆ ಜಗದೀಶ್ ನಾಲ್ಕಾರು ಸಲ ಇವರ ಮನೆಗೆ ಬಂದ. ಶಾರದನ ಹೊರಗೆ ಕರೆದೊಯ್ದು. ಬಹಳ ಪ್ರೀತಿ, ಪ್ರೇಮದಿಂದ ಮಾತಾಡಿದ. ಅವಳು ಅವನ ಮೋಡಿಗೆ ಸಂಪೂರ್ಣವಾಗಿ ಶರಣಾದಳು. ಹೊಸ ಹೊಸ ಕನಸುಗಳಲ್ಲಿ ತೇಲಿ ಹೋದಳು. ಆದರೆ ಪ್ರೇಮದ ಸ್ಪಂದನ ಅವಳನ್ನು ಆವರಿಸಲಿಲ್ಲ.

* * * *

ಮದುವೆಗೆ ಮೂರು ದಿನವಿದ್ದಾಗ ಅನಂತರಾಮಯ್ಯ ಹೆಂಡತಿಯೊಂದಿಗೆ ಬಂದರು. ಮಗಳು ಸತ್ತ ಮೇಲೆ ಮೊದಲ ಬಾರಿ ಅಳಿಯನ ಮನೆಗೆ ಬಂದಿದ್ದರು ಮೊಮ್ಮಗಳ ಮದುವೆಯ ಸಲುವಾಗಿ.

ಸಂತೋಷ, ದುಃಖದಿಂದ ಸುಬ್ರಮಣ್ಯಂ ಕುಗ್ಗಿಹೋದರು. "ಅಂತೂ ಕಡೆಗಾದ್ರೂ ಬಂದರಲ್ಲ, ಅಷ್ಟೇ ಸಾಕು" ಕಣ್ಣೊತ್ತಿಕೊಂಡರು. "ಕೂತ್ಕೊಳ್ಳಿ..." ಮಗಳ ಕೋಣೆಗೆ ಹೋದರು.

ಮ್ಯಾಗಜೀನ್ ನೋಡುತ್ತಿದ್ದ ಶಾರದ ತಟ್ಟನೆ ಎದ್ದು ನಿಂತಳು. ಕಣ್ಣುಗಳಲ್ಲಿ ಹೊಸ ಬೆಳಕು, ಮುಖದಲ್ಲಿ ನೂತನ ಕಳೆ-ದೃಷ್ಟಿ ತಾಕುವಂತಿದ್ದಳು. ಅವರ ಕಣ್ಣುಗಳಲ್ಲಿ ಮಂಜಾಡಿತು.

"ನಿನ್ನ ತಾತ, ಅಜ್ಜಿ... ಬಂದಿದ್ದಾರೆ" ಹೊರಗೆ ಕರೆದೊಯ್ದರು.

ಅನಂತರಾಮಯ್ಯ, ಸೀತಮ್ಮ ಕಣ್ಣುಗಳಲ್ಲಿ ತುಂಬಿಕೊಳ್ಳುವಂತೆ ನೋಡಿದರು. ಪೂರ್ತಿ ಮಗಳನ್ನು ಹೋಲದಿದ್ದರೂ ತಮ್ಮ ಮಗಳನ್ನೇ ಕಂಡಂತಾಯಿತು ಅವರಿಗೆ.

"ಹೋಗಿ ನಮಸ್ಕಾರ ಮಾಡು". ಮಗಳಿಗೆ ಹೇಳಿದವರು ಅಲ್ಲಿ ನಿಲ್ಲದೆ ಒಳಗೆ ಹೋದರು ಸುಬ್ರಮಣ್ಯಂ. ಕಮಲಾನ ಕೈಹಿಡಿದ ಹರೆಯದ ದಿನಗಳು ಅವರ ಮನವನ್ನು ಸುಡತೊಡಗಿತು.

ಸೀತಮ್ಮ ಮೊಮ್ಮಗಳನ್ನು ತಬ್ಬಿಕೊಂಡು ಕಣ್ಣೀರು ಸುರಿಸಿದರು. ನಳನಳಿಸುತ್ತಿದ್ದ ಶಾರದನ ಕಂಡ ಮೇಲೆ ಅವರುಗಳ ಕೋಪ, ಅಸಮಾಧಾನ ಕರಗಿ ಅಲ್ಲಿ ಪಶ್ಚಾತ್ತಾಪ ಮೂಡಿತು.

"ನಾವೇ ತಪ್ಪು ಮಾಡಿದ್ವಿ. ಹೃದಯ, ಮನಸ್ಸು ಇಲ್ಲ ಬಂಡೆಗಳು ಆದ್ವಿ" ಸೀತಮ್ಮ ಕಣ್ಣು ಮೂಗೊರೆಸಿಕೊಂಡರು.

ಆಮೇಲೆ ಮನೆ ಮತ್ತಷ್ಟು ಸಂಭ್ರಮಗೊಂಡಿತು. ಪದ್ದಮ್ಮ ಪ್ರತಿಯೊಂದಕ್ಕೂ ಸೀತಮ್ಮ ಅನಂತರಾಮಯ್ಯನವರನ್ನ ಕೇಳತೊಡಗಿದ್ದು ಮಾತ್ರವಲ್ಲದೆ ಶಾರದೇನ ವಿಪರೀತ ಅಕ್ಕರೆಯಿಂದ ಮಾತನಾಡಿಸತೊಡಗಿದರು.

ಛತ್ರದ ತುಂಬ ಬಂಧು ಬಳಗವೆಲ್ಲ ತುಂಬಿಕೊಂಡರು. ಜಗದೀಶ ತನ್ನ ಗೆಳೆಯರನ್ನೆಲ್ಲ ಕರೆದು ಶಾರದೆಗೆ ಪರಿಚಯಿಸಿದ. ಉಲ್ಲಾಸ, ಉತ್ಸಾಹ ತುಂಬಿಕೊಂಡ ಅವನು ಚೆಲುವ ಚೆನ್ನಿಗನಾಗಿ ಕಂಡ.

ಸೀತಮ್ಮ ಗಂಡನ ಮುಂದೆ ತೋಡಿಕೊಂಡರು – "ಪದ್ದಮ್ಮ ಮಲತಾಯಿಯಾದ್ರೂ ಶಾರದನ ಚೆನ್ನಾಗೆ ನೋಡಿಕೊಂಡಿದ್ದಾಳೆ. ಅವ್ಳ ಹೊಟ್ಟೆ ತಣ್ಣಗಿರ್ಲಿ" ವೃದ್ಧಾಪ್ಯದಲ್ಲಿ ತಮ್ಮ ಒಬ್ಬಳೇ ಮಗಳ ಮಗಳು ಚೆನ್ನಾಗಿರುವುದು ಅವರಿಗೆ ಸಂತಸದ ವಿಷಯ.

ಹೆಂಡತಿಯ ಮಾತಿಗೆ ತಮ್ಮ ಸಮ್ಮತಿ ಎನ್ನುವಂತೆ ತಲೆದೂಗಿದರು ಅನಂತರಾಮಯ್ಯ. ಮಗಳು ಸತ್ತಾಗ ಮೊಮ್ಮಗಳನ್ನ ಅಳಿಯನ ಮಡಿಲಿಗೆ ಹಾಕಿ ನಿರ್ದಾಕ್ಷಿಣ್ಯವಾಗಿ ವರ್ತಿಸಿದ್ದರು. ನೆನಪಾದರೆ ಹಿಡಿಯಾಗುತ್ತಿದ್ದರು.

"ಅರೆ, ಒಂದ್ಸಲನಾದ್ರೂ ನಿಮ್ಗೆ ನನ್ನ ನೋಡ್ಬೇಕೂಂತ ಅನ್ನಿಸಲ್ಲಿಲ್ವಾ?" ಮುಗ್ಧವಾಗಿ ಶಾರದ ಪ್ರಶ್ನಿಸಿದರೆ ತಲೆಯೆತ್ತದೆ ಹೋಗಿದ್ದರು. ಮಾನಸಿಕವಾಗಿ ದೊಡ್ಡ ಹೋರಾಟವನ್ನೇ ನಡೆಸಿದ್ದರೂ ಮೊಮ್ಮಗಳನ್ನ ನೋಡುವ ನಿರ್ಧಾರ ಎಂದೂ ಮಾಡಿರಲಿಲ್ಲ.

"ಹುಟ್ಟಿದ ಕೂಡ್ಲೆ ನನ್ಮಗಳನ್ನ ತಿಂದುಕೊಂಡಿತು. ನನ್ನ ಮೊಮ್ಮಗ್ಳುನೇ ಅಲ್ಲ". ಇದೇ ಅಂತಿಮ ತೀರ್ಮಾನ ಎನ್ನುವಂತೆ ಅಂದು ಉಸುರಿದ್ದರು.

ಅಷ್ಟರಲ್ಲಿ ಹೊದ್ದ ಶಾಲು ಸರಿಮಾಡಿಕೊಳ್ಳುತ್ತ ಬಂದ ಸುಬ್ರಮಣ್ಯಂ ವರಪೂಜೆಯ ಮೆರವಣಿಗೆಗೆ ಮಾವನನ್ನು ಹೊರಡಿಸಿದರು.

"ಒಂಟಿಯಾಗಿ ಕೂತುಬಿಟ್ರಲ್ಲ! ನಮ್ಮ ಕಡೆ ದೊಡ್ಡವ್ರು ಅನ್ನಿಸ್ಕೊಂಡೋರು ಯಾರಿದ್ದಾರೆ! ಏಳೀ ಏಳೀ..." ಜೊತೆಯಲ್ಲಿಯೇ ಎಬ್ಬಿಸಿಕೊಂಡು ಹೊರಟರು.

ಈ ಸಂಭ್ರಮ, ಸಡಗರವೆಲ್ಲ ಸ್ವಲ್ಪ ಹೊತ್ತಿನಲ್ಲೇ ಹಾರಿಹೋಗುತ್ತದೆಯೆಂಬ ಕಲ್ಪನೆ ಯಾರಿಗೂ ಇರಲಿಲ್ಲ. ಊಟದ ನಂತರ ಶಾರದಳ ಕೋಣೆಗೆ ಬಂದ ಬೀಗಿತ್ತಿ ಲೆಕ್ಕಾಚಾರವಾಗಿ ನೋಡಿದಳು. ಅವರ ನಂಬಿಕೆ ಇಲ್ಲಿ ಪೊಳ್ಳಾಗಿತ್ತು.

"ಶಾರದ ತಾಯಿದು ಒಂದೂವರೆ ಕೆ.ಜಿ.ಯಷ್ಟು ಸೊಂಟದ ಬಂಗಾರದ ಡಾಬು ಇದೆಯಂತೆ. ಅವೆಲ್ಲ ಇವ್ಳಿಗೆ ತಾನೇ". ವರದಕ್ಷಿಣೆ, ವರೋಪಚಾರದ ವಿಷಯ ಬಂದಾಗ ಇದನ್ನೆ ಗಂಡನ ಮುಂದೆ ಆಡಿದ್ದರು.

ಈಗ ಡಾಬು, ಅಡ್ಡಿಕೆ, ಕುಚ್ಚು ಯಾವುದೂ ಇರಲಿಲ್ಲ. ಎರಡೆಳೆ ಸರ, ನಾಲ್ಕು ಬಳೆ, ವಾಲೆ, ಒಂದು ಉಂಗುರ ಬಿಟ್ಟು ಬೇರೇನು ಇರಲಿಲ್ಲ. ಆಕೆಯ ಎದೆಯೊಡೆದಂತಾಯಿತು.

ಪ್ರೀತಿಯಿಂದ ಶಾರದ ಭುಜದ ಮೇಲೆ ಕೈಹಾಕಿ "ಸ್ವಲ್ಪ ಬಾ... ಜಗದೀಶ ಏನೋ ಹೇಳ್ಬೇಕೂಂದ" ಎಂದರು. ಅಲ್ಲೇ ಕೂತಿದ್ದ ಸೀತಮ್ಮ ನಕ್ಕುಬಿಟ್ಟರು.

"ಇವತ್ತೊಂದು ದಿನ ಬಿಟ್ಬಿಡಿ. ನಾಳೆ ಹೆಣ್ಣು ಒಪ್ಪಿಸಿದ ಮೇಲೆ ಏನಾದ್ರೂ ಹೇಳ್ಕೊಳ್ಳಿ" ನಿರಾಕರಣೆ ವ್ಯಕ್ತವಾದಾಗ ಬೀಗಿತ್ತಿ ಬಿಗಿದ ಮುಖದಿಂದ ಹೊರಗೆ ಹೋದಳು.

"ಪುಣ್ಯ ಮಾಡಿದ್ದೆ!" ಮೊಮ್ಮಗಳ ಗಲ್ಲ ಸವರಿ ತಮ್ಮ ಕತ್ತಿನಲ್ಲಿದ್ದ ಹಳೆ ಮಾದರಿ ಗೊಲಸನ್ನು ತೆಗೆದು ಅವಳ ಕತ್ತಿಗೆ ಹಾಕಿದರು.

ಅರಿಸಿನ ಪೊಟ್ಟಣದ ತಟ್ಟೆಯನ್ನು ಹಿಡಿದು ಬಂದ ಪದ್ದಮ್ಮ ಮೌನವಾಗಿ ನಿಂತರು. ಅವರ ಮುಖದಲ್ಲಿ ಕಸಿವಿಸಿ ಇತ್ತು.

"ನಾವೇನೋ ದೊಡ್ಡ ಜನಾಂತ ತಿಳ್ದುಕೊಂಡಿದ್ವಿ! ಸುತರಾಂ ಒಳ್ಳೆಯೋರಲ್ಲ! ಒಂದೊಂದೇ ಷುರು ಮಾಡಿದ್ದಾರೆ." ತಟ್ಟೆಯನ್ನ ಅಲ್ಲೇ ಇಟ್ಟು ಕೂತರು. ಆಕೆಯ ಕಣ್ಣಂಚಿನಲ್ಲಿ ನೀರು.

ಉಟ್ಟಿದ್ದ ರೇಶಿಮೆ ಸೀರೆಯ ಸೆರಗಿನಿಂದ ಮೂಗು, ಕಣ್ಣು ಉಜ್ಜಿಕೊಂಡರು. ಸಿರಸಿರ ಎಂದರು ಮೂಗಿನಲ್ಲಿ ಸೀತಮ್ಮ. ಶಾರದಾಗೆ ಏನೂ ಅರ್ಥವಾಗಲಿಲ್ಲ.

"ಏನದು?" ಸೀತಮ್ಮ ಆಕೆಯ ಬಳಿಯಲ್ಲಿ ಹೋಗಿ ಕೂತರು. ಆಕೆ ಸೆರಗಿನಿಂದ ಕಣ್ಣು, ಮೂಗನ್ನು ಉಜ್ಜಿ ಇನ್ನಿಷ್ಟು ಕೆಂಪಗೆ ಮಾಡಿದರು. "ಎಲ್ಲಾ ನನ್ನ ಕರ್ಮ! ಅನುಭವಿಸ್ಬೇಕು!" ಸೆಟೆದುಕೊಂಡು ಎದ್ದುಹೋದರು.

ಇಡೀ ರಾತ್ರಿ ನ್ಯಾಯ, ಪಂಚಾಯತಿಗಳು ನಡೆದರೂ ಬೆಳಗಿನ ಜಾವದ ಹೊತ್ತಿಗೆ ರಾಜಿ ಆಗಲಿಲ್ಲ. ಕೆಲವು ಹಿರಿಯರು ಬಯ್ದು ಅವಸರಿಸಿದರು.

ಕೃಷ್ಣಪ್ರಸಾದರದು ಒಂದೇ ನಿಲುವು. "ನಾವೇನೂ ಹೊಸದಾಗಿ ಕೇಳ್ತಾ ಇಲ್ಲ! ನಮ್ಗೇನೂ ಬೇಕಾಗೂ ಇಲ್ಲ. ಆದರೆ ಆ ಹುಡ್ಗೀಗೆ ಅನ್ಯಾಯವಾಗೋದು ನಮ್ಗೆ ಇಷ್ಟವಿಲ್ಲ. ಅವ್ಳ ತಾಯಿ ಒಡ್ವೆಗಳ್ನ ಅವ್ಳಿಗೇ ಕೊಟ್ಟುಬಿಡ್ಲಿ."

ಎಲ್ಲರೂ ಮುಖಮುಖ ನೋಡಿಕೊಂಡರು. ಪದ್ದಮ್ಮ ಎದೆಬಡಿದುಕೊಂಡು ಅತ್ತರು. ಆಕೆಗೆ ಚಿನ್ನದ ವ್ಯಾಮೋಹ ಅತಿ. ಪ್ರತಿ ಹಬ್ಬದಲ್ಲೂ ಅಲಂಕರಿಸಿಕೊಂಡು ನಾಲ್ಕಾರು ಮನೆ ಸುತ್ತಿದರೇನೇ... ಆಕೆಗೆ ತೃಪ್ತಿ.

"ನಮ್ಹತ್ರ ಯಾವ ಒಡ್ವೇನು ಇಲ್ಲ. ಇನ್ನ ನಾವೇನು ಹಾಕೋದು ಇಲ್ಲ. ಯಾರ್ರೀ ಅವ್ಳ ಅಮ್ಮನ ಒಡ್ವೆ ಇದೇಂತ ಹೇಳಿದೋರು." ಕೈಬಾಯಿ ತಿರುಗಿಸಿಕೊಂಡು ಜಗಳಕ್ಕೇ ನಿಂತುಬಿಟ್ಟರು.

"ನಮ್ಗೆಲ್ಲ ಗೊತ್ತು, ತಾಯಿ ಇಲ್ದ ಹುಡ್ಗೀಗೆ ಅನ್ಯಾಯ ಮಾಡೋಕ್ಕೆ ನಾವು ಬಿಡೋದಿಲ್ಲ. ಅದೆಲ್ಲ ಹೊರ್ಗೇ.... ಬರಲಿ" ಕೃಷ್ಣಪ್ರಸಾದ್ ಒಂದಿಚು ಅತ್ತಿತ್ತ ಅಲುಗಾಡಲಿಲ್ಲ. ಶಾರದ ತಾಯಿಗಿದ್ದ ಒಡವೆಗಳ ಲಿಸ್ಟನ್ನೇ ಮಾಡಿಟ್ಟಿದ್ದರು.

ಬಂದ ನೆಂಟರುಗಳೆಲ್ಲ ಅಲ್ಲಲ್ಲಿ ಮಂಕಾಗಿ ಕೂತರು. ಯಾರೂ ಸೋಲುವ ಹಾಗೇ ಕಾಣಲಿಲ್ಲ. ಪದ್ದಮ್ಮ ಸೊಂಟದಲ್ಲಿದ್ದ ಡಾಬು ಬಿಚ್ಚುವುದೇನು, ಇನ್ನೊಂದು ಗುಲಗಂಜಿ ಬಂಗಾರ ಕೂಡ ಕೊಡಲು ತಯಾರಿಲ್ಲ.

ತೀರಾ ಇವರುಗಳ ಮಧ್ಯೆ ಬೆಂದು ಹೋದವರೆಂದರೆ ಸುಬ್ರಮಣ್ಯಂ.

"ಪದ್ದು, ಕೊಟ್ಟುಬಿಡೆ" ಬಹಳ ಮೃದುವಾಗಿ ಹೆಂಡತಿಗೆ ಹೇಳಿದರು. ಆಕೆ ರಕ್ಕಸಿಯಾದಳು.

"ಕೊಡೋದಿಲ್ಲ, ನಾನು ಸತ್ಮೇಲೆ ತೊಗೊಂಡ್ಹೋಗಿ." ಒಂದೇ ಸಮ ವಾಗ್ಬಾಣಗಳು ಉದುರತೊಡಗಿದಾಗ ಸುಬ್ರಮಣ್ಯಂ ಜಾಗ ಖಾಲಿ ಮಾಡಿದರು.

ಅನಂತರಾಮಯ್ಯ ಸೀತಮ್ಮ ಒಂದು ಕಡೆ ಕೂತುಬಿಟ್ಟರು. ಮಗಳನ್ನು ಸರ್ವಾಲಂಕಾರ ಭೂಷಿತೆಯಾಗಿ ಧಾರೆಯೆರೆದುಕೊಟ್ಟಿದ್ದರು. ಸತ್ತಾಗ ಮೈಮೇಲಿದ್ದ ಚಿನ್ನವನ್ನು ಕೂಡ ಅಳಿಯನಿಗೆ ಕೊಟ್ಟುಬಿಟ್ಟಿದ್ದರು.

ಕೃಷ್ಣಪ್ರಸಾದ್, ಹೆಂಡತಿಯೊಂದಿಗೆ ಅವರ ಮುಂದೆ ಬಂದುಕೂತರು.

"ಇಷ್ಟೊಂದು ಅನ್ಯಾಯ ನಡೀತಾ ಇದ್ರೂ ನೀವು ಸುಮ್ಮನೇ ಇದ್ದೀರಲ್ಲ! ನಿಮ್ಮ ಮಗ್ಳು ಒಡ್ವೇ ಮೊಮ್ಮಗ್ಳಿಗೆ ತಾನೇ? ಮೊದ್ಲು ಹೋಗಿ ಬುದ್ಧಿ ಹೇಳಿ."

ಅನಂತರಾಮಯ್ಯನವರು ಮುಖ ಕೆಳಗೆ ಹಾಕಿದರು.

"ಕ್ಷಮ್ಸಿಬಿಡಿ, ದಯವಿಟ್ಟು ಈ ವಿಷ್ಯದೊಳಕ್ಕೆ ನಮ್ಮನ್ನು ಎಳೀಬೇಡಿ. ಶಾರದನ ಪದ್ದಮ್ಮ ಅಕ್ಕರೆಯಿಂದ ಸಾಕಿದ್ದಾರೆ. ನೀವು ದೊಡ್ಡ ಜನ. ಬಂಗಾರದಂಥ ಹುಡ್ಗೀನೇ ನಿಮ್ಮ ಮನೆಗೆ ಬರುವಾಗ ಈ ಒಡ್ವೆ ಬಗ್ಗೆ ಯಾಕೆ ಇಷ್ಟೊಂದು ಪಂಚಾಯಿತಿ ಮಾಡ್ತೀರಾ!" ಅವರ ಬಾಣ ಅವರಿಗೇ ಹಿಂದಿರುಗಿದಾಗ ಕೃಷ್ಣಪ್ರಸಾದರು ವಿಚಲಿತರಾದರು.

ಪುರೋಹಿತರು ಎಷ್ಟೇ ಅವಸರಿಸಿದರೂ ಕೂತ ಜಾಗಬಿಟ್ಟು ಮೇಲೇಳಲಿಲ್ಲ ದಂಪತಿಗಳು. ಜಗದೀಶ ಇದು ಯಾವುದು ತನಗೆ ಸಂಬಂಧಪಟ್ಟಿಲ್ಲ ಎನ್ನುವಂತೆ ಮಲಗಿದ್ದ. ಎಲ್ಲಾ ಕಡೆ ಮಂಕು ಹರಡಿಕೊಂಡಿತು.

"ಏಳಪ್ಪ.... ಜಗದೀಶ" ಒಬ್ಬ ಮುತ್ತೈದೆ ಸ್ವಲ್ಪ ಸ್ವತಂತ್ರವಹಿಸಿ ಎಬ್ಬಿಸಲು ಬಂದಳು. ಎದ್ದ ಅವನು ಕಿಟಕಿಯ ಬಳಿ ಹೋಗಿ ನಿಂತ. "ನನ್ನ ಭಾವಿ ಅತ್ತೇನ ಕಳ್ಸಿ". ಕಟುವಾಗಿತ್ತು ಅವನ ಸ್ವರ. ಆಕೆ ಮುಖ ತಿರುಗಿಸಿಕೊಂಡು ಹೊರಗೆ ಹೋದಳು.

ಪದ್ದಮ್ಮನ ಅವತಾರವಂತೂ ನೋಡುವ ಹಾಗಿರಲಿಲ್ಲ. ಸತ್ತವರ ಮನೆಯಲ್ಲಿರುವಂತೆ ಗೋಳಾಡುತ್ತಿದ್ದರು. ಕಡೆಗೆ ಎಸ್.ಎಸ್.ಎಲ್.ಸಿ.ಗೆ ಕಟ್ಟಿದ್ದ ಮಗ ಬಂದು ರೇಗಿಕೊಂಡ.

"ಸುಮ್ನೆ ಕೊಟ್ಟುಬಿಡಮ್ಮ. ನೋಡಿದೋರು ಏನಂತಾರೆ? ಅಕ್ಕ ತಾನೇ ಹಾಕ್ಕೋತಾಳೆ."

ಮಗನನ್ನು ಹೊಡೆದೇಬಿಟ್ಟರು. "ಬಾಯ್ಮುಚ್ಕೊಂಡ್ ತೆಪ್ಪಗೆ ಹೋಗು. ಬಂಗಾರದ ಬೆಲೆ ನಿಂಗೆ ಗೊತ್ತೇನು. ಆ ಜನ ಕೇಳ್ತಾರೇಂತ ಕೊಟ್ಟುಬಿಡ್ಲಾ?"

ಮಾಧು ಕಣ್ಣಂಚಿನ ಕಂಬನಿ ತೊಡೆದುಕೊಳ್ಳುತ್ತ ಕೋಣೆಯಿಂದ ಹೊರಗೆ ಹೋದ. ಈ ಜನರೆಲ್ಲ ಅವನಿಗೆ ರಾಕ್ಷಸರಂತೆ ಕಂಡರು.

ಎದ್ದ ಶಾರದ ಜಗದೀಶನನ್ನು ಅರಸಿಕೊಂಡು ಅವನ ಕೋಣೆಗೆ ಬಂದಳು. ಗೋಡೆಗೊರಗಿ ಸಿಗರೇಟು ಸೇದುತ್ತಿದ್ದವನು ಅದನ್ನು ಕಾಲಿನ ಕೆಳಗೆ ಹಾಕಿ ಹೊಸಕಿ ಅಳತ್ತ ಬಂದ.

"ಯು ಆರ್ ಲೇಟ್. ಆಯಾಮ್ ವೈಟಿಂಗ್ ಫಾರ್ ಯು, ನೋಡಿದ್ಯಾ ಜನನಾ? ಇನ್ನ ಸಂಬಂಧಗಳ ಅರ್ಥ ಎಲ್ಲಿ ಉಳಿಯುತ್ತೆ?" ಕ್ರಾಪ್‌ನ ಕೂದಲನ್ನು ಎಡಗೈನಿಂದ ಹಿಂದಕ್ಕೆ ತಳ್ಳುತ್ತ ಆಕರ್ಷಕವಾಗಿ ಅವಳತ್ತ ನೋಡಿದ.

"ಯಾವ ಜನನಾ?" ಮುಗ್ಧವಾಗಿ ಪ್ರಶ್ನಿಸಿದಳು.

"ಇನ್ನು ಯಾರು, ನಿನ್ನ ಚಿಕ್ಕಮ್ಮ, ಅಪ್ಪನಾ." ಅವನ ಅರಿವಿಗೆ ಬರದಂತೆ ಆಕ್ರೋಶ ಸ್ವರದಲ್ಲಿ ನುಗ್ಗಿತು. ಅವಳ ಮುಂದೆ ದಟ್ಟವಾಗಿ ಮಂಜು ಹರಡಿಕೊಂಡಿತು. ಭಾರವಾದ ಉಸಿರನ್ನ ದಬ್ಬಿ ಎದೆಯನ್ನ ಹಗುರ ಮಾಡಿಕೊಂಡಳು.

ಇನ್ನಷ್ಟು ಹತ್ತಿರ ಬಂದು ಅವಳ ಕೈ ಹಿಡಿದುಕೊಂಡ. "ನೀನು ಗಪ್‌ಚಿಪ್ಪಾಗಿರು. ನಾನೆಲ್ಲ ಕಕ್ಕಿಸ್ತೀನಿ. ಈ ಸಂದರ್ಭಬಿಟ್ರೆ ಮತ್ತೆಂದೂ ನಮ್ಮ ಕೈಸೇರದು. ಶಾರದ ಕೈ ಹಿಂದಕ್ಕೆ ಎಳೆದುಕೊಂಡಳು. ಅವನ ಮನ ತೆರೆದಿಟ್ಟ ಕನ್ನಡಿಯಾಗಿತ್ತು. ತೀರಾ ಮೃದುವಾಗಿ ದೊಡ್ಡ ದೊಡ್ಡ ಮಾತುಗಳನ್ನ ಆಡುತ್ತಿದ್ದವ ದೊಡ್ಡ 'ರೋಗ್' ಆಗಿ ಕಂಡ.

"ಬ್ಲಡಿ ಬಾಸ್ಟರ್ಡ್..." ಕೆಕ್ಕರಿಸಿಕೊಂಡು ನೋಡಿದವಳು ದಾಪುಗಾಲು ಹಾಕುತ್ತ ನಡೆದುಬಿಟ್ಟಳು. ಕ್ಷಣ ಅವನಿಗೇನು ಅರ್ಥವಾಗಲಿಲ್ಲ.

ಹೇಗೋ ಸುಬ್ರಮಣ್ಯಂ ಹೆಂಡತಿಯನ್ನು ಒಂದು ಹದಕ್ಕೆ ತಂದಿದ್ದರು. ಆಕೆ ಗೋಳಾಡುತ್ತಲೇ ಒಡವೆಗಳನ್ನೆಲ್ಲ ತೆಗೆದಿಡುತ್ತಿದ್ದರು.

"ಚಿಕ್ಕಮ್ಮ ತೆಗೀಬೇಡಿ. ನಾನು ಮದ್ವೆ ಮಾಡಿಕೊಳ್ಳೋಲ್ಲ!" ಅವಳ ಸ್ವರದಲ್ಲಿನ ದೃಢತೆಗೆ ಇದ್ದವರೆಲ್ಲ ಬೆಚ್ಚಿದರು. ಸುಬ್ರಮಣ್ಯಂ ಏನೋ ಹೇಳಲು ಮುಂದಾದಾಗ ತಡೆದಳು. "ಪಪ್ಪ, ಏನು ಹೇಳ್ಬೇಡಿ. ಜಗದೀಶ್‌ನ ಮದ್ವೆ ಆಗೋದ್ರಿಂದ ನಾನು ಖಂಡಿತ ಸುಖವಾಗಿರೋಲ್ಲ. ಅಂಥ ಪ್ರಯತ್ನ ಮಾಡ್ಲೇಬೇಡಿ." ತನ್ನ ಕೋಣೆಗೆ ಹೋದಳು.

ಯಾರು ಏನೇ ಹೇಳಿದರೂ ಅವಳು ತನ್ನ ನಿರ್ಧಾರ ಬದಲಾಯಿಸಲು ಸಿದ್ಧವಿರಲಿಲ್ಲ. ಅವಳ ಮೃದು ಹೃದಯ ಕಲ್ಲಾಗಿಹೋಗಿತ್ತು.

ಸ್ನಾನ ಮುಗಿಸಿ ಸರಳವಾದ ರೇಶಿಮೆ ಸೀರೆಯುಟ್ಟು ಹೊರಗೆ ಬಂದಳು. ಅಲ್ಲಲ್ಲಿ ಕೂತರವನ್ನೆಲ್ಲ ತಿಂಡಿಗೆ ಎಬ್ಬಿಸಿ ಎಲೆಯಡಿಕೆ ತಾಂಬೂಲ ಕೊಟ್ಟು ಬೀಳ್ಕೊಡುವ ಸಿದ್ಧತೆ ಮಾಡಿದಳು.

ಒಬ್ಬೊಬ್ಬರಾಗಿ ತಮ್ಮ ಲಗೇಜ್‌ನೊಂದಿಗೆ ಹೊರಡಲು ಸಿದ್ಧವಾದರು. ಕೃಷ್ಣಪ್ರಸಾದ್ ಗಾಬರಿಗೊಂಡರು. 'ಎಂಥಾ ಅನಾಹುತ...' ಅವರ ಮೈ ನಡುಗಿತು.

"ಶಾರದ..." ಏನೋ ಹೇಳಲು ಇಚ್ಛಿಸಿದಾಗ ತಡೆದಳು. "ಬೇಡ, ದಯವಿಟ್ಟು ಏನು ಹೇಳ್ಬೇಡಿ. ತಿಂಡಿ ರೆಡಿ ಇದೆ. ಮುಗ್ಸಿಕೊಂಡು ಹೊರಡೋ ತಯಾರಿ ಮಾಡಿ."

ಆಮೇಲೆ ನ್ಯಾಯ, ಪಂಚಾಯಿತಿಗಳಾದವು. ಅವಳಂತೂ ಸ್ವಲ್ಪ ಕೂಡ ವಿಚಲಿತಳಾಗಲಿಲ್ಲ. ಕಡೆಯ ಪ್ರಯತ್ನ ಮಾಡಲು ಜಗದೀಶನೇ ಬಂದ.

"ಇದೇನು ಹುಚ್ಚಾಟ! ಯಾರ್ಗೇ ಬೇಕಾಗಿದೆ ಅವ್ರ ಒಡ್ವೆ! ನಿಂಗೆ ಅನ್ಯಾಯವಾಗ್ದೇ ಇರಲೀಂತಾ ತಾನೇ."

"ಆಯಾಮ್ ಗ್ರೇಟ್‌ಫುಲ್ ಟು ಯು. ಆಗೋ ಅನ್ಯಾಯ ತಪ್ಪಿಸಿದ್ರಿ. ಥ್ಯಾಂಕ್ಯು." ನಡೆದುಬಿಟ್ಟಳು.

ಕೃಷ್ಣಪ್ರಸಾದರು ಅಸಹಾಯಕರಾದರು. ಬಂದ ಬಂಧುಗಳು ತಮಗೆ ಇಷ್ಟಪಟ್ಟಂತೆ ಆಡಿಕೊಳ್ಳುತ್ತ ಛತ್ರ ಖಾಲಿ ಮಾಡಿದರು.

ಮನೆಗೆ ಬಂದ ಮೇಲೆ ಸುಬ್ರಮಣ್ಯಂ ಕೋಣೆ ಸೇರಿಬಿಟ್ಟರು. ಮುಖವೆತ್ತಲಾರದಂಥ ಅವಮಾನ. ಮಗಳಿಗೆ ತಾವು ಮಾಡಿದ ದೊಡ್ಡ ಅನ್ಯಾಯವೆನಿಸಿತು. ಪದೆ ಪದೇ ಕಣ್ಣೀರಿನೊಂದಿಗೆ ಬಡಬಡಿಸತೊಡಗಿದರು.

ಪದ್ದಮ್ಮನಿಗೂ ನೋವು, ಅವಮಾನವಿದ್ದರೂ ಒಡವೆಗಳು ತಮ್ಮ ಬಳಿಯಲ್ಲಿಯೇ ಉಳಿದಿದ್ದು ಅತ್ಯಂತ ಸಂತೋಷಕರವಾದ ವಿಷಯವಾಗಿತ್ತು. ಅದನ್ನ ಧೈರ್ಯವಾಗಿ ವ್ಯಕ್ತಪಡಿಸಲಾರದೇ ವೇದನೆಯ ಮುಖ ಹೊತ್ತು ಓಡಾಡಿದರು.

ಅನಂತರಾಮಯ್ಯ, ಸೀತಮ್ಮ ಹೊರಟುನಿಂತರು.

"ಬರ್ತೀವಿ, ಇನ್ನು ನಾವುಗಳು ಇದ್ದು ತಾನೇ ಏನು ಮಾಡ್ಲೋದೇನಿದೆ? ನಾಲ್ಕು ದಿನ ಶಾರದನ ಕಳ್ಸಿಕೊಡಿ. ಅಜ್ಜಿ, ತಾತ, ಅನ್ನಿಸಿಕೊಂಡ ಋಣಕ್ಕಾದ್ರೂ ಒಂದಿಷ್ಟು ದಿನ ನಮ್ಹತ್ರ ಇರಲಿ" – ಮೊದಲು ಪದ್ದಮ್ಮನ ಮುಂದೆ ಬೇಡಿಕೆ ಇಟ್ಟರು. ಈ ಟೇಬಲ್ಲಿನಿಂದ ಫೈಲು ಮುಂದಕ್ಕೆ ಹೋದ ಮೇಲೆಯೇ ಅಂಕಿತ ಬೀಳುವುದೆಂದು ಅವರಿಗೆ ಮನದಟ್ಟಾಗಿತ್ತು.

ಆಕೆ ಹಣೆಗಟ್ಟಿಸಿಕೊಂಡರು. "ನನ್ನ ಕೇಳೋದ್ರಿಂದ ಪ್ರಯೋಜನವೇನು? ಅವರ್ಹತ್ರನೇ ಮಾತಾಡಿ. ಒಡ್ವೆಗಳ ಕೊಡ್ಲಿಲ್ಲ ಅನ್ನೋ ಕಾರಣಕ್ಕೆ ನನ್ನ ಮಹಾಪರಾಧಿಯನ್ನಾಗಿ ಮಾಡಿದ್ದಾರೆ." ಕಳಚಿಕೊಂಡರು.

ಕೇಳಿಯೂ ಕೇಳದಂತೆ ಶಾರದ ಹೊರಗೆ ಹೋದಳು. ಪ್ರಳಯದ ನಂತರದ ಭೀಕರತೆ ಇತ್ತು. ನೋಡಿ ನೋಡಿ ಅವಳಿಗೆ ಸಾಕಾಗಿಹೋಗಿತ್ತು.

"ಪಪ್ಪ, ಏನಾಯ್ತೂಂತ ಇಷ್ಟೊಂದು ದುಃಖಪಡ್ತೀರಿ. ಬರೀ ಬಂಗಾರದ ಆಸೆಗಾಗಿ ಮದ್ವೆ ಆಗೋ ವ್ಯಕ್ತಿ ಜೊತೆಗಿನ ಬದ್ಕು ಹೇಗಿರುತ್ತೆ? ಇನ್ನಷ್ಟು ಲಾಲಸೆ ಆತನಿಗಿರುತ್ತೆ. ತಪ್ಪಿಹೋದುದೇ ಒಳ್ಳೆಯದಾಯಿತು." ಸಮಾಧಾನಿಸಲು ಪ್ರಯತ್ನಪಟ್ಟಿದ್ದಳು. ಅವರದು ಒಂದೇ ರಾಗ.

"ಅವಮಾನ ಮಗು, ಹೊರ್ಗೆ ಹೇಗೆ ತಲೆಯೆತ್ತಿಕೊಂಡು ತಿರುಗಾಡ್ಲಿ? ಜನ ನನ್ನ ಕಡೆ ಬೆಟ್ಟು ಮಾಡ್ತಾರೆ. ತಂದೆ ಅನ್ನಿಸ್ಕೊಂಡ ನಾನು ಅಪರಾಧಿ." ಈ ಬಡಬಡ್ಡಿಕೆ ನಿರಂತರವಾಗಿತ್ತು; ಎದ್ದು ಬಂದಿದ್ದಳು.

ಬಸ್ಸು ಸ್ಟಾಪ್‌ಗೆ ಬರೋ ವೇಳೆಗೆ ಮಾಧು ಬಂದ. "ಲೈಬ್ರರಿಗಾ? ಯಾವ ಬುಕ್ ಬೇಕೂಂತ ಗುರುತು ಹಾಕಿ ಕೊಟ್ಟಿದ್ರೆ.... ನಾನೇ ಹೋಗ್ಬರ್ತಾ ಇದ್ದೆ.

"ಸುಮ್ನೇ ಮನೆಯಲ್ಲಿ ಬೋರ್. ಹೋಗ್ಬರ್ತೀನಿ, ಮನೆಗೆ ಹೋಗು" ಅವನನ್ನು ಕಳಿಸಿ ಬಸ್ ಹತ್ತಿದಳು.

ಲೈಬ್ರರಿಯ ಬಳಿ ಬಸ್ಸು ಇಳಿದಾಗ ಅವಳ ಕಣ್ಣುಗಳು ಪಾರ್ಕಿಂಗ್ ಮಾಡಿದ್ದ ಕಾರುಗಳಲ್ಲಿ ಬಿಳಿಯ ಅಂಬಾಸಿಡರ್‌ನ ಕ್ಷಣ ಹುಡುಕಾಡಿತು. ತಟ್ಟನೇ ಅವಳಿಗೆ ತನ್ನ ತಪ್ಪಿನ ಅರಿವಾಯಿತು.

ಎದುರಾದ ಜಗದೀಶ ತಟ್ಟನೇ ನಿಂತ. "ಇವತ್ತಾದ್ರೂ ಬಂದೆಯಲ್ಲ; ನಾನು ದಿನ ನಿಂಗೋಸ್ಕರ ಬಂದು ವೈಟ್ ಮಾಡ್ತಾ ಇದ್ದೆ". ಶಾರದ ಮುಖ ಬಿಗಿದುಕೊಂಡಿತು. "ಸಾರಿ, ಮಿಸ್ಟರ್ ಜಗದೀಶ್. ಕಾದಿದ್ದು ನಿಮ್ಮ ತಪ್ಪಷ್ಟೇ" ಅವನನ್ನು ಸವರಿಕೊಂಡೇ ಒಳಗೆ ಹೋದಳು.

ಜಗದೀಶ ನಿಂತಲ್ಲಿ ಕಲ್ಲಾದ. ಅವನಿಗೆ ಸುಬ್ರಮಣ್ಯಂನ ಇಡೀ ಕುಟುಂಬದ ಬಗ್ಗೆ ರೋಷವಿತ್ತು. ಅದನ್ನೇ ತೀರಿಸಿಕೊಳ್ಳಲು ಅವನಿಗೊಂದು ಅವಕಾಶ ಬೇಕಿತ್ತು. ಈಗ ಅವನು ಶಾರದನ ರಿಜಿಸ್ಟ್ರಾರ್ ಆಫೀಸ್‌ನಲ್ಲಿ ಕೂಡ ಮದುವೆಯಾಗಬಲ್ಲ!

ಕಾರಿಗೆ ಒರಗಿ ನಲವತ್ತೈದು ನಿಮಿಷಗಳು ಕಾದ. ಇದು ಅವನ ತಾಳ್ಮೆಯ ಕಾಲ. ಆಮೇಲೆ ನಿಧಾನವಾಗಿ ಇದನ್ನೆಲ್ಲ ತೀರಿಸಿಕೊಳ್ಳುವ ಹಂಚಿಕೆ.

ಹೊರಬಂದ ಶಾರದ ಮೊದಲು ಎದುರಿಸಿದ್ದು ಜಗದೀಶನ ಕಣ್ನೋಟ. ಎಂದಿನ ಗೆಲುವು ಇಲ್ಲದೆ ಸೋತವನಂತೆ ಕಂಡ.

"ಶಾರದ, ನಿನ್ನತ್ರ ಸ್ವಲ್ಪ ಮಾತಾಡ್ಬೇಕು. ಪ್ಲೀಸ್... ಕಮ್..." ಎಂದ. "ಎಕ್ಸ್‌ಕ್ಯೂಜ್ ಮಿ. ನಾನು ಬೇಗ ಮನೆಗೆ ಹೋಗ್ಬೇಕು; ಇದೆಲ್ಲ ಸರಿಯಲ್ಲ" ದಢದಢ ನಡೆದಳು. ಮೃದುವಾಗಿದ್ದ ಹೆಣ್ಣು ಕಲ್ಲುಬಂಡೆಯಾಗಿ ಹೋಗಿದ್ದಳು.

ಪ್ರತಿಮೆಯಂತೆ ಬಹಳ ಹೊತ್ತು ನಿಂತಿದ್ದ ಜಗದೀಶ. ಎಂ.ಎ. ಕಲಿತ ವಿದ್ಯಾವಂತ, ರೂಪಸಿ ಹೆಣ್ಣನ್ನ ಅವಿವೇಕದಿಂದ ಕಳೆದುಕೊಂಡಿದ್ದ.

ಅವನ ಕಾರು ಬಹಳ ನಿಧಾನವಾಗಿ ವಾಹನಗಳ ನಡುವೆ ಕಣ್ಮರೆಯಾಯಿತು. ಅವನೀಗ ತಾನು ಪ್ರಾರಂಭಿಸುವ ಉದ್ದಿಮೆಗಳ ಬಗ್ಗೆ ಮಾತ್ರ ಯೋಚಿಸುತ್ತಿದ್ದ.

* * * *

ರಜತಾದ್ರಿ ಬಳಿ ಬಸ್ಸು ಇಳಿದಾಗ ಒಂದು ನೂತನ ಲೋಕ ಕಂಡಂತಾಯಿತು ಶಾರದಾಗೆ. ಅಲ್ಲಲ್ಲಿ ಒಂದೊಂದು ಮನೆಗಳಿದ್ದರೂ ದಟ್ಟವಾದ ಹಸುರಿನಿಂದ ತುಂಬಿಹೋಗಿತ್ತು ಆ ಪ್ರದೇಶ. ಗರಿಗೆದರಿ ನರ್ತಿಸುವ ಮನಸ್ಸಾಯಿತು ಅವಳಿಗೆ.

"ವಂಡರ್‌ಫುಲ್! ಫೆಂಟಾಸ್ಟಿಕ್! ಅಜ್ಜಿ ಇಂಥ ಸ್ಥಳ ನಾನು ನೋಡೇ ಇಲ್ಲ!" ಏರ್‌ಬ್ಯಾಗನ್ನು ಭುಜಕ್ಕೆ ತಗುಲಿ ಹಾಕಿಕೊಂಡು ತಾತನ ಕೈಯಲ್ಲಿದ್ದ ಸೂಟ್‌ಕೇಸ್ ಕಸಿದುಕೊಂಡಳು. ಈ ಸುಂದರ ವಾತಾವರಣದಲ್ಲಿ ಅವಳ ಗಂಭೀರತೆ ಹಾರಿಹೋಯಿತು.

"ನಾನೊಂದು ತಗೋತೀನಿ, ಬಿಡಮ್ಮ" ಕೈ ಚಾಚಿದಾಗ ಕೊಡಲೊಪ್ಪಲಿಲ್ಲ. "ಏನು ಬೇಡ, ನಾನೇ ತೊಗೋತೀನಿ" ನಸುನಕ್ಕರು ಅನಂತರಾಮಯ್ಯ, ಬರಿದಾದುದೆಲ್ಲ ತುಂಬಿಕೊಂಡ ಅನುಭವ. ವೃದ್ಧಾಪ್ಯದ ದೆಸೆಯಿಂದ ನರಳುತ್ತಿದ್ದ ಅವಯವಗಳೆಲ್ಲ ಚೇತರಿಸಿಕೊಂಡಂತಾಯಿತು.

ದೊಡ್ಡ ಗೇಟಿನ ಆವರಣ ಪ್ರವೇಶಿಸಿದಾಗ ನಿಂತಿದ್ದ ವಾಚ್‌ಮನ್ ಸೆಲ್ಯೂಟ್ ಹೊಡೆದು ಓಡಿಬಂದ.

"ಬರೋ ವಿಷ್ಯ ಯಾರಿಗೂ ಗೊತ್ತಿಲ್ಲಾಂತ ಕಾಣುತ್ತೆ. ಮೇಮ್ ಸಾಬ್, ಈ ಕಡೆ ಕೊಡಿ" ಅವಳತ್ತ ಕೈಗಳನ್ನು ಚಾಚಿದ. ದಟ್ಟಪುಷ್ಟವಾದ ವ್ಯಕ್ತಿ. ಐವತ್ತು ಮೀರಿದ್ದರೂ ಮೂವತ್ತರ ಯುವಕರನ್ನು ನಾಚಿಸುವಂಥ ಮೈಕಟ್ಟು.

ಜಾವೇದ್ ಅವಳತ್ತಲೇ ಕಣ್ಣರಳಿಸಿ ನೋಡಿದ. ದೂರದ ನೆಂಟರೋ, ಇಷ್ಟರೋ ಅನಂತರಾಮಯ್ಯನ ಮನೆಗೆ ಬಂದು ಹೋಗುತ್ತಿದ್ದರು. ಆದರೆ ಇಂಥದೊಂದು ಹುಡುಗಿ ಬಂದಿದ್ದು ನೆನಪಿರಲಿಲ್ಲ.

"ನನ್ನ ಮೊಮ್ಮಗ್ಳು." ಮಮತೆಯಿಂದ ಅನಂತರಾಮಯ್ಯ ಶಾರದಳತ್ತ ನೋಡಿದಾಗ ಜಾವೇದ್‌ನ ಮುಖ ಅರಳಿತು. "ಅಚ್ಛಾ ಸಾಬ್, ಖುಷೀಕಾ ಬಾತ್." ಅವಳ ಕೈಯಲ್ಲಿದ್ದ ಲಗೇಜ್ ಕಿತ್ತುಕೊಂಡ. ಅವನಿಗೆಷ್ಟು ಸಂತೋಷವಾಗಿದೆಯೆಂದು ಅವನ ಕಣ್ಣುಗಳು ಸಾರುತ್ತಿತ್ತು.

ಜಾವೇದ್ ಸಾಮಾನು ಮುಂದೆ ಒಯ್ಯತೊಡಗಿದಾಗ ಹಿಂಬಾಲಿಸಿದರು. ಸ್ವಚ್ಛವಾದ ದೊಡ್ಡ ರೋಡು, ಅದರ ಅಕ್ಕಪಕ್ಕದಲ್ಲಿ ಅಲ್ಲಲ್ಲಿ ಬೆಳೆಸಿದ ಆಲಂಕಾರಿಕ ಮರಗಳು. ದೂರಕ್ಕೆ ಕಣ್ಣು ಹಾಯಿಸಿದಾಗ ಸುಂದರ ಅರಮನೆ! ಅವಳ ಕಾಲುಗಳಿಗೆ ಸರಪಣಿ ತೊಡಿಸಿದಂತಾಯಿತು.

"ಅರಮನೆ!" ಅಚ್ಚರಿ ಇಣುಕಿತು ಅವಳ ಸ್ವರದಲ್ಲಿ. ಅನಂತ ರಾಮಯ್ಯನವರ ತುಟಿಯಂಚಿನಲ್ಲಿ ಹೆಮ್ಮೆಯ ನಗು ಬಿರಿಯಿತು. "ಹೌದು, ಅರಮನೆನೇ, ತಿಳಿದವರೆಲ್ಲ ಮಾತ್ರವಲ್ಲ, ನೋಡಿದವರು ಕೂಡ 'ರಜತಗಿರಿ ಪ್ಯಾಲೆಸ್' ಅಂತಲೇ ಕರೀತಾರೆ. ಇದು ಅರಮನೆನೇ." ನೋವಿನ ನರಳಿಕೆ ಅವರ ದನಿಯಲ್ಲಿ ತುಂಬಿಬಂತು.

ತನ್ನ ಕುತೂಹಲವನ್ನು ಅಡಗಿಸಿಕೊಂಡು ಶಾರದ ಮೌನವಾಗಿ ಹೆಜ್ಜೆ ಹಾಕತೊಡಗಿದಳು. ತಾತ, ಅಜ್ಜಿಯ ಬಗ್ಗೆ ಅವಳಿಗೇನು ಗೊತ್ತಿಲ್ಲ. ಅವರಿಗೆ ತನ್ನ ತಾಯಿಯೊಬ್ಬಳೇ ಮಗಳೆಂಬ ವಿಷಯ ಮಾತ್ರ ಸುಬ್ರಮಣ್ಯಂ ಒಂದು ಸಲ ಹೇಳಿದ್ದರು.

ನೇರ ವಿಶಾಲ ದಾರಿಯಿಂದ ಪಕ್ಕಕ್ಕೆ ಹೊರಳಿ ಜಾವೇದ್ ನಡೆಯತೊಡಗಿದ. ಸುಂದರವಾದ ಉದ್ಯಾನ ಪ್ರವೇಶಿಸಿದಂಥ ಪರಿಸರ. ಕಣ್ಣು ಮನಕ್ಕೆ ತಂಪೆರೆಯುವ ಹೂಬಳ್ಳಿಗಳು. ಅವುಗಳನ್ನು ಬೆಳೆಸಿದ್ದ ವಿನ್ಯಾಸ, ಪಾಟುಗಳ ಜೋಡನೆ–ಅವಳೊಂದು ಹೊಸ ಲೋಕಕ್ಕೆ ಬಂದಂತಾಯಿತು.

ಜಾವೇದ್ ಏನೋ ಹೇಳತೊಡಗಿದ್ದ. ಅವಳಿಗೇನು ಅರ್ಥವಾಗಲಿಲ್ಲ. ಅರ್ಥೈಯಿಸಿಕೊಳ್ಳಲಾರದ ಸ್ಥಿತಿಯಲ್ಲಿದ್ದಳು.

ಮನೆಯ ಮುಂದೆ ನಿಂತಾಗ ಅರಮನೆಯ ಹಿಂಭಾಗಕ್ಕೆ ಬಂದಿದ್ದೇವೆಂದು ಲೆಕ್ಕ ಹಾಕಿದಳು. ತನ್ನ ಅಮ್ಮ ಕೂಡ ಇದೇ ಪರಿಸರದಲ್ಲಿ ಹುಟ್ಟಿ ಬೆಳೆದಿರಬೇಕು. ಕ್ಷಣ ಹಾಯೆನಿಸಿತು ಅವಳಿಗೆ.

"ಬಾಮ್ಮ... ಒಳ್ಗೇ..." ಸೀತಮ್ಮ ಒಳಗೆ ಕರೆದೊಯ್ದರು. ಸಣ್ಣ ಬಂಗ್ಲೆಯಂತಿತ್ತು. ಹಳೆಯ ಪೀಠೋಪಕರಣಗಳು ಏನನ್ನೋ ನೆನಪಿಸುವಂತಿದ್ದವು. "ತುಂಬ ಚೆನ್ನಾಗಿದೆ." ಒಮ್ಮೆ ಇಡೀ ಮನೆಯನ್ನ ಸುತ್ತಿ ಬಂದಳು. ವಿಶಾಲವಾದ ಕೋಣೆಗಳು, ದೊಡ್ಡ ಕಿಟಕಿಗಳು – ಮೆಚ್ಚಿಕೆ ಅವಳ ಕಣ್ಣುಗಳಲ್ಲಿ ತುಳುಕಾಡಿತು.

ಒಟ್ಟಿನಲ್ಲಿ ಅವಳಿಗೆ ಈ ಪರಿಸರ ಅತ್ಯಂತ ಇಷ್ಟವಾಯಿತು. ಅವಳಲ್ಲಿನ ಖಿನ್ನತೆ ಹಾರಿಹೋಯಿತು. ಪುಟ್ಟ ಹುಡುಗಿಯಂತೆ ಅಲ್ಲಲ್ಲಿ ಓಡಾಡಿದಳು.

ಅನಂತರಾಮಯ್ಯನವರು ಮನೆಗೆ ಬಂದಾಗ ಹೊರಗೆ ನಿಂತಿದ್ದ ಅವಳು ಅವರನ್ನ ತದೇಕಚಿತ್ತಳಾಗಿ ನೋಡಿದಳು. ಉದ್ದನೆಯ ಕಪ್ಪು ಕೋಟು, ತಲೆಯ ಮೇಲೆ ಜರಿಯ ಪೇಟಾ–ಇದೇ ಡ್ರೆಸ್‌ನಲ್ಲಿಯೇ ಎಲ್ಲರ ಬಾಯಲ್ಲೂ ತೇಲುತ್ತಿದ್ದ ರಜತಗಿರಿಯ ಬಂಗ್ಲೆಗೆ ಹೋಗುತ್ತಿದ್ದುದು. ರಜತಾದ್ರಿ, ರಜತಗಿರಿಯೆಂಬ ಎರಡು ಹೆಸರು.

"ತಾತ, ರಾಜ ಮಹಾರಾಜರ ಕಾಲ ಮುಗಿದ್ರು ಅಂಥ ವೈಭವಯುತ ಜೀವ್ನ ಇನ್ನು ಕೆಲವರ ಪಾಲಿಗೆ ಉಳಿದಿದೆ." ಎಂದಾಗ ಅವರು ಮುಗುಳ್ನಕ್ಕರು.

"ಹೌದೌದು..."

ಪೇಟಾ, ಕೋಟು ಬಿಚ್ಚಿಟ್ಟವರು ಮೊಮ್ಮಗ್ಗಳ ಬಳಿ ಬಂದು ನಿಂತರು. ಅರಮನೆಯೆನಿಸಿಕೊಂಡ ಭವ್ಯ ಬಂಗ್ಲೆಯ ಹಿಂಭಾಗದ ನೋಟ ಅತ್ಯಂತ ಆಕರ್ಷಕವಾಗಿತ್ತು. ನೆಟ್ಟ ದೃಷ್ಟಿಯಿಂದ ನೋಡುತ್ತ ನಿಂತವಳು ಬಾಯ್ತೆರೆದಳು.

"ಈ ಅರಮನೆಯಲ್ಲಿ ಎಷ್ಟು ಜನ ಇದ್ದಾರೆ?" ಪ್ರಥಮ ಬಾರಿ ತನ್ನ ಕುತೂಹಲ ಹತ್ತಿಕ್ಕಲಾರದೆ ಪ್ರಶ್ನಿಸಿದಳು. "ಯಾರೂ ಇಲ್ಲ" ಎನ್ನುತ್ತ ಉತ್ತರ ಬಂದಾಗ ವಿಸ್ಮಿತಳಾದಳು. "ವ್ಹಾಟ್, ಯಾರೂ ಇಲ್ವಾ? ಹಾಗಾದ್ರೆ..."

ಕಣ್ಣೊರೆಕಿಕೊಂಡು ನಸುನಕ್ಕರು ಅನಂತರಾಮಯ್ಯ. "ಯಜಮಾನ್ರು ಅನ್ನಿಸ್ಕೊಂಡ ಜನರಾರು ಇಲ್ಲ; ಆಳುಕಾಳುಗಳು ಇದ್ದಾರೆ." ಅವಳಿಗೆ ಗಾಬರಿಯೇ ಆಯಿತು. ಏನಿದರ ಅರ್ಥ!

"ಆಗಾಗ ಬರ್ತಾ ಇರ್ತಾರೆ. ಫ್ರಾನ್ಸ್-ಸ್ವೀಡನ್‌ನಲ್ಲಿ ಅವ್ರ ಉದ್ದಿಮೆಗಳಿವೆ. ಓಡಾಟ ಅವ್ರಿಗೇನೂ ಕಷ್ಟವಲ್ಲ." ಸಹಜವಾಗಿ ಹೇಳಿದರು ಅನಂತರಾಮಯ್ಯ.

ಇದು ತೀರಾ ವಿಚಿತ್ರವಾಗಿ ಕಂಡಿತು ಅವಳಿಗೆ. ಇಷ್ಟೊಂದು ದೊಡ್ಡ ಅರಮನೆಯಂಥ ಕಲಾತ್ಮಕ ಬಂಗ್ಲೆ, ಎಂದೋ ಯಾವಾಗಲೋ ಬಂದು ಹೋಗುವ ಜನರಿಗಾಗಿ ಕಾಯುತ್ತ ತನ್ನ ಅಸ್ತಿತ್ವ ಉಳಿಸಿಕೊಳ್ಳುವುದೇ?

"ತಾತ, ವರ್ಷದಲ್ಲಿ ಆ ಜನ ಎಷ್ಟು ಸಲ ಬರ್ಬಹ್ದು?" ಗದ್ದಕ್ಕೆ ಕೈಹಚ್ಚಿ ಕೂತಳು. ಅನಂತರಾಮಯ್ಯ ಮನದಲ್ಲಿಯೇ ಲೆಕ್ಕ ಹಾಕಿದರು. "ಹಿಂದೆ ಒಬ್ಬರಲ್ಲ ಒಬ್ರು ಬರ್ತಾ ಇದ್ರು. ಈಗ ಇದೆಲ್ಲ ವಿಜಯೇಂದ್ರನಿಗೆ ಸೇರಿದೆ. ಆಗಾಗ ಬರ್ತಾ ಇರ್ತಾರೆ. ಕೆಲವೊಮ್ಮೆ ತಿಂಗಳಲ್ಲಿ ಎರ್ಡು ಸಲ ಬಂದು ಎಂಟು ದಿನ ಉಳಿಯೋದು ಉಂಟು. ಒಂದೊಂದು ಸಲ ಮೂರು ತಿಂಗಳಾದ್ರೂ ಬರೋಲ್ಲ." ಅವ್ಯಕ್ತ ವೇದನೆಯ ನಿಟ್ಟುಸಿರು ಚೆಲ್ಲಿದರು. ಆ ಬಗ್ಗೆ ಅವರಿಗೆ ಹೆಚ್ಚು ನೋವು, ನಿರಾಸೆಯಾಗಿದೆಯೆಂದು ಅವಳಿಗೆ ಅರ್ಥವಾಯಿತು.

"ಇಲ್ಲಿನವ್ರಿಗೆಲ್ಲ ಸಂಬ್ಳ...." ಎಂದ ಕೂಡಲೇ ಹುರುಪು ಬಂದವರಂತೆ ನುಡಿದರು. "ಎಂದೂ ತಡವಾದುದ್ದೇ ಇಲ್ಲ. ಪ್ರತಿ ತಿಂಗ್ಳು ಮೂವತ್ತನೇ ತಾರೀಖು ಸಂಬ್ಳದ ಚೆಕ್‌ಗಳು ಬಂದು ಸೇರುತ್ತೆ. ಕಾಲಕಾಲಕ್ಕೆ ಸಂಬ್ಳ ಹೆಚ್ಚಿಸಿಕೊಂಡು ಬಂದಿದ್ದಾರೆ. ಅದ್ಕೇ ಯಾರೂ ಇಲ್ಲಿಂದ ಹೋಗೋ ಮಾತು ಎತ್ತಿಲ್ಲ." ಮೇಲೆದ್ದರು. ಮೊಮ್ಮಗ್ಗಳು ಇನ್ನಷ್ಟು ಕುತೂಹಲ ವ್ಯಕ್ತಪಡಿಸುವುದು ಅವರಿಗೆ ಬೇಕಿರಲಿಲ್ಲ.

ಎಷ್ಟೋ ಹೊತ್ತು ಶಾರದ ಗದ್ದಕ್ಕೆ ಕೈಯಾನಿಸಿ ಕೂತೇ ಕಳೆದಳು. ಅಜ್ಜಿ ಕೈ ರಸಗವಳ ಅವಳಿಗೆ ಇಷ್ಟವಾಗಿತ್ತು. ಅಲ್ಲಿನ ಮನುಷ್ಯರಲ್ಲಿನ ನಾಟಕೀಯ ಬದುಕಿಗಿಂತ ಮೌನವಾಗಿ ತಮ್ಮೆದೆಯ ಹೊನಲನ್ನ ತುಂಬಿಕೊಡುವ ಮರಗಿಡಗಳೇ ಇಷ್ಟವಾಗಿದ್ದವು.

"ಓಯ್... ಚಿಕ್ಕಪ್ಪ" ಎನ್ನುತ್ತ ಬಂದ ವ್ಯಕ್ತಿ ಅವಳನ್ನೇ ನೋಡುತ್ತ ನಿಂತ. "ಯಾವ ಕಡೆ?" ಮುಷ್ಟಿ ಹಿಡಿದು ಹೆಬ್ಬೆರಳು ಎತ್ತಿ ಪ್ರಶ್ನಿಸಿದ. ಶಾರದ ಸುತ್ತಮುತ್ತಲು ನೋಟ ಹರಿಸಿದಳು. 'ಯಾವ ಕಡೆ?' ಅವಳಿಗೇನು ಅರ್ಥವಾಗಲಿಲ್ಲ. ತಲೆ ಅಡ್ಡಡ್ಡ ಆಡಿಸಿದಳು. ಆ ವ್ಯಕ್ತಿ ಬಾಯಿ ತುಂಬ ಇರುವ ತಾಂಬೂಲ ಉಗಿದು ಬರಲು ಹೊರಗೆ ಹೋದ.

ಅಷ್ಟರಲ್ಲಿ ಸೀತಮ್ಮ ಹೊರಬಂದರು. "ದತ್ತ... ಬಂದಿದ್ನಾ?" ಎಂದಾಗ, ಯಾವ ದತ್ತ? ಎಂದು ಪ್ರಶ್ನಿಸಬೇಕೆನಿಸಿತು, ಸುಮ್ಮನಾದಳು. ಅಷ್ಟರಲ್ಲಿ ಅವನೇ ಬಂದ.

"ಚಿಕ್ಕಮ್ಮ ಈ ಹೆಣ್ಣು ಯಾವ ಕಡೆ?" ಪದ್ಮಾಸನ ಹಾಕಿ ನೆಲದ ಮೇಲೆಯೇ ಕೂತ. ತಾಂಬೂಲದಿಂದ ಕೆಂಪಾದ ಅವನ ತುಟಿಗಳು ರಕ್ತ ಕಾರುವಂತೆ ಕಂಡವು.

ಸೀತಮ್ಮ ಪ್ರೀತಿ, ಮಮತೆಯಿಂದ ಅವಳತ್ತ ನೋಡಿದರು. "ನನ್ನ ಮೊಮ್ಮಗ್ಳು. ನನ್ನ ಮಗ್ಳು ಕಮಲಿನ ಮಗ್ಳು." ತಕ್ಷಣ ಆಕೆಯ ಸ್ವರ ಒದ್ದೆಯಾಯಿತು. ಸತ್ತ ಮಗಳ ನೆನಪಾಗಿರಬೇಕು ಆಕೆಗೆ. ದತ್ತ ಮಧ್ಯೆ ಎದ್ದು ಹೋಗಿ ತಾಂಬೂಲದ ರಸ ಉಗಿದು ಬಂದ.

"ಹಾ! ಹೌದೆ... ತೊಳೆದ ಮುತ್ತು!." ಕಣ್ಣಗಲಿಸಿ ಅವಳನ್ನೇ ನೋಡಿದ. "ಇನ್ನು ಮದ್ವೆ ಇಲ್ಲ. ಗಂಡು ನಾನು ಹುಡುಕ್ತೀನಿ." ಟವಲನ್ನ ಕೊಡವಿ ಹೆಗಲ ಮೇಲೆ ಹಾಕ್ಕೊಂಡ. ಅವನ ಕಣ್ಣುಗಳಲ್ಲಿನ ತೀಕ್ಷ್ಣತೆ ಎದುರಿಸಲಾರದೆ ಶಾರದ ಎದ್ದು ಒಳಗೆ ಹೋದಳು.

ಒಂದೇ ಸ್ಪೀಡ್‌ನಲ್ಲಿ ಮಾತಾಡತೊಡಗಿದಾಗ ಹೊರಬಂದ ಅನಂತರಾಮಯ್ಯ ರೇಗಿಕೊಂಡರು.

"ಸ್ವಲ್ಪ ತೆಪ್ಪಗಿರೋದು ಕಲಿಯೋ! ಹಾಳು ಮಾತುಗಳಿಂದ್ಲೇ ಕೆಡ್ತೀಯಾ!"

ದತ್ತ ಕೈ ಬೆರಳುಗಳಿಂದ ಬಾಯಿ ಮುಚ್ಚಿಕೊಂಡ. ತನ್ನ ಮಾತುಗಳು ಅವರಿಗೆ ಇಷ್ಟವಾಗುವುದಿಲ್ಲವೆಂದು ಅವನಿಗೆ ಗೊತ್ತು. ಆದರೆ ಬಾಯಿಮುಚ್ಚಿ ಕೂಡುವುದು ಅವನ ಅಭ್ಯಾಸವಲ್ಲ.

ಎರಡು ನಿಮಿಷ ಮೌನದ ನಂತರ ಮತ್ತೆ ಬಾಯಿ ತೆರೆದ. "ನಾಲ್ಕು ದಿನದ ಮಟ್ಟಿಗೆ ಊರಿಗೆ ಹೋಗಿ ಬರಬೇಕಲ್ಲ. ಸಾಹೇಬರ ಸವಾರಿ ಯಾವಾಗ ಚಿತ್ತೈಸುತ್ತೋ! ಮತ್ತೆ ಹೋಗಲಿಕ್ಕೆ ಬರೋಲ್ಲ."

ಅನಂತರಾಮಯ್ಯ ಮೌನವಾಗಿ ಕೂತರು. ದತ್ತ ನಾಲ್ಕು ದಿನದ ಮಟ್ಟಿಗೇನು ಪೂರ್ತಿಯಾಗಿ ಹೋದರೂ ಸಂತೋಷ. ಆದರೆ ಅವನು ಹೋಗೋಲ್ಲ.

"ಹೋಗಿದ್ದು ಬಾ..." ಚುಟುಕಾಗಿ ಹೇಳಿದರು. ದತ್ತ ಮೇಲೆದ್ದ. "ನೀವು ಈ ಮಾತು ಹೇಳ್ತೀರಿ ಅಂತ್ಲೇ ನಾನೆಲ್ಲ ರೆಡಿಯಾಗಿ ಬಂದ್ದಿದೀನಿ." ಹೆಗಲ ಮೇಲಿನ ವಸ್ತ್ರವನ್ನ ಸೊಂಟಕ್ಕೆ ಬಿಗಿದ. ಅತ್ತಿತ್ತ ಅವನ ನೋಟವಾಡಿತು.

"ಹುಡ್ಗೀ ಇಲ್ಲೇ ಇರ್ತಾಳೇನು? ನಮ್ಮ ಕಡೆ ಒಂದೆರಡು ಒಳ್ಳೆ ಗಂಡುಗಳು ಇವೆ" ಕತ್ತು ತೂರಿಸುತ್ತ ಕೇಳಿದ.

"ಅವ್ಳಿಗೆ ಈಗಾಗ್ಲೇ ಗಂಡು ಗೊತ್ತಾಗಿದೆ. ಸುಮ್ನೇ ನಿನ್ಕೆಲ್ಸ ಮಾಡ್ಕೊಂಡ್ಬಾ". ಸ್ವಲ್ಪ ಖಾರವಾಗಿಯೇ ಹೇಳಿದರು. ಅವರ ಮುಖ ಧುಮುಗುಟ್ಟುತ್ತಿತ್ತು.

ಅವನು ಹೋದಮೇಲೆ ಹೆಂಡತಿಯನ್ನು ತರಾಟೆಗೆ ತಗೊಂಡರು.

"ನೀನ್ಯಾಕೆ ಅವ್ನಿಗೆ ಹೇಳಿದ್ದು? ಹರಕು ಬಾಯಿಯವ! ಅವ್ನ ಕೆಲ್ಸ ಅವ್ನು ಮಾಡ್ಕೊಂಡ್ ಇರೋಲ್ಲ."

ಸೀತಮ್ಮನಂತೂ ಉಸಿರೆತ್ತಲಿಲ್ಲ. ಅನಂತರಾಮಯ್ಯ ಉಡುಪು ತೊಟ್ಟು ಹೊರಹೋದರು. ಶಾರದ ಹೊರಗೆ ಬಂದಳು. ದತ್ತ ತಾತನಿಗೆ ಇಷ್ಟವಾಗದ ವ್ಯಕ್ತಿಯೆಂದು ಅವಳಿಗೆ ಅರಿವಾಗಿತ್ತು.

"ಈ ದತ್ತ ಯಾರು?" ಶಾರದ ಸ್ವರದಲ್ಲಿ ಕುತೂಹಲವಿತ್ತು. ಸೀತಮ್ಮ ಮುಖ ಮೇಲಕ್ಕೆತ್ತಿ ಉಸಿರು ದಬ್ಬಿದರು. "ಈ ಅರಮನೆಯಲ್ಲಿ ಅಡ್ಗೇ ಕೆಲ್ಸ ಮಾಡ್ಕೊಂಡಿದ್ದಾನೆ. ಯಜಮಾನ್ರು ಬಂದಾಗ ಅವ್ರ ಬೇಕುಬೇಡಗಳ್ನ ಪೂರೈಸೋನು ಇವ್ನೇ. ಯಾಕೋ ಅವ್ರಿಗೆ ಇವ್ನು ಇಷ್ಟವಾಗೋಲ್ಲ." ಮೆಲ್ಲಗೆ ಹೇಳಿದರು. ಅದರ ಹಿಂದೆ ಏನೋ ಇದೆಯೆನಿಸಿತು ಅವಳಿಗೆ. ಆದರೆ ಪ್ರಶ್ನಿಸಲು ಹೋಗಲಿಲ್ಲ.

ಮನೆಯಿಂದ ಶಾರದ ಹೊರಗೆ ಬಂದಾಗ ಸಂಜೆಯ ನಾಲ್ಕು. ಪಶ್ಚಿಮಕ್ಕೆ ವಾಲಿದ್ದ ಸೂರ್ಯ ಮೋಡಗಳೊಂದಿಗೆ ಚೆಲ್ಲಾಟವಾಡುತ್ತಿದ್ದ. ನಿಂತು ಸುತ್ತಲೂ ನೋಟವರಿಸಿದಳು.

ಸಂಜೆಯ ಹೊಂಗಿರಣಗಳು ಭವ್ಯ ರಜತಾದ್ರಿಯ ಮೇಲೆ ಬಿದ್ದು ಕಂಗೊಳಿಸುತ್ತಿತ್ತು. ಹೊರನೋಟಕ್ಕೆ ಇಷ್ಟು ಅಂದವಾಗಿ ಕಾಣುವ ಬಂಗ್ಲೆ ಒಳಗೆ ಹೇಗಿರಬಹುದು? ಅವಳ ಮನದಲ್ಲಿ ಆಸಕ್ತಿ ಹುಟ್ಟಿಕೊಂಡಿತು.

"ಅಜ್ಜಿ, ಆ ಕಡೆ ಅಡ್ಡಾಡಿ ಬರಲೇ?" ಹೊರಗೆ ನಿಂತೇ ಕೇಳಿದಳು. ಸೀತಮ್ಮ ಹಿಂದೆಯೇ ಬಂದರು. "ಒಬ್ಬೇ ಹೋದ್ರೆ ದಾರಿ ತಪ್ಪುತ್ತೇನೋ?" ಎಂದಾಗ ಅವಳ ತುಟಿಯಂಚಿನಲ್ಲಿ ನಗು ಇಣಕಿತು.

"ಖಂಡಿತ ತಪ್ಪೋಲ್ಲ! ಇದೇನು ದಟ್ಟವಾದ ಕಾಡಾ? ಅಥ್ವಾ ದೊಡ್ಡ ಸಿಟಿನಾ? ಅಡ್ಡಾಡಿ.... ಬರ್ತೀನಿ." ಮುಂದೆ ಹೆಜ್ಜೆಗಳನ್ನೂ ಎತ್ತಿಟ್ಟಳು ಸೀತಮ್ಮನಿಗೆ ಇಷ್ಟವಾಗಲಿಲ್ಲ.

"ಬೇಡ, ನಿಮ್ಮ ತಾತನೇ ಕರ್ಕೊಂಡ್ಹೋಗ್ತಾರೆ."

ಪಾದಗಳು ನೆಲಕ್ಕಂಟಿ ನಿಂತವು. ಅನಂತರಾಮಯ್ಯನವರು ಹೊರಮುಖಕ್ಕೆ ಅತ್ಯಂತ ಸೌಮ್ಯವಾಗಿ ಕಂಡರೂ ಉಕ್ಕಿನಂಥ ವ್ಯಕ್ತಿತ್ವವೆಂದು ಎಂದೋ ಅರಿವಾಗಿತ್ತು. ಸ್ವಂತ ಮೊಮ್ಮಗಳನ್ನೇ ನೋಡಲು ಬರದಂಥ ಕಲ್ಲು ಮನಸ್ಸು.

ಹಿಂದಕ್ಕೆ ಬಂದು ದೊಡ್ಡ ಸಂಪಿಗೆಯ ಮರಕ್ಕೆ ಒರಗಿ ನಿಂತಳು. ಪ್ರತಿಯೊಬ್ಬ ಆಳುಕಾಳುಗಳು ಅನಂತರಾಮಯ್ಯನವರ ಮಾತಿನಂತೆ ನಡೆಯುತ್ತಿದ್ದರು. ಇದರ ಸಂಪೂರ್ಣ ಮೇಲ್ವಿಚಾರಕರು ತಾವೆಂದು ಹೇಳಿಕೊಳ್ಳದಿದ್ದರೂ ಪ್ರತಿಯೊಂದು ಅವರ ಕೈಯಲ್ಲಿಯೇ ಇತ್ತು.

ಸೀತಮ್ಮನಿಗೂ ಪಿಚ್ಚೆನಿಸಿತು. ತಾವೇ ಮೊಮ್ಮಗಳ ಜೊತೆ ಹೊರಟರು.

"ಕಮಲ ಕೂಡ ತುಂಬ ಬಂದೋಬಸ್ತಿನಲ್ಲೇ ಬೆಳೆದಿದ್ದು. ಅವ್ಳು ಅಕ್ಷರ ಕಲಿತಿದ್ದು ಕೂಡ ಮನೆಯಲ್ಲೇ". ಅತ್ತಿತ್ತ ನೋಟವರಿಸುತ್ತ ಹೇಳಿದರು ಆಕೆ. ಅಲ್ಲೆಲ್ಲೋ ಅಸಮಾಧಾನದ ಎಳೆ ಇದೆಯೆನಿಸಿತು ಶಾರದಾಗೆ.

ಮನೆಯಿಂದ ಆ ಬಂಗ್ಲೆ ತೀರಾ ಹತ್ತಿರವಿದೆಯೆನಿಸಿದರೂ ಅರ್ಧ ಕಿಲೋಮೀಟರ್‌ನಷ್ಟು ದೂರ ಕ್ರಮಿಸಬೇಕಾಯಿತು.

ಹತ್ತಿರದಲ್ಲಿ ನಿಂತ ಶಾರದ ದಂಗಾದಳು. ಹೊಚ್ಚ ಹೊಸತೆನಿಸುವಂತೆ ಶೋಭಿಸುತ್ತಿತ್ತು. ಪೈಂಟ್ ಕೂಡ ಮಂಕಾಗಿರಲಿಲ್ಲ. ರಜತಾದ್ರಿಯ ಎದುರಿನಲ್ಲೇ ಸುಂದರವಾದ ಕೊಳ. ಚೆಂದದ ಸುಂದರ ಹೆಣ್ಣಿನ ಕಲಾಕೃತಿಯನ್ನು ತೋಯಿಸುತ್ತ ಚಿಮ್ಮುವ ನೀರಿನ ಕಾರಂಜಿ. ಬೆಕ್ಕಸಬೆರಗಾದಳು.

"ಅರೆ..." ತೀರಾ ಹತ್ತಿರಕ್ಕೆ ಹೋಗಿ ನಿಂತಳು. ಸ್ವಲ್ಪ ಎಚ್ಚರ ತಪ್ಪಿದರೂ ಯೌವನದಿಂದ ತುಳುಕಾಡುತ್ತಿದ್ದ ಹೆಣ್ಣೆಂದು ಭ್ರಮಿಸಿಬಿಡಬಹುದಾಗಿತ್ತು.

ಮುಖದಿಂದ ಇಳಿಯುತ್ತಿದ್ದ ನೀರು ತುಂಬಿದೆದೆಗಳನ್ನ ತೋಯಿಸಿ ಇಳಿಯುವಾಗ ಗಂಡಿನೆದೆಯ ಬಿಸಿಯೇರಿಸಲು ಶಕ್ಯವಾಗಿತ್ತು.

"ವಾಹ್! ಬ್ಯೂಟಿಫುಲ್! ವಂಡರ್‌ಫುಲ್! ಫೆಂಟಾಸ್ಟಿಕ್!" ಹರ್ಷ ಅವಳ ಸ್ವರದಲ್ಲಿ ಚಿಮ್ಮಿ ಹೊರಗೆ ನೆಗೆಯಿತು.

"ಈಗಿನೋರ ತಂದೆಯ ಕಾಲದಲ್ಲಿ ಆಗಿದ್ದು". ಸೀತಮ್ಮ ಏನನ್ನೋ ನೆನಪಿಸಿಕೊಂಡರು. ಕಹಿ ಇಣುಕಿತು. "ಒಂದೂ ಸರಿಹೋಗ್ಲಿಲ್ಲ!" ಗೊಣಗಿಕೊಂಡರು.

ಅಷ್ಟರಲ್ಲಿ ದತ್ತ ಬಂದವನು ಹಲ್ಲು ಕಿರಿಯುತ್ತ ನಿಂತ. ಊರಿಗೆ ಹೊರಡುವ ಸಿದ್ಧತೆಯಲ್ಲಿ ಇರುವಂತೆ ಕಾಣಲಿಲ್ಲ.

ಬೆಚ್ಚಿದಂತೆ ಪ್ರಶ್ನಿಸಿದರು ಸೀತಮ್ಮ "ಊರಿಗೆ ಹೋಗ್ಲಿಲ್ವಾ?" ತಾವು ಬಂದಿದ್ದು ಸರಿಯಾಗಲಿಲ್ಲವೆನಿಸಿತು ಆಕೆಗೆ.

ದತ್ತ ಆಕೆಯ ಪ್ರಶ್ನೆಯತ್ತ ಲಕ್ಷ್ಯವನ್ನು ಕೊಡದೇ ಶಾರದಳತ್ತ ಸರಿದುಬಂದ.

"ನೋಡೋಕೆ... ಬಂದ್ರಾ? ನೋಡ್ಬೇಕಾಗಿದ್ದುದೇ! ಇಲ್ಲಿ ನಿಂತ್ರೆ ಹೊತ್ತು ಹೋಗೋದೇ ತಿಳಿಯೋಲ್ಲ". ಇನ್ನಷ್ಟು ತಾಂಬೂಲದಿಂದ ಕೆಂಪಾದ ಹಲ್ಲುಗಳನ್ನು ಪ್ರದರ್ಶಿಸಿದ.

ಶಾರದ ಯಾವುದೋ ಮೋಡಿಗೆ ಒಳಗಾದವಳಂತೆ ನಿಂತಿದ್ದಳು. ಮಡುವುಗಟ್ಟಿದ ಯಾಂತ್ರಿಕ ಬದುಕಿನಿಂದ ಒಂದು ಸುಂದರ ಜಗತ್ತಿಗೆ ನೆಗೆದಂತಾಗಿತ್ತು. ಸುಂದರವಾದ ಸರೋವರದ ಸುತ್ತ ಅಚ್ಚುಕಟ್ಟಾಗಿ ಬೆಳೆಸಿದ ಬಣ್ಣಬಣ್ಣದ ಪುಟ್ಟ ಪುಟ್ಟ ಹೂ ಗಿಡಗಳು. ಅದನ್ನು ಅಂಟಿಕೊಂಡಂಥ ಹಚ್ಚ ಹಸುರಿನ ಲಾನ್. ವಿವಿಧ ಬಗೆಯ ಕ್ರೋಟನ್‌ಗಳ ಸಮೂಹ. ಸ್ವಲ್ಪ ದೂರದಲ್ಲಿ ಅಲ್ಲಲ್ಲಿ ಬೆಳೆದ ವೃಕ್ಷಗಳು–ಇಲ್ಲಿ ಪ್ರಕೃತಿ ಸುಪ್ರಸನ್ನಳಾಗಿದ್ದಳು.

"ಇನ್ನು ಹೋಗೋಣ". ಸೀತಮ್ಮ ಎಚ್ಚರಿಸಿದರು. ಸುಂದರ ಸ್ವಪ್ನವನ್ನ ಕಾಣುತ್ತಿದ್ದವಳನ್ನ ಬಡಿದೆಬ್ಬಿಸಿದಂತಾಯಿತು. ಸುಮಧುರ ಸಂಗೀತ ಆಲಿಸಿದವಳಿಗೆ ಕರ್ಕಶ ಸದ್ದು!

ದತ್ತ ಮಧ್ಯೆ ಬಾಯಿ ಹಾಕಿದ – "ನೋಡ್ಲಿ. ಈಗ ಇಲ್ಲಿ ಯಾರುಂಟು? ಒಳ್ಗಡೆಯೆಲ್ಲ ನೋಡ್ಲಿ. ನೀವು ಕೂಡ ಈಚೆಗೆ ನೋಡ್ಲಿಲ್ಲ" ಎಂದವನು, ಬಲವಂತವಾಗಿ ಒಳಗೆ ಕರೆದೊಯ್ದ.

ಶಾರದ ಮೈ ಮಧುರವಾಗಿ ಕಂಪಿಸತೊಡಗಿತು. ಒಳಗಿನ ಹಾಲ್ ಅವಳು ಕಲ್ಪಿಸಿಕೊಳ್ಳಲಾರದಷ್ಟು ದೊಡ್ಡದಾಗಿತ್ತು. ಕಾಲಿಟ್ಟರೇ ಸವೆಯುವಂಥ ಬೆಲೆಬಾಳುವ ಕೆಂಪನೆಯ ಚಿತ್ತಾರದ ಕಾರ್ಪೆಟ್ ನೆಲಕ್ಕೆ ಹಾಸಿದ್ದರು. ಫಳಫಳ ಹೊಳೆಯುವ ಕರಿ ಮರದ ಕೆತ್ತನೆಯ ಸುಂದರ ಆಸನಗಳು. ಅವನ್ನ ಶೋಭೆಗೊಳಿಸಿರುವ ಮೆತ್ತೆಯ ದಿಂಬುಗಳು. ಎದುರು ಗೋಡೆಯ ಮೇಲೆ ಆಳೆತ್ತರದ ಎರಡು ಜೋಡಿ ಫೋಟೋಗಳು. ನೇರವಾಗಿ ನಿಟ್ಟಿಸಿದಳು. ಹಿಂದಕ್ಕೆ ಬಾಚಿದ ಕೂದಲು, ದೊಡ್ಡದಾದ ಮೀಸೆಗಳು, ಬೆರಳುಗಳಲ್ಲಿ ವಜ್ರದ ಉಂಗುರಗಳು, ರಾಜಮಹಾರಾಜರನ್ನ ಮೀರಿಸುವಂಥ ಗತ್ತು ಮುಖದ ಮೇಲೆ, ಮತ್ತೆ ಮತ್ತೆ ಕಣ್ಣಗಲಿಸಿ ನೋಡಿದಳು.

ಆಜಾನುಬಾಹು ವ್ಯಕ್ತಿ, ತುಂಬುಪುರುಷತ್ವ, ತೊನೆದಾಡುವ ಮುಖ, ಬಿಗಿದ ತುಟಿಗಳಿಗೆ ನಸುನಗುವಿನ ಲೇಪನ, ಆದರೆ ಕಣ್ಣುಗಳಲ್ಲಿ ಸೆಳೆಯುವಂಥ ಮಾದಕತೆ.

"ಈಗಿನ ಯಜಮಾನರ ತಾತ" ದತ್ತ ತಿಳಿಸಿದ. "ಅವ್ರ ಹೆಂಡ್ತಿದೇ ಪಕ್ಕದ ಫೋಟೋ. ಈಗ ಯಾರು ಇಲ್ಲ. ಇವು ಈಗ ಬರೀ ಅಲಂಕಾರಕ್ಕೆ." ಒಂದು ತರಹ ನಕ್ಕ. ಆ ನಗುವಿನಲ್ಲಿ ಕುತ್ಸಿತವಿದೆಯೆನಿಸಿತು.

ಸೀತಮ್ಮ ಆವಾಕ್ಕಾಗಿ ನಿಂತರು. ಹಿಂದೆ ಒಂದು ಭಾರಿ ಬಂದಿದ್ದರು. ಈಗಿನಂತೆ ಧೈರ್ಯವಾಗಿ ತಲೆಯೆತ್ತಿ ನೋಡಿರಲಿಲ್ಲ. ಎಂದಾದರೂ ಕುತೂಹಲ ವ್ಯಕ್ತಪಡಿಸಿದರೂ ಅನಂತರಾಮಯ್ಯ ಮುಖಮೂತಿ ನೋಡದೇ ರೇಗಿಬಿಡುತ್ತಿದ್ದರು. "ನಿಂಗ್ಯಾಕೆ ದೊಡ್ಡವ್ರ ವಿಷ್ಯ! ನೀನು ಬಂದು ನೋಡೋಂಥದ್ದು ತಾನೇ ಏನಿದೆ? ಕೆಲವಿಂದ ದೂರ ಇರೋದೇ ಒಳ್ಳೇದು." ಮುಂದಾಲೋಚನೆಯಿಂದಲೇ ಗಂಡ ಈ ಮಾತುಗಳನ್ನ ಆಡುತ್ತಿದ್ದನೆಂದು ಆಕೆಗೆ ಗೊತ್ತು. ಆದರೆ ರಾಜವೈಭವವನ್ನ ಹೋಲುವ ಈ ಬಂಗ್ಲೆ, ಇಲ್ಲಿನ ಜನರನ್ನ ನೋಡಲು ಆಕೆಗೆ ಇಷ್ಟ. ಆದರೆ ಅದೆಂದೂ ಸಾಧ್ಯವಾಗಿರಲಿಲ್ಲ.

"ಕೂತ್ಕೊಳ್ಳಿ... ಚಿಕ್ಕಮ್ಮ." ದತ್ತ ಬಲವಂತದಿಂದ ಅಲ್ಲಿನ ಆಸನದ ಮೇಲೆ ಕೂಡಿಸಿದಾಗ ಆಕೆಯ ಮೈ ಮೃದುವಾಗಿ ಕಂಪಿಸುತ್ತಿತ್ತು. "ಬೇಡಪ್ಪ, ಅವ್ರು ಬಂದ್ರೆ ಕಷ್ಟ. ಇದೆಲ್ಲ ಅವ್ರಿಗೆ ಇಷ್ಟವಾಗೋಲ್ಲ." ಎದ್ದೇಬಿಟ್ಟರು.

ಶಾರದ ಅಚ್ಚರಿಯಿಂದ ಕಣ್ಣಗಲಿಸಿದಳು. ಈ ಭಯಕ್ಕೆ ಕಾರಣವೇನು? ಇಲ್ಲಿನ ಜನ ರಾಕ್ಷಸರೇ? ಅಥವಾ ಈ ಬಂಗ್ಲೆಯಲ್ಲಿ ಭೂತ ಹೊಕ್ಕಿದೆಯೇ?

ದತ್ತ ಜೋರಾಗಿ ನಕ್ಕ. "ಯಾಕೆ ಇಷ್ಟೊಂದು ಹೆದರ್ಕೋತೀರಾ ಸೀತಕ್ಕ? ಯಜಮಾನ್ರು ಬರೋದು ವರ್ಷದಲ್ಲಿ ನಾಲ್ಕೈದು ಸಲ. ಎಂದೋ... ಯಾವಾಗ್ಲೋ.... ಒಂದು ನಿರ್ದಿಷ್ಟವಿಲ್ಲ. ಇವತ್ತಾದ್ರೂ ಎಲ್ಲಾ ನೋಡ್ಕೊಂಡ್ ಹೋಗೀರಂತೆ."

ಆಮೇಲೆ ಏನು ಹೇಳಿದರೂ ದತ್ತ ಒಪ್ಪದೇ ಇಡೀ ಬಂಗ್ಲೆಯ ಕೋಣೆ ಕೋಣೆಯನ್ನ ಪರಿಚಯಿಸಿದ. ಹಾಲ್‌ನ ಬಿಟ್ಟು ಮೇಲಿನ ರೂಮುಗಳು ಸೇರಿ ಹದಿನೆಂಟು ಇದ್ದವು. ಸುಂದರವಾದ ಟೆರಸ್. ಅಲ್ಲಿ ಜೋಡಿಸಿದ್ದ ಹೂ ಕುಂಡಗಳು. ಅಲ್ಲಿ ನಿಂತರೇ ಸುತ್ತಲಿನ ರಮ್ಯ ನೋಟ.

ಮೂಕರಾಗಿಹೋದರು ಅಜ್ಜಿ, ಮೊಮ್ಮಗಳು.

"ಇಲ್ಬನ್ನಿ..." ಇನ್ನೊಂದು ಕೋಣೆಗೆ ಕರೆದೊಯ್ದ. ಘಮಘಮಿಸುವ ಇಂಟಿಮೇಟಿನ ವಿದೇಶೀ ಪರಿಮಳ. ತಲೆ ತಿರುಗಿದಂತಾಯಿತು ಶಾರದಾಗೆ. ಮುಡಿಯಲ್ಲಿದ್ದ ಮಲ್ಲಿಗೆಯ ಮಾಲೆಯನ್ನ ಮೂಗಿನ ಬಳಿ ಇರಿಸಿಕೊಂಡಳು. ನಿಲ್ಲಲೇ ಕಷ್ಟವಾಗಿ ಗೋಡೆಗೊರಗಿದಳು. ದತ್ತ ಫಕಫಕನೆ ನಕ್ಕ.

ತುಂಬ ವಿಶಾಲವಾದ ಕೋಣೆ. ಕಿಟಕಿಗಳಿಗೆ ತಿಳಿ ಹಳದಿಯ ತೆಳುವಾದ ಪರದೆಗಳು. ದೊಡ್ಡದಾದ ಕೆತ್ತನೆಯ ಮಂಚ. ಅದಕ್ಕೆ ಗುಲಾಬಿ ಬಣ್ಣದ ಪರದೆ

ಇಳಿಬಿಟ್ಟಿತ್ತು. ಆಕರ್ಷಿಸುವಂಥ ಕೆತ್ತನೆಯ ಸುಂದರ ಮಂಚ. ಸ್ವಲ್ಪ ದೂರದಲ್ಲಿದ್ದ ಸೋಫಾಸೆಟ್, ಹೂದಾನಿಯಲ್ಲಿನ ವಿವಿಧ ರೀತಿಯ ಬಣ್ಣ ಬಣ್ಣದ ಹೂಗೊಂಚಲು, ಒಡೆಯನಿಲ್ಲದಿದ್ದರೂ ಅವನ ಬರುವಿಕೆಗೆ ಸದಾ ಸಿದ್ಧವಾಗಿರುವಂತೆ ಕಂಡಿತು.

"ಹೋಗೋಣ..." ಸೀತಮ್ಮ ಎಚ್ಚರಿಸಿದರು. ಭಯದಿಂದ ಆಕೆಯ ಕಂಠ ಕಂಪಿಸುತ್ತಿತ್ತು. "ಕೆಲವರು ಎಂಥ ಉದಾತ್ತ ವ್ಯಕ್ತಿಗಳಾದ್ರೂ ಕೆಲವೊಂದು ದೌರ್ಬಲ್ಯಗಳು ಇರುತ್ತೆ. ಅದ್ನ ತಿಳ್ದು ದೂರ ಉಳಿದುಬಿಟ್ಟರೇ ಸಾಕು." ಕಮಲ ಮದುವೆಯ ಮುನ್ನ ಈ ಮಾತು ಹೇಳಿದ್ದರು, ಆಮೇಲೆ ಹೇಳಿದ ಎಷ್ಟೋ ಮಾತುಗಳು ಮರೆತುಹೋಗಿರಬಹುದು. ಆದರೆ ಈ ಮಾತನ್ನ ಎಂದೂ ಮರೆಯಲಾರರು.

ಇನ್ನೊಂದು ಬಾಗಿಲಿನಿಂದ ಹೊರಗೆ ಕರೆದೊಯ್ದ. ಸುಂದರವಾದ ಟೆರಸ್, ತೂಗಿಬಿದ್ದ ಹೂಮಾಲೆ, ಜೋಡಿಸಿಟ್ಟ ಹೂಕುಂಡಗಳು.

"ಇಲ್ಲಿಂದ ನಿಮ್ಮಮನೆ ಹೇಗೆ ಹಾಣುತ್ತೆ, ನೋಡಿ." ಕೆಳಕ್ಕೆ ಕೈ ಚಾಚಿ ತೋರಿಸಿದ. ಸ್ಪಷ್ಟವಾಗಿ ಕಾಣುತ್ತಿತ್ತು. ಇಲ್ಲಿ ನಿಂತು ನೋಡಿದರೆ ಮನೆಯ ಹೊರಗಿನ ವಿದ್ಯಮಾನಗಳೆಲ್ಲ ತಿಳಿಯುತ್ತಿದ್ದವು. ಸೀತಮ್ಮನ ಮುಖ ಬಿಳಚಿಕೊಂಡಿತು. ಆದರೆ ಮೈಯಲ್ಲಿ ಎಂತುಹುದೋ ಪುಳಕ. ಆ ನೋಟ, ಕಣ್ಣುಗಳಲ್ಲಿನ ತೀವ್ರತೆಯನ್ನ ಎಂದೂ ಮರೆಯಲಾರರು.

"ಹೋಗೋಣ...." ಈಗ ಶಾರದಾನೇ ಹೇಳಿದಳು.

ಮೆತ್ತನೆಯ ಕೆಂಪು ಹಾಸನ್ನ ಹೊದ್ದ ಮೆಟ್ಟಲುಗಳ ಮೇಲೆ ಕಾಲಿಟ್ಟರೆ ಅತ್ಯಂತ ಹಿತವಾಗಿತ್ತು. ಆದರೆ ಶಾರದ ತನ್ನದೇ ಆದ ಯೋಚನೆಯಲ್ಲಿ ಮುಳುಗಿದ್ದಳು. ರಾಜ ಮಹಾರಾಜರ ಕಾಲ ಮುಗಿದುಹೋಯಿತೆನ್ನುವುದು ಇಂದು ಸುಳ್ಳಾಗಿತ್ತು. ಆ ಆಳ್ವಿಕೆ ಸತ್ತುಹೋಯಿತೆನ್ನುವ ಭ್ರಮೆಯಲ್ಲಿ ಒಬ್ಬೊಬ್ಬರಿಗೆ ಬದಲಾಗಿ ಹಲವಾರು ಮಂದಿ ಹುಟ್ಟಿಕೊಂಡಿದ್ದಾರೆನ್ನುವ ತೀರ್ಮಾನಕ್ಕೆ ಬಂದಳು.

ಬಂಗ್ಲೆಯ ಹಿಂಭಾಗಕ್ಕೆ ಬಂದರೆ, ಅದರ ಒಳಭಾಗದಲ್ಲಿಯೇ ಬರುವಂಥ ಈಜುಕೊಳ, ನೀರು, ಹಾಸು ಎಲ್ಲಾ ಸ್ವಚ್ಛವಾಗಿತ್ತು. ಯಾರು ಉಪಯೋಗಿಸದಿದ್ದರೂ ಅಪರೂಪಕ್ಕೆ ಬಂದುಹೋಗುವ ಜನರ ಸೌಲಭ್ಯಕ್ಕಾಗಿ ಕಾದುಕೂತಿದ್ದವು.

ಮನೆಗೆ ಬಂದಾಗಲೂ ಅದೇ ಗುಂಗಿನಲ್ಲಿದ್ದಳು. ಸೀತಮ್ಮ ಒಂದು ಕಡೆ ಮಂಕಾಗಿ ಕೂತುಬಿಟ್ಟರು.

"ನಿಮ್ಮ ತಾತ ಬರಲಿಲ್ಲ, ಬದ್ಕಿಕೊಂಡ್ವಿ. ಆ ಬಂಗ್ಲೆಯತ್ತ ತಲೆಯೆತ್ತಿ ನೋಡುವುದು ಕೂಡ ಅವ್ರಿಗೆ ಇಷ್ಟವಿಲ್ಲ" ಎಂದಾಗ ಸೀತಮ್ಮ ಅವಳ ಕಣ್ಣುಗಳಲ್ಲಿ ಅಚ್ಚರಿ ಇಣಕಿತು.

ಐವತ್ತು ವರ್ಷದಿಂದಲೂ ಅನಂತರಾಮಯ್ಯ ಇಲ್ಲೇ ಇದ್ದರು. ಸಂಬಳ ಕೊಡುವ ಧಣಿಯ ವಿಷಯದಲ್ಲಿ ಅತ್ಯಂತ ನಿಷ್ಠೆ. ಆಳುಕಾಳುಗಳು ಸ್ವಲ್ಪ ಕೂಡ ಎಚ್ಚರ ತಪ್ಪದಂತೆ ನೋಡಿಕೊಂಡಿದ್ದರು. ಆದರೂ.... ಅವಳಿಗೊಂದು ಒಗಟಾಯಿತು.

ಸೀತಮ್ಮನವರ ಸನಿಹದಲ್ಲಿ ಬಂದು ಕೂತಳು. ಮುಖ ಸುಕ್ಕುಗಟ್ಟಿದ್ದರೂ ಕಳೆಕಳೆಯಾಗಿದ್ದರು. ಅರ್ಧ ತಲೆ ಹಣ್ಣಾಗಿದ್ದರೂ ಅರ್ಧ ಮಾರು ಕೂದಲಿತ್ತು. ಬಹಳ ಮುತುವರ್ಜಿಯಿಂದ ಕೂದಲನ್ನ ಬಾಚಿ ಗಂಟ್ಹಾಕುತ್ತಿದ್ದರು. ಸದಾ ಹೂ ಆ ಗಂಟನ್ನ ಅಲಂಕರಿಸಿಯೇ ಇರುತ್ತಿತ್ತು.

"ತಾತನಿಗೆ ಆ ಬಂಗ್ಲೆ ಜನರ ಬಗ್ಗೆ ಕೋಪ ಇರಬೇಕಲ್ಲ!" ಮೆಲ್ಲಗೆ ಪ್ರಸ್ತಾಪಿಸಿದಳು. ಸೀತಮ್ಮ ಅಡ್ಡಡ್ಡ ತಲೆಯಾಡಿಸಿದರು. "ಅಂಥದ್ದೇನು ಇರೋ ಹಾಗೇ ಕಾಣ್ಲಿಲ್ಲ! ಏನೋ ಒಂದು ರೀತಿ." ಜಾರಿಸಿದರು. ಸತ್ಯ ಎಲ್ಲೋ ಮುಚ್ಚಿಹೋಗುತ್ತಿದೆಯೆನಿಸಿತು ಅವಳಿಗೆ.

ಸೀತಮ್ಮನನ್ನ ಮದುವೆಯಾಗಿ ಅನಂತರಾಮಯ್ಯ ಕರೆತಂದದ್ದು ಇಲ್ಲಿಗೇನೆ. ಆಗ ಈಗಿನ ಹಾಗೆ ಬಂಗ್ಲೆ ಖಾಲಿ ಬಿದ್ದಿರಲಿಲ್ಲ. ಈಗಿನ ವಿಜಯೇಂದ್ರನ ತಂದೆ ಮಹೇಂದ್ರರ ದಿನಗಳು. ಸದಾ ಬೆಳದಿಂಗಳು ತುಂಬಿಕೊಂಡಂತಿತ್ತು ರಜತಾದ್ರಿ. ಬಂದು ಹೋಗುವವವ ಸಂಖ್ಯೆಯು ಜಾಸ್ತಿ ಇತ್ತು. ಅವರ ತಂದೆ ಬದುಕಿದ್ದ ದಿನಗಳು.

ಆದರೆ ಮಹೇಂದ್ರ ಮದುವೆಯಾದ ಮೇಲೆ ರಜತಾದ್ರಿಯ ಗೆಲುವೇ ಕಡಿಮೆಯ್ಯಾಯಿತು. ಸೊಸೆಯಾಗಿ ಬಂದ ಹೆಣ್ಣಿಗೆ ವಿದೇಶಿ ವ್ಯಾಮೋಹ. ವರ್ಷದಲ್ಲಿ ಆರು ತಿಂಗಳು ಫ್ರಾನ್ಸ್, ಸ್ವಿಡ್ಜರ್‌ಲೆಂಡ್‌ನಲ್ಲಿ ವಾಸ. ಹಂತಹಂತವಾಗಿ ಇಲ್ಲಿನ ಹಣವೆಲ್ಲ ವಿದೇಶೀ ಉದ್ದಿಮೆಗಳ ಮೇಲೆ ತೊಡಗಿದಾಗ ಅವರುಗಳ ಪೂರ್ಣವಾಸ ಅಲ್ಲಿಯೇ. ಇದು ಆಗಾಗ ಬಂದು ಹೋಗುವ ಗೆಸ್ಟ್‌ಹೌಸ್ ಮಾತ್ರ. ಆದರೆ ಮಹೇಂದ್ರರಿಗೆ ಈ ಮಣ್ಣು, ಬಂಗ್ಲೆಯ ಮೇಲೆ ಅಪಾರವಾದ ವ್ಯಾಮೋಹ.

"ರ್‍ರೀ ಅನಂತರಾಮಯ್ಯ, ಇನ್ಮೇಲೆ ನಿಮ್ಮ ಜವಾಬ್ದಾರಿ ಜಾಸ್ತಿ. ಈಗ ಹೇಗಿದೆಯೋ ರಜತಾದ್ರಿನ ಹಾಗೇ ನೋಡ್ಕೋಬೇಕು. ಜನರ ಪಾಲಿಗೆ ಇದು ಅರಮನೆಯಾಗೇ ಉಳೀಬೇಕು. ಎಂದೂ ಇದ್ನ ಮಾರೋಕೆ ಸಾಧ್ಯವಿಲ್ಲ. ಈ ವಂಶಜರಿಗೆ ಆಸ್ತಿಯಾಗಿ ಉಳ್ದುಹೋಗ್ಲಿ" ಭುಜದ ಮೇಲೆ ಕೈಹಾಕಿ ಮಹೇಂದ್ರ ಉಸುರಿದ್ದರು.

ಇಂದಿಗೂ ಅದು ಜನರ ಪಾಲಿಗೆ ಅರಮನೆಯೇ. ಲಾಯದಲ್ಲಿ ಅಚ್ಚ ಬಿಳಿ, ಮತ್ತು ಕಂದುಬಣ್ಣದ ಕುದುರೆಗಳು ಇದ್ದವು. ಷೆಡ್‌ನಲ್ಲಿ ಬೆನ್ಜ್, ಮರ್ಸಿಡಿಸ್ ಜೊತೆಗೆ ಈಗ ಒಂದು ವಿದೇಶೀ ಟೊಯಾಟೋ ಸೇರಿತ್ತು.

ವಿದೇಶದಲ್ಲಿನ ಅವರ ಉದ್ದಿಮೆಗಳು ಹೆಚ್ಚು ಲಾಭ ತರುತ್ತಿದೆಯೆಂದು ಕೆಲಸಗಾರರು ಆಡಿಕೊಳ್ಳುತ್ತಿದ್ದರು.

* * * *

ರಜತಾದ್ರಿಯ ಮೈನ್ ಗೇಟ್‌ನೊಳಕ್ಕೆ ಕಾರು ನುಗ್ಗಿದಾಗ ಜಾವೇದ್ ಸೆಲ್ಯೂಟ್ ಹೊಡೆದ. ಇನ್‌ಫರ್ಮೇಷನ್ ಕೊಡದೇ ಒಡೆಯರ ಆಗಮನವಾಗಿತ್ತು.

ಕಾರು ಸಾಗಿ ಹೋದ ಎಷ್ಟೋ ಹೊತ್ತಿನವರೆಗೂ ವಾಚ್‌ಮನ್ ಮೈ

ಕಂಪಿಸುತ್ತಲೇ ಇತ್ತು. ಸ್ವಲ್ಪ ಕೂಡ ಅಶಿಸ್ತನ್ನ ಸಹಿಸಲಾರದ ಯಜಮಾನರ ಬಗ್ಗೆ ಅವನಿಗೆ ಗೊತ್ತು. 'ಯಾ ಅಲ್ಲಾ' ಖುದಾನ ಭಕ್ತಿಯಿಂದ ನೆನೆದ.

ಕೆಳಗಿಳಿದ ವಿಜಯೇಂದ್ರ ಸುತ್ತಲೂ ನೋಟ ಹರಿಸಿದ. ಪ್ರತಿಯೊಂದೂ ನಳನಳಿಸುತ್ತಿತ್ತು. ಬಿಗಿದ ಹುಬ್ಬುಗಳು ನಿಧಾನವಾಗಿ ಸಡಿಲಗೊಂಡವು. ಮೂಗಿನ ಮೇಲಿದ್ದ ಕನ್ನಡಕ ಕೈಗೆ ಬಂತು. ಗಾಳಿಗೆ ಮುತ್ತಿಕ್ಕಿದ ಕ್ರಾಪ್‌ನ ಕೂದಲನ್ನ ಬಲಗೈನಿಂದ ಹಿಂದಕ್ಕೆ ತಳ್ಳಿದ.

ದತ್ತನನ್ನ ಬಿಟ್ಟು ಎಲ್ಲರೂ ಹಾಜರಾದರು. ತನ್ನ ಕೆಂಪು ಹತ್ತಿದ ಹಲ್ಲುಗಳನ್ನ ಬಿಳಿ ಮಾಡಲು ಹೊರಟಿರಬೇಕೆಂದುಕೊಂಡ.

ಸ್ವಲ್ಪ ಮುಂದೆ ಬಂದ ಅನಂತರಾಮಯ್ಯ, "ಕೇಬಲ್, ಫೋನ್ ಯಾವ್ದು ಬರ್ಲಿಲ್ಲ" ಎಂದರು. ತಾವು ಕಾರು ಸಮೇತ ಏರ್‌ಪೋರ್ಟ್‌ಗೆ ಬರದಿದ್ದಕ್ಕೆ ಕಾರಣ ಹೇಳುವುದು ಅವರ ಉದ್ದೇಶವಾಗಿತ್ತು. ಅವನ ತುಟಿಯಂಚಿನಲ್ಲಿ ನಗು ತೇಲಿತು. ತಲೆದೂಗಿ ಒಳಕ್ಕೆ ನಡೆದ.

ತನ್ನ ಕೋಣೆಗೆ ಬಂದ ವಿಜಯೇಂದ್ರ ಬಟ್ಟೆ ಬದಲಾಯಿಸಿ ಸೋಫಾಕ್ಕೆ ಒರಗಿದ. ತಕ್ಷಣ ಅವನ ಹುಬ್ಬುಗಳು ಗಂಟಿಕ್ಕಿದವು. ಟೀಪಾಯಿ ಮೇಲಿದ್ದ ಕಾಲಿಂಗ್ ಬೆಲ್‌ನ ಜೋರಾಗಿ ಒತ್ತಿದ.

ಒಳಗೆ ಬಂದ ಕಣ್ಣ ಮುಖದ ಬೆವರೊರೆಸಿಕೊಂಡ. ಈ ಕೋಣೆಯನ್ನು ಸುಸ್ಥಿತಿಯಲ್ಲಿಡುವ ಜವಾಬ್ದಾರಿ ಅವನದು. ಸ್ವಲ್ಪ ಹೆಚ್ಚು ಕಡಿಮೆಯಾದರೂ ಸಹಿಸನೆಂದು ಅವನಿಗೆ ಗೊತ್ತು.

"ಅದೇನದು...?" ಕಣ್ಣಲ್ಲೇ ಅತ್ತ ತೋರಿದ. ಕಣ್ಣನ ತಲೆ ಅತ್ತ ತಿರುಗಿತು. ಸ್ವಲ್ಪ ಕಂದು ಬಣ್ಣಕ್ಕೆ ತಿರುಗಿದ ಮಲ್ಲಿಗೆಯ ದಂಡೆ–ಅವನ ನಾಲಿಗೆಯಲ್ಲಿ ಪಸೆಯಾರಿತು. "ಗೊತ್ತಿಲ್ಲ..." ಉಗುಳು ನುಂಗಿದ. ತಗೊಂಡು ಬರುವಂತೆ ಸನ್ನೆ ಮಾಡಿದ.

ಕಣ್ಣ ನಡುಗುತ್ತಲೇ ಬೊಗಸೆಯಲ್ಲಿ ತಂದು ಅವನ ಮುಂದ್ಹಿಡಿದ. ಬರೀ ಗುಲಾಬಿ, ಬಣ್ಣ ಬಣ್ಣ ಬೇರೆ ಹೂಗಳನ್ನ ನೋಡಿದ್ದ ಅವನ ಕಣ್ಣುಗಳಿಗೆ ಅತ್ಯಂತ ಆಕರ್ಷಕವಾಗಿ ಕಾಣದಿದ್ದರೂ ಅದರ ನವಿರಾದ ಕಂಪು ಅವನನ್ನು ಸೆಳೆಯಿತು.

"ಇದು ಎಲ್ಲಿಂದ ಬಂತು?" ತುಟಿ ಬಿಗಿದೇ ಕೇಳಿದ. "ಗೊತ್ತಿಲ್ಲ..." ಕಣ್ಣ ಅಡ್ಡಡ್ಡ ತಲೆಯಾಡಿಸಿದ. ದಿನಕ್ಕೊಮ್ಮೆ ಈ ಕೋಣೆಗೆ ಅನಂತ ರಾಮಯ್ಯನವರನ್ನ ಬಿಟ್ಟರೆ ಅವನೊಬ್ಬನೇ ಬರುತ್ತಿದ್ದುದು. ಈ ಕೋಣೆಯನ್ನು ಶುಚಿ ಮಾಡುವ ಜೊತೆ ಆಗಾಗ ಕಿಟಕಿಯ ಪರದೆಗಳನ್ನ ಬದಲಿಸುವುದು, ದಿನಕ್ಕೊಮ್ಮೆ ಹಾಸಿಗೆ ಸ್ವಚ್ಛಮಾಡಿ ಅದರ ಮೇಲಿನ ಕವರ್‌ಗಳನ್ನು ಬದಲಾಯಿಸುವುದರ ಜೊತೆಗೆ ಸೆಂಟನ್ನ ಚಿಮುಕಿಸಿ ಇಡೀ ಕೋಣೆಯನ್ನ ಘಮಘಮಿಸುವಂತೆ ಇಡುವುದು ಅವನ ಕೆಲಸ.

"ನಿಂಗೆ ಗೊತ್ತಿಲ್ವಾ?" ಕೋಪದಿಂದ ಪ್ರಶ್ನಿಸಿದ. "ಇಲ್ಲ...." ಎಂದಾಗ ಹೋಗುವಂತೆ ಸನ್ನೆ ಮಾಡಿದ ವಿಜಯೇಂದ್ರ "ಅದ್ನ ಇಲ್ಲೇ ಇಡು" ಆಜ್ಞಾಪಿಸಿದ.

ಹಿಂದೆಯೇ ದತ್ತ ಬಂದ. ಬಿಳಿಯ ಯೂನಿಫಾರಂನಲ್ಲಿ "ಗುಡ್ ಈವ್ನಿಂಗ್ ಸರ್" ಎನ್ನುತ್ತಲೇ ಕಾಫಿಯನ್ನ ಟೀಪಾಯಿ ಮೇಲಿಟ್ಟ. ಅಲ್ಲೇ ಇದ್ದ ಅರೆ ಬಾಡಿದ ಮಲ್ಲಿಗೆಯ ದಂಡೆ ಅವನ ಗಮನ ಸೆಳೆಯಿತು. "ಇದು ಹೇಗೆ ಬಂತು?" ಎರಡ್ಹೆಜ್ಜೆ ಹಿಂದಕ್ಕೆ ಸರಿದ. "ಅದ್ನ ನೀನೇ ಹೇಳ್ಬೇಕು!" ಮಾತು ಸರಳವಾಗಿದ್ದರೂ ಅದರ ಹಿಂದಿನ ಗತ್ತು ಜೋರಾಗಿತ್ತು. ಬಲವಂತವಾಗಿ ಉಗುಳು ನುಂಗಿದ ದತ್ತ. ಈ ಕೋಣೆ ಅವನ ವ್ಯಾಪ್ತಿಗೆ ಬಂದಿದ್ದಲ್ಲ ಎನ್ನುವುದೇ ಸಮಾಧಾನ. "ಎಕ್ಸ್‌ಕ್ಯೂಜ್ ಮಿ ಸರ್. ಐ ಡೋಂಟ್ ನೋ." ಉಸಿರು ಬಿಗಿಹಿಡಿದ. ವಿಜಯೇಂದ್ರ ಕಣ್ಣಲ್ಲಿಯೇ ಹೋಗುವಂತೆ ಸನ್ನೆ ಮಾಡಿದ.

ಬ್ಲ್ಯಾಕ್ ಕಾಫಿಗೆ ಕಾಲು ಸ್ಪೂನ್ ಸಕ್ಕರೆ ಸೇರಿಸಿ ತುಟಿಯ ಬಳಿಗೆ ಒಯ್ದ.

"ಪದೇ ಪದೇ... ಈ ಓಡಾಟ ಯಾಕೆ? ಅದ್ನ ಮಾರಿಬಿಡಿ. ಬರೀ ವೇಸ್ಟ್ ಆಫ್ ಮನಿ." ಇದೇ ಮಾತುಗಳನ್ನು ಅವನ ಮಮ್ಮಿ ಎಷ್ಟು ಬಾರಿಯೋ ಆಡಿದ್ದಳು. ಪ್ರತಿಯೊಂದಕ್ಕೂ ತಲೆದೂಗಿ ಸಮ್ಮತಿ ಸೂಚಿಸುತ್ತಿದ್ದ ಅವನ ಡ್ಯಾಡಿ ಹುಲಿಯಾಗಿಬಿಡುತ್ತಿದ್ದರು. "ಆ ಮಾತ್ನಬಿಟ್ಬಿಡು. ಅದೆಂದೂ ಮಾರೋಕೆ ಸಾಧ್ಯವಿಲ್ಲ" – ಕೈಯಲ್ಲಿ ವಿಸ್ಕಿಯ ಬಾಟಲು ಹಿಡಿದೇ ತೊದಲುತ್ತಿದ್ದರು.

ಕಪ್ ಟೀಪಾಯಿ ಮೇಲಿಡುವ ವೇಳೆಗೆ ಅನಂತರಾಮಯ್ಯ ಬಂದರು.

"ಏನಾದರೂ ಆಗ್ಬೇಕಿತ್ತಾ?" ನಮ್ರತೆಯಿಂದ ಕೇಳಿದರು. ವಯಸ್ಸಿನಲ್ಲಿ ಚಿಕ್ಕವನಾದರೂ ಅನ್ನ ಕೊಡುವ ಧಣಿಯೆಂಬ ಗೌರವ ಇದ್ದೇ ಇತ್ತು. "ಅಮ್ಮಾವರು, ಯಜಮಾನ್ರು ಹೇಗಿದ್ದಾರೆ?" ಪ್ರಶ್ನಿಸಿದರು.

"ಇದ್ದಾರೆ... ಚುಟುಕಾಗಿ ಹೇಳಿ ಟೀಪಾಯಿ ಮೇಲಿನ ಮ್ಯಾಗಜೀನ್ ಕೈಗೆತ್ತಿಕೊಂಡವನು ಹೂನತ್ತಲೇ ನೋಟ ಬೀರಿದ. "ಈ ಒಣಗಿದ ಹೂ ರೂಮಿಗೆ ಹೇಗೆ ಬಂತು?" ಅವನ ಪ್ರಶ್ನೆಗೆ ಅವರ ಸ್ವರ ಉಡುಗಿದಂತಾಯಿತು. ಎಂದೂ ಎಚ್ಚರ ತಪ್ಪರು. ಪ್ರತಿದಿನವೂ ಒಮ್ಮೆ ಇಡೀ ಬಂಗ್ಲೆಯನ್ನೆಲ್ಲ ಅಡ್ಡಾಡಿ ಪರಿಶೀಲಿಸುತ್ತಿದ್ದರು.

"ಕ್ಷಮ್ಸಬೇಕು, ನಂಗಂತೂ ಗೊತ್ತಿಲ್ಲ. ಕಣ್ಣನನ್ನ ವಿಚಾರಿಸ್ತೀನಿ" ತಲೆ ತಗ್ಗಿಸಿದರು. ತಾವು ಅಪರಾಧಿ ಎನ್ನುವ ಭಾವ ಅವರಲ್ಲಿ ಮೂಡಿತು.

"ಓ.ಕೆ... ಹಾಗೇ ಮಾಡಿ..." ಮೇಲೆದ್ದ. ಇನ್ನು ತಾವು ಹೋಗಬಹುದು ಎನ್ನುವುದಕ್ಕೆ ಸೂಚನೆ.

ಅರ್ಥಮಾಡಿಕೊಳ್ಳಲಾಗದ, ಅರ್ಥವಾಗದ ಜನರು ಇವರೆಲ್ಲ ಅನಂತರಾಮಯ್ಯನ ಪಾಲಿಗೆ. ಆದರೆ ಹಾಗೆಂದು ಎಂದೂ ತಲೆಕೆಡಿಸಿಕೊಳ್ಳರು. ತಮ್ಮ ಕೆಲಸಕ್ಕಷ್ಟೇ ಅವರ ನಿಷ್ಠೆ.

ಅನಂತರಾಮಯ್ಯ ಕೆಳಗಿಳಿದು ಬಂದಾಗ ಬೆಂಕಿ ಆಗಿದ್ದರು. ಅವರಿಗೆ ಅದೊಂದು ಸಣ್ಣ ತಪ್ಪಾಗಿ ಕಂಡಿರಲಿಲ್ಲ. ಅವರ ಯೋಚನೆಗಳು ವಿವಿಧ ದಿಕ್ಕಿಗೆ ಹರಿದಾಡುತ್ತಿದ್ದವು. ಯಜಮಾನರು ಇದ್ದಾಗ ಇಂಥದೊಂದು ದಂಡೆ ಆ ಕೋಣೆಯಲ್ಲಿ ಸಿಕ್ಕಿದ್ದರೆ ಅದೇನು

ಅಂತಹ ಮಹತ್ವದ ವಿಷಯವಾಗಿ ಕಾಣುತ್ತಿರಲಿಲ್ಲ! ಈಗ... ಅವರ ಕಣ್ಮುಂದೆ ದತ್ತ ತೇಲಿದ.

ಮುಂದಿನ ತಮ್ಮ ಆಫೀಸ್ ರೂಮಿಗೆ ಕಣ್ಣನನ್ನ ಕರೆಸಿದರು. ಅವನು ಎರಡು ಕಾಲು ಹಿಡಿದುಕೊಂಡುಬಿಟ್ಟ.

"ನಂಗೇನು ಗೊತ್ತಿಲ್ಲ. ನನ್ಕೆಲ್ಸ ಮುಗಿದ್ಮೇಲೆ ನಾನು ಆ ಕಡೆ ತಲೆನೇ ಹಾಕೋಲ್ಲ. ಇದ್ನ ನೀವೇ ಯಜಮಾನ್ರಿಗೆ ಹೇಳ್ಬೇಕು" – ಕಣ್ಣೀರು ಮಿಡಿದ.

ಮಿಕ್ಕವರದು ಇದೇ ಉತ್ತರ. ಆದರೆ ಆ ಹೂ ದಂಡೆಯ ಬಗ್ಗೆ ಹೇಳುವವರಾರು? ತಾನು ಏನೆಂದು ಉತ್ತರಿಸುವುದು?

"ದತ್ತ...." ಅವನತ್ತ ಹೊರಳಿಸಿದರು. ತಮ್ಮ ಗಮನವನ್ನ "ನಂಗೇನು ಗೊತ್ತಿಲ್ಲ. ಯಾವ ದೇವರ ಮೇಲೆ ಬೇಕಾದ್ರೂ ಆಣೆ ಮಾಡ್ತೀನಿ. ನಿಮ್ಮ ಮೇಲೆ, ಕಡೆಗೆ ಯಜಮಾನ್ರ ಮೇಲೆ ಕೂಡ ಆಣೆ ಮಾಡ್ತೀನಿ. ನಂಗೇನು ಗೊತ್ತಿಲ್ಲ" – ಕಡ್ಡಿ ತುಂಡುಮಾಡಿದಂತೆ ಹೇಳಿದ.

ಈ ಬಂಗ್ಲೆಯ ದೊಡ್ಡ ಆವರಣದಲ್ಲಿ ಎರಡು ಕಡೆ ಮಾತ್ರ ಮಲ್ಲಿಗೆಯ ಬಳ್ಳಿ ಹಬ್ಬಿಕೊಂಡಿತ್ತು. ತೀರಾ ಕೊನೆಯಲ್ಲಿದ್ದ ಗಿಡದಿಂದ ಕಂಡೂ ಕಾಣದಂತೆ ಇಲ್ಲಿನ ಕೆಲಸಗಾರರು ಹೂ ಕೀಳುತ್ತಿದ್ದರು. ಇವರ ಮನೆಯ ಮುಂದಿದ್ದ ಗಿಡದಲ್ಲಿ ಇವರುಗಳು ಮಾತ್ರವೇ ಕೀಳುತ್ತಿದ್ದುದು.

ಅವರ ತಲೆ ಚಕಚಕನೆ ಕೆಲಸ ಮಾಡತೊಡಗಿತು. ಎಲ್ಲಾ ಬರಿದಾಗಿ ಖಿನ್ನತೆ ಮೂಡಿತು.

ಮೇಲಿನಿಂದ ಕಣ್ಣನಿಗೆ ಬುಲಾವ್ ಬಂದಿತು.

"ನಾಳಿನ ಮಧ್ಯಾಹ್ನದ ಫ್ಲೈಟ್‌ಗೆ ಅಮ್ಮಾವರು ಬರ್ತಾರೆ" ಎಂದವನು ಒಮ್ಮೆ ಟೀಪಾಯಿ ಮೇಲಿದ್ದ ಹೂ ಕಡೆ ನೋಡಿದವನು ಅವನತ್ತ ತೀಕ್ಷ್ಣ ನೋಟ ಬೀರಿದ. "ಯಾರಾದ್ರೂ..... ಬಂದಿದ್ರಾ?" – ಅವನೆದೆಯನ್ನು ಸೀಳುವಂತಿತ್ತು ವಿಜಯೇಂದ್ರನ ನೋಟ. ಸುಮ್ಮನೆ ನಿಂತವನ ನೆನಪಿನಲ್ಲಿ ಸೀತಮ್ಮ, ಅವರ ಮೊಮ್ಮಗಳು ಸುಳಿದರು. ಮಿಂಚ್ಹೊಡೆದಂತಾಯಿತು. "ಹೌದೌದು, ಮ್ಯಾನೇಜರ್ ಹೆಂಡ್ತಿ, ಮೊಮ್ಮಗ್ಳು ನೋಡೋಕೆ ಬಂದಿದ್ರು" ಎಂದ. ವಿಜಯೇಂದ್ರನ ಮುಖ ಮತ್ತಷ್ಟು ಬಿಗಿದು ಕೆಂಪಗೆ ಉರಿಯತೊಡಗಿತು. ಎಂಥ ಉದ್ಧಟತನ! ಹಲ್ಲುಗಳನ್ನ ಕಚ್ಚಿಡಿದ.

ಕಣ್ಣ ಬೆಚ್ಚಿದ. "ಆಗ ಅನಂತರಾಮಯ್ಯನವ್ರು ಇರ್ಲಿಲ್ಲ. ದತ್ತನೇ ಬಲವಂತ ಮಾಡಿ ಕರ್ಕೊಂಡ್ಬಂದು ಎಲ್ಲಾ ತೋರಿಸ್ದ. ಅವ್ರದೇನು ತಪ್ಪಿಲ್ಲ". ಎರಡು ಕೈ ಜೋಡಿಸಿದ. ಮುಂದೆ ಯಾವುದೇ ಅನಾಹುತ ಆಗುವುದು ಅವನಿಗೆ ಬೇಕಿರಲಿಲ್ಲ.

"ಹೋಗಿ ದತ್ತನ್ನ ಕಳ್ಸು" ಗರ್ಜಿಸಿದ.

ಸಾಧಾರಣವಾಗಿ ಅವನಿಗೆ ಬುದ್ಧಿ ಬಂದಾಗಿನಿಂದಲೂ ಅನಂತರಾಮಯ್ಯನವರು

ಗೊತ್ತು. ಎಂದೂ ಅವರನ್ನು ಆಕ್ಷೇಪಿಸುವ ಅವಕಾಶವೇ ಅವನಿಗೆ ಬಂದಿರಲಿಲ್ಲ. ಆರಕ್ಕೆ ಹೆಚ್ಚದ ಮೂರಕ್ಕೆ ಇಳಿಯದ ಸ್ವಭಾವ ಅವರದು.

ಒಮ್ಮೆ ಮಹೇಂದ್ರ ಮಗನ ಮುಂದೆ ನಕ್ಕಿದ್ದರು. "ಅನಂತರಾಮಯ್ಯ ಒಂದು ರೀತಿಯ ಸ್ಥಿತಪ್ರಜ್ಞ. ಅವ್ರಿಗೆ ನಮ್ಮ ರಜತಾದ್ರಿಯೇ ಸರ್ವಸ್ವವಾಗಿ ಬಿಟ್ಟಿದೆ.... ಇದ್ನ ಬಿಟ್ಟು ಬೇರೆ ಜಗತ್ತು ಅವ್ರಿಗಿಲ್ಲ". ಇದು ಸತ್ಯವೆಂದು ಅವನಿಗೆ ಗೊತ್ತು.

ಬಂದ ದತ್ತ ಸೆಲ್ಯೂಟ್ ಹೊಡೆದು ನಿಂತ. ಮನದಲ್ಲಿ ಅಳುಕು. "ಯೆಸ್... ಸರ್". ವಿಜಯೇಂದ್ರ ನಿಧಾನವಾಗಿ ಮುಖವೆತ್ತಿ ಅವನ ಕಡೆ ನೋಡಿದ. "ಯಾರಾದ್ರೂ ಬಂಗ್ಲೆಯೊಳಗೆ ಬಂದಿದ್ರಾ?". ಕಣ್ಣು ಎಚ್ಚರಿಸಿ ಕಳಿಸಿದ್ದ. ಸುಳ್ಳು ಹೇಳಿದರೆ ಪರಿಣಾಮ ಗಂಭೀರವಾಗಬಹುದೆಂದು ಅವನಿಗೆ ಗೊತ್ತು. ತಂದೆಗಿಂತ ಮಗ ಕೆಲವು ವಿಷಯದಲ್ಲಿ ವಿಭಿನ್ನ. "ಬಂದಿದ್ರೂ..." – ತಲೆ ತಗ್ಗಿಸಿ ಉಗುಳು ನುಂಗಿದ.

"ಮ್ಯಾನೇಜರ್ ಪರ್ಮಿಷನ್ ಪಡ್ದುಕೊಂಡಿದ್ರಾ?" ನೇರವಾಗಿ ಪ್ರಶ್ನಿಸಿದಾಗ ತಟ್ಟನೆ ತಲೆಯೆತ್ತಿದ. "ಇಲ್ಲ ಅವ್ರು ಇರ್ಲಿಲ್ಲ. ಅವ್ರ ಮನೆಯೋರೆ, ಸಿಟಿ ಹುಡ್ಗೀ, ಆಸಕ್ತಿಯಿಂದ ನೋಡ್ತಾ ಇದ್ಲು, ಕರ್ದು ತೋರಿಸ್ದೆ. ಅವ್ರದೇನು ತಪ್ಪಿಲ್ಲ" ವಟಗುಟ್ಟಿದ.

"ಅದ್ಕೇ ನಿನ್ನ ಚರ್ಮ ಸುಲಿಸ್ಬೇಕು ಅಷ್ಟೆ. ಗೆಟ್‌ಔಟ್" – ಸಿಡಿದ.

ದತ್ತ ತಲೆ ತಗ್ಗಿಸಿಕೊಂಡು ಹೊರಗೆ ಹೋದ. ಇದನ್ನ ಅನಂತರಾಮಯ್ಯನವರ ಮುಂದೆ ಪ್ರಸ್ತಾಪಿಸುವುದು ಬೇಡವೆನ್ನುವ ನಿರ್ಧಾರಕ್ಕೆ ಬಂದ. ಅವರನ್ನ ಬಿಟ್ಟು ಅವರಿಗೆ ಸಂಬಂಧಪಟ್ಟವರನ್ನ ಅವನು ನೋಡೇ ಇರಲಿಲ್ಲ. ಎಂದೂ ತಮ್ಮ ವೈಯಕ್ತಿಕ ವಿಷಯಗಳನ್ನ ಪ್ರಸ್ತಾಪಿಸಿದವರೇ ಅಲ್ಲ.

ಮನೆಗೆ ಬಂದ ಅನಂತರಾಮಯ್ಯನವರು ಮೊದಲು ಮೊಮ್ಮಗಳತ್ತ ನೋಟ ಹರಿಸಿದರು. ಸುಂದರ ಹೂನಂತೆ ಕಂಡಳು. ಅವರ ಮನ ಮೃದುವಾಯಿತು.

"ಶಾರದ..." ತಲೆ ಬಾಚುತ್ತಿದ್ದವಳು ಕೂದಲನ್ನ ಹಿಂದಕ್ಕೆಸೆದುಕೊಂಡು ಅವರತ್ತ ಬಂದಳು. "ಏನು ತಾತ, ಯಾಕೋ ಒಂದು ತರಹ ಇದ್ದೀರಾ?" ಅನಂತರಾಮಯ್ಯನವರ ಮನ ಮಮತೆಯಿಂದ ತುಂಬಿಹೋಯಿತು. "ಏನಿಲ್ಲ..." ಹಿಂದಕ್ಕೆ ತಿರುಗಿ ಕಣ್ಣೊರೆಸಿಕೊಂಡರು. ಕಲ್ಲಾಗಿದ್ದ ಅವರ ಅಂತಃಕರಣ ಮೊಮ್ಮಗಳನ್ನ ನೋಡಿದ ಮೇಲೆಯೇ ಕರಗಿದ್ದು. ಈಗ ಕಠೋರವಾಗಿ ಮಾತಾಡಲು ಅವರಿಂದಾಗಲಿಲ್ಲ. ತೀರಾ ಮೃದುವಾದರು.

ಕ್ಷಣ ಮೌನವಾಗಿ ನಿಂತ ಶಾರದ ಅರ್ಥ ಮಾಡಿಕೊಂಡಳು. "ಬಂಗ್ಲೆಗೆ ಹೋದ ವಿಷ್ಯ ನಿಮ್ಮ ತಾತನ ಮುಂದೆ ಹೇಳ್ಬೇಡ. ತುಂಬ ಕೋಪ ಮಾಡ್ಕೋತಾರೆ." ಸೀತಮ್ಮ ಹೇಳಿದ್ದನ್ನ ನೆನಪಿಸಿಕೊಂಡಳು.

ಅನಂತರಾಮಯ್ಯ ಬಟ್ಟೆ ಬದಲಾಯಿಸಿ ಕೈಕಾಲು ತೊಳೆದುಬರುವವರೆಗೂ ಕಾದು ಕೂತಳು. ಅವಳಿಗೆ ಏನೂ ಅನ್ನಿಸದಿದ್ದುದು ಅವರಿಗೆ ಅಕ್ಷಮ್ಯ ಅಪರಾಧವಾಗಿ ಕಂಡಿರಬೇಕು!

"ತಾತ, ನನ್ನ ಕ್ಷಮ್ಸಿಬಿಡಿ. ನನ್ನ ಪ್ರಕಾರ ನಾನು ಮಾಡಿದ್ದೇನು ತಪ್ಪಲ್ಲ. ಸುಂದರವಾದದ್ದು, ಅದ್ಭುತವಾದದ್ದು ಜನರು ನೋಡಲೆಂದೇ ಕಾಯ್ದಿಡುತ್ತಾರೆ." ಅವರ ಎದುರಿನಲ್ಲಿ ಬಂದು ನಿಂತಳು. ಅಂಥ ಶ್ರೀಮಂತಿಕೆಯ ಮೇಲೆ ಅವಳಿಗೆ ಕೆಟ್ಟ ಕೋಪ!

ಅನಂತರಾಮಯ್ಯ ನಸುನಕ್ಕರು. "ನೀನು ಏನಮ್ಮ ಅಂಥ ತಪ್ಪು ಮಾಡಿರೋದು?" ಅನುಮಾನವಿದ್ದರೂ ಸತ್ಯವೆಂಬ ನಿರ್ಧಾರಕ್ಕೆ ಅವರು ಬಂದಿರಲಿಲ್ಲ. ತಟ್ಟನೆ ಬಾಯಿಬಿಟ್ಟಳು. "ರಜತಾದ್ರಿ ಪ್ಯಾಲೇಸ್‌ನೊಳಕ್ಕೆ ಹೋಗಿದ್ದು ನಿಜ."

ಕ್ಷಣ ವಿಚಲಿತರಾದರು ಅನಂತರಾಮಯ್ಯ. ಇದಕ್ಕೆ ದತ್ತನ 'ಕುಮ್ಮಕ್' ಎಂದುಕೊಂಡರೂ ನಿಂದಿಸಲು ಹೋಗಲಿಲ್ಲ.

"ಮಾಲೀಕರು ಇಲ್ಲದ ವೇಳೆಯಲ್ಲಿ ಪ್ರವೇಶಿಸಿದ್ದು ಅತಿಕ್ರಮವೇ. ಅಲ್ಲಿನ ನೌಕರವರ್ಗ ಕೂಡ ತಪ್ಪು ಮಾಡಿದೆ". ಅವರ ಕಂಠ ಏರಿತು. ಸತ್ಯವನ್ನ ಒಪ್ಪಿಕೊಳ್ಳಬೇಕೆನಿಸಿತು. "ಕ್ಷಮ್ಸಿಬಿಡಿ, ನೀವು ಹೇಳೋವರ್ಗೂ ನಂಗೆ ತಪ್ಪು ಅನ್ನಿಸಲೇ ಇಲ್ಲ." ಮನಸ್ಸಿನಲ್ಲಿದ್ದುದನ್ನು ಅವರ ಮುಂದಿಟ್ಟಳು. ಇನ್ನು ಮಲ್ಲಿಗೆಯ ದಂಡೆಯ ಬಗ್ಗೆ ಪ್ರಶ್ನಿಸಬೇಕೆನಿಸಲಿಲ್ಲ. ಹೆಂಡತಿ ದಂಡೆ ಪೋಣಿಸುತ್ತಿದ್ದನ್ನು ತಾವೇ ಕಣ್ಣಾರೆ ಕಂಡಿದ್ದರು. "ಹೋಗ್ಲಿ, ಮರ್ತುಬಿಡು." ಭುಜ ತಟ್ಟಿ ಸಂತೈಸಿದರು.

ಮಗಳು ಸತ್ತಾಗಲೇ ಬಂಧನ ಕಡಿದುಹಾಕಿಬಿಟ್ಟಿದ್ದರು. ಈಗ ತಾನಾಗಿ ಸುತ್ತಿಕೊಂಡಿತ್ತು. ಬಿಡಿಸಿಕೊಳ್ಳಲಾರದೆ ಒದ್ದಾಡಿದರು.

ಸಂಜೆ ಅವರಿಗೆ ವಿಜಯೇಂದ್ರ ಬಾಲ್ಕನಿಯಲ್ಲೇ ಸಿಕ್ಕ. ಬಿಗಿಯಾದ ಬಿಳಿಯ ಉಡುಪು ತೊಟ್ಟಿದ್ದ. ಅವನ ಕುದುರೆ ಸವಾರಿಯ ಪ್ರೇಮ ಅವರಿಗೆ ಗೊತ್ತುಂಟು.

"ಸ್ವಲ್ಪ ಹೊರ್ಗಡೆ ಹೋಗ್ಬರ್ತೀನಿ" ಎನ್ನುತ್ತಲೇ ನಾಲ್ಕು ಮೆಟ್ಟಿಲು ಕೆಳಗೆ ಚಿಮ್ಮಿದ. ಕೆಲವೊಮ್ಮೆ ತೀರಾ ಸಣ್ಣ ಹುಡುಗನಾಗಿ ವರ್ತಿಸುತ್ತಿದ್ದ.

ಕುದುರೆ ಸವಾರಿಯ ಬಗ್ಗೆ ಕ್ರೇಜ್, ಈ ವಂಶಸ್ಥರಿಗೆ ಸಹಜ. ವಿಜಯೇಂದ್ರನ ತಾತ, ತಮ್ಮ ಓಡಾಟಕ್ಕೆ ಹೆಚ್ಚು ಕುದುರೆಯನ್ನೇ ಉಪಯೋಗಿಸುತ್ತಿದ್ದರು. ಕುದುರೆಯ ಖುರಪುಟ ಸದ್ದು ಅವರಲ್ಲಿ ನವಚೇತನ ತುಂಬುತ್ತಿತ್ತು.

ಬಿಳಿಯ ಶ್ವೇತಾ, ಲಾಯದಿಂದ ಹೊರಗೆ ಬಂದು ಉಲ್ಲಾಸದಿಂದ ಕಾಲುಗಳನ್ನೆತ್ತಿ ಕೆನೆಯಿತು. ವಿಜಯೇಂದ್ರ ಕತ್ತು ಬೆನ್ನನ್ನ ಸವರಿ ಹತ್ತಿ ಕೂತ.

ಅನಂತರಾಮಯ್ಯನವರ ನೋಟ ಬಾಗಿಲ ಮರೆಯಲ್ಲಿದ್ದ ದತ್ತನ ಮೇಲೆ ನೆಟ್ಟಿತು. ದುರುದುರ ನೋಡಿದರು. ಅವನು ಕತ್ತು ತೂರಿಸುತ್ತ ಒಳಕ್ಕೆ ಸರಿದ.

"ಸ್ವಲ್ಪ ನನಗೆ ಕೋಣೆಗೆ ಬಾ" ಎಂದರು. ಇಡೀ ರಜತಾದ್ರಿಯ ವಹಿವಾಟೆಲ್ಲ ನಿರ್ಧರಿತವಾಗುತ್ತಿದ್ದುದು ಆ ಕೋಣೆಯಲ್ಲೇ. ಮೌನವಾಗಿ ತಲೆದೂಗಿದ.

ತಮ್ಮ ಸೀಟಿನಲ್ಲಿ ಕೂತ ಅನಂತರಾಮಯ್ಯ ಅವನಿಗಾಗಿ ಕಾದರು. ಎಂದೂ ಅವರ ಪ್ರಕಾರ ಇಂಥ ತಪ್ಪು ಘಟಿಸಿರಲಿಲ್ಲ. ಲಕ್ಷಗಳ ಮೇಲೆ ಲೆಕ್ಕ ಹಾಕಬಹುದಾದ,

ಕೆಲವರ ದೃಷ್ಟಿಯಲ್ಲಿ ಬೆಲೆ ಕಟ್ಟಲಾಗದ ರಜತಾದ್ರಿಯನ್ನು ಅವರ ಜವಾಬ್ದಾರಿಯಲ್ಲಿ ಬಿಟ್ಟುಹೋಗಿದ್ದರು. ಇದು ತಮ್ಮ ಬೇಜವಾಬ್ದಾರಿಯೆಂದೇ ಅವರ ನಂಬಿಕೆ.

ಒಳಗೆ ಬಂದ ದತ್ತ ಕತ್ತು ತುರಿಸುತ್ತ ನಿಂತ. “ಯಜಮಾನ್ರೇ ಸುಮ್ನೆ ಇದ್ದಾರೆ. ನೀವ್ಯಾಕೆ ತಲೆ ಕೆಡಿಸ್ಕೋತೀರಾ ಚಿಕ್ಕಪ್ಪ.” ಸ್ವಲ್ಪ ಸಲಿಗೆವಹಿಸಿ ಬಾಯಿಬಿಟ್ಟ. ಅನಂತರಾಮಯ್ಯನವರ ಕಣ್ಣುಗಳು ಕೆಂಪಗಾದವು.

“ನಾನು ಈಗಾಗ್ಲೇ ಯಜಮಾನ್ರ ಹತ್ರ ತಪ್ಪು ಒಪ್ಕೊಂಡಿದ್ದೀನಿ. ಅವ್ರೇನು ಆಕ್ಷೇಪಣೆ ಮಾಡ್ಲಿಲ್ಲ. ಬೇಕಾದ್ರೆ ನೀವೇ ಕೇಳಿ” ಎಂದವನು ಹೊರಗೆ ಹೋಗಿಬಿಟ್ಟ.

ದತ್ತನ ಬಗ್ಗೆ ಅವರಿಗೆ ಗೊತ್ತು. ಎಂಥವರನ್ನ ಬೇಕಾದರೂ ಒಲಿಸಿಕೊಳ್ಳಬಲ್ಲ. ಬಂದು ಹೋಗುತ್ತಿದ್ದ ವಿಜಯೇಂದ್ರನ ಅಪ್ಪನಿಗೆ ಬಹಳ ಪ್ರಿಯವಾಗಿದ್ದ. ತೀರಾ ರಸಿಕರಾಗಿದ್ದ ಅವರಿಗೆ ಆತ್ಮೀಯನಾಗಿದ್ದ. ಕೆಲವೊಮ್ಮೆ ಇವರೇ ಮುಖಭಂಗಿತರಾದ ಸಂದರ್ಭಗಳು ಬಂದಿತ್ತು.

ರಜತಾದ್ರಿಯಲ್ಲಿ ಕೆಲಸ ಮಾಡುವ ಆಳುಕಾಳುಗಳಲ್ಲಿ ದತ್ತನಿಗೆ ಪ್ರಾಶಸ್ತ್ಯ. ಅವನ ಅತಿರಂಜಕವಾದ ಮಾತುಗಳು ಎಲ್ಲರನ್ನ ಮರಳು ಮಾಡುತ್ತಿತ್ತು. ತಿರುಗಾಡಲು ವಿಜಯೇಂದ್ರರ ಜೊತೆ ಹೋಗುತ್ತಿದ್ದವನು, ತನ್ನ ಮಾತುಗಳ ಮೋಡಿಯಿಂದ ಅವರನ್ನ ಕಟ್ಟಿಹಾಕುತ್ತಿದ್ದ.

“ದತ್ತನ್ನ ಸ್ವಲ್ಪ ಕಳಿಸಿ” – ವಿಜಯೇಂದ್ರ ಅವರಿಗೆ ಹೇಳುತ್ತಿದ್ದ. ಆಗ ತಮ್ಮ ಅಸಮಾಧಾನ ತೋರಿಸಿಕೊಳ್ಳದೆ ಮೌನವಹಿಸುತ್ತಿದ್ದರು. ಏನೋ ಒಂದು ರೀತಿಯ ಭಯ ಅವರನ್ನ ಕಾಡುತ್ತಿತ್ತು. ಈ ವಂಶಸ್ಥರಿಗಿದ್ದ ಹೆಣ್ಣಿನ ಮೋಹ ಅವರಿಗೆ ಗೊತ್ತುಂಟು. ಈ ವೈಭವಕ್ಕೆ ಮರುಳಾಗಿ ಬಾರದಿದ್ದವರೇ ಇಲ್ಲ!

ಎಷ್ಟೋ ಸಲ ಇಲ್ಲಿಂದ ಹೊರಟುಬಿಡಲು ತೀರ್ಮಾನಿಸುತ್ತಿದ್ದರು. ಆದರೆ... ಎಲ್ಲಿಗೆ? ತಮಗೆ ಇಂಥದ್ದೊಂದು ಆಸರೆ ಸಿಗಬಹುದೇ? ವ್ಯಥಿತರಾಗಿಬಿಡುತ್ತಿದ್ದರು.

“ಈ ವಯಸ್ಸಿನಲ್ಲು ಕೆಲ್ಸ ತಪ್ಪಲಿಲ್ವಲ್ಲಾ.” ಸೀತಮ್ಮ ಕೈ ಕೈ ಹಿಸುಕಿದಾಗ ಭಾರವಾದ ನಿಟ್ಟುಸಿರು ದಬ್ಬುತ್ತಿದ್ದರು. “ಏನ್ಮಾಡೋದು! ಅನಿವಾರ್ಯ! ಈ ವಯಸ್ಸಿನಲ್ಲಿ ನಂಗೆ ಯಾರು ಕೆಲ್ಸ ಕೊಡ್ತಾರೆ? ಮಕ್ಳು ಮರಿ ಇದ್ದಿದ್ರೆ ಹೋಗಿ ಇದ್ಕೋಬಹುದಾಗಿತ್ತು. ಈ ರಜತಾದ್ರಿ ಮಣ್ಣಿನಲ್ಲೇ ಬೆರೆತು ಹೋಗ್ಬೇಕು” ಎನ್ನುತ್ತಿದ್ದರು.

ಇದು ಕಟುವಾದರೂ ಸತ್ಯಸಂಗತಿ. ತೀರಾ ಅನಿವಾರ್ಯ ಸಂದರ್ಭಗಳಲ್ಲಿ ನೆರವಾಗುತ್ತಿದ್ದವರು ರಜತಾದ್ರಿಯ ಮಾಲೀಕರೇ. ಸೀತಮ್ಮ ಪೂರ್ತಿ ಮಂಚ ಸೇರಿದಾಗ ಸಾವಿರಾರು ರೂಪಾಯಿ ಲೆಕ್ಕ ಇಡದೇ ಕೊಟ್ಟು ಆಕೆ ಆರೋಗ್ಯವಂತಳಾಗುವಂತೆ ಮಾಡಿದ್ದರು. ಇಂದಿಗೂ ಆ ಹಣದ ಪ್ರಸ್ತಾಪ ಅವರುಗಳು ಎತ್ತಿರಲಿಲ್ಲ.

* * * *

ಸುಬ್ರಮಣ್ಯಂ ಮನೆಗೆ ಬರುವ ವೇಳೆಗೆ ಜಗದೀಶ ಬಂದು ಕೂತಿದ್ದ. ಅವನಿಗೆ ಪಶ್ಚಾತ್ತಾಪವಾಗದಿದ್ದರೂ ಶಾರದಳಂಥ ಹೆಣ್ಣು ತಪ್ಪಿಹೋದುದಕ್ಕೆ ಬೇಸರವಾಗಿತ್ತು.

"ನಮಸ್ಕಾರ..." ಏನೋ ಒಂದು ರೀತಿಯ ಬೇಸರದಿಂದಲೇ ನುಡಿದ. "ನಮಸ್ಕಾರ..." ಎಂದವರೇ ಒಳಗೆ ನಡೆದರು. ಅವರು ಮಾಡಿದ ಅವಮಾನಕ್ಕಿಂತ ತಾವು ಮುಖಭಂಗಿತರಾಗಿದ್ದುದು ಅವರಿಗೆ ಹೆಚ್ಚಿನ ನೋವಿನ ಸಂಗತಿಯಾಗಿತ್ತು. ಚಿನ್ನದ ಮೇಲಿನ ಆಸೆಗೆ ಮಗಳ ಜೀವನ ಬಲಿಗೊಟ್ಟ ಕಟುಕರಾದೆವಲ್ಲ ಎನ್ನುವ ಚಿಂತೆ.

ಹಿಂದೆಯೇ ಬಂದ ಪದ್ದಮ್ಮ ಬಗ್ಗಿ ಗಂಡನ ಕೆನ್ನೆಯ ಬಳಿ ಪಿಸುಗುಟ್ಟಿದರು. "ಮತ್ತೆ ಕೇಳೋದಿಕ್ಕೆ ಬಂದಿದ್ದಾರೆ. ಸುಮ್ನೆ ಒಪ್ಕೊಂಡ್ಬಿಡಿ. ಮತ್ತೆ ಗಂಡು ಹುಡ್ಕೋದು, ಸಂಬಂಧ ನಿಶ್ಚಯಿಸೋದೆಂದ್ರೆ ತಾಪತ್ರಯದ ವಿಷ್ಯ." ಸುಬ್ರಮಣ್ಯಂ ತಲೆಯೆತ್ತಲಿಲ್ಲ. ತಾವು ಇನ್ನಷ್ಟು, ಮತ್ತಷ್ಟು ಮುಂದೆ ಕುಗ್ಗಿಹೋಗುವುದು ಅವರಿಗೆ ಬೇಕಿರಲಿಲ್ಲ. ಸುಮ್ಮನೆ ಕೂತುಬಿಟ್ಟರು.

"ಹೋಗಿ.... ಮಾತಾಡಿ" ಪದ್ದಮ್ಮ ರೇಗಿಕೊಂಡರು. ತಳ್ಳಿಸಿಕೊಂಡವರಂತೆ ಹೊರಗೆ ಬಂದರು.

"ನಿಮ್ಹತ್ರ ಸ್ವಲ್ಪ ಮಾತಾಡ್ಬೇಕಿತ್ತು. ಶಾರದ ಎಲ್ಲಿ?" ಕೂತ ಭಂಗಿ ಬದಲಾಯಿಸುತ್ತಾ ಕೇಳಿದ ಜಗದೀಶ. ಅವನಲ್ಲಿ ಯಾವ ಅಳುಕೂ ಇರಲಿಲ್ಲ.

"ಇನ್ನೇನಿದೆ..... ಮಾತಾಡೋಕೆ? ಎಲ್ಲಾ ಮುಗ್ದುಹೋಯಿತಲ್ಲ! ಅವ್ಳು ಗಟ್ಟಿ ಮನಸ್ಸಿನ ಹುಡ್ಗೀ. ಆತ್ಮಹತ್ಯೆ ಮಾಡಿಕೊಳ್ಳಿಲ್ಲ" ಕೂದಲಿಲ್ಲದ ತಲೆಯನ್ನ ಸವರಿದರು ಸುಬ್ರಮಣ್ಯಂ. ಜಗದೀಶನ ಮುಖ ಕ್ಷಣ ಗಂಭೀರವಾದರೂ ತುಟಿಯಂಚಿನಲ್ಲಿ ನಗು ಮಿನುಗಿತು.

"ಶಾರದ ಬಗ್ಗೆ ಅಂಥ ಭಯಕ್ಕೆ ಕಾರಣವಿಲ್ಲ. ನಾನು ಈಗ ಮದ್ವೆ ವಿಷ್ಯ ಮಾತಾಡೋಕೆ ಬಂದಿದ್ದೀನಿ. ಒಂದು ಲಗ್ನ ಇಡ್ಸಿ... ಹೇಗೆ ಬೇಕಾದ್ರೂ ಮಾಡಿಕೊಡಿ, ನಂದೇನು ಆಕ್ಷೇಪಣೆ ಇಲ್ಲ". ವಿಷಯಾನ ನೇರವಾಗಿ ಅವರ ಮುಂದಿಟ್ಟ.

ಸುಬ್ರಮಣ್ಯಂ ಮುಖ ತಗ್ಗಿಸಿದರು. ಇಂಥ ಕಲ್ಪನೆ ಕೂಡ ಅವರಿಂದ ಸಾಧ್ಯವಿಲ್ಲ. ಶಾರದ ಪ್ರತಿಯೊಂದಕ್ಕೂ ತಕರಾರು ತೆಗೆಯುವ ಹುಡುಗಿಯಲ್ಲ. ಒಮ್ಮೆ ಧ್ವನಿಯೆತ್ತಿ ತಲೆಯಾಡಿಸಿಬಿಟ್ಟರೆ ಯಾರೂ ಅವಳ ಮನಸ್ಸನ್ನು ಬದಲಾಯಿಸಲು ಸಾಧ್ಯವಿಲ್ಲವೆಂದು ಅವರಿಗೆ ಗೊತ್ತು.

"ಇದು ಆಗ್ದ ವಿಷ್ಯ. ಈ ವಿಷ್ಯನ ಇಲ್ಲಿಗೆ ನಿಲ್ಸಿಬಿಡಿ. ಅಂದೇ ಅವ್ಳು ನಿರಾಕರಿಸಿಬಿಟ್ಟಿದ್ದಾಳೆ. ಮತ್ತೆಂದೂ ನಿಮ್ಮ ಜೊತೆ ಮದ್ವೆ ಯೋಚ್ನೆ ಮಾಡೋಲ್ಲ". ದೃಢವಾಗಿ ನುಡಿದರು. ಇದನ್ನು ಜಗದೀಶ ನಿರೀಕ್ಷಿಸಿಯೇ ಇದ್ದ.

"ನಾನು ಅವ್ಳ ಮನಸ್ಸನ್ನ ಬದಲಾಯಿಸ್ತೀನಿ!" ಮೇಲೆದ್ದ.

"ಸಂತೋಷ..." ಅಷ್ಟೇ ನುಡಿಯಲು ಸಮರ್ಥರಾದರು. ಅವರಿಗೇನು ಅದಷ್ಟು ಸುಲಭವಾಗಿ ಕಂಡಿರಲಿಲ್ಲ.

ನಾಲ್ಕು ಹೆಜ್ಜೆ ಆವೇಶದಿಂದ ಮುಂದೆ ಹೊರಟವನು ನಿಂತು ತಿರುಗಿದ. "ನಿಮ್ಮ

ಮಾವನವ್ರ ವಿಳಾಸ ಗುರುತು ಹಾಕಿಕೊಡಿ" – ಕೇಳಿದ. ಇದು ಸುಬ್ರಮಣ್ಯಂಗೆ ಇಷ್ಟವಾದ ಕೆಲಸವೇನು ಇಲ್ಲ.

ಬಂದ ಪದ್ದಮ್ಮ ಮತ್ತೆ ಬಾಯಿಹಾಕಿದರು. "ಹಾಕ್ಕೊಡಿ, ನಾವೆಲ್ಲ ಒಪ್ಪಿದ ಸಂಬಂಧ ತಾನೇ. ಆದ್ರೆ ಎಲ್ಲರಿಗೂ ಸಂತೋಷ". ಆಕೆಯ ಮುಖದಲ್ಲಿ ಸಂತೋಷವಿತ್ತು. ಸುಬ್ರಮಣ್ಯಂ ಇನ್ನೊಂದು ಮಾತಾಡದೆ ಗುರುತು ಹಾಕಿಕೊಟ್ಟರು.

"ರಜತಾದ್ರಿ ಪ್ಯಾಲೆಸ್ ಅಥವಾ ಅರಮನೆಗೇನೇ ಒಂದು ಬಸ್ ಸ್ಟಾಪ್ ಇದೆ. ಅಲ್ಲಿನ ಜನಕ್ಕೆ 'ಅರಮನೆಗೆ' ಅಂದರೇನೇ ಅರ್ಥವಾಗೋದು. ಅದ್ನ ಉಸ್ತುವಾರಿ ನೋಡೋರು ನಮ್ಮ ಮಾವನೋರು." ಚೀಟಿ ಕೈಗಿತ್ತವರು ಮತ್ತಷ್ಟು ಹೇಳಿದರು.

ಒಮ್ಮೆ ಚೀಟಿ ನೋಡಿದ ಜಗದೀಶ ಷರಟಿನ ಜೇಬಿಗೆ ಸೇರಿಸಿದ. ಅವನ ವಿದ್ಯೆ, ಬುದ್ಧಿವಂತಿಕೆ, ರೂಪಕ್ಕೆ ಬೇಕಾದಷ್ಟು ಹೆಣ್ಣುಗಳು ಸಿಕ್ಕುತ್ತಿದ್ದವು. ಸದಾ ಕಿರಿಕಿರಿಯೆನಿಸದ ಶಾರದಳ ಸ್ವಭಾವ ಅವನಿಗಿಷ್ಟವಾಗಿತ್ತು. ಯಾವುದೇ ಸ್ಥಿತಿಯಲ್ಲಿದ್ದರೂ ತನ್ನ ದಾಂಪತ್ಯ ಜೀವನ ಅವಳೊಂದಿಗೆ ಸುಖವೆನ್ನುವ ನಿರ್ಧಾರಕ್ಕೆ ಬಂದಿದ್ದ.

"ಬರ್ತೀನಿ...". ಹೊರಟುಬಿಟ್ಟ.

ಪದ್ದಮ್ಮನ ಮುಖ ಮೊರದಗಲವಾಯಿತು. ಮದುವೆ ನಿಂತ ಮೇಲೆ ಕಂಡ ಕಂಡ ಜನ, ಆಗದ ಜನ-ತಲಾ ಒಂದೊಂದು ಚುಚ್ಚು ಮಾತು ಆಡುತ್ತಿದ್ದರು. ಅದರಿಂದ ತಪ್ಪಿಸಿಕೊಳ್ಳುವ ದಿನ ಹತ್ತಿರವಾಗಲಿದೆಯೆಂದು ನೂರೆಂಟು ದೇವರಿಗೆ ಮುಡುಪು ಹೊತ್ತಿದ್ದರು.

ಜಗದೀಶನ ಕಾರು ರಜತಾದ್ರಿಯ ಮೈನ್ ಗೇಟ್ ತಲುಪಿದಾಗ ವಾಚ್‌ಮನ್ ಹತ್ತಿರಕ್ಕೆ ಬಂದು ವಿಚಾರಿಸಿದ.

"ಅನಂತರಾಮಯ್ಯನವರನ್ನ ನೋಡ್ಬೇಕಿತ್ತು" ಎಂದ. ವಾಚ್‌ಮನ್ ಗೇಟು ತೆರೆದು ಪಕ್ಕದ ದಾರಿ ತೋರಿಸಿದ. "ಈ ಕಡೆನೇ ಹೋಗಿ, ಅರಮನೆ ಹಿಂಭಾಗಕ್ಕೆ ಬರುತ್ತೆ ಮನೆ." ಕಾರಿನ ಚಕ್ರಗಳು ಒಳಕ್ಕೆ ಉರುಳಿದವು.

ವಿರುದ್ಧ ದಿಕ್ಕಿನಿಂದ ಬಂದ ಕುದುರೆ ನಿಂತಿತು. ಕಾರು ಬ್ರೇಕ್ ಹಾಕುವುದು ಅವನಿಗೆ ಅನಿವಾರ್ಯವಾಯಿತು. ಡೋರ್ ತೆಗೆದು ಇಳಿದು ವಂದಿಸಿದಾಗ ವಿಜಯೇಂದ್ರ ಕೆಳಗಿಳಿದು ಕಣ್ಣಲ್ಲೇ ಪ್ರಶ್ನಿಸಿದ.

"ಸ್ವಲ್ಪ ಅನಂತರಾಮಯ್ಯನವರನ್ನ ಭೇಟಿ ಆಗ್ಬೇಕಿತ್ತು" ಎಂದಾಗ ಅವನ ತುಟಿಯಮೇಲೆ ನಗು ಇಣುಕಿತು. "ವೈ ನಾಟ್? ಹೋಗಿ ನೋಡಿ." ಕುದುರೆಯ ಬೆನ್ನನ್ನ ತಟ್ಟಿ ಹೋಗುವಂತೆ ಸನ್ನೆ ಮಾಡಿದ. ಒಮ್ಮೆ ಎರಡು ಕಾಲುಗಳನ್ನ ಎತ್ತಿ ಕೆನೆದ ಕುದುರೆ ಮೌನವಾಗಿ ಮುಂದಕ್ಕೆ ಹೋಯಿತು.

"ಬನ್ನಿ, ಇಷ್ಟೊತ್ತಿನಲ್ಲಿ ಅವ್ರು ಮನೆಯಲ್ಲಿ ಇರೋಲ್ಲ". ಮುಂದಕ್ಕೆ ವಿಜಯೇಂದ್ರ ಹೊರಟಾಗ ಬೇಗ ಕಾರ್‌ನ ಲಾಕ್ ಮಾಡಿ ಅವನನ್ನ ಹಿಂಬಾಲಿಸಿದ.

ವಿಜಯೇಂದ್ರ ಬಂಗ್ಲೆ ತಲುಪುವವರೆಗೂ ಇನ್ನೊಂದು ಮಾತಾಡಲಿಲ್ಲ. ಹೊರಗಿದ್ದ ಸಮವಸ್ತ್ರದ ಆಳನ್ನು ಸನ್ನೆ ಮಾಡಿ ಕರೆದು ಹೇಳಿದ.

"ಇವ್ರನ್ನ ಅನಂತರಾಮಯ್ಯನವ್ರ ಆಫೀಸ್‌ಕೋಣೆಗೆ ಕರ್ಕೊಂಡ್ಹೋಗು."

ಜಗದೀಶ ಅವನಿಗೆ ಮತ್ತೊಮ್ಮೆ ವಿಶ್ ಮಾಡಿ ಆಳನ್ನ ಹಿಂಬಾಲಿಸಿದ.

ಹೊರಭಾಗಕ್ಕೆ ಇದ್ದ ದೊಡ್ಡದಾದ ಕೋಣೆ ಒಂದು ಸಣ್ಣ ದಿವಾನ್ ಖಾನೆಯಾಗಿ ಮಾರ್ಪಟ್ಟಿತ್ತು. ಏನೋ ಬರೆಯುತ್ತಿದ್ದ ಅನಂತರಾಮಯ್ಯ "ನಮಸ್ಕಾರ..." ಎಂದ ಕೂಡಲೇ ತಲೆಯೆತ್ತಿದರು. ಅವರ ನೆನಪಿನ ಶಕ್ತಿ ಆಶ್ಚರ್ಯಕರ ರೀತಿಯಲ್ಲಿ ಇಲ್ಲಿ ಕೈ ಕೊಟ್ಟಿತು. ಕನ್ನಡಕದೊಳಗಿನ ಕಣ್ಣುಗಳು ಮತ್ತಷ್ಟು ಕಿರಿದಾದವು. "ಯಾರು ತಾವು?" ಪ್ರಶ್ನಿಸಿಯೇಬಿಟ್ಟರು. ಕ್ಷಣ ತಲೆ ತಗ್ಗಿಸುವಂತಾಯಿತು ಜಗದೀಶನಿಗೆ. "ನಾನು ಜಗದೀಶ, ನಿಮ್ಮ ಮೊಮ್ಮಗ್ಳು ಶಾರದನ ಲಗ್ನವಾಗ್ಬೇಕಾದ ಗಂಡು". ಸಂಕೋಚದಿಂದಲೇ ಹೇಳಿಕೊಂಡ.

ಅನಂತರಾಮಯ್ಯ ತಮ್ಮ ತೆರೆದ ಪೆನ್ನಿಗೆ ಕ್ಯಾಪ್ ಸಿಕ್ಕಿಸಿ ಮೇಲೆದ್ದವರು ಅವನನ್ನ ಹೊರಗೆ ಕರೆದುಕೊಂಡು ಬಂದು ಮನೆಯ ಹಾದಿ ತೋರಿಸಿದರು.

"ಮನೆಯಲ್ಲಿರಿ, ಬರ್ತೀನಿ". ನಿರ್ವಿಕಾರವಾಗಿ ಹೇಳಿದರು. ಅವರಿಗೆ ಜಗದೀಶ ಬಂದಿದ್ದರಿಂದ ಸಂತೋಷವಾಗಲಿ, ದುಃಖವಾಗಲಿ ಆಗಲಿಲ್ಲ.

ಆದರೆ ಜಗದೀಶನಿಗೆ ಬೇಸರವಾಯಿತು. ತಾನು ಗಂಡೆಂಬ 'ಅಹಂ' ಅವನನ್ನ ಕಾಡಿತು. ಕಾರಿನತ್ತ ದಾಪುಗಾಲು ಹಾಕಿದ. ಕಿಟಕಿಯ ಪರದೆ ಸರಿ ಮಾಡುತ್ತಿದ್ದ ದತ್ತ ಅವನನ್ನ ಗಮನಿಸಿ ಏನೋ ಲೆಕ್ಕ ಹಾಕಿದ. ಹೆಣ್ಣು, ಗಂಡಿನ ಸಂಬಂಧದ ಬಗ್ಗೆ ಅವನ ಮಿದುಳು ತುಂಬ ಚುರುಕು.

ಕಾರು ಬಂದು ಬಾಗಿಲ ಮುಂದೆ ನಿಂತಾಗ ಮೊದಲು ಗಮನಿಸಿದ್ದು ಶಾರದಾನೆ. ಕ್ಷಣ ಮೈ ಮರೆತಂತಾದರೂ ಚೇತರಿಸಿಕೊಂಡಳು.

"ಹಲೋ... ಶಾರದ" – ತುಂಬುನಗೆಯನ್ನ ತುಳುಕಿಸಿದ. "ಹಲೋ..." ಕಿರುನಕ್ಕಳು. "ಬ್ಯೂಟಿಫುಲ್ ಪ್ಲೇಸ್..." – ಅವಳನ್ನೇ ಕಣ್ಣುಗಳಲ್ಲಿ ತುಂಬಿಕೊಳ್ಳುವಂತೆ ನೋಡಿದ. ಮೊದಲಿನ ಹಾಗೆ ಅವನ ನೋಟಕ್ಕೆ ಕರಗಿಹೋಗಲಿಲ್ಲ.

"ಬನ್ನಿ..." ಆಹ್ವಾನಿಸಿದಳು.

ಒಳಬಂದ ಜಗದೀಶ ಸುತ್ತಲೂ ಒಮ್ಮೆ ಪರಿಶೀಲನಾದೃಷ್ಟಿಯಿಂದ ನೋಡಿದ. ಹೊರನೋಟಕ್ಕೆ ಸಾಮಾನ್ಯವಾಗಿ ಕಂಡ ಮನೆ ಒಳಗೆ ಶ್ರೀಮಂತವಾಗಿತ್ತು.

ಸೋಫಾ ಮೇಲಿನ ಮೆತ್ತಗೆ ಮೈ ಒರಗಿಸುತ್ತ "ಓ, ಮೈ ಗಾಡ್..." ಮುಖ ಮೇಲೆತ್ತಿ ಭಾರವಾದ ಉಸಿರು ದಬ್ಬಿದ. ಅವನ ಮನದ ಭಾರವೆಲ್ಲ ಕ್ಷಣದಲ್ಲಿ ಹಾರಿಹೋಯಿತು. ಶಾರದ ತೀರಾ ತನ್ನ ಕೈಗೆಟಕುವಷ್ಟು ದೂರದಲ್ಲಿ!

ನಿಂಬೆಹಣ್ಣಿನ ತಣ್ಣನೆಯ ಷರಬತ್ತು ತಂದಿತ್ತಳು. ನಿಧಾನವಾಗಿ ಹೀರಿ ಗ್ಲಾಸ್ ಕೆಳಗಿಟ್ಟ. ಶಾರದ ನಿಂತೇ ಇದ್ದಳು.

"ಯಾಕೆ ನಿಂತೇ ಇದ್ದೀಯಾ, ಕೂತ್ಕೋ" – ಜಗದೀಶ ಹೇಳಿದಾಗ ಅರೆಮನಸ್ಸಿನಿಂದಲೇ ಕೂತಳು. "ಇದೇನು ಈ ಕಡೆ ಬಂದಿದ್ದೀರಾ? ಇಲ್ಲಿ ಯಾರಾದ್ರೂ ನಿಮ್ಮ ಸಂಬಂಧಿಕರು ಇದ್ದಾರ?" ಔಪಚಾರಿಕವಾಗಿ ಪ್ರಶ್ನಿಸಿದಳು. ಜಗದೀಶ ಬೆಚ್ಚಿಬಿದ್ದ. ಅಂದು ದಿಟ್ಟಳಾಗಿ ನಿರಾಕರಿಸಿದ ಶಾರದಾನೆ; ಯಾವುದೇ ಮಾರ್ಪಾಟು ಇಲ್ಲ.

"ಅದ್ಕಿಂತ ಹೆಚ್ಚಿನವ್ರು ಇದ್ದಾರೆ" ಕಣ್ಣು ಮಿಟುಕಿಸಿದ. "ಬಂದೆ..." – ಎದ್ದು ಹೋದಳು ಶಾರದ, ಜಗದೀಶ ಯಾಕೆ ಬಂದಿರಬಹುದು? ಮತ್ತೆ ಮದುವೆ ಪ್ರಸ್ತಾಪ! ಅವಳ ಮನ ನಿರ್ದಾಕ್ಷಿಣ್ಯವಾಗಿ ನಿರಾಕರಿಸಿತು. ಅವಳ ಮನದ ನವಿರಾದ ಭಾವನೆಗಳು ತುಂಡಾಗಿಹೋಗಿದ್ದವು.

ವಿಷಯ ಮುಟ್ಟಿದ ಸೀತಮ್ಮ ಬಂದು ಮಾತಾಡಿಸಿದರು. ಶಾರದ ಮೌನದ ಗೊಂಬೆ ಆಗಿದ್ದಳು. ಜಗದೀಶನಲ್ಲಿ ಆಡಬಹುದಾದ ಮಾತುಗಳೇ ಅವಳಿಗೆ ಇಲ್ಲವೆನಿಸಿತು.

"ನಿನ್ನತ್ರ ಸ್ವಲ್ಪ ಪರ್ಸನಲ್ಲಾಗಿ ಮಾತಾಡ್ಬೇಕು. ಹೊರ್ಗಡೆ ಹೋಗೋಣ." ಸೋತ ದನಿಯಲ್ಲಿ ಉತ್ಸಾಹ ತುಂಬಿ ಜಗದೀಶ ಹೇಳಿದ.

"ನಮ್ಮ ಇಬ್ಬರ ಮಧ್ಯೆ ಅಂಥ ಪರ್ಸನಲ್ ಏನಿದೆ? ಅದೇನು ಆಡ್ಬೇಕೋ... ಇಲ್ಲೇ ಆಡಿ." ತಣ್ಣಗೆ ಉಸುರಿದಳು. ಜಗದೀಶನ ಮೂಗು ಕೋಪದಿಂದ ಕೆಂಪಾಯಿತು, ಸಂಯಮದಿಂದ ನುಂಗಿದ.

"ಬೇಡ, ಬಾ..." – ಸಲಿಗೆಯಿತ್ತು ಅವನ ಸ್ವರದಲ್ಲಿ. ಕಹಿ ಶಾರದಾಗೂ ಬೇಡವೆನಿಸಿತು. ಎದ್ದು ಅವನ ಜೊತೆ ಹೊರಗೆ ಬಂದಳು. ಪ್ಯಾಂಟ್ ಜೇಬಿನಲ್ಲಿ ಕೈಗಳನ್ನು ತುರುಕಿ, ಕಾಣುವ ಕಲಾತ್ಮಕ ರಜತಾದ್ರಿಯನ್ನೇ ನೋಡಿದ. ಅದರ ಒಡೆತನ ಅತ್ಯಂತ ಹೆಮ್ಮೆಯ ವಿಷಯವಾಗಿ ಕಂಡಿತು.

"ನಿಜ್ವಾಗ್ಲೂ ರಜತಾದ್ರಿ ಅರಮನೆನೇ?" ಅಲ್ಲೇ ನೋಟ ನೆಟ್ಟು ಹೇಳಿದವನು ಅವಳತ್ತ ತಿರುಗಿದ. "ಅದ್ನ ನೋಡಿದಾಗ ನಿಂಗೆ ಏನು ಅನ್ನಿಸಿತು?" – ಪ್ರಶ್ನಿಸಿದ; ಕ್ಷಣ ಗಲಿಬಿಲಿಗೊಂಡಳು.

"ಚೆನ್ನಾಗಿದೆ ಅನ್ನಿಸ್ತು" ಎಂದಳು ಚುಟುಕಾಗಿ.

ತಟ್ಟನೆ ಅವಳ ಕೆನ್ನೆ ಸವರಿ ಕಣ್ಣುಗಳಲ್ಲಿ ಹೆಮ್ಮೆ ತುಂಬಿಕೊಂಡು ಹೇಳಿದ – "ಅದೇ ನಂಗೂ, ನಿಂಗೂ ವ್ಯತ್ಯಾಸ. ಅದ್ನ ನೋಡಿದಾಗ, ನಾನ್ಯಾಕೆ ಇಂಥ ರಜತಾದ್ರಿಗೆ ಒಡೆಯನಾಗ್ಬಾರ್ದು ಅನ್ನಿಸ್ತು. ಅದ್ಕೆ ಕ್ಯಾಪಿಟಲ್, ಶ್ರಮ ಎರಡೂ ಬೇಕು. ನಾನು ಶ್ರಮಪಡಬಲ್ಲೆ. ಆದರೆ... ಹಣ..." ಎಂದವನು ಆಕಾಶದತ್ತ ನೋಟ ಹರಿಸಿದ. "ನನ್ನ ಆಂಬಿಷನ್‌ಗೆ ಬಹಳಷ್ಟು ಹಣನೇ ಬೇಕು. ಅದ್ಕೇ ಕೈ ಹಿಡಿದು ಸುಖದಲ್ಲಿ

ಪಾಲುಪಡೆಯಲು ಬರೋ ಸಂಗಾತಿಯಿಂದ ಸ್ವಲ್ಪ ನಿರೀಕ್ಷಿಸಿದ್ರೆ.... ತಪ್ಪಾ?" ತರ್ಕಕ್ಕೆ ಇಳಿದ. ಮೊದಲಿಗೆ ಅವಳಿಗೇನು ಅರ್ಥವಾಗಲಿಲ್ಲ.

"ಪ್ಲೀಸ್, ಅರ್ಥಮಾಡ್ಕೋ. ಶಾರದ". ಅವಳ ಎರಡು ಕೈಗಳನ್ನ ಹಿಡಿದುಕೊಂಡ. "ನಂಗೆ ತೀರಾ ಸಾಮಾನ್ಯವಾಗಿ ಬದ್ಕಿಬಿಡೋಕೆ ಇಷ್ಟವಿಲ್ಲ. ಬದ್ಕನ್ನ ಛಾಲೇಂಜ್ ಆಗಿ ತಗೋಬೇಕು, ಸವಾಲ್ ಎಸೆದಂತೆ ಬಾಳಬೇಕು. ಅದ್ಕೇ ನಿನ್ನ ಕೋಆಪರೇಷನ್ ಬೇಕು" – ಶಾರದ ಕೈಗಳನ್ನ ಹಿಂದಕ್ಕೆಳೆದುಕೊಂಡಳು.

"ಜಗದೀಶ್, ಈ ತರಹ ಮಾತುಗಳ್ನ ನಂಗೆ ಅರ್ಥಮಾಡಿಕೊಳ್ಳೋಕೆ ಇಷ್ಟವಿಲ್ಲ. ಅರ್ಥಮಾಡಿಕೊಂಡ್ರು ನಿಂಗೆ ಅದ್ರಿಂದ ಪ್ರಯೋಜನವಿಲ್ಲ." ಸ್ವರವೇರಿಸದೆ ಉಸುರಿದಳು. ಜಗದೀಶನ ಮುಖ ಕೆಂಪಗಾಯಿತು.

ಅವಳ ತೋಳನ್ನ ಒರಟಾಗಿ ಹಿಡಿದ. "ಯಾಕೆ ಇಷ್ಟವಿಲ್ಲ? ನೀನು ನನ್ನ ಮೆಚ್ಕೊಂಡ್ಮೇಲೆ ತಾನೆ ಮದ್ವೆ ಏರ್ಪಾಟು ಮಾಡಿದ್ದು. ಒಂದೇ ಕಾರಣಕ್ಕೆ ನನ್ನ ನಿರಾಕರಿಸ್ದೆ. ಅದ್ಕೆ ನಾನು ಪ್ರಾಮಾಣಿಕವಾದ ಸಬೂಬು ಕೊಡ್ತಾ ಇದ್ದೀನಿ." ಗಟ್ಟಿಯಾಗಿ ಹೇಳಿದ. ಶಾರದ ಎರಡು ಕಿವಿಗಳನ್ನ ಮುಚ್ಚಿಕೊಂಡಳು.

"ಸಾರಿ, ಸೋ ಸಾರಿ" – ತಾನು ಉದ್ವೇಗಗೊಂಡಿದ್ದಕ್ಕೆ ಪಶ್ಚಾತ್ತಾಪ ವ್ಯಕ್ತಪಡಿಸಿದ. "ನಿಂತು ಮಾತಾಡ್ಬಾರ್ದು. ಎಲ್ಲಾದ್ರೂ ಕೂತು ಮಾತಾಡೋಣ." ಅವಳ ರಟ್ಟೆ ಹಿಡಿದು ಎಳೆದೊಯ್ದ.

ಒಂದು ಕಡೆ ಕೂತ ಮೇಲೆ ನಿಧಾನವಾಗಿ ಎಲ್ಲಾ ವಿವರಿಸಿದ. ತಾನು ಪ್ರಾರಂಭಿಸಬೇಕೆನ್ನುವ ಉದ್ದಿಮೆ. ಅದಕ್ಕೆ ಬೇಕಾಗುವ ಬಂಡವಾಳ, ತನ್ನ ಯೋಜನೆ, ಆಸೆಆಕಾಂಕ್ಷೆಗಳನ್ನ ತೋಡಿಕೊಂಡ.

"ನಿನ್ನದೇ ಆದ ಒಡ್ವೇನ ನಾನು ಬಯಸಿದ್ದು ತಪ್ಪಾ? ಆ ಯೋಜನೆಯ ಫಲ ನಿಂಗೆ ಸಿಕ್ತಾ ಇರಲಿಲ್ವಾ?" ಅವನ ತರ್ಕಬದ್ಧ ಪ್ರಶ್ನೆಗಳಿಗೆ ಉತ್ತರಿಸಲಾಗದಿದ್ದರೂ ಅವಳು ಮನಸ್ಸನ್ನು ಬದಲಾಯಿಸಲು ಸಿದ್ಧವಿರಲಿಲ್ಲ.

"ಸ್ಟಾಪ್ ಇಟ್. ದಯವಿಟ್ಟು ಮತ್ತೇನು ಹೇಳ್ಬೇಡಿ. ಈಗ ತಪ್ಪುಒಪ್ಪುಗಳ ವಿಷ್ಯ ಬೇಡ. ಸದ್ಯಕ್ಕೆ ಮದ್ವೆ ಆಗೋ ಯೋಚ್ನೆ ಇಲ್ಲ. ಅಪಾಯಿಂಟ್‌ಮೆಂಟ್‌ಗೋಸ್ಕರ ಪ್ರಯತ್ನಿಸುತ್ತ ಇದ್ದೀನಿ. ಎಕ್ಸ್‌ಕ್ಯೂಜ್ ಮಿ." ಮೇಲೆದ್ದಳು.

ಜಗದೀಶ ಸೋಲಲು ಸಿದ್ಧವಾಗಿರಲಿಲ್ಲ. "ಫೋರ್ಬ್ಸ್' ಪತ್ರಿಕೆಯ ವರದಿಯನ್ನ ಅವಳ ಮುಂದಿಟ್ಟ. ಜಗತ್ತಿನ ಅತಿ ಶ್ರೀಮಂತ ವ್ಯಕ್ತಿ ಯೋಷಿಯಾಕಿ ತುತ್ಸುಮಿ. ಆಸ್ತಿ, ಹಣ, ಭೂಮಾಲೀಕತ್ವ ಜೊತೆಗೆ ಅವನು ನಡೆಸುತ್ತಿರುವ ಹೋಟೆಲುಗಳು, ಅವನ ಉಪಯೋಗಕ್ಕಿರುವ ಸ್ವಂತ ರೈಲು ಮಾರ್ಗ, ಬೇಸ್‌ಬಾಲ್ ತಂಡ... ಇತ್ಯಾದಿ ಇತ್ಯಾದಿ.

"ಅಂಥ ಶ್ರೀಮಂತರು ಕೂಡ ತಮ್ಮ ಶ್ರೀಮಂತಿಕೆ ಹೆಚ್ಚಿಸಿಕೊಳ್ಳಲು ಹಲವು ರೀತಿ

ಯೋಚಿಸ್ತಾರೆ. ಅಂಥದ್ದರಲ್ಲಿ ನನ್ನ ಕನಸುಗಳು ತಪ್ಪಾ?" ಅವನ ವಾಗ್ಝರಿಗೆ ಸುಸ್ತಾಗಿಹೋದಳು.

ಮೌನವಾಗಿ ಮರಕ್ಕೆ ಒರಗಿ ನಿಂತಳು. ಅವನು ಹೇಳುವುದರಲ್ಲಿ ಸತ್ಯವಿದ್ದರೂ ಅವಳಿಗೆ ಸದ್ಯಕ್ಕಂತೂ ಮದುವೆಯಾಗುವ ಯೋಚನೆ ಇರವಿಲ್ಲ. ಅದನ್ನ ಅತ್ಯಂತ ಸ್ಪಷ್ಟವಾಗಿ ಹೇಳಲು ನಿಶ್ಚಯಿಸಿದಳು.

"ನೀವು ಎಷ್ಟು ಹೇಳಿದ್ರೂ ಅಷ್ಟೆ.... ನಾನಂತೂ ಮದ್ವೆಯಾಗಲು ಸಿದ್ಧವಿಲ್ಲ. ಸದ್ಯಕ್ಕೆ ನನ್ನ ಫ್ರೀಯಾಗಿ ಬಿಟ್ಬಿಡಿ. ನಿಮ್ಮಂಥವ್ರಿಗೆ ಹೆಣ್ಣಿನ ಬರಲಿಲ್ಲ. ಬೆಸ್ಟ್ ಆಫ್ ಲಕ್. ಬೇಗ ಇನ್ವಿಟೇಷನ್ ಕಳ್ಸಿ."

ಒಂದೇ ಹೆಜ್ಜೆಯಿಂದ ಬಲಿಯನ್ನ ವಾಮನ ಪಾತಾಳಕ್ಕೆ ಮೆಟ್ಟಿದಂತಾಯಿತು ಅವನ ಸ್ಥಿತಿ. ಕ್ಷಣ ಜಿಗುಪ್ಸೆಗೊಂಡ.

"ಓ.ಕೆ. ಶಾರದ. ನಾನು ನಿಂಗಾಗಿ ಕೆಲವು ಕಾಲ ಕಾಯಬಲ್ಲೆ. ನೀನು ಮನಸ್ಸು ಬದಲಾಯ್ಸಿದ ದಿನ ನಾನು ಓಡೋಡಿ... ಬರ್ತೀನಿ" ಎಂದ. ಅವನ ಮನದ ನೋವು, ನಿರಾಶೆ ಮುಖದಲ್ಲಿ ಸ್ಪಷ್ಟವಾಗಿ ವ್ಯಕ್ತವಾಗುತ್ತಿತ್ತು. ಶಾರದ ತಲೆ ತಗ್ಗಿಸಿದಳು. ಮುಂದೆ ನಡೆಯಬಹುದಾದದ್ದು ಸ್ವಲ್ಪ ಕಲ್ಪನೆಗೆ ಬಂದಿದ್ದರೂ ಜಗದೀಶ ಚಾಚಿದ ಅವನ ತೋಳುಗಳಲ್ಲಿ ಸೇರಿಹೋಗುತ್ತಿದ್ದಳು.

ಕಾರಿನತ್ತ ಹೊರಟವನನ್ನ ಮನೆಗೆ ಆಹ್ವಾನಿಸಿದಳು. ಆದರೆ ಜಗದೀಶ ನಿರಾಕರಿಸಿದ.

"ಬೇಡ ಶಾರದ, ಇನ್ನೊಮ್ಮೆ ಬರ್ತೀನಿ". ಅವಳನ್ನ ಕಣ್ಣುಗಳಲ್ಲಿ ತುಂಬಿಕೊಳ್ಳುವಂತೆ ನೋಡಿ ಕಾರಿನ ಡೋರ್ ತೆಗೆದವನು ಹಿಂದಿರುಗಿ ಅವಳನ್ನೊಮ್ಮೆ ನೋಡಿ ಕೈಯಾಡಿಸಿದ "ಬೈ..."

ಎರಡೇ ನಿಮಿಷದಲ್ಲಿ ಕಾರು ಮೈನ್ ಗೇಟಿನತ್ತ ಓಡಿತು. ತಟ್ಟನೆ ಕೈಯೆತ್ತಿದ ಶಾರದ ಕೈ ಇಳಿಸಿದಳು. ಇಷ್ಟೊತ್ತಿನ ದಿಟ್ಟತನ ಹಾರಿ ಹೋಯಿತು. ಮಲ್ಲಿಗೆ ಗಿಡಕ್ಕೆ ಕಣ್ಣೀರು ಸುರಿಸಿದಳು. ಅವಳ ವಿವೇಕಕ್ಕೆ ಮಂಕು ಬಡಿದಂತಾಯಿತು.

ಸೀತಮ್ಮ ಬಂದು ಮೊಮ್ಮಗಳ ಹಿಂದೆ ನಿಂತರು. ಅವರಿಗೆ ಮೊಮ್ಮಗಳು ಮಾಡಿದ್ದು ಸರಿಯೆನಿಸಲಿಲ್ಲ. ಆದರೆ ಅದನ್ನು ಸ್ಪಷ್ಟಪಡಿಸಲು ಹಿಂಜರಿದರು.

"ಹೊರಟುಹೋದ್ರಾ? ನಿಮ್ಮ ತಾತನ್ನ ನೋಡ್ಲೇ ಇಲ್ವಲ್ಲ" – ರಾಗ ತೆಗೆದರು. ಅಚಲವಾದ ಅವಳ ಕಣ್ಣೋಟ ಕಿಂಚಿತ್ತು ಅಲುಗಾಡಲಿಲ್ಲ. "ಬಹಳ ಅರ್ಜೆಂಟ್‌ನಲ್ಲಿದ್ರು."

ಸೀತಮ್ಮ ದೂರದವರೆಗೂ ನೋಟ ಹರಿಸಿದರು. ಮಗಳ ಮೊಂಡುತನ ಅವರಿಗೆ ನೆನಪಾಯಿತು. ಅದಕ್ಕೆ ಮೊಮ್ಮಗಳನ್ನ ಹೋಲಿಸದಿದ್ದರೂ ಅಂಥ ದೃಢತೆ ಇವಳಲ್ಲೂ ಇದೆಯೆನಿಸಿತು.

ತಟ್ಟನೆ ಅವರತ್ತ ತಿರುಗಿದಳು. "ಅಜ್ಜಿ, ಅಷ್ಟೊಂದು ಒಡ್ವೆ ಅಮ್ಮನಿಗೆ ಯಾಕೆ

ಕೊಟ್ರಿ?" – ಬಹಳ ದಿನದಿಂದ ಕೊರೆಯುತ್ತಿದ್ದ ಪ್ರಶ್ನೆಯನ್ನ ಅವರ ಮುಂದಿಟ್ಟಳು. ಹಳೆಯ ಕಾಲದ ಸೊಂಟದ ಡಾಬು, ವಂಕಿ, ನಾಗರಬಿಲ್ಲೆ, ಕಾಸಿನ ಸರ – ಕೆ.ಜಿ.ಯ ಕಲ್ಲುಹಾಕಿ ತೂಕಮಾಡುವಷ್ಟು ಚಿನ್ನ.

ಫಳಕ್ಕನೆ ಸೀತಮ್ಮನ ಕೆನ್ನೆಯ ಮೇಲೆ ಕಣ್ಣೀರು ಚಿಮ್ಮಿತು. ಸೆರಗನ್ನ ಬಾಯಿಗೆ ತುರುಕಿ ಬಿಕ್ಕಿದರು. ಆಗ ಅವರಿಗೆ ತಮ್ಮ ವಯಸ್ಸು ಮರೆತುಹೋಗಿರಬಹುದು. ಗಳಗಳ ಕಣ್ಣೀರು ಸುರಿಸಿದರು.

"ಇದ್ದಿದ್ದು ಒಬ್ಳೇ ಮಗ್ಳು ಇನ್ನ ಯಾರ್ಗೆ ಕೊಡ್ಬೇಕಿತ್ತು? ಅವ್ಳಿಗೂ ಶ್ರೀಮಂತ ಬದ್ಕಿನ ಮೇಲೆ ಆಸೆ." ಎಲ್ಲೋ ಹುದುಗಿಹೋಗಿದ್ದ ಸತ್ಯ ಒಮ್ಮೆಲೇ ಪುಟಿಯಿತು. ಚಕಿತಳಾದಳು ಶಾರದ.

ನೋಡದ ತಾಯಿಯ ಬಗ್ಗೆ ಅವಳ ಕಲ್ಪನೆಗಳು ತೀರಾ ಆದರ್ಶಪ್ರಾಯವಾಗಿದ್ದವು. ಸರಳವಾಗಿ, ಸುಂದರವಾಗಿ, ಅತ್ಯಂತ ಮೃದು ಸ್ವಭಾವದ ತಾಯಿಯನ್ನ ಕನಸಿನಲ್ಲಿ ಕಾಣುತ್ತಿದ್ದಳು. ಹಾಗಾದರೆ... ತನ್ನ ತಾಯಿಗೂ ಚಿಕ್ಕಮ್ಮನಂತೆ ಒಡವೆ... ಶ್ರೀಮಂತಿಕೆಯ ಹುಚ್ಚು–ನಿಂತ ನೆಲವೇ ತಿರುಗಿದಂತಾಯಿತು. ಕ್ಷಣ ಕಣ್ಮುಚ್ಚಿ ಸಂಬಾಳಿಸಿಕೊಳ್ಳಲು ಪ್ರಯತ್ನಿಸಿದಳು.

"ನೆವರ್, ನನ್ನ ಅಮ್ಮ ಹಾಗಿರಕೂಡ್ದು!" – ಉದ್ವೇಗದಿಂದ ನುಡಿದಳು. ಸೀತಮ್ಮನ ಮನಸ್ಸು ಸರಿಯಿರಲಿಲ್ಲ. "ಹಾಗೆ ನೋಡಿದ್ರೆ ನಿನ್ನ ಚಿಕ್ಕಮ್ಮ ಪದ್ದಮ್ಮ ಎಷ್ಟೋ ವಾಸಿ. ಬರೀ ದುರಾಸೆ ನಿನ್ನಮ್ಮನಿಗೆ. ಎಲ್ಲಿ ದೆವ್ವವಾಗಿ ಬಂದು ಕಾಡ್ತಾಳೋ ಅಂತ್ಲೇ ಎಲ್ಲಾ ಒಡ್ವೆ ನಿನ್ನ ಜೊತೆ ನಿನ್ನಪ್ಪನ ಕೈಗೆ ಹಾಕಿ ಕೈ ತೊಳ್ದುಕೊಂಡಿದ್ದು." ತಮ್ಮ ಸತ್ತ ಏಕೈಕ ಮಮತೆಯ ಕುಡಿಯ ಬಗ್ಗೆ ಇಷ್ಟೆಲ್ಲ ಹೇಳುತ್ತಿರುವುದು ಅನ್ನುವುದನ್ನ ಆ ಕ್ಷಣ ಮರೆತುಬಿಟ್ಟಿದ್ದರು.

ಎಷ್ಟೋ ಹೊತ್ತು ದಿಗ್ಭ್ರಮೆಯಿಂದ ನಿಂತುಬಿಟ್ಟರು. ತನ್ನಮ್ಮ ಬದುಕಿದ್ದರೆ ತನ್ನ ತಂದೆಯ ಬದುಕಿನ ಸುಂದರ ದಾಂಪತ್ಯವನ್ನು ಚಿತ್ರಿಸಿಕೊಂಡಿದ್ದಳು. ಆದರೆ ಪದ್ದಮ್ಮನಿಗಿಂತ ವಿಭಿನ್ನವಾಗಿ ಕಾಣಲಿಲ್ಲ ಕಮಲ.

ಒಳಗೆ ಬಂದವಳೇ ಮಂಕಾಗಿ ಒಂದು ಕಡೆ ಕುಕ್ಕರಿಸಿದಳು. ಅವಳ ಜೀವನದ ಉತ್ಸಾಹವೇ ಹಾರಿಹೋಯಿತು. ಇವರೆಲ್ಲರಿಗಿಂತ ಜಗದೀಶನೇ ಒಳ್ಳೆಯ ವ್ಯಕ್ತಿಯಾಗಿ ಕಂಡ.

ಅಷ್ಟರಲ್ಲಿ ಒಳಗೆ ಬಂದ ಅನಂತರಾಮಯ್ಯ ತೀರಾ ಬಳಲಿದ್ದರು. ತಮ್ಮ ತಲೆಯ ಮೇಲಿನ ಜರಿಯ ಪೇಟಾ ತೆಗೆದು ಟೇಬಲ್ಲು ಮೇಲಿಟ್ಟರು.

"ಒಂದೂ ಅರ್ಥವಾಗೋಲ್ಲ!" ಸಣ್ಣಗೆ ಗೊಣಗಿಕೊಂಡರು. "ಎಲ್ಲಾ ಗೊಂದಲ, ಸ್ವಲ್ಪ ಕೂಡ ಸರಿಯಿಲ್ಲ". ಎರಡು ಕೈಗಳನ್ನ ಸೇರಿಸಿ ಉಜ್ಜಿ ಮುಖವನ್ನ ಸವರಿಕೊಂಡರು.

ಸೀತಮ್ಮ ಒಂದು ಲೋಟ ನೀರು ತಂದು ಅವರ ಮುಂದಿಟ್ಟರು. ಇದೊಂದು

ರೂಢಿಯಾಗಿತ್ತು. ಇಡೀ ಲೋಟದ ನೀರನ್ನ ಕುಡಿದೇ ಮಾತಾಡುತ್ತಿದ್ದುದು. ಆದರೆ ಇಂದು ನೀರು ಕುಡಿಯಲೂ ಇಲ್ಲ, ಮಾತಾಡಲೂ ಇಲ್ಲ.

"ಯಾಕೆ ಒಂದು ತರಹ ಇದ್ದೀರಾ?" – ಕೇಳಿದರು ಸೀತಮ್ಮ. ಅದಕ್ಕೆ ಉತ್ತರ ಸಿಗದೆಂದು ಆಕೆಗೆ ಗೊತ್ತು. "ಏನಿಲ್ಲ, ನೀನು ಒಳಗಿನ ಕೆಲ್ಸ ನೋಡ್ಕೊ." ಬಟ್ಟೆ ಬದಲಾಯಿಸಲು ತಮ್ಮ ಕೋಣೆಗೆ ಹೋದರು.

ತೀರಾ ಹುಚ್ಚಿದ್ದವನಂತೆ ವಿಜಯೇಂದ್ರ ಅವನ ಕೋಣೆಯ ಬೆಲೆಬಾಳುವ ವಸ್ತುಗಳನ್ನೆಲ್ಲ ಹಾಳುಮಾಡಿದ್ದ. ಅದಕ್ಕೆ ಮುನ್ನ ಸ್ವಿಡ್ಜರ್‌ಲೆಂಡಿನಿಂದ ಫೋನ್ ಬಂದ ಸಮಾಚಾರ ದತ್ತ ತಿಳಿಸಿದ್ದ. ಆ ಫೋನ್ ಈಗ ಚೂರುಚೂರಾಗಿ ಇಡೀ ಕೋಣೆಯಲ್ಲೆಲ್ಲ ಹರಡಿಕೊಂಡಿತ್ತು.

"ಸದ್ಯಕ್ಕೆ ಯಾರು ಒಳ್ಗಡೆ ಹೋಗೋದ್ಬೇಡ. ಅವರಾಗಿ ಅವ್ರು ಸಮಾಧಾನಗೊಳ್ಲಿ." ಕಣ್ಣನಿಗೆ ಹೇಳಿ ಬಂದಿದ್ದರು.

ಕೆಲವೊಮ್ಮೆ ವಿಜಯೇಂದ್ರ ತೀವ್ರವಾದ ಅತೃಪ್ತಿ. ಅಸಮಾಧಾನ, ಅಸಹನೆಗಳನ್ನ ಪ್ರಕಟಿಸುತ್ತಿದ್ದ. ಇದೊಂದು ರೀತಿಯ ಮಾನಸಿಕ ಹೋರಾಟವೆಂದು ಅರ್ಥಮಾಡಿಕೊಳ್ಳದೇ ಹಣದ ಅಹಂಭಾವ ಎಂದುಕೊಂಡಿದ್ದರು.

"ತೀರಾ ಹಣವಿದ್ದ ಜನ ಹೇಗೆ ಬದುಕ್ತಾರೆ ಅನ್ನೋಕೆ ಈ ಕುಟುಂಬ ನಿದರ್ಶನ" ತಮ್ಮಲ್ಲೇ ಮಾತಾಡಿಕೊಂಡರು.

ಶಾರದ ಬಂದಾಗಿನಿಂದ ಅನಂತರಾಮಯ್ಯನವರನ್ನ ಪೂರ್ತಿಯಾಗಿ ಗಮನಿಸಿದ್ದಳು. ಈ ವಯಸ್ಸಿನಲ್ಲು ಕೆಲಸದಲ್ಲಿ ನಿಷ್ಠೆ ಇತ್ತು. ಆದರೆ ಅಪ್ಪಿತಪ್ಪಿಯೂ ರಜತಾದ್ರಿಯ ಕುಟುಂಬದವರ ಬಗ್ಗೆ ಮನೆಯಲ್ಲಿ ಏನೂ ಹೇಳುತ್ತಿರಲಿಲ್ಲ ಮಾತ್ರವಲ್ಲ, ಸೀತಮ್ಮ ಮೊಮ್ಮಗಳೊಂದಿಗೆ ಬಂಗ್ಲೆಯೊಳಗೆ ಹೋಗಿ ಬಂದಿದ್ದು ದೊಡ್ಡ ಅಪರಾಧ.

"ನಾಚ್ಕೆ ಆಗಲಿಲ್ವಾ! ಆ ನೆರಳೇ ನಮ್ಗೆ ಬೇಡ. ದಿಕ್ಕಿಲ್ಲದಕ್ಕೆ ಇಲ್ಲಿ ಇರ್ಬೇಕಾಗಿದೆ" ಅಂದಿದ್ದು ಅವಳೇ ಕೇಳಿಸಿಕೊಂಡಿದ್ದಳು.

ಅವಳಿಗೆ ಆ ಕುಟುಂಬದ ಬಗ್ಗೆ ಸಹಜವಾದ ಕುತೂಹಲ ಬೆಳೆದರೂ ಆಸಕ್ತಿವಹಿಸಲಿಲ್ಲ.

ದತ್ತ ಅವಸರವಸರವಾಗಿ ಬಂದವನು ಹೆಗಲ ಮೇಲಿನ ಚೌಕ ಕೊಡವಿ ಮುಖದ ಬೆವರು ತೊಡೆದ.

"ನಿಮ್ಮನ್ನ ನಾಳೆ ಬೆಳಿಗ್ಗೆ ಬಿದಿಗೆಯವ್ರ ಮದ್ವೆಗೆ ರಜತಾದ್ರಿಯವ್ರ ಪರವಾಗಿ ಹೋಗಿ ಬಾ ಅಂದ್ರು ಯಜಮಾನ್ರು." ಚೌಕದಿಂದಲೇ ಗಾಳಿ ಹಾಕಿಕೊಂಡ.

ಕ್ಷಣ ಸುಮ್ಮನಿದ್ದ ಅನಂತರಾಮಯ್ಯನವರು, "ನಾನೇ ಹೋಗಿ ವಿಚಾರಿಸ್ತೀನಿ" ಎಂದಾಗ ದತ್ತ ಅಲ್ಲಿಯೇ ಕೂತ. ಅವನು ಬಲು ಕುತೂಹಲದ ಮನುಷ್ಯ. ಜಗದೀಶನ ಬಗ್ಗೆ ಅಲ್ಪಸ್ವಲ್ಪವಾದರೂ ತಿಳಿಯುವವರೆಗೂ ಸಮಾಧಾನವಿಲ್ಲ.

ಅನಂತರಾಮಯ್ಯನವರು ಕೋಟು, ಪೇಟಾ ಧರಿಸಿ ಹೊರಟಾಗ ಚೌಕವನ್ನ

ಬಾಯಿಗೆ ಅಡ್ಡಹಿಡಿದು ಕಿಸಕ್ಕನೆ ನಕ್ಕ. "ಯೂನಿಫಾರಂ... ಅಂದ್ರೆ... ಯೂನಿಫಾರಂ; ಯಾವಾಗ ಹೊರಟ್ರೂ ಡ್ಯೂಟೀನೇ."

ಸೀತಮ್ಮ ಅಲ್ಲೇ ಇದ್ದ ಸೋಫಾ ಮೇಲೆ ಬಂದು ಕೂತರು. ಇದೆಲ್ಲ ರಜತಾದ್ರಿಯವರ ಕೊಡುಗೆಯೇ. ಅಕಸ್ಮಾತ್ ಅವರುಗಳು ಇಲ್ಲಿಂದ ಹೊರಟರೆ ಒಂದಿಷ್ಟು ಪಾತ್ರೆ ಪಡಗ ಬಿಟ್ಟು ಬೇರೇನು ಉಳಿಯುವಂತಿರಲಿಲ್ಲ.

"ಚಿಕ್ಕಮ್ಮ, ಬಂದಿದ್ದೋರು ಯಾರು?." ಕತ್ತು ತುರಿಸುತ್ತ ಕೇಳಿದ. ಸೀತಮ್ಮನಿಗೂ ಬಾಯಿಕಟ್ಟಿ ಸಾಕಾಗುತ್ತಿತ್ತು. ಎಂದಾದರೂ ತಾಳಲಾರದೆ ಒದರಿಬಿಡುತ್ತಿದ್ದರು. ಈಗಲೂ ಹಾಗೇ ಆಯಿತು.

"ನಮ್ಮ ಶಾರದಾಗೆ ಗಂಡ ಆಗಬೇಕಾದೋನು, ಏನೋ ತಪ್ಪಿಹೋಯ್ತು. ಈಗ ಬಲವಂತ ಮಾಡ್ತಾನೆ, ಇವ್ಳೇ ಒಪ್ತಾ ಇಲ್ಲ" ಎಂದವರು ನಾಲಿಗೆ ಕಚ್ಚಿಕೊಂಡರು. ಬಂದಿದ್ದಕ್ಕೆ ಸಾರ್ಥಕವಾಯಿತು ಎಂದುಕೊಂಡ ದತ್ತ.

"ಚಿಕ್ಕಪ್ಪ ಬಂದ್ರೆ... ಬೈಯ್ತಾರೆ" ಎಂದು ಹೊರಟುಬಿಟ್ಟ. ಶಾರದ ಕಸಿವಿಸಿಗೊಂಡಳು. 'ಛೆ... ಹೊರಟೇಬಿಡ್ಬೇಕು" ತುಂಬ ನೊಂದುಕೊಂಡಳು.

* * * *

ಬೆಳಿಗ್ಗೆ ಎದ್ದಾಗಿನಿಂದ ಮುಜುಗರಗೊಂಡೇ ಇದ್ದ ವಿಜಯೇಂದ್ರ ಹೊರಗೆ ಬಂದಾಗ ಬೆಳಗಿನ ಬಂಗಾರದ ಬಣ್ಣದ ಬಿಸಿಲು ಎಲ್ಲೆಡೆ ಹರಡಿಕೊಂಡಿತ್ತು. ಹಿಂದಿನ ಬಾಲ್ಕನಿಯಲ್ಲಿ ಹೋಗಿನಿಂತು ದೂರದವರೆಗೆ ನೋಟ ಹರಿಸಿದ. ತಟ್ಟನೆ ಅನಂತರಾಮಯ್ಯನವರ ನೆನಪು ಬಂತು. ನೋಟ ಅತ್ತ ಹೊರಳಿತು.

ಸೀರೆಯುಟ್ಟ ನೀರೆಯೊಬ್ಬಳು ಕೂದಲನ್ನು ಸೂರ್ಯನ ಬಿಸಿಲಿಗೊಡ್ಡಿ ನಿಂತಿದ್ದಳು. ಇದು ಅಪರೂಪದ ದೃಶ್ಯ. ಅವರ ಮನೆಯಲ್ಲಿದ್ದಿದ್ದು ಅವರಿಬ್ಬರೇ ಎಂದು ಅವನಿಗೆ ಗೊತ್ತು. ಈ ಹೆಣ್ಣು ಯಾರು? ಎದೆಯ ಮೇಲೆ ಕೈಕಟ್ಟಿದ. ನೋಟ ಅವನಿಂದ ಕೀಳಲಾಗಲಿಲ್ಲ.

"ವಾಟ್ ಎ ಬ್ಯೂಟಿ!" – ಮೆಚ್ಚಿಗೆಯಿಂದ ಉದ್ಗರಿಸಿದ. ಅಷ್ಟರಲ್ಲಿ ಫೋನಿನ ಶಬ್ದ ಬಂದು ಅವನನ್ನ ಎಚ್ಚರಿಸಿತು. ಮುಖ ಬಿಗಿದುಕೊಂಡಿತು. ತಕ್ಷಣ ಬಂದು ಫೋನ್ ಎತ್ತಿದ.

"ಇಂಟರ್‌ನ್ಯಾಷನಲ್ ಕಾಲ್ ಫ್ರಂ ಫ್ರಾನ್ಸ್ ಟು ವಿಜಯೇಂದ್ರ" – ಆಪರೇಟರ್ ಉಸುರಿದ. ವಿಜಯೇಂದ್ರ ಉಸಿರು ಬಿಗಿಹಿಡಿದ. 'ಕನೆಕ್ಟ್...' ಎದೆಯೆಲ್ಲ ಭಾರವೆನಿಸಿತು.

ಆ ಕಡೆಯಿಂದ ಭಾಮಿನಿ ಮಾತಾಡಿದರು: "ನಾಳೆಯ ನಮ್ಮ ಟಿಕೆಟ್ಸ್ ಕೂಡ ಕ್ಯಾನ್ಸಲ್ ಮಾಡ್ಸಿದ್ದೀವಿ. ಸದ್ಯಕ್ಕೆ ಬರೋ ಯೋಚ್ನೆ ಇಲ್ಲ. ನಿಂಗೆ ಇರಬೇಕೂಂತ ಅನ್ನಿಸಿದಷ್ಟು ದಿನ ಇದ್ದು ಬಾ." ಫೋನನ್ನ ಎತ್ತಿ ಒರಟಾಗಿ ಕುಕ್ಕಿದ. ಕೋಪ, ಬೇಸರ, ಅಸಹನೆಯಿಂದ ಅವನ ತುಟಿಗಳು ಕಂಪಿಸುತ್ತಿದ್ದವು. "ಬ್ಲಡಿ... ಬ್ಯಾಸ್ಟರ್ಡ್..." ಕೈಗೆ

ಸಿಕ್ಕಿದ ಹೂವಿನ ವಾಸ್‌ನ ಎತ್ತಿ ಎಸೆದ. ಗೋಡೆಗೆ ಬಿದ್ದ ಅದು 'ಫಳ್' ಎಂದು ಚೂರುಗಳು ಹರಿದಾಡಿದವು. ಅವನೆದೆ ಏರಿಏರಿ ಇಳಿಯುತ್ತಿತ್ತು.

ಕೂದಲಲ್ಲಿ ಬೆರಳುಗಳನ್ನ ಹಾಕಿಕಿತ್ತ. ವಿದ್ಯೆ, ಐಶ್ವರ್ಯ ಎಲ್ಲಾ ಲಭ್ಯವಾಗಿತ್ತು. ಆದರೆ ಏನೋ ಕೊರತೆ. ಅದನ್ನ ತುಂಬಿಕೊಳ್ಳಲು ಇಂದಿಗೂ ಆಗಿಲ್ಲ. ಮುಂದೆ ಅಂಥ ದಿನವೊಂದು ಬರುವ ನಂಬಿಕೆಯೂ ಅವನಿಗಿರಲಿಲ್ಲ.

ಒರಟಾಗಿ ಕಾಲಿಂಗ್ ಬೆಲ್ ಒತ್ತಿದ. ಕಣ್ಣ ಒಳಗೆ ಬಂದು ಶಿಸ್ತಾಗಿ ನಿಂತ.

"ದತ್ತನನ್ನ ಕಳಿಸು" – ಹೇಳಿದ.

ತನ್ನ ಜೋಕು, ಮಾತುಗಳಿಂದ ಆತ್ಮೀಯ ವ್ಯಕ್ತಿಯಾಗಿಬಿಡುತ್ತಿದ್ದ. ಸ್ಟೀರಿಯೋ ಆನ್ ಮಾಡಿದ. ಎದೆ ಝುಮ್ ಎನಿಸುವ ಪಾಶ್ಚಾತ್ಯ ಸಂಗೀತ. ಇಂಥದ್ದರಲ್ಲಿ ಸದಾ ಮುಳುಗಿರುತ್ತಿದ್ದ ರೀತಾಳ ಜ್ಞಾಪಕ ಬಂತು. ಅವನ ಮುಷ್ಟಿ ಬಿಗಿಯಾಯಿತು. ಒರಟಾಗಿ ಟೇಬಲ್ಲು ಮೇಲೆ ಗುದ್ದಿದ. ಅವನ ಬದುಕಿನಲ್ಲಿ ಸಂಬಂಧಗಳು ಅರ್ಥ ಕಳೆದುಕೊಂಡಿದ್ದವು.

ಬಂದ ದತ್ತ ಆಕರ್ಷಕವಾಗಿ ಸೆಲ್ಯೂಟ್ ಹೊಡೆದು ನಿಂತ.

"ದತ್ತ, ಹೂ ಬೀಳಿಸ್ಕೊಂಡ ಹುಡ್ಗೀ ಅನಂತರಾಮಯ್ಯನವ್ರ ಮೊಮ್ಮಗ್ಳು ತಾನೇ! ಹೋಗಿ ಕರ್ಕೊಂಡ್ಬಾ" ಎಂದ. ಅವನು ಬೆಪ್ಪಾದ.

"ಹುಡ್ಗೀ ಅಂದ್ರೆ ತೀರಾ ಸಣ್ಣವಳಲ್ಲ. ಮಧ್ವೆ ವಯಸ್ಸಿನ ಹೆಣ್ಣು. ಅವ್ರು ಕಳ್ಸೋದೇನು, ಈ ಕಡೆ ಮುಖ ಹಾಕ್ಸಿ ಮಲಗಿಸೋಲ್ಲ."

"ವ್ಹಾಟ್..." ಹುಬ್ಬು ಗಂಟಿಕ್ಕಿದ.

ಅನಂತರಾಮಯ್ಯನವರ ಸ್ವಂತ ವಿಷಯಗಳ ಬಗ್ಗೆ ಅವನಿಗೆ ಆಸಕ್ತಿ ಇಲ್ಲ. ಆದರೆ ಕಡೆಯ ಮಾತು ಅವನನ್ನು ಬಡಿದೆಬ್ಬಿಸಿತು. ದತ್ತನ ಕೊರಳುಪಟ್ಟಿ ಹಿಡಿದ.

"ಏನು ಹಾಗೇಂದ್ರೆ ಅರ್ಥ?" ಕಣ್ಣು ಕೆಂಪಗೆ ಮಾಡಿದ. ದತ್ತ ನಡುಗಿದ. "ನಂಗೇನು ಗೊತ್ತಿಲ್ಲ. ಅನಂತರಾಮಯ್ಯನವ್ರಿಗೆ ಮೊಮ್ಮಗ್ಳು ತೀರಾ ನಮ್ಮ ಬಂಗ್ಲೆ ಸುತ್ತುಮುತ್ತು ಓಡಾಡೋದೇ ಇಷ್ಟವಿಲ್ಲ. ಹಾಗಂತ ಸೀತಕ್ಕ ಹೇಳಿದ್ರು". ಮೆಲ್ಲನೆ ಉಸುರಿದಾಗ ವಿಜಯೇಂದ್ರನ ಕೈ ಹಿಂದಕ್ಕೆ ಸರಿಯಿತು. ಮುಖ ಬಿಗಿದು ಕಣ್ಣುಗಳಲ್ಲಿ ಕ್ರೋಧ ಹೆಡೆಯಾಡಿತು.

"ನೀನು ಹೋಗು..." ಎಂದ.

ಹೆಣ್ಣುಗಳ ಬಗ್ಗೆ ಅವನಿಗೆ ಗೌರವವಾಗಲಿ, ಆಪ್ಯಾಯತೆಯಾಗಲಿ ಇರಲಿಲ್ಲ. ಅದಕ್ಕೆ ಮುಖ್ಯ ಕಾರಣ ಅವನ ತಾಯಿ. ಈ ವಯಸ್ಸಿನಲ್ಲೂ ಅಲಂಕರಿಸಿಕೊಂಡು ಬೇರೆಯವರ ತೆಕ್ಕೆಯಲ್ಲಿ ಬೀಳುತ್ತಿದ್ದ ಹೆಣ್ಣು. ಇನ್ನು ಈಗ ಮಹೇಂದ್ರರ ಚಪಲ ಪೂರ್ತಿ ಇಂಗಿಹೋಗಿತ್ತು. ಸದಾ ಕುಡಿಯುತ್ತಿದ್ದರು. ಬೇಕೆನಿಸಿದಾಗ ಗೆಳತಿಯರನ್ನ ಆಹ್ವಾನಿಸಿಕೊಂಡು ಸಮಯ ಕಳೆಯುತ್ತಿದ್ದರು. ಹಣದ ಮಳೆಯನ್ನೇ ಅವರುಗಳ ಮೇಲೆ ಸುರಿಸುತ್ತಿದ್ದರು. ಅಲ್ಲಿ ಹಣದ್ದಷ್ಟೇ ಪ್ರಧಾನ ಪಾತ್ರ. ಭಾಮಿನಿ ಕೆಲವು ಮುಖ್ಯ

ಉದ್ದಿಮೆಗಳ ಷೇರುಗಳನ್ನ ತನ್ನ ಹೆಸರಿನಲ್ಲಿ ಇರಿಸಿಕೊಂಡಿದ್ದರು. ಮನೆಯಲ್ಲಿ ಅವರುಗಳ ಸಂಪರ್ಕ ಇದ್ದಿದ್ದು ಸಂಪತ್ತಿನ ಮೂಲಕ. ಆಗಾಗ ಜಗಳ, ಹಾರಾಟ ನಡೆಯುತ್ತಿದ್ದುದು ಅದರ ಬಗ್ಗೆಯೇ.

ಇನ್ನು ಭಾಮಿನಿ ಮಗಳು ರೀತಾಳ ಬಗ್ಗೆ ಯಾವುದೇ ಸಂಬಂಧವಿರಿಸಿಕೊಂಡಿರಲಿಲ್ಲ. ಒಂದಿಷ್ಟು ಹಣ ಅವಳ ಹೆಸರಿನಲ್ಲಿ ಬ್ಯಾಂಕಿನಲ್ಲಿ ಜಮಾ ಆಗಿತ್ತು.

"ಅಜ್ಜಿ, ಒಂದಿಷ್ಟು ಹೊರ್ಗಡೆ ಓಡಾಡಿ ಬರೋಣ, ಇಡೀ ದಿನ ಮನೆಯಲ್ಲಿ ಕೂತರೆ ಕೈಕಾಲು ಬಿದ್ದು ಹೋಗುತ್ತೆ." ಶಾರದ ಕೈಯಲ್ಲಿದ್ದ ಪುಸ್ತಕ ಮುಚ್ಚಿ ಪಕ್ಕಕ್ಕಿಟ್ಟು ಮೇಲೆದ್ದಾಗ ಸೀತಮ್ಮ ನಿರಾಶೆಯ ನೋಟ ಚೆಲ್ಲಿದರು.

"ನಂಗೆ ಒಳಗಿದ್ದು ಇದ್ದೂ ಅಭ್ಯಾಸವಾಗಿಹೋಗಿದೆ. ನೀನು ಓಡಾಡಿಕೊಂಡ್ಬಾ. ಬಂಗ್ಲೆಯ ಮುಂಭಾಗಕ್ಕೆ ಮಾತ್ರ ಹೋಗ್ಬೇಡ. ಆ ಜನ ಬಂದಿದ್ದಾರಂತೆ" ಎಂದರು ಹತ್ತಿಯ ಬುಟ್ಟಿ ಹತ್ತಿರಕ್ಕೆ ಎಳೆದುಕೊಳ್ಳುತ್ತ.

ಅವಳ ಕಣ್ಣುಗಳು ಕಿರಿದಾದವು. ಇಡೀ ರಜತಾದ್ರಿಯ ವಹಿವಾಟೆಲ್ಲ ನೋಡುತ್ತಿದ್ದುದು ಅನಂತರಾಮಯ್ಯ. ಕೆಲಸ ಮಾಡುವ ಆಳುಕಾಳು, ಅವರ ಕುಟುಂಬದ ಜನ ಸ್ವತಂತ್ರವಾಗಿ ಓಡಾಡುವಾಗ ಈ ಮನೆಯವರಿಗೇಕೆ ನಿರ್ಬಂಧ? ಅವಳಿಗೆ ಅರ್ಥವಾಗಲಿಲ್ಲ.

ಹೊರಡೋ ಯೋಚನೆ ಮಾಡಿದಾಗಲೇ ತಂದೆಯಿಂದ ಪತ್ರ ಬಂದಿತ್ತು. ವೇದನೆಯಿಂದ ತುಂಬಿದ ಮಾತುಗಳನ್ನು ಓದಿದ ಮೇಲೆ ಹೋಗುವ ನಿರ್ಧಾರವನ್ನೇ ಬದಲಾಯಿಸಿದ್ದಳು.

ಒತ್ತಾಗಿ ಮರಗಳಿದ್ದ ಕಡೆ ಬಂದಳು. ಬಿಸಿಲಿನ ಪ್ರಖರತೆ ತಗ್ಗಿ ವಾತಾವರಣದಲ್ಲಿ ತಂಪು ತುಂಬಿಕೊಂಡಿತ್ತು. ಒಂದೊಂದು ಮರವನ್ನ ಮುಟ್ಟಿ ಪರಿಶೀಲಿಸಿ ನೋಡಿದಳು.

"ಓ, ಅಮ್ಮ..." ಒಣಗಿ ಬಿದ್ದಿದ್ದ ಎಲೆಗಳನ್ನ ಬುಟ್ಟಿಗೆ ತುಂಬುತ್ತಿದ್ದ ಪಳನಿ ಅವಳತ್ತ ಬಂದಳು. "ಮ್ಯಾನೇಜರ್ ಇವತ್ತು ಊರಿನಲ್ಲಿಲ್ಲ. ಅದ್ಕೇ ಈ ಕಡೆ ಬಂದ್ರಾ?" ನಗುತ್ತಾ ಕೇಳಿದಳು.

"ಇದ್ಯಾಕೆ ಹೀಗೆ ಕೇಳ್ತೀಯಾ! ನಾನೇನು ಸಣ್ಣ ಮಗೂನಾ ತಪ್ಪಿಸಿಕೊಳ್ಳೋಕೆ? ತುಂಬಾ ಚೆನ್ನಾಗಿದೆ ಈ ಜಾಗ". ಸುತ್ತಲೂ ನೋಟ ಹರಿಸಿದಳು. ಇಡೀ ರಜತಾದ್ರಿಯ ವಿಸ್ತಾರವೇ ಬಹು ದೊಡ್ಡದೆನಿಸಿತು ಅವಳಿಗೆ.

ಪಳನಿ ಅಲ್ಲೇ ಕೂತು ಎಲೆಯಡಿಕೆಯ ಜೊತೆ ತಂಬಾಕು ತಿನ್ನತೊಡಗಿದಳು. ವಯಸ್ಸು ಅರವತ್ತರ ಸಮೀಪವಿದ್ದರೂ ಗಟ್ಟಿಮುಟ್ಟಾಗಿದ್ದಳು. ಆಗಾಗ ಸಾರು, ಹುಳಿ, ಉಪ್ಪಿನಕಾಯಿಗೆ ಸೀತಮ್ಮನವರನ್ನ ಹುಡುಕಿಕೊಂಡು ಬರುತ್ತಿದ್ದಳು.

ಇಲ್ಲಿಯ ಎಲ್ಲಾ ಕೆಲಸದವರು ಆಗಾಗ ಬಂದು ಸೀತಮ್ಮನವರೊಂದಿಗೆ ಮಾತಾಡುತ್ತ ಕೂರುತ್ತಿದ್ದರು. ಅದರಿಂದಲೇ ಅವಳಿಗೆ ಎಲ್ಲರ ಪರಿಚಯವೂ ಇತ್ತು.

ಸ್ವಲ್ಪ ಒಣಗಿದ ವೀಳೆದೆಲೆಗೆ ಸುಣ್ಣ ತೀಡಿದ ಪಳನಿ, ಮಿಕಿಮಿಕಿ ಅವಳನ್ನೇ ನೋಡಿದಳು: "ನಿಮ್ಮಮ್ಮನದೇ ರೂಪು. ಆದ್ರೆ..." ಎಂದವಳು ಸುಮ್ಮನಾಗಿ ತನ್ನ ಕೆಲಸಕ್ಕೆ ತೊಡಗಿದಳು. ಕುತೂಹಲ ಮೂಡಿದರೂ ಅವಳನ್ನ ಪ್ರಶ್ನಿಸುವ ಮನಸ್ಸಾಗಲಿಲ್ಲ.

ಅಲ್ಲಿಯೇ ಅಡ್ಡಾಡತೊಡಗಿದಾಗ ಪಳನಿ ತುಂಬಿದ ಮಂಕರಿಯನ್ನ ಎತ್ತಿ ಒಯ್ದಾಗ, ಅಲ್ಲಿನ ಸಿಮೆಂಟ್ ಸ್ಟೂಲ್ ಮೇಲೆ ಕೂತಳು. ಅದರ ಸುತ್ತಲೂ, ಮೇಲೆ ಇದ್ದ ಪಾಟುಗಳನ್ನ ತೆಗೆದು ಸ್ವಚ್ಛಗೊಳಿಸಿದ್ದರು.

"ಹಾಯ್..." ಒಂದು ದನಿ ಹರಿದು ಬಂದಾಗ ಬೆಚ್ಚಿ ಅತ್ತ ನೋಟ ಹರಿಸಿದಳು. ನಿಂತಿದ್ದ ವ್ಯಕ್ತಿ ಪೂರ್ತಿ ಶ್ವೇತವಸ್ತ್ರ ಭೂಷಿತನಾಗಿದ್ದ. ಕೂತಿದ್ದವಳು ಕೆಳಗಿಳಿದಳು. "ಯಾರು ನೀವು?" ವಿಜಯೇಂದ್ರ ಕಿರುನಕ್ಕ. 'ಆ ನಗೆಯಲ್ಲಿದ್ದಿದ್ದೇನು?' 'ಆ ಪ್ರಶ್ನೇನ ನಾನು ನಿಮ್ಮನ್ನ ಕೇಳ್ಬೇಕಾಗುತ್ತೆ!' ಒಂದು ರೀತಿಯ ಒರಟುತನವಿದೆಯೆನಿಸಿತು ಅವನ ಸ್ವರದಲ್ಲಿ. ಒಂದು ತರಹ ನೇರವಾಗಿ ನೋಡಿದ. ಮೊದಲ ಭೇಟಿಯಲ್ಲೇ ಹಾಗೆ ನೋಡುವುದು ಅವಳಿಗೆ ಸರಿಯೆನಿಸಲಿಲ್ಲ. ಅವನತ್ತ ಬೆನ್ನು ಹಾಕಿ ಮುಂದಕ್ಕೆ ಹೆಜ್ಜೆ ಇಟ್ಟವಳು ಜಿಂಕೆಯಂತೆ ಓಡಿಯೇಬಿಟ್ಟಳು. ಮನೆ ತಲುಪಿದಾಗಲೇ ಅವಳಿಗೆ ಅರಿವಾದದ್ದು. ತಾನು ಓಡಿಬಂದದ್ದೇಕೆ? ಪ್ರಶ್ನೆಗೆ ಅವಳಲ್ಲಿ ಸಮಾಧಾನ ಸಿಕ್ಕಲಿಲ್ಲ.

ಬಾಗಿಲಿಗೆ ಬಂದ ಸೀತಮ್ಮ ಅವಳತ್ತ ಆತಂಕದ ನೋಟ ಹರಿಸಿದರು. "ಇದೇನು ಮುಖವೆಲ್ಲ ಬೆವರು? ಯಾವುದಾದ್ರೂ ಪ್ರಾಣಿ ಓಡ್ಸಿಕೊಂಡ್ಬಂತಾ?" ಅವಳಿಗೆ ಈಗ ಸುಳ್ಳು ಹೇಳುವುದು ಅನಿವಾರ್ಯವಾಗಿತ್ತು.

"ಇಲ್ಲ ಅಜ್ಜಿ, ಅಲ್ಲಿಂದ ಇಲ್ಲಿಗೆ ಎಷ್ಟು ನಿಮಿಷದಲ್ಲಿ ಓಡಿ ಬರಬಹುದು ಅಂತ ಪರೀಕ್ಷೆ ಮಾಡ್ದೆ, ಅಷ್ಟೆ." ಸರಳವಾಗಿ ಹೇಳಿದಾಗ ಅವರು ನಕ್ಕರು.

"ಹುಚ್ಚು ಹುಡ್ಗಿ! ಇನ್ಮೇಲೆ ಓಡೋ ಆಸೆ ಬೇಡ"

ಸಮಾಧಾನದಿಂದ ಒಳಗೆ ಹೋದಳು. ಆದರೆ ಅದೇ ಕಣ್ಣುಗಳ ನೋಟ ಅವಳನ್ನ ದಿಟ್ಟಿಸುತ್ತಿದೆಯೆನಿಸಿತು. ಆ ವ್ಯಕ್ತಿ ಯಾರು? ರಜತಾದ್ರಿಯ ಆಳುಕಾಳುಗಳೆಲ್ಲ ಅವಳಿಗೆ ಗೊತ್ತು.

ಇಡೀ ರಾತ್ರಿ ಪದೇ ಪದೇ ಆ ಕಣ್ಣುಗಳು ಜ್ಞಾಪಕಕ್ಕೆ ಬರುತ್ತಿದ್ದವು. ಒಂದೆರಡು ಸಲ ಎದ್ದು ಕೂತಳು.

* * * *

ವಿಜಯೇಂದ್ರ ಹೊರಗೆ ಬರುವ ವೇಳೆಗೆ ಮಿರಮಿರ ಮಿನುಗುವ ಬೆಂಜ್ ಕಾರು ಬಾಲ್ಕನಿಯಲ್ಲಿ ನಿಂತಿತ್ತು. ಹಳೆಯ ಮೂರರ ಜೊತೆ ಹೊಸದೆಂದು ಸೇರ್ಪಡೆ.

"ಏಯ್, ಕಣ್ಣ..." ಕೂಗ್ಹಾಕಿದ ಕೂಡಲೇ ಪ್ರತ್ಯಕ್ಷ. "ಮಧ್ಯಾಹ್ನದ ಊಟಕ್ಕೆ ರಸಂ ವಿತ್ ರೈಸ್ ಸಾಕು." ಡೋರ್ ತೆಗೆದು ಸ್ಟೀರಿಂಗ್ ವ್ಹೀಲ್ ಹಿಡಿದು ಮುಂದಕ್ಕೆ ಸರಿದ.

ತಟ್ಟನೆ ಪ್ರೊಫೆಸರ್ ಸಕ್ಸೇನಾ ನೆನಪಾದರು. ಇಂದಿನ ಯುವ ಪೀಳಿಗೆಯ ಬಗ್ಗೆ ಸಂಶೋಧನೆ ನಡೆಸುತ್ತಿದ್ದ ಅವರು ತಮ್ಮ ಭಾಷಣದಲ್ಲಿ ಒಂದು ಮಾತು ಹೇಳಿದ್ದರು:

"ಮಿತಿ ಮೀರಿದ ಹಣ, ಸೌಕರ್ಯವೇ ಯುವ ಪೀಳಿಗೆಯನ್ನ ದಾರಿ ತಪ್ಪಿಸುತ್ತಿರುವುದು. ಅದಕ್ಕೆ ನೇರವಾಗಿ ಸೆಂಟ್ ಪರೆಂಟ್ಸ್ ಹೊಣೆಗಾರರು."

ಮುಷ್ಟಿ ಬಿಗಿದು ಸ್ಟೀರಿಂಗ್ ವ್ಹೀಲ್ ಮೇಲೆ ಒತ್ತಿದ. ಈಗ ತಂಗಿ ರೀತಾಳ ಚಿತ್ರ ಅವನ ಕಣ್ಮುಂದೆ ತೆರೆದುಕೊಂಡಿತು. ತೇಲುವ ಕಣ್ಣುಗಳು, ಓಲಾಡುವ ಸುಂದರಿಯ ಕೈಯಲ್ಲಿ ಸದಾ ಪೈಪ್ ಇರುತ್ತಿತ್ತು. ಯಾವ ಕಟ್ಟಡದ ಮೂಲೆಯಲ್ಲೋ ಬಿದ್ದಿರುತ್ತಿದ್ದವಳು ಮನೆಗೆ ಬರುತ್ತಿದ್ದುದು ಅಭ್ಯಾಸದ ಬಲದಿಂದ. ಮಾರ್ಫಿನ್, ಮಾಂಡ್ರೇಕ್ಸ್, ಹೇರಾಯಿನ್‌ನಂಥ ಅಮಲಿನ ಪದಾರ್ಥಕ್ಕಾಗಿ ಯಾರ ಯಾರ ಜೊತೆಯಲ್ಲಿಯೋ ಮಲಗುತ್ತಿದ್ದಳು. ಸದಾ ಅವಳ ಹೆಗಲಲ್ಲಿ ತೂಗುವ ಕಂದುಬಣ್ಣದ ಬ್ಯಾಗ್‌ನಲ್ಲಿ ಸಿರಿಂಜ್ ಇರುತ್ತಿತ್ತು. ವಿಜಯೇಂದ್ರನ ಹಣೆ ನೆರಿಗೆಗಟ್ಟಿ ಬೆವರು ಮೂಡಿತು. ಲಕ್ಷಾಂತರ ರೂಪಾಯಿ ಲಾಭ ತರುವಂಥ ಉದ್ದಿಮೆಗಳು. ಆದರೆ... ಕಾರನ್ನ ಸ್ಟಾರ್ಟ್ ಮಾಡಿದ, ಹಂಸದಂತೆ ತೇಲಿತು.

ಇಡೀ ರಾತ್ರಿ ಅವನು ನಿದ್ರಿಸಿರಲಿಲ್ಲ. ಆ ಹೆಣ್ಣು ಓಡಿಹೋದುದೇಕೆ? ಪೂರ್ತಿ ಬಾಡಿದ ಮಲ್ಲಿಗೆಯ ಹೂವಿನ ದಂಡೆ ಅವನ ಬಟ್ಟೆಯ ವಾರ್ಡ್ ರೋಬ್‌ನಲ್ಲಿ ಇರಿಸಿದ್ದ. ಅವನಿಗೆ ಎಸೆಯಬೇಕೆಂದೆನಿಸಲಿಲ್ಲ, ಪ್ರಿಯವೆನಿಸಿತ್ತು.

ಭಾರತಕ್ಕೆ ಹೊರಟಾಗ ಅವನ ತಾಯಿ ಭಾಮಿನಿ ತಾನು ಬರುವ ಆಶಯ ವ್ಯಕ್ತಪಡಿಸಿದ್ದಳು.

"ರಜತಾದ್ರಿ ಬಿಟ್ಟು ವರ್ಷಗಳೇ ಉರುಳಿಹೋಗಿದೆ. ನಾನು ಬರ್ತೀನಿ." ಆಗ ಅವನಿಗೆ ಖುಷಿಯಾಗಿತ್ತು. ದಿನಗಟ್ಟಲೆ ಅವನು ತಾಯಿಯನ್ನ ನೋಡದ ದಿನಗಳು ಇದ್ದವು. ರೀತಾಳಂತೆ ಆಕೆಯು ಮನೆ ಸೇರುತ್ತಿದ್ದುದು ಅಪರೂಪವಾದರೂ ಬಂದಾಗ ಗೆಳೆಯರು ಇರುತ್ತಿದ್ದರು. ಗಂಡನ ಮುಂದೆಯೇ ಬೆಡ್‌ರೂಂಗೆ ಕರೆದೊಯ್ಯುವಷ್ಟು ಫಾರ್ವರ್ಡ್. 'ಫ್ರೀಸೆಕ್ಸ್'ನ ಬಗ್ಗೆ ಸಂಕೋಚರಿಲ್ಲದೆ ಮಾತಾಡುವಷ್ಟು ದಿಟ್ಟತನ.

ಹಿಂದೆ ಮಹೇಂದ್ರ ಬೇಕಾದಷ್ಟು ಸಲ ಬಂದು ರಜತಾದ್ರಿಯಲ್ಲಿ ಉಳಿಯುತ್ತಿದ್ದರು. ಆದರೆ ಮೂರು ವರ್ಷಗಳಿಂದ ಈ ಕಡೆ ಬಂದೇ ಇರಲಿಲ್ಲ. ಬರೀ ಕುಡಿತ, ತಾನು ಜೀವನದಲ್ಲಿ ಕಂಡ ಹೆಣ್ಣುಗಳ ಬಗ್ಗೆ ವ್ಯಾಖ್ಯಾನ ಅಷ್ಟೆ. ಈಗೆಲ್ಲ ವಿಜಯೇಂದ್ರನೆ ನೋಡುತ್ತಿದ್ದ. ವರ್ಷದಲ್ಲಿ ನಾಲ್ಕು ಬಾರಿಯಾದರೂ ಬಂದು ಹೋಗುತ್ತಿದ್ದ. ಇಲ್ಲಿನದೆಲ್ಲ ವ್ಯವಸ್ಥಿತವಾಗಿ ನೋಡಿಕೊಳ್ಳುತ್ತಿದ್ದ.

ಇಲ್ಲಿ ಅವನಿಗೆ ಅಂಥ ಹೆಚ್ಚಿನ ಆತ್ಮೀಯ ಸ್ನೇಹಿತರಾಗಲಿ, ಬಂಧುಗಳಾಗಲಿ ಇರಲಿಲ್ಲ! ಇದ್ದಿವಿ ಅಂದವರನ್ನು ಕಂಡು ದೂರ ದೂರವೇ ಇರಿಸಿದ್ದ.

ಹೊರಟ ಕಾರು ಒಂದು ಸುತ್ತು ಬಳಸಿಕೊಂಡು ಮೈನ್ ಗೇಟಿಗೆ ಬಂದಾಗ

ವಾಚ್‌ಮನ್ ಎದ್ದು ಸೆಲ್ಯೂಟ್ ಹೊಡೆದ. ಅವನು ಏನೋ ಹೇಳಬೇಕೆಂದು ಬಯಸಿದಂತೆ ಕಂಡಾಗ ಕಾರಿನ ವೇಗ ತಗ್ಗಿಸಿ ಕಣ್ಣಲ್ಲಿಯೇ ಪ್ರಶ್ನಿಸಿದ.

"ಸಾಬ್, ನನ್ಮಗ್ಳ ಮದ್ವೆ..." ಎರಡು ಕೈ ಜೋಡಿಸಿದಾಗ ತಲೆದೂಗಿದ: "ಆಮೇಲೆ ಬಂದು ನೋಡು". ಕಾರು ಮುಂದಕ್ಕೆ ಹೋಯಿತು.

ವಿಜಯೇಂದ್ರನು ಬಾಲ್ಯದಲ್ಲಿಯೇ ಭಾರತವನ್ನ ಬಿಟ್ಟಿದ್ದು. ಅದಕ್ಕೆ ನಡೆದ ರಂಪ, ರಗಳೆ ಅವನಿಗೆ ಇನ್ನು ಚೆನ್ನಾಗಿ ನೆನಪಿತ್ತು. ಭಾಮಿನಿ ಅಣ್ಣ ಪರದೇಶದಲ್ಲಿ ನೆಲೆಸಿದ್ದ. ಮದುವೆಗೆ ಮುನ್ನ ಅಲ್ಲಿದ್ದು ಬಂದ ಅವಳಿಗೆ ಇಲ್ಲಿರಲು ಇಷ್ಟವಾಗಲಿಲ್ಲ. ಇಂಥ ಸುಂದರ ರಜತಾದ್ರಿ ಕೂಡ ಅವಳನ್ನ ಆಕರ್ಷಿಸಲಿಲ್ಲ.

ಬಹಳ ದೂರ ಹೋಗಿ ಹಾಗೆಯೇ ಹಿಂದಿರುಗಿದ. ರಜತಾದ್ರಿಯಲ್ಲಿ ದೀಪಗಳು ಉರಿಯುತ್ತಿದ್ದವು. ಅತ್ಯಂತ ಮೋಹಕವಾಗಿ ಕಂಡಿತು. ತನ್ಮಯತೆಯಿಂದ ನೋಡಿದ.

"ಸೋ ಬ್ಯೂಟಿಫುಲ್..." ಉದ್ಗರಿಸಿದ. ಕಾರು ನಿಲ್ಲಿಸಿದ ಕೂಡಲೇ ಡ್ರೈವರ್ ಓಡಿ ಬಂದು ಡೋರ್ ತೆಗೆದ. ಹಸನ್ಮುಖನಾಗಿ ಒಳಗೆ ನಡೆದವನು, ಹಿಂದಕ್ಕೆ ಬಂದ. ಓಡಿದ ಕಾವ್ಯಮಯ ಕಣ್ಣಿನ ಚೆಲುವೆಯ ನೆನಪಾಯಿತು. ಕ್ರೋಟನ್ ಗಿಡಗಳನ್ನ ಬಳಸಿ ಹಿಂದಕ್ಕೆ ಹೋದ. ತೀವ್ರವಾದ ಹಂಬಲ ಅವನನ್ನ ಆಕರ್ಷಿಸಿತ್ತು.

ಭೇಟಿಯಾದ ಜಾಗದಲ್ಲಿಯೇ ಇಂದು ಮರಕ್ಕೆ ಒರಗಿ ಏನೋ ಯೋಚಿಸುತ್ತಿದ್ದಳು. ತಿದ್ದಿ ತೀಡಿದ ಸುಂದರ ಶಿಲ್ಪದಂತೆ ಕಂಡಳು. ಮಬ್ಬು ಬೆಳಕಿನಲ್ಲಿ ಇಬ್ಬನಿಯಲ್ಲಿ ತೊಯ್ದ ಹೂವಿನಂತೆ ಕಂಡಳು.

"ಹಾಯ್..." ಎದೆಯ ಮೇಲೆ ಕೈಕಟ್ಟಿ ನಿಂತ. ಅವಳ ನೋಟದಲ್ಲಿ ಗಲಿಬಿಲಿ ಕಾಣಿಸಿಕೊಂಡಿತು. ಒಣಗಿದ ತುಟಿಯ ಮೇಲೆ ನಾಲಿಗೆಯಾಡಿಸಿದಳು. ಅಷ್ಟೆ, ಮಾತುಗಳಂತೂ ಹೊರಬರಲಿಲ್ಲ.

ತೀರಾ ವಿಚಿತ್ರವಾಗಿ ಕಂಡಿತು ಅವನಿಗೆ. ನೋಟಕ್ಕೆ ನೋಟ ಬೆಸೆಯುವ, ತೆರೆದ ಬಾಹುಗಳಲ್ಲಿ ಬಂದು ಬೀಳುವ ಹುಡುಗಿಯರನ್ನ ಮಾತ್ರ ಕಂಡಿದ್ದ. ಶಾರದಳ ಮುಖದ ಭಯ, ಮುಗ್ಧತೆ ಆಪ್ಯಾಯಮಾನವಾಗಿ ಕಂಡಿತು.

"ಹಲೋ... ಮಿಸ್, ಹೌ ಆರ್ ಯು?" ಪರಿಚಯ ಇರುವವನಂತೆ ಮಾತನಾಡಿಸಿದ. ಮದುವೆಯ ದಿನ ಅಷ್ಟು ದಿಟ್ಟಳಾಗಿ ವರ್ತಿಸಿದ ಹೆಣ್ಣು ತೀರಾ ಮೂಕಳಂತೆ ನಿಂತಿದ್ದಳು.

"ಮಾತು ಬರೋಲ್ವಾ, ಈ ಹರಿಣಿಗೆ!". ಮೆಲ್ಲಗೆ ಅವಳ ದುಂಡು ಕೆನ್ನೆ ಸವರಿದ. ಹಿಂದೆಯೆ 'ರಪ್' ಎಂದು ಬಿತ್ತು ಅವನ ಕೆನ್ನೆಗೆ. ಮೃದುವಾದ ಹೆಣ್ಣಿನ ಕೈಯಲ್ಲಿ ಎಷ್ಟು ಶಕ್ತಿ ಇರಬಹುದೆಂದು ಆಗಲೇ ಅನುಭವವಾಗಿದ್ದು. ಅವನು ಚೇತರಿಸಿಕೊಳ್ಳುವ ವೇಳೆಗೆ ಶಾರದ ಕಣ್ಮರೆಯಾಗಿದ್ದಳು.

ನಿಂತಿದ್ದ ಜಾಗದಿಂದ ವಿಜಯೇಂದ್ರ ಅಲ್ಲಾಡಲಿಲ್ಲ. 'ಏಟು' ಎನ್ನುವುದರ ರುಚಿ

ಮೊದಲ ಬಾರಿ ಅನುಭವಿಸಿದ್ದ. ಕ್ಷಣ ಜ್ವಾಲಾಮುಖಿಯಾದ ಅವನ ಮನ ನಿಧಾನವಾಗಿ ಶಾಂತವಾಯಿತು.

ಅವನಂಥ ವಿದ್ಯಾವಂತ, ಐಶ್ವರ್ಯವಂತ, ಹ್ಯಾಂಡ್‌ಸಮ್ ಯುವಕನ ಕಣ್ಣೋಟಕ್ಕೆ ಸಾವಿರಾರು ಹೆಣ್ಣುಗಳು ಕ್ಯೂಕಟ್ಟಿ ನಿಲ್ಲುತ್ತಿದ್ದರು. ಇದೊಂದು ಹೊಸ ರೀತಿಯ ಅನುಭವ.

ದತ್ತ ಅವನ ಕೋಣೆಗೆ ಬಂದಾಗ ಕತ್ತಲಲ್ಲಿಯೇ ಕೂತಿದ್ದ. ಅವನಿಗೆ ದೊಡ್ಡ ರೀತಿಯ ಅವಮಾನವಾಗಿತ್ತು. ಅವನಿಗೆ ಆ ಕ್ಷಣ ಅಂಥ ದುರುದ್ದೇಶವೇನೂ ಇರಲಿಲ್ಲ.

"ಲೈಟು ಹಾಕ್ತೀನಿ" ಎಂದ ನಮ್ರತೆಯಿಂದ. ಬೇಡವೆನ್ನುವಂತೆ ಸನ್ನೆ ಮಾಡಿದ. "ಅನಂತರಾಮಯ್ಯ ಮನೆಗೆ ಹೋದ್ರಾ?" ದತ್ತ ಅವನ ಕಾಲ ಬುಡದಲ್ಲಿಯೇ ಕೂತು "ಹೋದ್ರು...". ಈಗ ವಿಜಯೇಂದ್ರ ಸ್ವಲ್ಪ ಸುಮುಖವಾಗಿರುವಂತೆ ಕಂಡ. "ಮೊಮ್ಮಗಳಿಗೆ ಗಂಡು ನೋಡಾಟದಲ್ಲಿ ಇದ್ದಾರೆ. ಇಷ್ಟು ವರ್ಷ ಇಲ್ಲದ ಹೆಣ್ಣು ಈಗ ಪ್ರತ್ಯಕ್ಷವಾಗಿದೆ." ಮುಂದೆ ಇನ್ನಷ್ಟು ಮಾತಾಡಲು ದಾರಿ ತೆಗೆದ. ಬರೀ 'ಹ್ಞೂ' ಗುಟ್ಟಿದ ವಿಜಯೇಂದ್ರ.

ಸೀತಮ್ಮನ ಮೂಲಕ ಒಂದಿಷ್ಟು ತಿಳಿದ ಶಾರದ ಮದುವೆಯ ವಿಷಯಕ್ಕೆ ಉಪ್ಪುಕಾರ ಹಚ್ಚಿ ಹೇಳತೊಡಗಿದ.

"ನೋಡೋಕೆ ಮೃದುವಾಗಿ ಕಂಡ್ರೂ ದಿಟ್ಟಳಾದ ಹೆಣ್ಣೇ. ಎಷ್ಟು ಲಕ್ಷಣವಾಗಿದ್ದಾಳೇಂದ್ರೆ. ಚಿನ್ನ, ಲಕ್ಷಗಳ್ನ ಅವ್ಳ ಮುಂದೆ ನಿವಾಳಿಸಿ ಒಗೀಬೇಕು. ಅವನೊಬ್ಬ ಶತಮೂರ್ಖ. ನಾನು ಬೇಕಾದ್ರೆ ಇಪ್ಪತ್ನಾಲ್ಕು ಗಂಟೆಯೊಳ್ಗೇ ಆ ಹುಡ್ಗೀಗೆ ಗಂಡು ನೋಡಿ ಮದ್ವೆ ಮಾಡ್ಬೋದು. ಯಾವುದಕ್ಕೂ ಅನಂತರಾಮಯ್ಯನವ್ರು ಅವಕಾಶ ಕೊಡೋಲ್ಲ" – ಫಿರ್ಯಾದ್ ಮಾಡುವಂತೆ ಹೇಳಿದ. ವಿಜಯೇಂದ್ರನ ಕೈ ಕೆನ್ನೆಯಮೇಲಾಡಿತು. ಕೋಲ್ಡ್ ಲೋಷನ್ ಸವರಿದ್ದ. ಆದರೂ ಚುರುಗುಟ್ಟುವಿಕೆ ಕಡಿಮೆಯಾಗಿರಲಿಲ್ಲ.

"ಆ ಹೆಣ್ಣು ಮೂಗಿನಾ, ಹುಚ್ಚೀನಾ?" ಎಲ್ಲೋ! ನೋಡುತ್ತ ಪ್ರಶ್ನಿಸಿದ. ದತ್ತ ಜೋರಾಗಿ ನಕ್ಕುಬಿಟ್ಟ. "ಎಂಥ ಮಾತು! ಎಷ್ಟು ಚೆಂದುಳ್ಳಿ ಕಂಠ! ಎಂಥ ಬುದ್ಧಿವಂತಿಕೆ!" ಬಾಯಲ್ಲಿ ನೀರೂರುವಂತೆ ವರ್ಣಿಸಿದ.

ಮೌನವಾಗಿ ಯೋಚಿಸತೊಡಗಿದ ವಿಜಯೇಂದ್ರ. ಆ ಕ್ಷಣ ತಾನೊಬ್ಬ ಭಿಕಾರಿಯೆನಿಸಿತು. ಇಷ್ಟು ವರ್ಷ ಅನಾಥತ್ವ ಅವನನ್ನ ಕಾಡುತ್ತಿತ್ತು. ಇಂದು ಎರಡು ಸೇರಿ ಅವನನ್ನ ಮಾನಸಿಕವಾಗಿ ಹಿಂಸಿಸತೊಡಗಿತು.

ಮಹೇಂದ್ರ ಸ್ವಲ್ಪ ಕಡಿಮೆ ಕುಡಿದಾಗ ಮತ್ತು ತಾವೊಬ್ಬ ತಂದೆಯೆಂದು ಯೋಚಿಸಿದಾಗ ಮೊದಲು ರೀತಾಳ ಬಗ್ಗೆ ಯೋಚಿಸುತ್ತಿದ್ದರು.

"ಭಾಮಿನಿ, ರೀತಾ ಮದ್ವೆ ವಿಷ್ಯ ಯೋಚಿಸೋಲ್ಲಾ?" ಆಸಕ್ತಿವಹಿಸಿ ಕೇಳಿದಾಗ ಆಕೆ ನಕ್ಕುಬಿಡುತ್ತಿದ್ದರು. "ಯೋಚ್ಸೋಕೇನಿದೆ? ಅವಳೇನು ಕನ್ಯೆಯಾಗಿ ಉಳಿದಿಲ್ಲ.

ಬೇಕೂಂತ ಅನ್ನಿಸಿದ್ರೆ, ಇಷ್ಟವಿದ್ರೆ ಯಾರನ್ನಾದ್ರೂ ಮದ್ವೆಯಾಗ್ಲಿ. ಮಕ್ಳ ಸ್ವಾತಂತ್ರ ಕಸಿದುಕೊಳ್ಳೋಕೆ ಇದೇನು ಭಾರತವಲ್ಲ!" ಕಟ್ಟದಾಗಿ ಮಾತಾಡುತ್ತಿದ್ದರು.

ಅದೇ ಪ್ರಶ್ನೆ ರೀತಾಳಿಗೆ ಹಾಕಿದರೆ ಸ್ವಲ್ಪ ನಕ್ಕು ಗಂಟೆಗಟ್ಟಲೆ ಅಳುತ್ತಿದ್ದಳು.

"ಮದ್ವೆ ಅನ್ನೋ ಪವಿತ್ರತೆಗೆ ಯಾವ್ದೇ ಅರ್ಥ ಕಾಣ್ದ ನಮ್ಮಂಥವ್ರಿಗೆ ಯಾಕೆ ಮದ್ವೆ? ಈ ಬದ್ಕೇ ಖುಷಿಯಾಗಿದೆ" – ಅರೆಗಣ್ಣು ತೆಗೆದು ಉಸುರುತ್ತಿದ್ದಳು. ಕೆಲವೊಮ್ಮೆ ಎಲ್ಲಾ ಸಾಮಾನುಗಳನ್ನು ಎರಚಾಡುತ್ತಿದ್ದಳು. "ನನ್ನ ಯಾಕೆ ಇಲ್ಲಿಗೆ ಕರ್ಕೊಂಡ್ಬಂದ್ರಿ? ನನ್ನ ತಾತನ ರಜತಾದ್ರಿ ಪ್ಯಾಲೆಸ್‌ನಲ್ಲೆ ರಾಣಿಯಾಗಿ ಇರ್ತಾ ಇದ್ದೆ." ಮನೋವಿಕಲ್ಪಗೊಂಡವಳಂತೆ ಗೋಳಾಡುತ್ತಿದ್ದಳು. ಮರುಕ್ಷಣವೇ ತನ್ನ ಬ್ಯಾಗನ್ನು ಹೆಗಲಿಗೆ ತೂಗು ಹಾಕಿಕೊಂಡು ಮನೆಬಿಡುತ್ತಿದ್ದಳು. ಪುನಃ ಯಾವಾಗಲೋ, ಎಷ್ಟೊತ್ತಿಗೋ!

ಎಷ್ಟೋ ಸಲ ಕಟ್ಟಡಗಳು, ಗಲ್ಲಿಗಳನ್ನು ಶೋಧಿಸಿ ರೀತಾಳನ್ನ ಹೊತ್ತು ತರುತ್ತಿದ್ದ ವಿಜಯೇಂದ್ರ.

"ಬೇಡೇ ರೀತಾ, ಬೇಡ" ತಲೆ ಚಚ್ಚಿಕೊಳ್ಳುತ್ತಿದ್ದ. "ಪೂರ್ತಿ ಹಾಳಾಗಿದ್ದೀಯಾ! ಈಗ್ಲಾದ್ರೂ ನೆಟ್ಟಗೆ ಬದ್ಕೋದು ಕಲಿ" – ಕೆನ್ನೆಗೆ ಬಾರಿಸಿ ಬುದ್ಧಿ ಹೇಳಿದ್ದ. ಆಗೆಲ್ಲ ಅವನ ಕೂದಲು ಕಿತ್ತು, ಷರಟು ಹರಿದುಹಾಕಿ ಬಿಡುತ್ತಿದ್ದಳು. "ಗೆಟ್‌ಔಟ್, ನನ್ನ ಸುದ್ದಿಗೆ ಬರ್ಬೇಡ."

ಸೋತ ವಿಜಯೇಂದ್ರ ಬರೀ ಪ್ರೇಕ್ಷಕನಾದ.

"ದತ್ತ ಲೈಟು ಹಾಕು" ಎಂದವನು ಎದ್ದು ಬಾತ್‌ರೂಂ ಕಡೆ ನಡೆದ. ಕೆಂಪಗಾದ ಕೆನ್ನೆ ಕನ್ನಡಿಯಲ್ಲಿ ಪ್ರತಿಫಲಿಸಿತು. ಅದರ ಹಿಂದೆಯೇ ಶಾರದಳ ಮುಖ ತೇಲಿಬಂತು. ಮುಷ್ಟಿ ಬಿಗಿಹಿಡಿದು ಕನ್ನಡಿಗೆ ಗುದ್ದಿದ. 'ಫಳ್' ಎಂದಕೂಡಲೇ ಬೆರಳುಗಳಲ್ಲಿ ರಕ್ತ ಕಾಣಿಸಿಕೊಂಡಿತು.

ಹತ್ತಿಯಲ್ಲಿ ಡೆಟಾಲ್ ಅದ್ದಿ ಒರೆಸಿದ. ಅರ್ಧ ಗಂಟೆ ಷವರ್ ಕೆಳಗೆ ನಿಂತು ಸ್ನಾನ ಮಾಡಿದ.

ದತ್ತ ಬಾತ್‌ರೂಂ ಬಾಗಿಲಿಗೆ ಕಿವಿಯಿಟ್ಟ. ಒಂದೇ ಸಮ ಷವರ್‌ನಿಂದ ನೀರು ಸುರಿಯುತ್ತಿತ್ತು. ಫ್ರೆಷ್ಷಾಗಿ ಟಬ್ ಬಾತ್ ಮಾಡುತ್ತಿದ್ದರೆಂದುಕೊಳ್ಳುವುದಕ್ಕೂ ಸಾಧ್ಯವಾಗಲಿಲ್ಲ.

ತಟ್ಟನೆ ನೀರು ಸುರಿಯುವುದು ಒಮ್ಮೆಲೆ ನಿಂತಾಗ ಎದೆಯಮೇಲೆ ಕೈಯಿಟ್ಟುಕೊಂಡು 'ದೇವರೇ' ಎಂದ.

ಬಂದಾಗ "ಅಮ್ಮಾವರು ಬರ್ತಾರೆ" ಎಂದು ವಿಜಯೇಂದ್ರ ಹೇಳಿದ್ದ. ಅವರಿಗಾಗಿ ಪ್ರತ್ಯೇಕವಾಗಿ ಹಲವಾರು ಏರ್ಪಾಟುಗಳಾದವು. ಆದರೆ ಆ ಜನರಂತು ಬರುವ ಲಕ್ಷಣ ಕಾಣಲಿಲ್ಲ!

ತನ್ನ ಬಟ್ಟೆಗಳನ್ನೆಲ್ಲ ಸೂಟುಕೇಸ್‌ಗೆ ತುಂಬಿ ನಿಂತ ಶಾರದ, "ತಾತ, ನಾನು

ಇವತ್ತು ಹೊರಟುಬಿಡ್ತೀನಿ" – ತುದಿಗಾಲಿನಲ್ಲಿ ನಿಂತಳು. ಹತ್ತಿಬಿಡಿಸುತ್ತಿದ್ದ ಸೀತಮ್ಮ ತಲೆಯೆತ್ತಿದ್ದರು. ಅನಂತರಾಮಯ್ಯ ಓದುತ್ತಿದ್ದ ಪುಸ್ತಕ ಮುಚ್ಚಿ ಕನ್ನಡಕ ತೆಗೆದಿಟ್ಟರು. "ನಿಮ್ಮಪ್ಪನೇ ಬರ್ತೀನಿ ಅಂದಿದಾನಲ್ಲ, ಬರಲಿ" ಅನಾಸಕ್ತಿ ವ್ಯಕ್ತಪಡಿಸಿದರು.

ಶಾರದಳಲ್ಲಿ ಒಂದು ರೀತಿಯ ಚಡಪಡಿಕೆ ಷುರುವಾಗಿತ್ತು. ಮೊದಲು ರಜತಾದ್ರಿಯನ್ನ ಅವಳು ಖಾಲಿ ಮಾಡಬೇಕಿತ್ತು. ಈಗ ವಿಜಯೇಂದ್ರನ ತಪ್ಪಿಗಿಂತ ತನ್ನ ತಪ್ಪಿನ ಬಗ್ಗೆ ಯೋಚಿಸುತ್ತಿದ್ದಳು. ತನ್ನ ವರ್ತನೆಗೆ ಕಾರಣವೇನು? ಭಯಕ್ಕಿಂತ ಯಾವುದೋ ಆಕರ್ಷಣೆ ಅವಳನ್ನ ಸೆಳೆಯುತ್ತಿತ್ತು. ತಪ್ಪಿಸಿಕೊಳ್ಳುವ ಪ್ರಯತ್ನದಲ್ಲಿ ತೀರಾ ಕ್ಷೋಭೆಗೆ ಒಳಗಾಗುತ್ತಿದ್ದಳು.

ಬೆವೆತ ಅಂಗೈಯನ್ನ ನೋಡಿಕೊಂಡಳು. ಕೆಂಪಾಗಿತ್ತು. ಬೆರಳುಗಳು ಮೆಲ್ಲಗೆ ಕಂಪಿಸುತ್ತಿದ್ದವು.

"ಇಲ್ಲ ತಾತ.... ನಾನು ಹೋಗ್ತೀನಿ. ಚಿಕ್ಕಮ್ಮ ಸುಮ್ನೆ ನೊಂದ್ಕೋತಾಳೆ" ಎಂದಳು.

ಅನಂತರಾಮಯ್ಯನವರ ತುಟಿಯಂಚಿನಲ್ಲಿ ವೇದನೆಯ ಕಿರುನಗು ಮಿನುಗಿತು. ಮಗಳ ನೆನಪಾಗಿರಬೇಕು.

"ಅಪ್ಪ, ನಂಗೆ ಮದ್ವೆ ಬೇಡ" – ಹಟದಿಂದ ಅತ್ತಿದ್ದಳು. ನಾನು ಖಂಡಿತ ಸುಖವಾಗಿರೋಲ್ಲ. ಕನಸುಗಳಲ್ಲೇ ಬದ್ಕಿಬಿಡ್ತೀನಿ" ಕಾಲು ಹಿಡಿದಿದ್ದಳು.

ಮಗಳ ಕನಸು ಎಂದೂ ನನಸಾಗುವುದಿಲ್ಲವೆಂದು ಅವರಿಗೆ ಗೊತ್ತಿತ್ತು. ಮತ್ತು ಸದಾ ಕಮಲ ಮೇಲೆ ಕೆಂಡಕಾರುವುದು ಮಾತ್ರವಲ್ಲ, ಕೊಂದೇ ಬಿಡಬೇಕೆನಿಸುವಷ್ಟು ಆಕ್ರೋಶ.

ತಾತ, ಮೊಮ್ಮಗಳ ಮಧ್ಯೆ ಸೀತಮ್ಮ ಬಾಯಿಹಾಕಿದರು. "ಎಷ್ಟೋ ವರ್ಷಕ್ಕೆ ತಾತನ ಮನೆಗೆ ಬಂದಿದ್ದೀಯಾ. ಗಂಡು ಗೊತ್ತಾಗೋವರ್ಗೂ, ಅಥ್ವಾ ಕೆಲ್ಸ ಸಿಕ್ಕೋವರ್ಗೂ ಇಲ್ಲೇ ಇರು" – ಒತ್ತಾಯ ಹೇರಿದರು.

ಶಾರದ ಮಂಕಾದಳು. ಪದ್ಮಮ್ಮನ ಬಾಯಿಯ ವಿಷಯ ಅವಳಿಗೆ ಗೊತ್ತು. ಸದಾ ಗೊಣಗುಟ್ಟುವುದು. ಗಂಡನ ಮೇಲೆ ಸಿಡಿಮಿಡಿಕೊಳ್ಳುವುದನ್ನು ಅವಳು ಕೇಳಬೇಕಾಗಿತ್ತು. ಅದರಿಂದ ತಪ್ಪಿಸಿಕೊಳ್ಳಬೇಕಾದರೆ ಇಲ್ಲಿರುವ ಅಗತ್ಯವಿತ್ತು.

ಒಲ್ಲದ ಮನಸ್ಸಿನಿಂದಲೇ ಒಪ್ಪಿಕೊಂಡಳು.

ಶಾರದ, ಮೂರು ದಿನ ಮನೆ ಬಿಟ್ಟು ಹೊರಗೆ ಬರಲಿಲ್ಲ. ತಂದ ಪುಸ್ತಕಗಳನ್ನ ಮತ್ತೆ ಮತ್ತೆ ಓದಿ ಮುಗಿಸಿದಳು. ತಾತನ ಸಂದೂಕದಲ್ಲಿದ್ದ ರಾಮಾಯಣ, ಮಹಾಭಾರತ, ಆಧ್ಯಾತ್ಮಿಕ ಗ್ರಂಥಗಳನ್ನ ಓದಿ ಮುಗಿಸಿದಳು. ಬೋರೆನಿಸಿಹೋಯಿತು.

ಸಂಜೆ ಬಾಯಿತುಂಬ ಎಲೆಯಡಿಕೆ ತುಂಬಿಕೊಂಡು ದತ್ತ ಬಂದ. ವಿಜಯೇಂದ್ರನ ಮುಂದೆ ಎಲೆಯಡಿಕೆ ತಿನ್ನುವಂತಿರಲಿಲ್ಲ.

"ಸೀತಕ್ಕ, ಒಂದಿಷ್ಟು ಅಡಿಕೆ ಪುಡಿ ಕೊಡು." ನೆಲದಲ್ಲಿ ಕೂತು ಹೆಗಲ ಮೇಲಿನ

ವಸ್ತ್ರದಿಂದ ಕತ್ತನ್ನ ಉಜ್ಜಿದ. "ಇನ್ನ ಇವತ್ತು ಎಲೆಯಡಿಕೆ ಹಾಕಲಿಲ್ಲ ಅಂದ್ರೆ ನನ್ನ ಮಿದುಳು ಕೆಟ್ಟುಹೋಗ್ತಾ ಇತ್ತು."

ಸೀತಮ್ಮನ ಬದಲು ಶಾರದ ಒಂದು ಕವಳಿಗೆ ವೀಳೆದೆಲೆ, ಅಡಿಕೆಪುಡಿ ಸುಣ್ಣವನ್ನ ತಂದಿಟ್ಟಳು. ಅವನ ಎಲೆಯಡಿಕೆಯ ಭರಾಟೆ ಅವಳಿಗೆ ಗೊತ್ತು.

"ನಿಮ್ಗೂ ಗೊತ್ತಾಯ್ತು!" ಹುಬ್ಬುಹಾರಿಸಿ ಹಲ್ಲುಗಿಂಜಿ ತಟ್ಟೆಯನ್ನು ಹತ್ತಿರಕ್ಕೆ ಎಳೆದುಕೊಂಡ. "ದೊಡ್ಡ ಯಜಮಾನ್ರು ಒಂದು ತರಹ. ಚಿಕ್ಕ ಯಜಮಾನ್ರು... ಸುಡೋ ಬೆಂಕಿ. ನಾನು ಎಲೆಯಡಿಕೆ ಹಾಕಿದ್ದು ಗೊತ್ತಾದ್ರೆ ಪಿಸ್ತೂಲು ತಗೊಂಡು ಸುಟ್ಟುಬಿಡ್ತಾರೆ." ಬಾಯಿಮೇಲೆ ಬೆರಳುಗಳನ್ನು ಇಟ್ಟುಕೊಂಡು ಕಣ್ಣುಗಳಲ್ಲಿ ಭಯ ನಟಿಸಿದ. ಶಾರದ ಅಲ್ಲೇ ಕೂತಳು. ತಾನು ಕೆನ್ನೆಗೆ ಬಾರಿಸಿದ ವ್ಯಕ್ತಿ ರಜತಾದ್ರಿಯ ಯಜಮಾನನೆ ಎಂದು ತಿಳಿಯುವ ಅಗತ್ಯವಿತ್ತು.

ಕಾಲು ಭಾಗದ ಎಲೆ ಖಾಲಿ ಮಾಡುವ ವೇಳೆಗೆ ಸೀತಮ್ಮ ಅಡಿಗೆಯ ಮನೆ ಕೆಲಸ ಮುಗಿಸಿಬಂದು ಕೂತರು. ದತ್ತನ ಆಕರ್ಷಕ ಮಾತುಗಳೆಂದರೆ ಆಕೆಗೆ ಇಷ್ಟ ಮಾತ್ರವಲ್ಲ, ಅವನ ಬಗ್ಗೆ ಒಂದು ರೀತಿಯ ಸಹಾನುಭೂತಿ.

"ಎಲ್ಲಾ ಕೆಲ್ಸ ಮುಗೀತೇನೋ?" ಎಲೆ ಅಡಿಕೆ ತಟ್ಟೆಯ ಕಡೆ ನೋಡಿದರು. ಅಡಿಕೆ ಪುಡಿ ಇನ್ನು ಹತ್ತು ಎಲೆಗಾಗುವಷ್ಟು ಮಾತ್ರ ಇತ್ತು. "ಇನ್ನಷ್ಟು ಅಡಿಕೆ ಪುಡಿ ತರ್ಲಾ?" ಪ್ರಶ್ನಿಸಿದರು. ದತ್ತ ಬೇಡವೆನ್ನುವಂತೆ ತಲೆಯಾಡಿಸಿದ. "ಬೇಡ ಸೀತಕ್ಕ. ಇನ್ನ ಈ ಹಲ್ಲನ್ನ ಬೆಳ್ಳಗೆ ಮಾಡ್ಬೇಕೂಂದ್ರೆ ಅರ್ಧ ಗಂಟೆಯಾದ್ರೂ ಬೇಕು. ಇಲ್ಲದಿದ್ರೆ ಅರ್ಧಚಂದ್ರ ಪ್ರಯೋಗ." ಇನ್ನೆರಡು ಎಲೆಗೆ ಸುಣ್ಣ ತೀಡತೊಡಗಿದ.

"ಏನು ಅಡ್ಗೆ ಮಾಡಿದ್ದೆ?" ಸೀತಮ್ಮ ಕೇಳಿದಾಗ ಪಕ್ಕನೆ ನಕ್ಕುಬಿಟ್ಟ. ಎಲೆಯಡಿಕೆಯ ರಸ ಚಿಲ್ಲೆಂದು ಅವನ ವಸ್ತ್ರದ ಮೇಲೆಲ್ಲ ಚಿಮ್ಮಿತು. "ಹಾಳಾಯ್ತು" – ಎದ್ದು ಹೊರಗೆ ಹೋದವನು ಉಗಿದು ಪೂರ್ತಿ ಬಾಯಿ ತೊಳೆದು ಬಂದು ಕೂತ.

"ಶ್ರೀಮಂತರ ಅಡ್ಗೇ ಸುದ್ದಿ..." ಅಂದವನು ಮತ್ತಷ್ಟು ನಕ್ಕ. "ಈಗಿನ ರಜತಾದ್ರಿಯ ಜನಕ್ಕೆ ಊಟ ಮಾಡೋದೇ ಗೊತ್ತಿಲ್ಲ. ಸೂಪ್, ರಸ, ಬ್ರೆಡ್, ಬೆಣ್ಣೆ, ಹಣ್ಣುಗಳಲ್ಲೇ ಊಟ ಮುಗ್ದುಹೋಗುತ್ತೆ." ಎಲೆಯಡಿಕೆ ತಟ್ಟೆಯನ್ನ ಪಕ್ಕಕ್ಕೆ ಸರಿಸಿ ಮೂತಿಯೊರೆಸಿಕೊಂಡ.

"ಎರ್ಡು ದಿನದಿಂದ ಸರ್ಯಾಗಿ ಊಟ ಇಲ್ಲ, ಮಾತಿಲ್ಲ, ಕತೆಯಿಲ್ಲ. ಒಂದು ರೀತಿ ಡಿಪ್ರೆಷನ್" – ದತ್ತ ಎಂದ ಕೂಡಲೇ ಶಾರದಳ ಹೃದಯ ಬಡಿತ ಏರಿತು. ಕೆಂಪಗಾದ ಮುಖ ಮೊದಲ ಸ್ಥಿತಿಗೆ ಮರಳಲು ಬಹಳ ಹೊತ್ತು ಬೇಕೆನಿಸಿತು. ಈಗ ಆ ವ್ಯಕ್ತಿ ಯಾರೆಂದು ಅವಳಿಗೆ ಅರ್ಥವಾಯಿತು. ಅವಳ ಮೈ ಮೃದುವಾಗಿ ಕಂಪಿಸಿತು.

ದತ್ತ ಮೇಲೆದ್ದು ತನ್ನ ಹೆಗಲ ಮೇಲಿನ ವಸ್ತ್ರ ಕೊಡವಿದ. ಸೀತಮ್ಮ ಜ್ಞಾಪಿಸಿಕೊಂಡರು.

"ನೀನು ಬರೆದಿಟ್ಟ ಕಾಗ್ದನ ದತ್ತನ ಕೈಗೆ ಕೊಡು. ಪೋಸ್ಟ್ ಮಾಡ್ತಾನೆ."

ಯಾವುದೋ ಗುಂಗಿನಲ್ಲಿದ್ದ ಶಾರದ ಪತ್ರ ತಂದು ಅವನ ಕೈಗೆ ಕೊಟ್ಟಳು.

"ಮರೀದೆ ಪೋಸ್ಟ್ ಮಾಡು" – ಎಚ್ಚರಿಸಿದಳು.

ದತ್ತ ಕೈಯಲ್ಲಿಡಿದು ಹಿಂದಕ್ಕೆ ಮುಂದಕ್ಕೆ ತಿರುಗಿಸಿ ನೋಡಿ ಮೂಗಿನ ಬಳಿ ಹಿಡಿದ. ಯಾವುದೇ ವಾಸನೆ ಇಲ್ಲ.

"ಇದು ಪ್ರೇಮಪತ್ರವಲ್ಲ ಬಿಡಿ!" ಹುಬ್ಬು ಕುಣಿಸಿ ನಕ್ಕ. ಹಿಂದೆ ಸ್ವಲ್ಪ ದಿನ ಬಂದಿದ್ದ ರೀತಾಳ ಪತ್ರಗಳನ್ನ ಪೋಸ್ಟ್ ಮಾಡುವಾಗ ಫಾರಿನ್ ಸೆಂಟಿನ ಕಂಪನ್ನ ಆಘ್ರಾಣಿಸಿದ್ದ. ಭಾಮಿನಿಯವರಿಗೆ ಬರುವ ಪತ್ರಗಳು ಕೂಡ ಸುವಾಸನೆಯನ್ನೇ ಹೊತ್ತು ತರುತ್ತಿತ್ತು.

ಜೇಬಿಗೆ ಸೇರಿಸಿದವನು ಹೊರಗೆ ನಡೆದ. ಅವನು ಹೋದ ದಿಕ್ಕನ್ನೇ ನೋಡಿದ ಸೀತಮ್ಮ ನಿಟ್ಟುಸಿರು ಚೆಲ್ಲಿದರು.

"ಇವನೊಬ್ಬ! ಯಾರುಂಟೋ, ಯಾರು ಇಲ್ಲವೋ. ಆಗಾಗ ಹೊರಡ್ತಾನೆ. ಸುಮ್ಮನಾಗ್ತಾನೆ. ಕೆಲವೊಮ್ಮೆ ಹೋಗಿಬರ್ತಾನೆ. ಒಂದು ದಿನಕ್ಕೂ ಅವನ ಸಂಬಂಧದವರ ಸುದ್ದಿ ಎತ್ತೋಲ್ಲ."

ಸದಾ ನಗುವ, ಬದುಕನ್ನ ತೀರಾ ಹಗುರವಾಗಿ ಕಾಣುವ, ಅನಂತ ರಾಮಯ್ಯನವರಿಗೆ ಸಿಟ್ಟು ತರಿಸುವ ದತ್ತ ಕೆಲವೊಮ್ಮೆ ಸಮಸ್ಯೆಯಾಗಿ ಕಾಣುತ್ತಿದ್ದ.

ದತ್ತ ಸಣ್ಣಗೆ ಹಾಡಿಕೊಳ್ಳುತ್ತ ಬಾಲ್ಕನಿ ತಲುಪುವ ವೇಳೆಗೆ ವಿಜಯೇಂದ್ರ ನಿಂತಿದ್ದ. ಎರಡು ಕೈಯಿಂದ ಬಾಯಿಮುಚ್ಚಿಕೊಂಡ.

"ಎಲ್ಹೋಗಿದ್ದೆ?" ವಿಜಯೇಂದ್ರ ಹುಬ್ಬುಗಂಟಿಕ್ಕಿದ. ಬಾಯಿ ಮುಚ್ಚಿಕೊಂಡೇ ದೀರ್ಘದಂಡ ನಮಸ್ಕಾರ ಮಾಡಿದ ದತ್ತ ಒಳಗೆ ಓಡಿಬಿಟ್ಟ.

ವಿಜಯೇಂದ್ರ ಬಾಲ್ಕನಿಯಿಂದ ಹೊರಗೆ ಬಂದ. ಇಬ್ಬರು ತಬ್ಬುವಂಥ ಕಂಬಗಳನ್ನ ನಿಲ್ಲಿಸಿ ಕೆನಾಪಿಗೆ ಸೇರಿಸಿದ್ದರು. ಇದರಲ್ಲಿ ಒಂದು ಬಗೆಯ ಕಲಾತ್ಮಕತೆ ಇತ್ತು. ಇದೆಲ್ಲ ಅವನ ತಾತನ ಕನಸುಗಳು.

"ಎಕ್ಸ್‌ಕ್ಯೂಜ್ ಮಿ ಸರ್" ಯೂನಿಫಾರಂನಲ್ಲಿ ಸೆಲ್ಯೂಟ್ ಹೊಡೆಯುತ್ತ ನಿಂತ ದತ್ತ. ಅವನು ಗಡಬಡಿಸಿಕೊಂಡು ಓಡಿ ಬಂದಿರಬೇಕು. ಅವನೆದೆ ಏರಿಳಿಯುತ್ತಿತ್ತು. ಮ್ಯಾನೇಜರ್ ಮನೆಗೆ ಹೋಗಿದ್ದೆ."

ವಿಜಯೇಂದ್ರನ ಕಣ್ಣುಗಳು ಕಿರಿದಾದವು. "ಅನಂತರಾಮಯ್ಯನವ್ರು ಇದ್ರಾ?" ಗತ್ತಿನಿಂದ ಕೇಳಿದಾಗ ದತ್ತ ಉಗುಳು ನುಂಗಿದ. "ಅವ್ರು ಮನೆಯಲ್ಲಿದ್ದಾಗ ನಾನು ಹೋಗೋದೇ ಇಲ್ಲ. ಅದೇ ಆ ಮಲ್ಲಿಗೆ ದಂಡೆ ಹುಡ್ಗೀ ಒಂದು ಲೆಟರ್ ಪೋಸ್ಟ್ ಮಾಡ್ಬೇಕು ಅಂದಿದ್ರು. ಅದ್ಕೇ ಹೋಗಿದ್ದು."

ತಟ್ಟನೆ ಅವನ ವಾರ್ಡ್‌ರೋಬ್‌ನಲ್ಲಿದ್ದ ಒಣಗಿದ ಮಲ್ಲಿಗೆಯ ದಂಡೆಯ ನೆನಪಾಯಿತು. ಅದರ ಹಿಂದೆಯೇ ಕೆನ್ನೆಗೆ ಬಿದ್ದ ಏಟು ಜ್ಞಾಪಕಕ್ಕೆ ಬಂತು.

"ಆ ಹುಡ್ಗೀನ ಸ್ವಲ್ಪ ಕರ್ಕೊಂಡ್ಬಾ. ಆ ದಂಡೇನ ಅವ್ರಿಗೇ ಕೊಟ್ಟು ಕಳಿಸೋಣ" ಎಂದ. "ಹ್ಞೂ, ಸರ್" ಎಂದು ಗೆಲುವಿನ ಹೆಜ್ಜೆ ಹಾಕಿದವನು ಹಿಂದಕ್ಕೆ ಬಂದ. "ನಾನೇ ಕೊಟ್ಟುಬಿಡ್ತೀನಿ." ಕೈ ಕೈ ಹೊಸೆದ. ಬೇಡವೆನ್ನುವಂತೆ ತಲೆಯಾಡಿಸಿದ ವಿಜಯೇಂದ್ರ. "ಅಲರ್ಟ್ ಆಗಿರೋಕೆ ಹೇಳ್ಬೇಕು. ಹೋಗಿ ಕರ್ಕೊಂಡ್ಬಾ" – ಕತ್ತು ತೂರಿಸಿದ ದತ್ತ.

ಅನಂತರಾಮಯ್ಯನವರ ಕೋಪ ಅವನ ಮೇಲೆ ಇನ್ನು ಕಡಿಮೆಯಾಗಿಲ್ಲವೆನ್ನುವ ಸಂಗತಿ ಅವನಿಗೆ ಗೊತ್ತು. ಈಗ ಶಾರದನ.... ಕರೆದರೆ... ಅವನ ಮೈ ಕಂಪಿಸಿತು.

"ಕ್ಷಮ್ಸಿ ಬಿಡಿ, ಸರ್, ತೀರಾ ಸಣ್ಣ ಹುಡ್ಗಿಯಲ್ಲ. ಹಾಗೆಲ್ಲ ಕಳ್ಸೋಕೆ ಸೀತಕ್ಕ ಇಷ್ಟಪಡೋಲ್ಲ. ಅನಂತರಾಮಯ್ಯನವ್ರಿಗೆ ಗೊತ್ತಾದ್ರೆ... ಕೈಯಲ್ಲಿನ ಬೆತ್ತದಿಂದ ನನ್ನ ಮೈನ ಮೂಳೆಯೆಲ್ಲ ಪುಡಿಪುಡಿ ಮಾಡಿಬಿಡ್ತಾರೆ." ಹೆದರಿದಂತೆ ಕಂಡ. ವಿಜಯೇಂದ್ರನ ಮೈ ಕೋಪದಿಂದ ಸುಡತೊಡಗಿತು. ಬಲವಂತವಾಗಿ ಅಡಗಿಸಿಟ್ಟ.

"ಅನಂತರಾಮಯ್ಯ ನಿಂಗೆ ಬರೀ ಮ್ಯಾನೇಜರ್. ಅವರ ಮರ್ಜಿಯಂತೆ ಕೆಲ್ಸ ಮಾಡ್ಬೇಡ. ಬಂದು ಆ ಹೂ ತಗೊಂಡ್ಹೋಗೋಕೆ ಹೇಳು" ಎಂದವನೇ ರಭಸದಿಂದ ಒಳಗೆ ಹೋದ. ದತ್ತ ಹಣೆ ಗಟ್ಟಿಸಿಕೊಂಡ.

ಹೂವಿನ ದಂಡೆ ಬಿದ್ದಿರುವುದು ಆಕಸ್ಮಿಕವಿರಬಹುದು. ಅದನ್ನ ಎತ್ತಿಟ್ಟು ಈ ರೀತಿ ಹುಕುಂ ಮಾಡುವ ಅಗತ್ಯವೇನು?

ಬಂದು ಅನಂತರಾಮಯ್ಯನವರ ಕೋಣೆಯಲ್ಲಿ ಇಣಕಿದ. ಅವರು ಇರಲಿಲ್ಲ. ಬೇರೆ ಜಾತಿಯ ಗುಲಾಬಿ ಗಿಡಗಳನ್ನ ತರಲು ಊಟಿಗೆ ಹೋಗಿದ್ದು ಅವನಿಗೆ ನೆನಪಾಯಿತು.

ನೇರವಾಗಿ ಅನಂತರಾಮಯ್ಯನವರ ಮನೆಗೆ ಬಂದ. ಸೀತಮ್ಮ ಕಣ್ಣನ ಹೆಂಡತಿಯ ಜೊತೆ ಮಾತಾಡುತ್ತಿದ್ದರೆ ಶಾರದ ಸ್ವಲ್ಪ ದೂರದಲ್ಲಿ ಅಚ್ಚುಕಟ್ಟಾಗಿ ಬೆಳೆಸಿದ ಲಾನ್ ಮೇಲೆ ಕೂತು ಕೈಯಲ್ಲೊಂದು ಪುಸ್ತಕ ಹಿಡಿದಿದ್ದಳು.

ದತ್ತ ಹೋದವನೆ ದೊಪ್ಪನೆ ಅವಳ ಮುಂದೆ ಕೂತು ತಲೆಯ ಮೇಲೆ ಕೈಯೊತ್ತ. ಶಾರದಾಗೆ ಗಾಬರಿಯಾಯಿತು.

"ದತ್ತ... ಯಾಕೆ? ತಾತ ಹೋದ ಜೀಪು ಬಂತು ತಾನೇ?" ಅವಳ ಪ್ರಶ್ನೆಗೆ ಉತ್ತರಿಸುವ ಬದಲು ದತ್ತ ಬಲವಾಗಿ ಹಣೆ ಗಟ್ಟಿಸಿಕೊಳ್ಳತೊಡಗಿದ. "ನನ್ನ ಕೆಲ್ಸ ಹೋದಂಗೆ ಲೆಕ್ಕ? ನಾನೆಲ್ಲಿಗೆ ಹೋಗ್ಲಿ?" ಗೋಳಾಟಕ್ಕೆ ಶುರು ಮಾಡಿಬಿಟ್ಟ. ಕಸಿವಿಸಿಗೊಂಡಳು.

ಪುಸ್ತಕ ಕೆಳಗಿಟ್ಟು ಅವನ ಕಡೆ ನೋಡಿದಳು. "ಸ್ವಲ್ಪ ಅರ್ಥವಾಗೋ ಹಾಗೆ ಹೇಳು. ಅಥ್ವಾ ಗೋಳಾಡೋದಾದ್ರೆ.... ನಿನ್ನ ಬಾಸ್ ಮುಂದೇನೋ ಮ್ಯಾನೇಜರ್ ಮುಂದೇನೋ ಷುರುಮಾಡು. ಪ್ಲೀಸ್ ನಮ್ಮುಂದೆ ಮಾತ್ರ ಬೇಡ."

ದತ್ತ ಮುಖದಿಂದ ಕೈ ತೆಗೆದವನೆ ನೇರವಾಗಿ ಆಕ್ಷೇಪಣೆ ಮಾಡಿದ – "ಎಲ್ಲಾ ನಿಮ್ಮಿಂದ್ಲೇ! ನಾನೇನೋ ನೋಡ್ಲೀಂತ ಕರ್ಕೊಂಡ್ಹೋದ್ರೆ... ನೀವು ಅವ್ರ ಕೋಣೆಯಲ್ಲಿ

ಮಲ್ಲಿಗೆ ದಂಡೆ ಬೀಳ್ಸಿಕೊಂಡು ಬಂದಿದ್ದೀರಾ. ಎಲ್ಲಾ ಕೈ ಎತ್ತಿಬಿಟ್ರು. ಈಗ ನನ್ಮೇಲೆ ಅವ್ರಿಗೆ ಕೆಟ್ಟ ಅನುಮಾನ. ಹೇಳಿ ಕೇಳಿ ಅವರು ರಜತಾದ್ರಿಯ ಮಂದಿ." ಉಸಿರು ನಿಂತಂತಾಯಿತು ಅವಳಿಗೆ. ಎತ್ತಿ ಬಿಸುಟರೆ ಮುಗಿದುಹೋಗುತ್ತಿತ್ತು. ಅದಕ್ಕೆ ಇಷ್ಟೊಂದು ರಂಪವೇ?

"ಇರೋ ವಿಷ್ಯ ಹೇಳು" – ನಿಶ್ಚಿಂತೆಯಿಂದ ಹೇಳಿದಳು.

"ಅಯ್ಯೋ, ಅವ್ರು ನಂಬ್ತಾ ಇಲ್ವಲ್ಲ!" ಹಣೆಗಟ್ಟಿಸಿಕೊಂಡ. ಆ ಕ್ಷಣ ಅವಳ ವಿವೇಕ ಸತ್ತಿತ್ತು. ನಾನೇ ಹೇಳ್ತೀನಿ ನಡಿ. ದೊಡ್ಡ ಜನವಾದ್ರೆ... ನಂಗೇನು?" ಪುಸ್ತಕ ಕೈಗೆತ್ತಿಕೊಂಡು ಮೇಲೆದ್ದಳು. ದತ್ತನಿಗೆ ಬೇಕಾದದ್ದು ಅದೇ. ಅವನೆಂದೂ ಮುಂದಿನ ಪರಿಣಾಮದ ಬಗ್ಗೆ ಯೋಚಿಸಿದವನೇ ಅಲ್ಲ.

ಅವನ ಜೊತೆ ರಜತಾದ್ರಿ ಬಂಗ್ಲೆಯವರೆಗೂ ಬಂದವಳು ತುಸು ಯೋಚಿಸಿದಳು. "ನಿಮ್ಮ ಯಜಮಾನ್ರು ಹೇಗೆ?" ದತ್ತ ಹುಬ್ಬುಕುಣಿಸಿದ. "ಪರ್‌ಫೆಕ್ಟ್ಲಿ ಜಂಟಲ್‌ಮನ್ ಅಂತಾರಲ್ಲ, ಹಾಗೆ. ಬರೀ ಅವ್ರು ಪ್ಲೇನ್‌ನಲ್ಲಿ ಓಡಾಡೋ ಜನ ಅಷ್ಟೆ." ಮುಂದಕ್ಕೆ ಹೆಜ್ಜೆ ಹಾಕಿದ.

ಎದುರಾದ ಕಣ್ಣ ಗರಬಡಿದವನಂತೆ ನಿಂತ. ಅವನಿಗೆ ಯೋಚಿಸುವಂತಾಯಿತು. ಮುಷ್ಟಿಹಿಡಿದು ಹೆಬ್ಬೆಟ್ಟು ಮೇಲಕ್ಕೆತ್ತಿ 'ಹೆ ಯಾಕೆ?' ಎಂದು ಪ್ರಶ್ನಿಸಿದ. ದತ್ತ ಅವನತ್ತ ಲಕ್ಷ್ಯವನ್ನೇ ಕೊಡಲಿಲ್ಲ.

ಆ ಕೋಣೆಯ ಬಳಿಗೆ ಬರುವ ವೇಳೆಗೆ ಅವಳಿಗೆ ಉಸಿರು ನಿಂತಂತಾಯಿತು. ಅದೇ ಪರ್‌ಫ್ಯೂಮ್, ತಲೆ ಸುತ್ತತೊಡಗಿತು. ಎರಡ್ಹೆಜ್ಜೆ ಹಿಂದಕ್ಕೆ ಬಂದಳು.

"ನನಗೆ ಆ ಕೋಣೆಯೊಳಗೆ ಹೋಗೋಕಾಗೋಲ್ಲ! ಅವ್ರನ್ನೇ ಕರಿ" ದತ್ತ ಬೆಪ್ಪಾದ.

"ಇಷ್ಟು ದೂರ ಬಂದಿದ್ದಾಯ್ತು. ಒಂದ್ಮಾತು ಹೇಳಿ ಹೋಗ್ಬಿಡಿ. ಸುಮ್ನೆ ಇದಕ್ಕಾಗಿ ತಕರಾರು ಯಾಕೆ?" ಮೆಲ್ಲಗೆ ಪುಸಲಾಯಿಸಿದ. ಬಿಗಿಯಾಗಿ ಹಲ್ಕುಡಿ ಕಚ್ಚಿ ಒಳಗೆ ನಡೆದಳು.

"ಸರ್..." ಎಂದಳು. ಅವಳತ್ತ ಬೆನ್ನುಹಾಕಿ ನಿಂತ ವಿಜಯೇಂದ್ರ ತಟ್ಟನೆ ತಿರುಗಿದ. ಎರಡು ನೋಟಗಳು ಸಂಧಿಸಿದಾಗ ಕ್ಷಣಕಾಲ ಸಮುದ್ರದ ಅಲೆಗಳು ಭೋರ್ಗರೆದು ತಣ್ಣಗಾದವು. "ಆ ಹೂ ನಂದೆ. ಅದು ಆಕಸ್ಮಿಕವಾಗಿ ಬಿದ್ದಿದ್ದಷ್ಟೆ. ನಿಮ್ಮ ರಜತಾದ್ರಿಯ ಒಳಗೆ ಬಂದು ನೋಡಿದ್ದು ಕೂಡ ಇದೊಂದು ಕಲಾಕೃತಿ ಅನ್ನೋ ದೃಷ್ಟಿಯಲ್ಲೇ. ನೀವು ದತ್ತನ ಕೆಲ್ಸದಿಂದ ತೆಗೆಯೋ ತಪ್ಪು ಮಾಡ್ಬೇಡಿ." ಉಸಿರು ಬಿಗಿಹಿಡಿದು ಹೇಳಿದಳು. ಅವಳ ಕಣ್ಮುಂದಿನ ವಸ್ತುಗಳೆಲ್ಲ ಮಂಕಾಗಿ ಕಾಣತೊಡಗಿದಾಗ, ಅವಳಲ್ಲಿ ಭಯ ಆವರಿಸಿತು. "ದತ್ತ..." ಎಂದು ವಾಲಿದಳು. ಯಾವುದೋ ಬಲವಾದ ಕೈಗಳು ಅವಳನ್ನ ಹಿಡಿದುಕೊಂಡಂತಾಯಿತು. ರೆಪ್ಪೆಗಳು ತಾನಾಗಿ ಮುಚ್ಚಿಕೊಂಡವು.

ಈಗ ತೀರಾ ಮೃದುವಾಗಿಬಿಟ್ಟ ವಿಜಯೇಂದ್ರ. "ಡೋಂಟ್ ಗೆಟ್ ಎಕ್ಸೈಟೆಡ್. ರಿಲ್ಯಾಕ್ಸ್..." ಅವಳ ಕಿವಿಯ ಬಳಿ ಅತ್ಯಂತ ನಯವಾಗಿ ಉಸುರಿದ.

ತಣ್ಣಗೆ ಬೀಸಿದ ಗಾಳಿಗೆ ಎಚ್ಚೆತ್ತ ಶಾರದ ಗಾಬರಿಯಿಂದ ಅವನ ಹಿಡಿತದಿಂದ ಹೊರಬಂದಳು. ಬೆವರಿನ ಬಿಂದುಗಳು ಮುತ್ತುಗಳಂತೆ ಅವಳ ಹಣೆಯ ಮೇಲೊಡೆದವು.

"ನಾನು ಹಿಡ್ಕೊಳ್ಳದಿದ್ರೆ.... ಅನಾಮತ್ತು ಬಿದ್ದುಬಿಡ್ತಾ ಇದ್ರಿ" – ವಿವರಿಸಿದ. ಎರಡು ಕ್ಷಣ ಅವನೆದೆಗೆ ಒರಗಿದ್ದು ನೆನಪಾದ ಕೂಡಲೇ ಅರಿವಾಗದಂತೆ ಅವಳ ಕೆನ್ನೆಯ ಮೇಲೆ ಕೆಂಪೊಡೆಯಿತು. "ಸಾರಿ, ದತ್ತನನ್ನು ಕೆಲ್ಸದಿಂದ ತೆಗ್ದುಹಾಕ್ಬೇಡಿ." ಹಿಂದಕ್ಕೆ ತಿರುಗಿ ಮೆಟ್ಟಲು ಕಡೆ ನಡೆದಳು. ಅವಳಿನ್ನು ಮೈಯನ್ನು ಸಮತೋಲಿಸುವ ಸ್ಥಿತಿಯಲ್ಲಿ ಇರಲಿಲ್ಲ.

"ಜಸ್ಟ್ ಎ ಮಿನಿಟ್" – ಹಿಂದಿನಿಂದ ವಿಜಯೇಂದ್ರನ ಸ್ವರ ತೂರಿ ಬಂದಾಗ ಕಾಲುಗಳಿಗೆ ಸಂಕೋಲೆ ಬಿದ್ದಂತೆ ನಿಂತು ಸ್ವಲ್ಪ ಕತ್ತು ತಿರುಗಿಸಿದಳು. "ನಿಮ್ಮ ಹೂವಿನ ದಂಡೆ ಕೊಡ್ತೀನಿ" ಎಂದವನು ಅವಳನ್ನ ನೇರವಾಗಿ ಅತ್ಯಂತ ಆಕರ್ಷಕವಾಗಿ ನೋಡಿದ. ಹೊಳೆಯುತ್ತಿದ್ದ ಅವನ ಕಣ್ಣುಗಳನ್ನ ನೋಡಿದ ಶಾರದ ಅಚಲಳಾದಳು. ಜೀವನದಲ್ಲಿ ಅಂಥ ಪರಿಪೂರ್ಣವಾದ, ನೂತನವಾದ ನೋಟದ ಅಪೂರ್ವ ಅನುಭವ ಪಡೆದು ಪುಳಕಿತಳಾದಳು.

ವಿಜಯೇಂದ್ರ ಹೂವಿಡಿದು ಬರುವವರೆಗೂ ಚಲಿಸದೆ ನಿಂತಳು. ಇಲ್ಲಿ ಜಾಗೃತವಾಗಬೇಕಿದ್ದ ವಿವೇಕ, ವಿಮೋಚನೆ ಮಂಕಾಗಿತ್ತು.

ವಿಜಯೇಂದ್ರನ ಕೈಯಲ್ಲಿದ್ದ ಹೂ ಪೂರ್ತಿ ಕೆಂಪಗೆ ತಿರುಗಿ ಒಣಗಿಹೋಗಿತ್ತು. ಅವಳ ತುಟಿಯಂಚಿನಲ್ಲಿ ಕಿರುನಗು ಇಣುಕಿತು.

"ಇದ್ನ ಕಾಯ್ದಿಡೋ ಅಷ್ಟು ತೊಂದರೆ ಯಾಕೆ ತಗೊಂಡ್ರಿ? ದತ್ತ ಬಿಸಾಡ್ತ ಇದ್ದ. ಮುಡಿಯಲ್ಲಿದ್ದ ದಂಡೆ ಬಿದ್ದಿದ್ದು ಆಕಸ್ಮಿಕವೆ" – ಮಾತಾಡುವಷ್ಟು ಸಮರ್ಥಳಾದಳು.

ಕೈಯಲ್ಲಿದ್ದ ಹೂವಿನ ದಂಡೆಯ ಕಡೆ ನೋಡಿ ಅವಳ ಕಣ್ಸೆರೆ ಹಿಡಿದು ಮುಗುಳ್ನಕ್ಕ. "ಅಪರಾಧಿನ ಶಿಕ್ಷಿಸಲಾಗಲಿಲ್ಲ. ಆದ್ರೆ... ಅವ್ರ ವಸ್ತುನಾದ್ರೂ ಮುಟ್ಟುಗೋಲು ಹಾಕ್ಕೋತೀನಿ. ಆಮ್ ಐ ಕರೆಕ್ಟ್. ಇದು ನನ್ಹತ್ರನೇ ಇರಲಿ" ಎಂದಾಗ ಅವಳು ತಬ್ಬಿಬ್ಬಾದಳು. ಈ ವ್ಯಕ್ತಿಗೆ ಏನಾದರೂ ತಲೆ ಕೆಟ್ಟಿದೆಯೇ? "ನಿಮ್ಮಿಷ್ಟ..." ಎಂದವಳೇ ಮೆಟ್ಟಿಲಿಳಿದು ಕೆಳಗೆ ಬಂದಳು. ದತ್ತ ಕೈಕಟ್ಟಿ ನಿಂತಿದ್ದ.

"ಹೇಳಿದ್ದೀನಿ. ಇನ್ನ ನಿನ್ಕೆಲ್ಸವೇನು ಹೋಗೋಲ್ಲ" – ಹೊರಗೆ ನಡೆದಳು.

ಮನೆ ತಲುಪಿದಾಗಲೇ ಅವಳಿಗೆ ತಾತನ ನೆನಪಾಗಿದ್ದು. ವಿಷಯ ತಿಳಿದರೆ ಅವರು ಕೋಪಗೊಳ್ಳಬಹುದು. ಕಾರಣ ತಿಳಿದರೂ.... ಮುಂದೆ ಅವಳಿಗೆ ಯೋಚಿಸಲಾಗಲಿಲ್ಲ. ತನ್ನ ಯೋಚನೆ, ನಡವಳಿಕೆ ವಿಭಿನ್ನ ದಿಕ್ಕಿನಲ್ಲಿ ನಡೆಯುತ್ತಿದೆಯೆನಿಸಿತು.

ಆಗಲೇ ಕಣ್ಣಿನ ಕಿರಿಯ ಹೆಂಡತಿಯಿಂದ ವಿಷಯ ತಿಳಿದ ಸೀತಮ್ಮ ಗಾಬರಿಗೊಂಡಿದ್ದರು.

"ನೀನು ಯಾಕೆ ಹೋಗೋಕೆ ಹೋದೆ? ಹೋಗಿದ್ರೂ ಅವ್ನ ಕೆಲ್ಸ ಹೋಗಿರೋದು. ರಾಜರಂತೆ ಮೆರೆಯೋ ಜನ ಅವ್ರು, ನಿಮ್ಮ ತಾತನಿಗೆ ತಿಳಿದ್ರೆ ಬೇಜಾರು ಮಾಡ್ಕೋತಾರೆ" – ಬಡಬಡಿಸಲು ಶುರು ಮಾಡಿದರು.

ವಾಟರ್ ಜಗ್‌ನಿಂದ ಒಂದು ಲೋಟ ನೀರು ಬಗ್ಗಿಸಿಕೊಂಡು ಕುಡಿದಿಟ್ಟ ಶಾರದ ಸೀತಮ್ಮನ ಕಡೆ ತಿರುಗಿದಳು. "ಯಾಕಿಷ್ಟು ಭಯಪಡ್ತೀರಾ? ರಾಜರಾಗಿ ನಡ್ಕೊಂಡ ಮಾತ್ರಕ್ಕೆ ನಾವೇನು ಅವ್ರ ಪ್ರಜೆಗಳೆ? ಕೆಲ್ಸ ಹೋಗುತ್ತೇಂತ ಗೋಳಾಡ್ಡ. ಹೋಗಿದ್ದೆ." ತಣ್ಣಗೆ ಉಸುರಿ ಅಲ್ಲೇ ಕೂತಳು.

ಅನಂತರಾಮಯ್ಯನವರ ಇಬ್ಬದಿಯ ನೀತಿ ಅವಳಿಗೆ ಅರ್ಥವಾಗಲಿಲ್ಲ. ರಜತಾದ್ರಿ ಜನಗಳ ಮೇಲೆ ಅವರಿಗೆ ಅತಿಯಾದ ನಿಷ್ಠೆಯಾ? ಬೇಸರವಾ? ಅಥವಾ ಇವು ಯಾವುದೂ ಅಲ್ಲದ ಬೇರೊಂದು ಭಾವವಿದೆಯಾ?

ಮತ್ತೆ ಸೀತಮ್ಮ ಮಾತು ಬೆಳೆಸಲು ಹೋಗಲಿಲ್ಲ. ಅಪರೂಪಕ್ಕೆ ಬಂದ ಮೊಮ್ಮಗಳ ಮನಸ್ಸಿಗೆ ಬೇಸರವಾಗುವಂತೆ ಮಾತಾಡಲು ಆಕೆಗೆ ಇಷ್ಟವಾಗಲಿಲ್ಲ.

ಆದರೆ ದತ್ತ ಬಂದಾಗ ಮಾತ್ರ ಸಕತ್ತಾಗಿ ಬೈಗಳಾಯಿತು.

"ನಿಂಗೆ ಹಿಂದೂ ಮುಂದೂ ಯೋಚ್ನೆ ಬೇಡ್ವಾ! ಅವ್ರಿಗೆ ತಿಳಿದ್ರೆ ಸುಮ್ನೇ ಇರ್ತಾರ? ಅವ್ರು ಕೆಲಸದಿಂದ ತೆಗ್ದು ಹಾಕಿದ ಮಾತ್ರಕ್ಕೆ ಹೋಗೋ ವ್ಯಕ್ತಿನಾ, ನೀನು?" ಎಲ್ಲಕ್ಕೂ ಅವನು ಮೂಕನಾದ.

ಸಂಜೆಗಳಲ್ಲಿ ಆ ಕಡೆ ಬೆಳೆಸಿದ ಲಾನ್ ಮೇಲೆ ಕೂತು ಪುಸ್ತಕ ಓದುವ ಅಭ್ಯಾಸ ಶಾರದಾಗೆ. ಹಿಂದೆ ಮಹೇಂದ್ರ, ಅವರ ತಂದೆ ಇದ್ದ ದಿನಗಳಲ್ಲಿ ಅದು ಇನ್ನೂ ಹೆಚ್ಚು ಸುಂದರವಾಗಿತ್ತು. ಸಂಜೆಗಳಲ್ಲಿ ಬಂದು ಕೂಡುತ್ತಿದ್ದರು. ವಿಜಯೇಂದ್ರ ಪೂರ್ತಿ ಸುತ್ತುವಾಗ ಮಾತ್ರ ಒಮ್ಮೆ ಬಂದು ನೋಡಿ ಹೋಗುತ್ತಿದ್ದ. ಇತ್ತೀಚೆಗಂತೂ ಪೂರ್ತಿ ನಿರ್ಜನವಾಗಿತ್ತು.

"ಹಾಯ್..." ಎಂದಾಗ ಬೆಚ್ಚಿದವಳಂತೆ ನೋಟ ಮೇಲೆತ್ತಿದ್ದಳು. ಅರಿವಾಗದಂತೆ ಅವಳ ತುಟಿಯಂಚಿನಲ್ಲಿ ಮುಗುಳ್ನಗು ಮಿನುಗಿತು. ಎದ್ದು ನಿಂತಳು. ನಾಲ್ಕು ಹೆಜ್ಜೆ ಮುಂದಕ್ಕೆ ಬಂದ. "ಯಾಕೆ ಎದ್ರಿ? ಸಾರಿ ಫಾರ್ ದಿ ಡಿಸ್ಟರ್ಬೆನ್ಸ್. ನಿಮ್ಗೆ ಈ ಜಾಗ ತುಂಬ ಇಷ್ಟವಾಗಿರಬಹುದಲ್ಲ?" ಸುತ್ತಲೂ ಕಣ್ಣಾಡಿಸಿದ. ಅದೇ ಹೊಳಪು ನೋಟ, ಅವಳನ್ನ ಯಾವುದೋ ಲೋಕಕ್ಕೆ ಒಯ್ಯುತ್ತಿರುವಂತೆ ಭಾಸವಾಯಿತು.

"ನಿಮ್ಗೆ ಮಾತಾಡೋಕೆ ಮೂಡ್ ಇಲ್ವಾ? ಬಹುಶಃ ನೀವು ಎಕ್ಸೈಟ್ ಆದಾಗ ನರ್ವಸ್ ಆದಾಗ ಮಾತ್ರ..." ಕಣ್ಸೆರೆ ಹಿಡಿದು ಆಕರ್ಷಕವಾಗಿ ನಕ್ಕ. ಆ ನಗು ಅಲೆಅಲೆಯಾಗಿ ಅವಳನ್ನ ಬಳಸಿ ಅಪ್ಪಿದಂತಾಯಿತು.

ಐದು ನಿಮಿಷದ ನಂತರ ಮಾತನಾಡಲು ಸಹಜವಾಗಿ ಶಕ್ತಳಾದಳು. ಲಾನ್ ಮೇಲಿದ್ದ ಪುಸ್ತಕವನ್ನ ತಾನೇ ಎತ್ತಿ ಪುಟಗಳನ್ನ ಮೊಗಚಿದ.

"ಟಾಲ್‌ಸ್ಟಾಯ್ ನಿಮ್ಮ ಅಭಿಮಾನ ಪಡೆದುಕೊಂಡ ಅದೃಷ್ಟವಂತ ಸಾಹಿತಿ ಇರಬಹುದ್ದು" – ಪುಸ್ತಕ ಅವಳಿಗೆ ಕೊಟ್ಟ.

ಅರ್ಧ ಗಂಟೆ ಅವಳ ಜೊತೆ ಅತ್ಯಂತ ಮೃದುವಾಗಿ ಹರಟಿದ. ಕೆಲವೊಮ್ಮೆ ಏಟು ಹೊಡೆದ ಅವನ ಕೆನ್ನೆಯನ್ನ ನಿಟ್ಟಿಸಿ ಶಾರದ ಗಲಿಬಿಲಿಗೊಳ್ಳುತ್ತಿರುವುದು ಅವನಿಗೆ ಅರ್ಥವಾಯಿತು.

"ಬರ್ತೀನಿ..." ಅತ್ತಿತ್ತ ಕಣ್ಣಾಡಿಸಿದಳು. "ನಮ್ಮ ಅಜ್ಜಿಗೆ ತುಂಬ ಭಯ, ರಜತಾದ್ರಿ ನನಗೆ ಗೊತ್ತಿಲ್ಲದ ಪ್ರದೇಶ. ಯಾವ ಅನಾಹುತ..." ಅಂದವಳು ತುಟಿ ಕಚ್ಚಿಕೊಂಡಳು. ಅದನ್ನ ವಿಜಯೇಂದ್ರನೇ ಸರಿಪಡಿಸಿದ. "ಸ್ವಲ್ಪ ಹುಳ ಹುಪ್ಪಟೆ ಕಾಟ. ಆಗಾಗ ಹಾವು ಕಂಡ್ರೂ.... ಯಾವ್ದೇ ಡ್ಯಾಮೇಜ್ ಇಲ್ಲ. ಇಲ್ಲಿಯವರೆಲ್ಲ ತುಂಬ ಧೈರ್ಯವಾಗೇ ಇದ್ದಾರೆ."

ಅವಳ ಜೊತೆಯಾಗಿಯೇ ಬಂದು ಬೀಳ್ಕೊಟ್ಟ. ನೋಡಿದ ಆಳು ಕಾಳುಗಳು ಮೂಗಿನ ಮೇಲೆ ಬೆರಳಿಟ್ಟರು. ಮಹೇಂದ್ರರ ರಸಿಕತೆಗೆ ಹೆಂಡತಿ ಸಾಕಾಗುತ್ತಿರಲಿಲ್ಲವೋ, ಅಥವಾ ತೃಪ್ತಿ ಇಲ್ಲದ ಚಪಲದ ಮನುಷ್ಯನೋ - ಅಂತೂ ತೀರಾ ಹೆಣ್ಣಿನ ಖಯಾಲಿ. ಇಲ್ಲಿನ ಎಷ್ಟೋ ಹೆಣ್ಣುಗಳು ಅವರ ಹಾಸಿಗೆಯಲ್ಲಿ ನಲುಗಿಹೋದ ಕುಸುಮಗಳು. ಇಂದಿಗೂ ಆ ಕ್ಷಣಗಳನ್ನ ಅವರುಗಳು ನೆನೆಸಿಕೊಂಡು ಮೈಮರೆಯುತ್ತಾರೆ. ಆಮೇಲೆ ಬಂದ ದತ್ತ ಅವರಿಗೆ ಹೊಂದಿಕೊಂಡು ನೆಚ್ಚಿನ ಬಂಟನಾದುದ್ದೇ ಅನಂತರಾಮಯ್ಯನವರ ಸಿಡಿಮಿಡಿಗೆ ಕಾರಣ! ಆದರೆ ವಿಜಯೇಂದ್ರನದು ಅಂಥ ಪ್ರಕರಣಗಳು ಇರಲಿಲ್ಲ.

ಪ್ರತಿದಿನ ಸಂಜೆ ಶಾರದಳಿಗಾಗಿಯೇ ಲಾನ್‌ಗೆ ಬರುತ್ತಿದ್ದ. ಪ್ರತಿ ಬಾರಿಯೂ ಒಂದೊಂದು ವಿಧದ ಉಡುಪು ತೊಡುತ್ತಿದ್ದ. ಮೊದಲೇ ಚೆಲುವ ಚೆನ್ನಿಗ. ಶ್ರೀಮಂತಿಕೆಯ ಹೊನ್ನಿನ ಆಭರಣ. ಥೇಟು ರಾಜಕುಮಾರನಂತೆಯೇ ಕಾಣುತ್ತಿದ್ದ. ಕೆಲವರು ರಜತಾದ್ರಿಯ 'ಪ್ರಿನ್ಸ್' ಎಂದೇ ಸಂಬೋಧಿಸುತ್ತಿದ್ದರು.

"ಹಾಯ್... ಶಾರದ" – ಅವನ ಸ್ವರದಲ್ಲಿಯೇ ಆ ಹೆಸರಿನ ಸೊಬಗು. ಅವಳ ಮುಖ ಹೊಂದಾವರೆಯಾಯಿತು. "ಹಾಯ್..." ಅದನ್ನ ಅವನೇ ಹೇಳಿಕೊಟ್ಟಿದ್ದ. "ಇವತ್ತು ನನ್ನೊತೆ ಟೀ ತಗೋಬೇಕು. ನಮ್ಮ ಬಂಗ್ಲೆಗೆ ಹೋಗೋಣ" – ಗಾಳಿಗೆ ಹಾರುವ ಕ್ರಾಪನ್ನ ಸರಿಪಡಿಸಿಕೊಳ್ಳುತ್ತ ವಿಜಯೇಂದ್ರ ಹೇಳಿದಾಗ ಅವಳೆದೆಯ ಬಡಿತ ನಿಂತಂತಾಯಿತು. ಸೀತಮ್ಮ ಮುಖಬಿಗಿದು ಹೇಳಿದ್ದರು: "ನೀನು ಅಲ್ಲಿಗೆ ಹೋಗ್ಲೇಬೇಡ. ಜನ ಏನಂತಾರೆ? ಶ್ರೀಮಂತರಿಗೆ ನೀತಿ ನಿಯಮಗಳೇ ಇರೋಲ್ಲ. ಹಾಗಂತ ನಾವೂ ಹಾಗೆ ನಡ್ಕೊಳ್ಳೋಕಾಗುತ್ತಾ!"

"ಯಾಕಜ್ಜಿ, ನಾನೇನು ಹಳ್ಳಿ ಹುಡ್ಗೀನಾ? ಕಾಲೇಜಿನಲ್ಲಿ ಓದಿದೋಳು! ನಾಳೆ ಕೆಲ್ಸ ಸಿಕ್ಕಿದ್ರೆ ನನ್ನಿಂತ ಎತ್ತರಕ್ಕಿರೋ ಯುವಕರಿಗೆ ಪಾಠ ಮಾಡ್ಬೇಕಾಗುತ್ತೆ. ತೀರಾ ಸಂಕೋಚ

ಬೆಳ್ಸಿಕೊಳ್ಳೋಕೆ ಸಾಧ್ಯನಾ?" ಎಂದು ಸಮರ್ಥಿಸಿಕೊಂಡಿದ್ದಳು. ಆದರೆ ಅದಷ್ಟೇ ಕಾರಣವಾಗಿರಲಿಲ್ಲ. 'ಪ್ರೇಮ' ಎನ್ನುವ ಬಳ್ಳಿ ಅವಳ ಭಾವನೆಗಳಲ್ಲಿ ಚಿಗುರೊಡೆದಿತ್ತು.

"ವಾಟ್ ಹ್ಯಾಪನ್ಡ್?" ಕಣ್ಣಲ್ಲಿ ಕಣ್ಣಿಟ್ಟು ವಿಜಯೇಂದ್ರ ಪ್ರಶ್ನಿಸಿದಾಗ ವಿಚಲಿತಳಾದಳು. "ಸಾರಿ..." ರಾಗ ಎಳೆದಳು. "ಹೆಲ್ ವಿತ್ ಸಾರಿ. ನೀನು ಬರಲೇಬೇಕು" – ಮೊಂಡುತನಕ್ಕಿಂತ ಅವನ ದನಿಯಲ್ಲಿ ಅಧಿಕಾರವಿತ್ತು. ಬೆಪ್ಪಾದಳು. ತಾನೇ ತೇಲುತ್ತಿರುವುದೆಲ್ಲಿಗೆ? ಕ್ಷಣ ಭಯದಿಂದ ಅವಳೆದೆ ಹೊಡೆದುಕೊಂಡಿತು. "ಬಂದೆ..." ಬುದ್ಧಿ ಕೆಟ್ಟವಳಂತೆ ಓಡಿಬಿಟ್ಟಳು.

ವಿಜಯೇಂದ್ರ ನಿಂತಲ್ಲಿಯೇ ನೋಡಿದ. ಹರಿಣಿಯ ನೆನಪಾಯಿತು. ಎಂ.ಎ. ಕಲಿತ ಹೆಣ್ಣು! ತಟ್ಟನೆ ಅವನಿಗೆ ತಂಗಿಯ ನೆನಪಾಯಿತು. ಚೂಟಿಯಾಗಿದ್ದ ಅವಳು ಬಹುಬೇಗ ಸ್ನೇಹಪರಳಾಗಿದ್ದಳು. ಬೇಕಾದಷ್ಟು ಹಣ, ಸೌಕರ್ಯ ಅವಳನ್ನ ಸ್ವಚ್ಛಂದವಾಗಿರಿಸಿತ್ತು. ಹದಿನಾಲ್ಕರ ಹರೆಯದಲ್ಲಿಯೇ ಯುವ ಪ್ರಪಂಚದ ಬಿರುಗಾಳಿಯಲ್ಲಿ ತೇಲಿಹೋಗಿದ್ದಳು. ಯಾವ ನೀತಿ, ನಿಯಮವನ್ನೂ ಅವಳು ಉಳಿಸಿಕೊಂಡಿರಲಿಲ್ಲ. ಸಿಕ್ಕಿದವರೊಂದಿಗೆ ತನ್ನ ಬಯಕೆ ಹಂಚಿಕೊಳ್ಳಲು ಅವಳಿಗೆ ಸಂಕೋಚವಿರಲಿಲ್ಲ.

ತೀರಾ ಹಸನ್ಮುಖನಾಗಿ ಹೊರಟ ವಿಜಯೇಂದ್ರನ ಮುಖ ಬರುವಾಗ ಬಿಗಿದುಕೊಂಡಿದ್ದು ದತ್ತನ ಊಹೆಗಳಿಗೆ ಕಾರಣವಾಯಿತು. ಅನಂತರಾಮಯ್ಯ ಬಂದಮೇಲೆ ಆಗುವ ರಾದ್ಧಾಂತದ ಬಗ್ಗೆ ಅವನ ಗಮನವಿದ್ದೇ ಇತ್ತು.

"ಗುಡ್ ಇವ್ನಿಂಗ್ ಸರ್" – ಅವನ ಮುಂದೆ ಹೋಗಿ ನಿಂತ. "ನಿಮ್ಮ ಮೂಡ್ ಸರಿಯಾಗಿದ್ದ ಹಾಗೇ ಕಾಣ್ತೋಲ್ಲ." ಬಾಯ್ಬಿಟ್ಟ.

"ಷಟಪ್..." ಕಣ್ಣು ಕೆಂಪಗೆ ಮಾಡಿ ಗದರಿದ. "ಗೆಟ್‌ಔಟ್, ಇಲ್ಲಿ ನಿಂಗೇನು ಕೆಲ್ಸ? ಅನಾವಶ್ಯಕವಾಗಿ ಬಂದ್ರೆ... ಡಿಸ್‌ಮಿಸ್ ಮಾಡಿ ಮನೆಗೆ ಕಳ್ಸಬೇಕಾಗುತ್ತೆ." ತಲೆ ತಗ್ಗಿಸಿಕೊಂಡು ಹೊರಗೆ ಬಂದ.

"ನಿಂಗೆಲ್ಲಿದೆಯೋ ದತ್ತ ಮನೆ?" ಗೊಣಗಿಕೊಂಡು ಹಣೆಗಟ್ಟಿಸಿಕೊಂಡ.

ವಿಜಯೇಂದ್ರ ಹಿಂದಿನ ಬಾಲ್ಕನಿಯಲ್ಲಿ ಹೋಗಿ ನಿಂತ: ಅನಂತ ರಾಮಯ್ಯನವರ ಮನೆ ಸ್ಪಷ್ಟವಾಗಿ ಕಾಣುತ್ತಿತ್ತು. ಹೊರಗೆ ನಿಂತ ಶಾರದ ಮುಖ ಮೇಲೆತ್ತಿ ಆಕಾಶ ನೋಡುತ್ತಿದ್ದಳು. ನೀಳ ಬಿಳಿಯ ಕೊರಳಿಂದ ತೂಗಿಬಿದ್ದ ಒಂದೆಳೆಯ ಸರ ತುಂಬಿದೆದೆಗಳ ಮೇಲೆ ಬಿದ್ದಿತ್ತು. ಹಲ್ಲುಗಳನ್ನ ಕಚ್ಚಿಡಿದ.

'ಸಂಪ್ರದಾಯಬದ್ಧ ಹೆಣ್ಣಿನ ಬೆಲೆ ಅಗಾಧ ಮಾತ್ರವಲ್ಲ... ಸವಿ ಕೂಡ ಮರೆಯಲಾರದ್ದು' ಗೆಳೆಯ ಮೈಕೇಲ್ ಎಂದೋ ನುಡಿದಿದ್ದು ನೆನಪಾಯಿತು.

* * * *

ಅನಂತರಾಮಯ್ಯನವರು ಗುಲಾಬಿ ಗಿಡಗಳ ಜೊತೆ ಹಿಂದಿರುಗಿದಾಗ ಸ್ವಲ್ಪ

ಖುಷಿಯಾಗಿಯೇ ಇದ್ದರು. ಅವರ ಊಹೆಗೂ ಮೀರಿದ ಉತ್ತಮ ಜಾತಿಯ ಗುಲಾಬಿ ಗಿಡಗಳು ಸಿಕ್ಕಿದ್ದವು.

ಎಲ್ಲಾ ವಿಜಯೇಂದ್ರನ ಮುಂದೆ ವಿವರಿಸಿದವರು. ಮನೆಗೆ ಹೋಗಲು ಅಪ್ಪಣೆ ಕೇಳಿದರು.

"ಮನೆಗೆ ಹೋಗ್ಬರ್ತೀನಿ." ಜರಿಯ ಪೇಟದತ್ತ ಅವರ ಕೈಯಾಡಿತು. ಮನೆಯಿಂದ ಹೊರಗೆ ಹೊರಟರೆ ಮೈಸೂರಿನ ಜರಿಪೇಟಾ ಅವರ ತಲೆಯ ಮೇಲೆ ಇರಲೇಬೇಕು. 'ರಜತಾದ್ರಿಯ ದಿವಾನರು' – ಕೆಲವರು ನಗುತ್ತಾ ಆಡಿಕೊಳ್ಳುತ್ತಿದ್ದರು. ಅತ್ತ ಅವರ ಗಮನವೇ ಇಲ್ಲ.

ಅರೆ ಒರಗಿದ್ದ ವಿಜಯೇಂದ್ರ ಪೂರ್ತಿಯಾಗಿ ಸೋಫಾಗೆ ಒರಗಿ ಅವರನ್ನೇ ನೋಡಿದ. "ಈಗ ನಿಮ್ಮ ವಯಸ್ಸೆಷ್ಟು?" – ಕೇಳಿದ. ಅನಂತ ರಾಮಯ್ಯನವರ ತುಟಿಗಳ ಮೇಲೆ ನಗು ಚಿಮ್ಮಿದರೂ ಮುಖದ ಸುಕ್ಕುಗಳು ಆಳವಾದವು – "ಎಪ್ಪತ್ತು ಆಗಿದೆ. ಆದರೆ ಎಂಬತ್ತು ವರ್ಷದ ಮುದ್ಕನಾಗಿ ಕಾಣ್ತಾ ಇದ್ದೀನಿ." ನೋವು ಇಣುಕಿತು. ಅದರ ಹಿಂದೆಯೇ ಇನ್ನೊಂದು ಪ್ರಶ್ನೆ ಅವರಲ್ಲಿ ಹುಟ್ಟಿಕೊಂಡಿತು.

"ನೀವು ಹೋಗಿ ಮನೆಗೆ" ಎಂದವನು "ಇವತ್ತು ಪೂರ್ತಿ ರೆಸ್ಟ್ ತಗೊಳ್ಳಿ. ಮತ್ತೇನು ಬರೋದ್ಬೇಡ. ಏನಿದ್ರೂ ನಾಳೆ ನೋಡ್ಕೋಬಹ್ದು." ಅವರನ್ನ ಕಳುಹಿಸಿದವನು ದತ್ತನ ಕಡೆ ತಿರುಗಿದ.

"ಇವ್ರಿಗೆ ಯಾರೂ ಇಲ್ವಾ?" ಮೊದಲ ಬಾರಿ ಅವರ ಬಗ್ಗೆ ಕುತೂಹಲ ವ್ಯಕ್ತಪಡಿಸಿದ. ದತ್ತ ತಲೆ ಅಡ್ಡಡ್ಡ ಆಡಿಸಿದ. "ಯಾರೂ ಇಲ್ಲಾಂತ್ಲೇ ಲೆಕ್ಕ. ಇಷ್ಟು ವರ್ಷಕ್ಕೆ ಮೊಮ್ಮಗ್ಳು ಅಂತ ಈ ಹುಡ್ಗೀ ಬಂದಿದೆ. ಅದ್ಕೆ ಮೊದ್ಲು ಇವ್ರಿಗೆ ಮೊಮ್ಮಗ್ಳು ಇರೋ ಸುದ್ದಿ ಎಷ್ಟೋ ಜನಕ್ಕೆ ಗೊತ್ತಿಲ್ಲ." ಕ್ಷಣ ಯೋಚಿಸಿದ ವಿಜಯೇಂದ್ರ. ಅವರ ನಿಷ್ಠೆಯ ಬಗ್ಗೆ ಎಂದೂ ಪ್ರಶ್ನಿಸಲಾರ. ವೃದ್ಧಾಪ್ಯ ಅವರನ್ನ ಸರಿಯಾಗಿ ಕೆಲಸ ಮಾಡಲು ಬಿಡುತ್ತದೆಯೆ?

"ನಾವೇನಾದ್ರೂ ಅವ್ರನ್ನ ಕೆಲ್ಸದಿಂದ ತೆಗೆದ್ರೆ ಎಲ್ಲಿಗೆ ಹೋಗ್ತಾರೆ?" ಎಂದಾಗ ದತ್ತನ ಮುಖ ಸಪ್ಪಗಾಯಿತು. "ಕೈಯಾಡಿಸಿಬಿಟ್ಟ." "ಗೊತ್ತಿಲ್ಲ; ಅಂಥ ಬಂಧುಗಳು ಯಾರೂ ಕಾಣ್ತಾ ಇಲ್ಲ. ಮನುಷ್ಯ ಕೈಯಲ್ಲಿ ಕಾಸು ಇಟ್ಕೊಂಡಿಲ್ಲ. ತೀರ್ಥಯಾತ್ರೆ, ಪುಣ್ಯಕ್ಷೇತ್ರ ಅಂತ ವರ್ಷವರ್ಷವೂ ಖರ್ಚು ಮಾಡಿಬಿಟ್ಟಿದ್ದಾರೆ."

ವಿಜಯೇಂದ್ರನ ಮುಖ ಮತ್ತಷ್ಟು ಗಂಭೀರ. ಅವನಿಗೆ ಬುದ್ಧಿ ಬಂದಾಗಿನಿಂದ ಅನಂತರಾಮಯ್ಯ ಇಲ್ಲಿಯೇ ಇದ್ದರು. ಮಹೇಂದ್ರರಿಗೂ ಅಚ್ಚುಮೆಚ್ಚು. ತುಂಬ ಗೌರವದಿಂದಲೇ ನಡೆಸಿಕೊಳ್ಳುತ್ತಿದ್ದರು. ಭಾಮಿನಿ ಕೆಂಡ ಕಾರುತ್ತಿದ್ದರು.

"ವಯಸ್ಸಾಯ್ತು. ಇಡೀ ರಜತಾದ್ರಿ ಕೆಲ್ಸ ನಿರ್ವಹಿಸಲು ಅವ್ರಿಗೆ ಕಷ್ಟವೆ" – ಎತ್ತಲೋ ನೋಡುತ್ತ ಹೇಳಿದ. ದತ್ತನ ಮಿದುಳು ಚುರುಕಾಯಿತು. ಸದ್ಯದಲ್ಲಿಯೇ ಅವರು ರಜತಾದ್ರಿ ಬಿಡಬೇಕಾಗುತ್ತದೆಯೆಂದುಕೊಂಡ.

ಈ ಸಲ ಹಿಂದಿರುಗಿದ ಕೂಡಲೇ ತಂದೆಯಲ್ಲಿ ಈ ವಿಷಯ ಪ್ರಸ್ತಾಪಿಸಬೇಕೆಂದುಕೊಂಡ. ಆದರೆ ಮಹೇಂದ್ರರ ಚಿತ್ರ ಅವನ ಕಣ್ಮುಂದೆ ಸುಳಿದಾಗ ಕ್ಷಣ ಅವನ ಮಿದುಳು ನಿಷ್ಕ್ರಿಯವಾಯಿತು.

ಚಿಕ್ಕಂದಿನ ದಿನಗಳು ಅವನ ನೆನಪಿನಲ್ಲಿ ಹಚ್ಚಹಸುರಾಗಿದ್ದವು. ಬೆಳಗಿನ ಹೊತ್ತು ಕುದುರೆ ಸವಾರಿ ಮಾಡುತ್ತಿದ್ದ ತಂದೆ ಚಿತ್ರ ಭವ್ಯವಾಗಿತ್ತು. ಈಗ ಗ್ಲಾಸ್, ಬಾಟಲಿಯೊಡನೆ ಅವರ ಒಡನಾಟ.

ದತ್ತ ಬಂಗ್ಲೆಯ ಹಿಂದಿನ ಬಾಗಿಲಿನಿಂದ ಅನಂತರಾಮಯ್ಯನವರ ಮನೆಗೆ ಬಂದಾಗ ಏದುಸಿರುಬಿಡುತ್ತಿದ್ದ.

"ರಜತಾದ್ರಿಯ ಋಣ ನಿಮ್ಗೆ ಮುಗಿದಂಗೆ?" ಕೂತಿದ್ದ ಅನಂತ ರಾಮಯ್ಯನವರ ಕಾಲ ಬುಡದಲ್ಲಿ ಕೂತುಬಿಟ್ಟ. "ಇನ್ನು ಬಹಳ ದಿನ ನಿಮ್ಮನ್ನ ಕೆಲ್ಸದಲ್ಲಿ ಇಟ್ಕೊಳ್ಳೋ ಹಾಗೆ ಕಾಣೋಲ್ಲ. ನಿಮ್ಗೆ ವಯಸ್ಸಾಗಿದ್ದು ಅವ್ರಿಗೆ ಗೊತ್ತಾಗಿದೆ."

ಇವನ ಮಾತುಗಳಿಂದ ಅನಂತರಾಮಯ್ಯನವರೇನೂ ವಿಚಲಿತರಾಗಲಿಲ್ಲ. ಅಂಥದೊಂದು ದಿನ ತೀರಾ ಹತ್ತಿರದಲ್ಲಿಯೇ ಇದೆಯೆಂದು ಎಂದೋ ತಿಳಿದಿದ್ದರು.

"ಆದರಲ್ಲೇನಿದೆ! ಅವ್ರು ಯೋಚ್ಸಬೇಕಾದ್ದೇ!" – ನಿಶ್ಚಿಂತೆಯಿಂದ ಆಡಿದರು. ಆದರೆ ರಜತಾದ್ರಿಯ ಮಣ್ಣಿನ ಮೇಲೆ ಅವರಿಗೆ ವಿಪರೀತ ಪ್ರೇಮ. "ಎಷ್ಟು ದಿನ ಋಣವೋ, ಅಷ್ಟೇ." ಭಾರವಾದ ನಿಟ್ಟುಸಿರು ದಬ್ಬಿದರು.

ಈ ಮಾತುಗಳನ್ನ ಕೇಳಿಸಿಕೊಂಡ ಸೀತಮ್ಮ ಬಂದು ಹೊರಗೆ ನಿಂತರು. ಅವರಿಗೆ ಮಾತ್ರ ದೊಡ್ಡ ಆಘಾತ.

"ಇಂಥ ಮಾತುಗಳೇನೋ ಆಡಬಹುದ್ದು. ಆದ್ರೆ ಎಲ್ಲಿಗೆ ಹೋಗೋದು? ನಮ್ಗೇನು ಮಕ್ಳಾ, ಮರಿನಾ! ಇದ್ದ ಮಗಳನ್ನ ಎಂದೋ ತಿಂದುಕೊಂಡ್ವಿ" – ಕಣ್ಣಿಗೆ ಸೆರಗು ಹಚ್ಚಿಯೇಬಿಟ್ಟರು.

ಅನಂತರಾಮಯ್ಯನವರು ಮೌನವಾಗಿ ಕೂತರು. ಅಂಥ ಪ್ರಶ್ನೆ ಅವರನ್ನ ಕಾಡುತ್ತಿತ್ತು. ಇವರನ್ನ ಇಟ್ಟುಕೊಂಡು ಸಾಕುವಂಥ ಹತ್ತಿರದ ನೆಂಟರಾರು ಇರಲಿಲ್ಲ. ಬೇರೆ ಕಡೆ ಹೋಗಿ ಸ್ವತಂತ್ರರಾಗಿ ನೆಲೆಸುವಂಥ ಹಣದ ಗಂಟು, ಶಕ್ತಿಸಾಮರ್ಥ್ಯ ಅವರಿಗಿರಲಿಲ್ಲ.

"ಎಲ್ಲಿ ಹೋಗ್ತೀರಾ, ಚಿಕ್ಕಪ್ಪ?" ತಲೆಯ ಮೇಲೆ ಬೆಟ್ಟ ಬಿದ್ದಂತೆ ದತ್ತ ಪ್ರಶ್ನಿಸಿದಾಗ ಅವರ ಬದಲು ಶಾರದ ಉತ್ತರಿಸಿದಳು: "ನಾನು ಕರ್ಕೊಂಡ್ಹೋಗ್ತೀನಿ, ಮಗ್ಳು ಸತ್ರೆ ಏನಾಯ್ತು; ಮೊಮ್ಮಗ್ಳು ಬದ್ಕಿದ್ದಾಳೆ."

ದತ್ತನಿಗೆ ಈ ಮಾತು ಹಿಡಿಸಲಿಲ್ಲ. ಎಂದೂ ಮೊಮ್ಮಗಳನ್ನ ತಂದು ಸಾಕಿದವರಲ್ಲ. ಯಾವುದೇ ಬಾಧ್ಯತೆ ಹೊರದ ಈ ಜನ ತಮ್ಮ ಜವಾಬ್ದಾರಿಯನ್ನ ಹುಡುಗಿಯ ಮೇಲೆ ಹೇಗೆ ಹೊರೆಸಿಯಾರು?

"ನಂಗೆ ಹಿಡಿಸ್ಲಿಲ್ಲ, ಬಿಡಿ. ಇಷ್ಟು ವರ್ಷ ಮೊಮ್ಮಗ್ಳು ಬದ್ಕಿದ್ದಿದ್ದೇ ಇವ್ರಿಗೆ ಜ್ಞಾಪ್ಕ ಇರ್ಲಿಲ್ಲ!" ಎಂದವನೇ ಎದ್ದು ಹೊರಟ.

ಅನಂತರಾಮಯ್ಯ, ಸೀತಮ್ಮನವರಿಗೆ ಅವನ ಮಾತು ಸತ್ಯವೆನಿಸಿತು.

"ಸತ್ಯ ಕಹಿಯಾದ್ರೂ ಒಪ್ಕೋಬೇಕು." ಗೊಣಗಿಕೊಂಡು ಮೇಲೆದ್ದರು.

ಮನೆಯಲ್ಲಿ ಒಂದು ರೀತಿಯ ಗಂಭೀರ ವಾತಾವರಣ ಉದ್ಭವವಾಯಿತು. ಅನಂತರಾಮಯ್ಯ ನಿರ್ಲಿಪ್ತವಾಗಿದ್ದರೂ ಸೀತಮ್ಮ ಪೂರ್ತಿ ನಿಸ್ತೇಜರಾಗಿದ್ದರು. ಸುಖದ ದಿನಗಳು ತಮ್ಮ ಪಾಲಿಗೆ ಕಳೆದುಹೋದುವೆಂದೇ ತಿಳಿದಿದ್ದರು.

ಆದರೆ ಶಾರದ ಒಂದು ರೀತಿಯ ಬೇಯುವಿಕೆಯಲ್ಲಿ ಸಿಲುಕಿಕೊಂಡಿದ್ದಳು. ವಿಜಯೇಂದ್ರನಿಲ್ಲದ ಬದುಕು ತೀರಾ ಬರಿದೆನಿಸತೊಡಗಿತು. ಸುಂದರ ಉದ್ಯಾನವನದ ಸೊಬಗು ಸವಿಯುತ್ತಿದ್ದವಳನ್ನ ದಟ್ಟವಾದ ಕಾಡು ಆವರಿಸಿಕೊಂಡಿತ್ತು.

"ಬಹುಶಃ ಯಜಮಾನರಿಗೆ ಹುಷಾರಿಲ್ಲ. ಊಟ, ತಿಂಡಿ ಜೊತೆ ಹೊರ್ಗೆ ಬರೋದನ್ನ ಬಂದ್ ಮಾಡ್ಬಿಟ್ಟಿದ್ದಾರೆ" ಎಂದಿದ್ದ ದತ್ತ. ಆಗ ಅವಳ ಮನ ವಿವಾದಕ್ಕೆ ಒಳಗಾಗಿತ್ತು.

ಜಗದೀಶನ ಜೊತೆ ಓಡಾಡಿದ್ದಳು. ಆದರೆ ಅವನ ಮನದಲ್ಲಿ ಪ್ರೇಮವೆಂದೂ ಮೂಡಿರಲಿಲ್ಲ. ಮುಂದೆ ಮದುವೆಯಾಗುವ ಗಂಡೆಂಬ ಸ್ನೇಹವಿತ್ತು. ಆದರೆ ವಿಜಯೇಂದ್ರ ಅರಿವಾಗದಂತೆ ಅವಳ ಹೃದಯಕ್ಕೆ ಲಗ್ಗೆ ಹಾಕಿದ್ದ. ಅಲ್ಲಿ ತೀರಾ ಮುಗ್ಧ, ಭಾವುಕ ಹೆಣ್ಣಾಗಿಬಿಟ್ಟಿದ್ದಳು. ಅವಳ ಮನದಲ್ಲಿಯೇ ಮೂಡುವ ಪ್ರಶ್ನೆಗಳಿಗೆ ಅವಳೆಂದೂ ಉತ್ತರಿಸಲಾರಳು!

ಮನೆಯಿಂದ ಹೊರಬಿದ್ದಾಗ ರಜತಾದ್ರಿಯ ಬಂಗ್ಲೆಗೆ ಹೋಗಬೇಕೆಂದುಕೊಂಡಿರಲಿಲ್ಲ. ಸೂಜಿಗಲ್ಲಿನಂತೆ ಅವಳನ್ನ ಅನಾಯಾಸವಾಗಿ ಎಳೆದೊಯ್ದಿತು. ಬಾಲ್ಕನಿ ತಲುಪುವ ವೇಳೆಗೆ ವಿರಳವಾಗಿ ಉದುರುತ್ತಿದ್ದ ಮಳೆಹನಿಗಳು ಜೋರಾದವು.

ಆದರೆ ಮುಂದೆ ಹೆಜ್ಜೆ ಇಡಲು ಅವಳಿಗೆ ಧೈರ್ಯವಾಗಲಿಲ್ಲ.

"ಅಲ್ಲಿ ನಿಲ್ಲೋಕಾ ಬಂದಿದ್ದು?" ಸ್ವರ ಬಂದ ಕಡೆ ಮುಖ ತಿರುಗಿಸಿದಳು. ಕುರ್ತಾ, ಪೈಜಾಮ ತೊಟ್ಟ ವಿಜಯೇಂದ್ರ ಎದೆಯಮೇಲೆ ಕೈಕಟ್ಟಿ ನಿಂತಿದ್ದ. ಮುಖ ಬಿಗಿದುಕೊಂಡಿದ್ದರೂ ತುಟಿಯಂಚಿನಲ್ಲಿ ಕಿರುನಗು. "ವೆಲ್‌ಕಮ್..." ಅವನ ಕಣ್ಣುಗಳು ಸ್ವಾಗತ ಬಯಸಿದವು. ಒಣಗಿದ ತುಟಿಯ ಮೇಲೆ ನಾಲಿಗೆಯಾಡಿಸಿದಳು. ಅನಂತರಾಮಯ್ಯ, ಸೀತಮ್ಮ ಇದನ್ನ ಖಂಡಿತ ಒಪ್ಪಲಾರರು.

"ಸಾರಿ, ಬೇಜಾರು ಮಾಡಿಕೊಂಡ್ರಾ?" ಅವನ ಕಣ್ಣಿನ ನೋಟ ನಿಟ್ಟಿಸಲಾರದೆ ತಲೆ ತಗ್ಗಿಸಿಯೇ ಪ್ರಶ್ನಿಸಿದಳು. "ಷೂರ್, ವೈ ನಾಟ್? ಈಗ್ಲೂ ಬೇಜಾರು ಮಾಡೋ ಉದ್ದೇಶದಿಂದ್ಲೇ ಬಂದಂಗಿದೆ" – ಚುಚ್ಚಿದ. ಶಾರದ ನಸುನಕ್ಕಳು.

ವಿಜಯೇಂದ್ರ ಮುಂದೆ ಬಂದು ಅವಳನ್ನ ಕರೆದೊಯ್ದ. ಅವಳ ಕಣ್ಣುಗಳಲ್ಲಿ

ಅಪರೂಪದ ಆರಾಧನೆ ಇತ್ತು. ಹೆಣ್ಣು ತನ್ನ ಜೀವನದಲ್ಲಿ ಒಬ್ಬನನ್ನ ಮಾತ್ರ ಆರಾಧಿಸಬಲ್ಲಳು!

ವೆಲ್‌ವೆಟ್ ಕಾರ್ಪೆಟ್‌ಮೇಲೆ ಕಾಲಿಟ್ಟು ಅವನ ಜೊತೆ ಮೆಟ್ಟಿಲು ಹತ್ತುವಾಗ ಶಾರದ ಏನನ್ನೂ ಯೋಚಿಸುವ ಸ್ಥಿತಿಯಲ್ಲಿ ಇರಲಿಲ್ಲ. ಅವಳ ಮುಂದಿದ್ದಿದು ಒಂದು ಪ್ರೇಮಲೋಕ ಮಾತ್ರ.

ಕರೆದೊಯ್ದು ಹಿಂದಿನ ಬಾಲ್ಕನಿಯಲ್ಲಿ ಕೂಡಿಸಿದ. "ಇಲ್ಲಿಂದ ನಾನು ಶಾರದನ ಎಷ್ಟೋ ಸಲ ನೋಡಿದ್ದೀನಿ." ಅವಳ ಮನೆಯತ್ತ ಕೈತೋರಿದಾಗ ಅವಳ ಮುಖ ರಾಗರಂಜಿತವಾಯಿತು. ಏರಿದ ಎದೆಬಡಿತವನ್ನ ಸಮಸ್ಥಿತಿಗೆ ತಂದುಕೊಳ್ಳಲಾರದೆ ಒದ್ದಾಡಿದಳು.

"ಅಂದು ಹೊಡೆದ ಕೈಗೆ ಪನಿಷ್‌ಮೆಂಟ್" – ಅವಳ ಕೈಯನ್ನ ಹಿಡಿದು ಮೃದುವಾಗಿ ತುಟಿಗೊತ್ತಿಕೊಂಡ. "ಯು ಲುಕ್ ಲೈಕ್ ಅನ್ ಏಂಜಲ್" ಕನವರಿಸಿದಂತೆ ನುಡಿದ. ತಾನು ಪ್ರೀತಿಸಿದ ಗಂಡಿನ ಹೊಗಳಿಕೆಯಿಂದ ಕರಗಿಹೋಗದಿರಲು ಯಾವ ಹೆಣ್ಣೂ ಸಮರ್ಥಳಲ್ಲ!

"ಒಂದ್ನಿಮ್ಷ..." ವಿಜಯೇಂದ್ರ ಕೋಣೆಗೆ ಹೋದವನು ಹಿಂದಿರುಗಿ ಬಂದ. ಅವನ ಕೈಯಲ್ಲಿ ಹಣ್ಣಿನ ರಸದ ಗ್ಲಾಸ್‌ಗಳಿದ್ದವು. "ಯಕ್ಷಗಾನದ ಸಲುವಾಗಿ ಎಲ್ಲಾ ರಜ" ಎಂದಾಗ ಅವಳ ಮುಖದಲ್ಲಿ ಗಾಬರಿ ಮೂಡಿತು. "ತಗೋ... ಟೀ ಬದ್ಲು... ಜ್ಯೂಸ್" – ಅವಳ ಮುಂದೆ ಒಂದು ಇಟ್ಟು ತಾನೊಂದು ಕೈಯಲ್ಲಿ ಹಿಡಿದ. ಗ್ಲಾಸ್ ಹಿಡಿದ ಅವಳ ಕೈ ನಡುಗಿತು.

"ಯಾಕೆ ನರ್ವಸ್ ಆಗ್ಬಿಟ್ಟೆ..." ಆಕರ್ಷಕವಾಗಿ ನಕ್ಕ. ಆ ನಗುವಿನಲ್ಲಿ ಅಲೆಗೆ ಬಿದ್ದ ಎಲೆಯಂತೆ ತೂರಿಹೋದಳು. "ಏನಿಲ್ಲ..." ಗ್ಲಾಸ್ ತುಟಿಗೆ ಹಚ್ಚಿದಳು.

ಆಗಾಗ ಬಂದು ಹೋಗುತ್ತಿದ್ದ ವಿಜಯೇಂದ್ರನಿಗೆ ಭಾರತೀಯ ಹೆಣ್ಣುಗಳ ಪರಿಚಯವೇ ಇರಲಿಲ್ಲ. ಆದರೆ... ಶಾರದಾನ ನಿಟ್ಟಿಸಿನೋಡಿದ.

ತಿಳಿ ಹಳದಿ ಬಣ್ಣದ ಷಿಫಾನ್ ಸೀರೆ ಅವಳ ಮೈಮಾಟದ ಸೊಬಗನ್ನ ಎತ್ತಿ ತೋರಿಸುತ್ತಿತ್ತು. ತೊಟ್ಟ ಅದೇ ಬಣ್ಣದ ಮೇಘಾ ಸ್ಲೀವ್ ಬ್ಲೌಸ್ ಅವಳ ಮೈಯನ್ನ ಬಿಗಿಯಾಗಿ ಅಪ್ಪಿ ಯೌವನದ ಸೊಂಪಿಗೆ ಚೆಲುವನ್ನ ನೀಡಿತ್ತು. ಕತ್ತಿನಲ್ಲಿದ್ದ ಒಂದೆಳೆ ಸರ, ಕಿವಿಯಲ್ಲಿದ್ದ ಬಿಳಿಯ ಹರಳಿನ ಬೆಂಡೋಲೆ, ಮೂಗಿನಲ್ಲಿದ್ದ ನತ್ತು–ಅವಳ ಸುಂದರ ವ್ಯಕ್ತಿತ್ವಕ್ಕೆ ಶೋಭೆ ನೀಡುವಂತಿತ್ತು. ನೀಳ ಮೂಗು, ಅರಳುಗಣ್ಣುಗಳು, ಮುದ್ದಾದ ಬಾಯಿ, ಸರಳ ಸೌಮ್ಯ ಮುಖಭಾವ ಅವನನ್ನ ಹೊಸ ಲೋಕಕ್ಕೆ ಒಯ್ದಂತೆ ಕಂಡಿತು.

ಗ್ಲಾಸನ್ನ ಟೀಪಾಯಿ ಮೇಲಿಟ್ಟ. ಹೊರಗಿನ ಮಳೆ ಕ್ಷಣಕ್ಷಣಕ್ಕೂ ಜೋರಾಗಿ, ಅದರ ರಭಸಕ್ಕೆ ಬಾಲ್ಕನಿಯೊಳಕ್ಕೆ ಇರಚಲು ಬರಲು ಶುರುವಾದಾಗ ಮೇಲಕ್ಕೆದ್ದ.

"ನಾನು.... ಬರ್ತೀನಿ" ಅತ್ತಿತ್ತ ನೋಡಿದಳು.

"ಈ ಮಳೆಯೆಲ್ಲಾ..." ಸುಂದರವಾಗಿ ನಕ್ಕ.

ಶಾರದ ಹೊರಕ್ಕೆ ನೋಡತೊಡಗಿದಳು. ಮಳೆ ರಭಸವಾಗಿತ್ತು. ಕ್ಷಣ ಅವಳ ಎದೆ ನಡುಗಿತು.

"ನಾನು ಹೋಗ್ತೀನಿ." ಮೆಟ್ಟಲು ಕಡೆ ಹೊರಟವಳನ್ನ ಹಿಡಿದು ನಿಲ್ಲಿಸಿದ. ತಟ್ಟನೆ ಜೋಲಿ ಹೊಡೆದಂತಾಗಿ ಅವನ ಬಾಹುಗಳಲ್ಲಿ ಸೇರಿದಳು. "ಸಾರಿ...." ಕೊಸರಿಕೊಳ್ಳಲು ನೋಡಿದಳು. ಅವನ ಹಿಡಿತ ಬಲವಾಗಿತ್ತು. "ಶಾರದ..." ಅವನ ಕರೆಗೆ ಪೂರ್ತಿಯಾಗಿ ಕೊಚ್ಚಿಕೊಂಡು ಹೋದಳು.

ಹೂವನ್ನ ಎತ್ತಿಕೊಳ್ಳುವಂತೆ ಮೃದುವಾಗಿ ಅವಳನ್ನ ಎತ್ತಿಕೊಂಡ. ಸೆಂಟಿನ ಪರಿಮಳಕ್ಕೆ ಅವಳಿಗೆ ತಲೆ ಸುತ್ತಿದಂತಾಯಿತು. ಆಸರೆಯೆನ್ನುವಂತೆ ಅವನನ್ನ ಬಿಗಿಯಾಗಿ ಅಪ್ಪಿಕೊಂಡಳು. ಅವಳ ಕಂಪಿಸುವ ಮುದ್ದಾದ ತುಟಿಗಳಲ್ಲಿ ಜೇನನ್ನ ಸವಿಯಲು ಹಾತೊರೆದ. ಮಕರಂದಕ್ಕಾಗಿ ದುಂಬಿಯ ಝೇಂಕಾರ. ಅವನ ಬಲಿಷ್ಠ ತೋಳುಗಳ ನಡುವೆ ಸೇರಿಹೋದಳು. ಅಲ್ಲಿ ಬಾಯ್ತೆರೆದದ್ದು ಮೈಯ ಬಯಕೆಯಲ್ಲ. ಹೃದಯದ ಪ್ರೇಮಕರಂಡ ಸ್ವರ್ಗ ಸುಖ ಸೂರೆಗೈದಂತಾಯಿತು.

ಮತ್ತಿನಿಂದ ಮರಳಿದಾಗ ಶಾರದಾಗೆ ತನ್ನ ಸ್ಥಿತಿಯ ನೆನಪಾಯಿತು. ದೌರ್ಜನ್ಯವೆಸಗಿದಂತೆ ಕಂಪಿಸಲಿಲ್ಲ. ಮದುವೆಯಾಗಿ ಸಜ್ಜೆಯ ಮನೆಗೆ ಬಂದಂಥ ನವಿರಾದ ಭಾವನೆಗಳಲ್ಲೇ ಇದ್ದಳು.

ಮೇಲೆದ್ದಾಗ ಸೆಳೆದು ಬಳಸಿದ ವಿಜಯೇಂದ್ರ ಕಣ್ಣುಮುಚ್ಚಿಯೇ ತೊದಲಿದ. "ಐ ಲವ್ ಯು. ಐ ಅಡೋರ್ ಯು" – ಅವನಿನ್ನ ಸ್ವಪ್ನಲೋಕದಲ್ಲಿಯೇ ಇದ್ದ.

ಬಿಡಿಸಿಕೊಂಡು ಮೇಲೆದ್ದ ಶಾರದೆಗೆ ತಟ್ಟಾಡುವಂತಾಯಿತು. ಬಾಲ್ಕನಿಗೆ ಬಂದವಳು ಹೊರಗೆ ನೋಡಿದಳು. ಮಳೆ ಇನ್ನು ಜೋರಾಗಿಯೇ ಸುರಿಯುತ್ತಿತ್ತು. ಇನಿಯನ ಬಂಧನದಲ್ಲಿ ಮೈಮರೆತ ಪುಲಕವಿನ್ನ ಅವಳ ಮೈಯ್ಯಲ್ಲಿತ್ತು.

ಕೆಳಗಿಳಿದು ಹೊರಗೆ ಬಂದವಳು ರಜತಾದ್ರಿಯ ಹಿಂಬದಿಗೆ ಓಡಿದಳು. ಮನೆ ತಲುಪುವ ವೇಳೆಗೆ ಪೂರ್ತಿ ತೊಯ್ದುಹೋಗಿದ್ದಳು. ಅರಿಶಿನ ಜಲದಲ್ಲಿ ತೊಯ್ದು ಮದುವಣಗಿತ್ತಿಯ ನವಿಲು ಅವಳ ಮೈಯ್ಯಲ್ಲಿತ್ತು.

ಬಾಗಿಲಲ್ಲೇ ಇದ್ದ ಅನಂತರಾಮಯ್ಯ ಎದೆಯ ಮೇಲೆ ಕೈಯಿಟ್ಟುಕೊಂಡರು. "ಸದ್ಯ ಬಂದೆಯಲ್ಲ! ಭಯದಿಂದ ಬುದ್ಧಿನೇ ಕೆಟ್ಟುಹೋಗಿತ್ತು". ನಿಡಿದಾಗಿ ಉಸಿರುದಬ್ಬಿದರು. ಹಿಂದೆ ನಿಂತ ಸೀತಮ್ಮನ ಕಿರಿದಾದ ಕಣ್ಣುಗಳಲ್ಲಿ ಅನುಮಾನದ ಅಲೆಗಳು.

"ಈ ಮಳೆಯಲ್ಲಿ ಎಲ್ಲಿ ಹೋದೆ?" – ಅಸಹನೆ ಆಕೆಯ ಸ್ವರದಲ್ಲಿ ಮಿನುಗಿದಾಗ ತೊಯ್ದ ಬಟ್ಟೆ ಬದಲಾಯಿಸಲು ಕೋಣೆಗೆ ಹೋದಳು. "ಶಾರದನ ಕಳ್ಸಿಬಿಡಿ. ಇಲ್ಲೇ ಇಟ್ಕೊಂಡ್ರೆ ಆ ಜನ ಅವಳನ್ನೇ ಮರ್ತುಬಿಡ್ಬಹ್ದು. ನಾವು ಅವ್ಳ ಜವಾಬ್ದಾರಿ ಹೊರೋ ಸ್ಥಿತಿಯಲ್ಲಿ ಇದ್ದೀವಾ?" ಹಿಂದೆಯೇ ಕೇಳಿಸಿತು. ಈ ಕೆಲಸ ಸ್ವಲ್ಪ ಹಿಂದೆಯೇ ಮಾಡಿದ್ದರೆ ಅವಳ ಬದುಕಿಗೆ ಮತ್ತೊಂದು ದಾರಿ ಸಿಗುತ್ತಿತ್ತೇನೋ!

ಬಟ್ಟೆ ಬದಲಾಯಿಸಿ ತೊಯ್ದ ಕೂದಲನ್ನೊರೆಸುತ್ತ ಬಂದು ಹೊರಗೆ ನಿಂತಳು. ಪ್ರೇಮದ ಮಂಪರು ಪೂರ್ತಿಯಾಗಿ ಹರಿದುಹೋಗಿ ವಾಸ್ತವ ಬದುಕಿನ ಚಿತ್ರಣ ಅವಳ ಮುಂದಿತ್ತು. ಸ್ಪಷ್ಟವಾಗಿ ಯೋಚಿಸಿದಾಗ ಮುಂದೆ ಬರೀ ಮಂಜು ಹರಡಿಕೊಂಡಿದೆಯೆನಿಸಿತು.

ಸೀತಮ್ಮ ಬಂದು ಅವಳ ಮುಂದೆ ಕಾಫಿಯ ಲೋಟ ಇಟ್ಟು ಅಲ್ಲೇ ಕೂತರು. "ಎಲ್ಹೋಗಿದ್ದೆ?" ಮತ್ತದೇ ಪ್ರಶ್ನೆ. ಸತ್ಯ ಹೇಳುವುದಂತೂ ಸಾಧ್ಯವಿರಲಿಲ್ಲ. "ಸ್ವಲ್ಪ ಮುಂದೆ ತಿರುಗಾಡೋಕೆ ಹೋದೆ, ಮಳೆ ಬಂತು." ಆಕೆಯ ಕಣ್ಣುಗಳು ತೀರಾ ಕಿರಿದಾದವು. "ಇಂಥ ತಿರ್ಗಾಟ ನಿಮ್ಮ ತಾತನಿಗೆ ಇಷ್ಟವಾಗೋಲ್ಲ. ನಿಂಗೆ ರಜತಾದ್ರಿ ಜನಗಳ ಸುದ್ದಿ ಗೊತ್ತಿಲ್ಲ." ಕಹಿ ತುಂಬಿಕೊಂಡು ಹೇಳಿದರು.

ಕಾಫಿ ಕುಡಿಯುವವರೆಗೂ ಸುಮ್ಮನಿದ್ದ ಅನಂತರಾಮಯ್ಯ ಮೊಮ್ಮಗಳನ್ನ ಹತ್ತಿರ ಕೂಡಿಸಿಕೊಂಡರು.

"ರಜತಾದ್ರಿ ಜನಕ್ಕೆ ಒಂದು ರೀತಿಯ ಆಕರ್ಷಣೆ ಇದೆ. ಸೆಳೆದುಬಿಡ್ತಾರೆ. ನಿಮ್ಮಮ್ಮ ಅದ್ರಲ್ಲೇ ಕೊಚ್ಚಿಕೊಂಡು ಹೋಗಿದ್ದು" ಎಂದಾಗ ಬೆಚ್ಚಿಬಿದ್ದಳು. ಸಿಡಿಲು ಅಪ್ಪಳಿಸಿದಂತಾಯಿತು. ಕಣ್ಣುಗಳಲ್ಲಿ ಭಯ ಇಣಕಿತು.

ವೇದನೆಯಿಂದ ಅನಂತರಾಮಯ್ಯನವರ ಮುಖದ ಸುಕ್ಕುಗಳು ಮತ್ತಷ್ಟು ಆಳವಾದವು. "ಕಮಲಾಗೆ ಹಿಂದಿನ, ಅಂದರೆ ಈಗ ಫ್ರಾನ್ಸ್‌ನಲ್ಲಿರೊ, ಯಜಮಾನರ ಮೇಲೆ ಆಸೆ. ಸದಾ ಅದೇ ಕನಸು. ಜಪ, ಬೆಟ್ಟಕ್ಕೂ, ಅಟ್ಟಕ್ಕೂ ಸಮಾನಾ? ನನ್ಮೇಲೆ ಆತನಿಗೆ ತುಂಬ ಗೌರವವಿದ್ದುದರಿಂದ ಒಮ್ಮೆ ಕೂಡ ಕಣ್ಣೆತ್ತಿ ನೋಡಲಿಲ್ಲ. ನನ್ನ ಮದ್ವೆಯಾಗದಿದ್ರೂ ಪರ್ವಾಗಿಲ್ಲ. ಅವ್ರ ಜೊತೆ ಇರ್ತೀನೀಂತ ನಿನ್ನಮ್ಮ ಹಟ ಹಿಡಿದ್ಲು. ಅದು ಆಗೋ ಕೆಲ್ಸನಾ? ಬಲವಂತದಿಂದ ನಿನ್ನಪ್ಪನಿಗೆ ಕಟ್ಟಿದ್ದು. ಅವ್ಳು ಸುಬ್ರಮಣ್ಯಂ ಜೊತೆ ಒಂದು ದಿನವೂ ಪ್ರೀತಿಯಿಂದ ನಡ್ದುಕೊಳ್ಳಿಲ್ಲ."

ಮಧ್ಯೆ ಸೀತಮ್ಮ ಬಾಯಿಹಾಕಿದರು. "ಮದ್ವೆ ಆದ್ಮೇಲೆ ಸರಿಹೋಗ್ತಾಳೆ ಅಂದ್ಕೊಂಡ್ವಿ, ನಿನ್ನ ಬಸುರಿಯಾದ್ಮೇಲೆ ಅವ್ಳಿಗೆ ಅವರದ್ದೇ ಜಪ. ಬುದ್ಧಿ ಹೇಳಿ, ಹೊಡೆದು ಬಡಿದು ಎಲ್ಲಾ ಆಯ್ತು." ಮಗಳ ಬಗ್ಗೆ ಅವರಿಗೆ ಇನ್ನೂ ಕೋಪವಿರುವುದು ವ್ಯಕ್ತವಾಯಿತು. ಮಗಳು ಸತ್ತಾಗ ಇವರಿಗೆ ದುಃಖಕ್ಕಿಂತ ಸಮಾಧಾನವೇ ಹೆಚ್ಚು ಆಗಿರಬೇಕೆಂದುಕೊಂಡಳು.

"ಒಂದ್ಸಲ ಮಹೇಂದ್ರರ ಮುಖ ನೋಡೋಕೆ ಇಡೀ ದಿನ ಬಿಸಿಲಿನಂತೆ ಕಾದು ನಿಂತಿರ್ತಾ ಇದ್ಲು. ಸದಾ ಹೊರ ಬಾಗಿಲಿನಲ್ಲಿ ನಿಂತರೆ... ಬಂಗ್ಲೆಯ ಹಿಂದಿನ ಬಾಲ್ಕನಿ ಕಡೆಗೆ ಅವಳ ಗಮನ." ಸಿಟ್ಟಿನಿಂದ ಉರಿದರು ಅನಂತರಾಮಯ್ಯ. ಮಗಳ ತಪ್ಪು ಅವರಿಗೆ ಅಕ್ಷಮ್ಯ ಅಪರಾಧ. ಇನ್ನು ಖಂಡಿತ ಮೊಮ್ಮಗಳನ್ನ ಕ್ಷಮಿಸಲಾರರು!

ಕೆಲವು ಕ್ಷಣ ನೀರವತೆ ಬಿದ್ದುಕೊಂಡಿತು.

"ಮಹೇಂದ್ರ ಮಹಾರಸಿಕ. ಕಮಲ ಹೆಂಡ್ತಿ ಆಗದಿದ್ರೂ ಎಂದೋ, ಏನೋ ಆಗ್ಬೇಕಿತ್ತು. ಆದ್ರೆ ನನ್ನ ನಿಷ್ಠೆನ ಅವ್ರು ಗೌರವಿಸಿದ್ರು." ನಿಟ್ಟುಸಿರು ಚೆಲ್ಲಿದರು.

ಆಮೇಲೆ ಸೀತಮ್ಮ ಮಗಳ ಬಗ್ಗೆ ತೋಡಿಕೊಂಡರು. ಮಗಳ ಮೊಂಡುತನ, ಹಠಕ್ಕೆ ತಾವೆಷ್ಟು ನೊಂದುಹೋಗಿದ್ದು, ಆ ಕೋಪಕ್ಕೆ ಕಮಲ ತಾಯಿ ಮೈಮೇಲಿನ ಒಡವೆಗಳನ್ನ ಕೂಡ ಒಯ್ದಿದ್ದು, ಅವರ ಕೊರಗಿನಲ್ಲೇ ಸತ್ತಿದ್ದು. ಸಾಯೋವಾಗಲು ಗಂಡನನ್ನ, ಹುಟ್ಟಿದ ಮಗುವನ್ನ ನೆನೆಸಿಕೊಳ್ಳದ ಮಗಳಿಗೆ ಈಗಲೂ ಛೀಮಾರಿ ಹಾಕಿದರು.

ಯಾವುದೋ ಲೋಕದಲ್ಲಿದ್ದ ಶಾರದನ್ನ ಮತ್ತೊಂದು ಅಂಚಿಗೆ ಒಯ್ದಂತಾಯಿತು. ಬಾಯಿಬಿಟ್ಟು ಹೇಳದಿದ್ದರೂ ನೂರು ನಿವೇದನೆಗಳನ್ನು ಅವಳ ಕಣ್ಣುಗಳು ಆಕರ್ಷಿಸಿದ್ದವು. ಖಂಡಿತ ವಿಜಯೇಂದ್ರನನ್ನ ಅವಳು ಧೂಷಿಸಲು ಸಿದ್ಧಳಿರಲಿಲ್ಲ. ಅಲ್ಲಿ ಅವಳು ಕರಗಿದ್ದು ಪ್ರೀತಿಗೆ.

* * * *

ಮಗಳು ಬಂದಾಗಿನಿಂದ ತೀರಾ ಮೌನವಾಗಿರುವುದು ಸುಬ್ರಮಣ್ಯಂಗೆ ಸಮಸ್ಯೆಯಾಯಿತು. ಮದುವೆಯಂದಿನ ಹಗರಣ ಅವಳ ಮನಸ್ಸಿನಿಂದ ಇನ್ನೂ ತೊಡೆದುಹೋಗಿಲ್ಲವೆಂದುಕೊಂಡರು.

ಬಂದಕೂಡಲೇ ಮಗಳಿಗೆ ಹೇಳಿದರು. "ಜಗದೀಶ ಬಂದಿದ್ದ. ಸಂಜೆ ಬರುವುದಾಗಿ ತಿಳಿಸಿದ." ಅವಳ ಪ್ರಕ್ರಿಯೆ ಸೊನ್ನೆಯಾಯಿತು. ನಿಟ್ಟುಸಿರುದಬ್ಬಿ ತಮ್ಮ ಕೋಣೆಗೆ ಹೋದರು.

ಎಲ್ಲೋ ಹೋಗಿದ್ದ ಮಾಧು ಕ್ರಿಕೆಟ್ ಬ್ಯಾಟ್ ಬೀಸಿಕೊಂಡು ಬಂದವನು ಅವಳ ಮುಂದೆ ಕೂತ.

"ನಿನ್ನ ಫ್ರೆಂಡ್ ಸುನೀತಾಗೆ ಕೆಲ್ಸ ಸಿಕ್ಕಿತಂತೆ. ನಿನ್ನ ಬಗ್ಗೆ ವಿಚಾರಿಸಿದ್ಳು."

ತಟ್ಟನೆ ಶಾರದಳಲ್ಲಿ ಉತ್ಸಾಹ ಮೂಡಿತು. ಈ ಮಂಕುತನದಿಂದ ಹೊರಬೀಳಬೇಕೆಂದು ಬಂದಾಗಿನಿಂದ ಪ್ರಯತ್ನಿಸುತ್ತಿದ್ದಳು. ಆದರೆ ಸದಾ ವಿಜಯೇಂದ್ರನ ಹಂಬಲಿಕೆಯೇ ಅವಳಲ್ಲಿ.

ಹೊರಡುವುದಕ್ಕೆ ಹಿಂದಿನ ದಿನ ದತ್ತ ಹೇಳಿದ ಮಾತುಗಳು ನೆನಪಾಯಿತು. "ರಾತ್ರಿ ಫೋನ್ ಬಂದಿತ್ತು. ಅಮ್ಮಾವರು ತರಾಟೆಗೆ ತಗೊಂಡಿರಬೇಕು. ನೋಡ್ಬೇಕಾಗಿತ್ತು ಅವರು ಸಮಾಧಾನ ಮಾಡ್ತಾ ಇದ್ದ ರೀತಿ. ಫೋನ್‌ಗೆ ಲೊಚಕ್ ಲೊಚಕ್ ಅಂತ ಮುತ್ತು ಇಟ್ಟಿದ್ದೇ ಇಟ್ಟಿದ್ದು. ಅದೇನು ಪ್ರೀತಿ, ಪ್ರೇಮ!" ಬಾಯಿ ಮೇಲೆ ಕೈ ಇಟ್ಟುಕೊಂಡಿದ್ದ. ಅಂದರೆ ವಿಜಯೇಂದ್ರ ವಿವಾಹಿತ! ಹಿಡಿದ ದಾರಿ, ತಲುಪಿದ ಗುರಿ ಒಂದೂ ಸರಿಯಿಲ್ಲವೆಂಬ ನಿರ್ಧಾರಕ್ಕೆ ಬಂದಿದ್ದಳು.

ಮಾಧು ಮತ್ತಷ್ಟು ಸರಿದು ಅವಳತ್ತ ಕೂತ. "ಅಕ್ಕ, ಪ್ಲೀಸ್ ಅದ್ನೆಲ್ಲ ಮರ್ತುಬಿಡು. ಅಮ್ಮನ ಬುದ್ಧಿ ನಿಂಗೆ ಗೊತ್ತೇ ಇದೆಯಲ್ಲ. ಪಪ್ಪ ಕೂಡ ಸುಮ್ನೆ

ಸಂಕ್ಟಪಡ್ತಾರೆ". ನಯವಾದ ದನಿಯಲ್ಲಿ ಪುಸಲಾಯಿಸಿದಾಗ ಶಾರದ ನಕ್ಕುಬಿಟ್ಟಳು. ಮಾಧು ಮಲತಾಯಿಯ ಮಗ ಎಂಬ ಭಾವ ಅವಳಲ್ಲಿ ಎಂದೂ ಮೂಡಿರಲೇ ಇಲ್ಲ.

ಕೂತು ಅದು ಇದು ಹರಟಿದರು. ಮಾಧು ತನ್ನ ಕ್ರಿಕೆಟ್ ಟೀಂನ ಕತೆಯನ್ನೆಲ್ಲ ಹೇಳಿಕೊಂಡ. ಸಂಜೆಯ ವೇಳೆಗೆ ಸ್ವಲ್ಪ ಗೆಲುವಾದಳು.

ಜಗದೀಶನ ಕಾರು ಬಂದು ನಿಂತಾಗ ಅವಳ ಮನ ಅಳುಕಿತು. ಬಹಳ ಸಂಯಮದ ವ್ಯಕ್ತಿ. ಸ್ನೇಹದಿಂದ ವರ್ತಿಸಿದರೂ ಸಲಿಗೆ ತಗೊಂಡಿರಲಿಲ್ಲ.

"ಹಲೋ.... ಶಾರದ" ಮುಗುಳ್ನಗುತ್ತ ಒಳಗೆ ಬಂದವನು ಹೇಳಿಸಿಕೊಳ್ಳದೆ ಕೂತ. "ಯಾವಾಗ ಬಂದಿದ್ದು? ರಜತಾದ್ರಿಯ ಗಾಳಿ ನಿನ್ನ ಮೈಗೆ ಒಗ್ಗಿರಬೇಕು" ಅರ್ಥಗರ್ಭಿತವಾಗಿ ಮಾತಾಡಿದ. ಬರೀ ಮುಗುಳ್ನಕ್ಕಳು. ರಜತಾದ್ರಿಯು ಅವಳ ಬದುಕಿಗೊಂದು ತಿರುವು ನೀಡಿತ್ತು.

ಪದ್ದಮ್ಮನವರು ಮಧ್ಯೆ ಬಂದರು.

"ಮನೆಯಲ್ಲಿ ಎಲ್ಲರೂ ಚೆನ್ನಾಗಿದ್ದಾರ? ಮೊನ್ನೆ ಬಂದಿದ್ದೆ. ನೀವು ಬ್ಯಾಂಕ್‌ಗೆ ಹೋಗಿದ್ರಿ." ಜಗದೀಶ ಹೌದೆನ್ನುವಂತೆ ತಲೆದೂಗಿದ. ಆಕೆಯ ಬಳಿಯಲ್ಲಿ ಮಾತಾಡಲು ಅವನಿಗೆ ಆಸಕ್ತಿಯೇ ಮೂಡುತ್ತಿರಲಿಲ್ಲ.

"ಕಾಫೀ.... ತರ್ತೀನಿ" – ಶಾರದ ಎದ್ದುಹೋದಳು.

"ತಿಂಡೀನೂ ತಗೊಂಡ್ಬಾ" ಪದ್ದಮ್ಮ ಕೂಗಿ ಹೇಳಿದವರು ಅವನ ಕಡೆ ತಿರುಗಿಕೊಂಡರು. "ಅವ್ಳ ತಾತ ಅಜ್ಜೀನೇ ಒಂದೆರಡು ಕಡೆ ಗಂಡು ನೋಡಿದ್ದಾರೆ. ಯಾಕೋ ಅವ್ಳಿಗೆ ಮದ್ವೆ ಬಗ್ಗೆ ಇಂಟರೆಸ್ಟೇ ಹೋಗ್ಬಿಟ್ಟಿದೆ. ಸದ್ಯದಲ್ಲಿ ಅವಳಿಗೆ ಕೆಲ್ಸಕ್ಕೆ ಸೇರೋ ಇಚ್ಛೆ." ಅವನ ಮುಂದೆ ಹೇಳಿ ಸಮಾಧಾನ ಮಾಡಿಕೊಂಡರು.

ಜಗದೀಶನ ಮುಖ ಸಪ್ಪಗಾಯಿತು. ಆದರೆ ಅವಳ ಮೇಲಿನ ಅಭಿಮಾನ ಎರಡುಪಟ್ಟು ಹೆಚ್ಚಿತು. 'ಷಿ ಈಸ್ ಗ್ರೇಟ್" – ಮನ ಉಸುರಿತು.

"ಎಲ್ಲಾ ಹೆಣ್ಣು ಮಕ್ಳೂ ಈ ರೀತಿ ಯೋಚ್ಸಿದ್ರೆ... ನಿಮ್ಮಂಥ ತಂದೆತಾಯಿಗೆ ನಿಶ್ಚಿಂತೆ" ಎಂದಾಗ ಆಕೆಗೆ ನೇರವಾಗಿ ಚುಚ್ಚಿತು, ನಿಲ್ಲಲಾರದೆ ಹೊರಗೆ ಹೋದರು.

ಅಂದು ನಡೆದ ಘಟನೆಗೆ ಅವರನ್ನೇ ಮುಖ್ಯವಾಗಿರಿಸಿಕೊಂಡರೂ ಖಂಡಿತ ಆಕೆ ತಪ್ಪು ಒಪ್ಪಿಕೊಳ್ಳಲಾರರು. ಆ ಒಡವೆಗಳೆಲ್ಲ ತನ್ನವೆನ್ನುವುದೇ ಪದ್ದಮ್ಮನ ಅಭಿಪ್ರಾಯ.

ಕೋಡುಬಳೆ, ಕೊಬ್ಬರಿ ಮಿಠಾಯಿ ಜೊತೆಗೆ ನೀರ್ಹಿಡಿದು ಬಂದಳು ಶಾರದ. ಹೊಸ ಕಳೆ ತುಂಬಿಕೊಂಡಿದೆ ಅವಳಲ್ಲಿ ಅನ್ನಿಸಿತು ಜಗದೀಶನಿಗೆ.

"ನಂಗೂ ಒಂದಷ್ಟು ದಿನ ರಜತಾದ್ರಿಯಲ್ಲಿ ಇರಬೇಕೂಂತ ಅನ್ನಿಸಿದೆ." ಕಣ್ಣು ಮಿಟುಕಿಸಿದ. "ಅಲ್ಲಿನ ಪ್ರಿನ್ಸ್‌ನ ಪರ್ಮಿಷನ್ ಬೇಕು. ರಾಜ ದರ್ಬಾರ್‌ಗಳು ಅಳಿದುಹೋದ್ರೂ.... ಇನ್ನ ಅಂಥ ಜನ ಸಿಕ್ತಾರೆ." ಕುದುರೆಯ ಮೇಲಿನ ವಿಜಯೇಂದ್ರನನ್ನ ನೆನಪಿಸಿಕೊಂಡ.

ಶಾರದ ಸಣ್ಣಗೆ ನಕ್ಕಳು "ಹೆಚ್ಚು ಕಡ್ಮೆ ಅವರದು ರಾಜಮನೆತನವೇ. ಅಲ್ಲಿನ ಜನ ಕೂಡ ಅದೇ ಗೌರವದಿಂದ ಕಾಣ್ತಾರೆ." ತಿಂಡಿಯ ತಟ್ಟೆಯನ್ನ ಅವನ ಮುಂದಕ್ಕೆ ಸರಿಸಿದಳು. "ತಗೊಳ್ಳಿ ನಮ್ಮ ಚಿಕ್ಕಮ್ಮನ ಕೈ ತಿಂಡಿ ತುಂಬಾ ಟೇಸ್ಟಿ"

ಹೆಚ್ಚು ಹೇಸಿಕೊಳ್ಳದೆ ಜಗದೀಶ ತಿಂದ. ಇವನು ಆಡಿದ ಮಾತಿಗೆ 'ಹಾಗ', 'ಹೂ' ಎನ್ನುವ ಶಾರದಳ ಮುಂದೆ ಕೂಡುವುದೇ ಕಷ್ಟವಾಯಿತು. ಅವಳಿನ್ನು ಮನಸ್ಸು ಬದಲಾಯಿಸಲಾರಳೆಂದುಕೊಂಡ.

"ಬರ್ತೀನಿ..." ಮೇಲಕ್ಕೆದ್ದವನು ಅವಳ ಕಣ್ಣಲ್ಲಿ ಕಣ್ಣಿಟ್ಟು ನೋಡಿದ. ಯಾವುದೇ ಉತ್ಸಾಹವಿರಲಿಲ್ಲ. "ನನ್ನ ಮೇಲಿನ ಬೇಸರ ಇನ್ನ ಕಡ್ಮೆ ಆಗಿಲ್ಲ." ಅವನ ಧ್ವನಿ ತಗ್ಗಿ ಸಂಕೋಚ ಮೂಡಿತು.

"ಪ್ಲೀಸ್, ಹಾಗೆಲ್ಲ ತಿಳ್ಕೊಳ್ಳಬೇಡಿ. ಅಂಥದೇನು ಇಲ್ಲ" – ಮೆಲ್ಲನೆ ಉಸುರಿದಳು. ಜಗದೀಶನಂತೆ ಫ್ರಾಂಕಾಗಿ, ಸರಳವಾಗಿ ಇರುವ ವ್ಯಕ್ತಿಗಳು ಕಡಿಮೆಯೆನಿಸಿತು.

ಬಾಗಿಲವರೆಗೆ ಹೋದ ಜಗದೀಶ ಹಿಂದಕ್ಕೆ ಬಂದ. "ಡೋಂಟ್ ಮೈಂಡ್. ಉಲ್ಲಾಸ್ ಕಾಲೇಜಿನಲ್ಲಿ ಒಂದು ಲೆಕ್ಚರರ್ ಪೋಸ್ಟ್ ಖಾಲಿ ಇದೆಯಂತೆ. ನೀನು ಇಷ್ಟಪಟ್ರೆ ನಾನು ಟ್ರೈ ಮಾಡ್ತೀನಿ. ಯಾವ್ದೇ ಸ್ವಾರ್ಥ ಇಲ್ಲ." ಅವನ ದನಿ ಭಾರವಾಯಿತು. ನಡೆದುಹೋದ ಘಟನೆಗಳು ಅವಳ ಮುಂದೆ ನರಳಿ ನರಳಿ ಹೊರಳಿದವು. ಜಗದೀಶನಿಂದ ಯಾವುದೇ ಸಹಾಯ ಪಡೆಯಲು ಅವಳಿಗಿಷ್ಟವಾಗಲಿಲ್ಲ. ಸ್ಪಷ್ಟವಾಗಿ ಹೇಳಲಾರದೆ ತಡಬಡಿಸಿದಳು.

ಜಗದೀಶ ಸುಲಭವಾಗಿ ಅರ್ಥಮಾಡಿಕೊಂಡ. "ಸದ್ಯಕ್ಕೆ ನಮ್ಮಗಳ ಮಧ್ಯೆ ಇರೋ ಸ್ನೇಹನ ನಾನು ಖಂಡಿತಾ ದುರುಪಯೋಗಪಡಿಸಿಕೊಳ್ಳೋಲ್ಲ. ನಾಳೆ ಬೆಳಿಗ್ಗೇನೆ ಬರ್ತೀನಿ. ಹೋಗಿ ಅಪ್ಲಿಕೇಶನ್ ಕೊಟ್ಟು ಬರೋಣ." ಹೊರನಡೆದ.

ಶಾರದ ಎಷ್ಟೋ ಹೊತ್ತು ನಿಂತೇ ಇದ್ದಳು. ಅಂದು ನಿಂತ ಮದುವೆ ಅವಳ ಬದುಕಿಗೆ ಬೇರೊಂದು ಪಥವನ್ನೇ ತೋರಿಸಿತು. ಇನ್ನೆಂದೂ ಜಗದೀಶನ ಬಗ್ಗೆ ಯೋಚಿಸಲಾರಳು!

ಹೇಳಿದ ಪ್ರಕಾರ ಜಗದೀಶ ಮರುದಿನ ಬಂದು ಅವಳನ್ನ ಕರೆದೊಯ್ದು ಅಪ್ಲಿಕೇಶನ್ ಹಾಕಿಸಿದ್ದು ಮಾತ್ರವಲ್ಲದೆ ಅವಳ ಕೆಲಸದ ಜವಾಬ್ದಾರಿ ಪೂರ್ತಿಯಾಗಿ ಹೊತ್ತು ಓಡಾಡಿದ.

ಖುಷಿಯಾಗಿ ಅಪಾಯಿಂಟ್‌ಮೆಂಟ್ ಆರ್ಡರ್ ಹಿಡಿದು ಬಂದ ಜಗದೀಶ ಅವಳನ್ನ ಛೇಡಿಸಿದ: "ಸ್ವೀಟ್ಸ್ ಕೊಡ್ಸಿದ್ಮೇಲೇನೇ... ಇದ್ನ ಕೊಡೋದು. ಎಲ್ಲಿ ಕೊಡಿಸ್ತೀರಿ? ಯಾವಾಗ ಕೊಡಿಸ್ತೀರಿ? ಬೇಗ ಹೇಳಿ." ಅಪಾಯಿಂಟ್‌ಮೆಂಟ್ ಆರ್ಡರ್ ಕೈಯಲ್ಲಿ ಹಿಡಿದೇ ಇದ್ದ.

"ಆ ಚಾಯ್ಸ್ ನಿಮ್ಗೇ ಬಿಟ್ಟಿದ್ದೀನಿ. ಬರೀ ಸ್ವೀಟ್ ಏನು, ಡಿನ್ನರ್ ಕೂಡ."

ಗೆಲುವಾದಳು. ಜಗದೀಶ ಅವಳ ಕೈಯಲ್ಲಿ ಕೆಲಸದ ಆರ್ಡರ್ ಇತ್ತ. ಅವಳಿಗೆ ನಿಜವಾಗಿಯೂ ಸಂತೋಷವಾಗಿತ್ತು. "ಥ್ಯಾಂಕ್ಯೂ ವೆರಿ ಮಚ್ ಜಗದೀಶ್. ನಿಮ್ಗೆ ಯಾವ ರೀತಿ ಧನ್ಯವಾದ ಅರ್ಪಿಸಬೇಕೋ ಗೊತ್ತಾಗ್ತಾ ಇಲ್ಲ!" ಅವಳೆದೆ ಕೃತಜ್ಞತೆಯಿಂದ ಭಾರವಾಯಿತು. ಜಗದೀಶ ಅವಳನ್ನೇ ದಿಟ್ಟಿಸಿ ನೋಡಿದ. "ಇಂತಹ ಸರಳ, ಸೌಮ್ಯ ಸೌಂದರ್ಯವನ್ನು ನನ್ನದಾಗಿಸಿಕೊಳ್ಳದ ಈಡಿಯಟ್ ನಾನು" ಮನದಲ್ಲೇ ನೋವಿನ ನಗು ನಕ್ಕ. ಅಲ್ಲಿ ಇನ್ನು ನಿಲ್ಲುವುದು ಅವನಿಂದ ಸಾಧ್ಯವಿಲ್ಲವಾಯಿತು.

"ಬರ್ತೀನಿ ಶಾರದ. ಸೋಮವಾರ ನಾನೇ ಕರ್ಕೊಂಡ್ಹೋಗಿ ಪರಿಚಯ ಮಾಡಿಸ್ತೀನಿ. ಪ್ರಿನ್ಸಿಪಾಲ್ ಕೂಡ ನನಗೆ ಗೊತ್ತಿರೋ ಜನ. ನರ್ವಸ್ ಆಗೋಕೆ ಕಾರಣವಿಲ್ಲ." ಹೊರಟುಬಿಟ್ಟ.

ಶಾರದ ಅವನ ಹಿಂದೆಯೇ ಬಾಗಿಲಿಗೆ ಬಂದಳು. ಸ್ಟೀರಿಂಗ್ ವ್ಹೀಲ್ ಮುಂದೆ ಕೂತವನು ಅವಳತ್ತ ತಿರುಗಿದ. ಕಣ್ಣುಗಳಲ್ಲಿ ಯಾವುದೋ ಬೇಡಿಕೆ. ಶಾರದಳ ಪೂರ್ತಿ ವ್ಯಕ್ತಿತ್ವ ಕರಗಿ ನೆಲದಡಿಯಲ್ಲಿ ಸೋರಿಹೋದಂತಾಯಿತು.

"ಬರ್ತೀನಿ.... ಶಾರದ." ಕೈಯಾಡಿಸಿದ. ಕಾರು ಮುಂದಕ್ಕೆ ಹೋಯಿತು. ನಿಂತಲ್ಲಿಯೇ ಗೊಂಬೆಯಾದಳು. ಕೈಯಲ್ಲಿದ್ದ ಆರ್ಡರ್ ಸುಡುವಂತೆ ಭಾಸವಾಯಿತು. "ಜಗದೀಶ್, ಐ ಯಾಮ್ ಸೋ ಸಾರಿ." ಕಣ್ಣಲ್ಲಿ ಇಣಕಿದ ಕಂಬನಿ ಕೈಯಲ್ಲಿದ್ದ ಕವರ್ ಮೇಲೆ ಬಿದ್ದು ಇಂಗಿಹೋಯಿತು.

ವಿಷಯ ತಿಳಿದ ಪದ್ದಮ್ಮ, ಸುಬ್ರಮಣ್ಯಂ ಸಂತೋಷಗೊಂಡರು.

"ಇದ್ದ ಅಡ್ಡಿ, ಆತಂಕವೂ ತೊಡೆದುಹೋಯಿತಲ್ಲ. ಇನ್ನು ಎಲ್ಲಾ ಸುಲಭವಾಗುತ್ತೆ ಬಿಡಿ." ಪದ್ದಮ್ಮನ ಉತ್ಸಾಹ ಗರಿಗೆದರಿತು. ಆದರೆ ಸುಬ್ರಮಣ್ಯಂ ಮತ್ತಷ್ಟು ಮುಖ ಸಣ್ಣದು ಮಾಡಿಕೊಂಡರು.

"ಜಗದೀಶ ತನ್ನ ತಪ್ಪಿಗೆ ಪ್ರಾಯಶ್ಚಿತ್ತ ಮಾಡ್ಕೋತಾ ಇದ್ದಾನೆ. ನಾವು..." ಆಕೆ ಗಂಡನನ್ನ ದುರುದುರು ನೋಡಿದಳು. ಎರಡನೆ ಹೆಂಡತಿಗೆ ಗಂಡನಾಗುವುದು ತೀರಾ ಕರ್ಮಕಾಂಡ!

"ನೀವು ಸುಮ್ನೇ ಇದ್ಬಿಡಿ." – ರೇಗಿಹೋದರು.

"ನಾನು ಮಾಡ್ತಾ ಇರೋದು ಅದೆ ಕಣೇ" – ಗೊಣಗುಟ್ಟಿದರು.

ಬದುಕಿನಲ್ಲಿ ಸುಖ ಸುಬ್ರಮಣ್ಯಂ ಪಾಲಿಗೆ ಮರೀಚಿಕೆಯೇ. ಕಮಲ ಕೂಡ ಎಂದೂ ಪ್ರೀತಿ ಅಕ್ಕರೆ ಅವರ ಮೇಲೆ ತೋರಿರಲಿಲ್ಲ. ಸದಾ ಸಿಡುಗುಟ್ಟುವುದು, ಪ್ರತಿಯೊಂದರಲ್ಲೂ ತಪ್ಪು ಕಂಡುಹಿಡಿದು ಗಂಡನ ಮೇಲೆ ರೇಗಾಡಿ ಅಳುವುದು. ಆಮೇಲೆ ಬಂದ ಪದ್ದಮ್ಮ ಅಷ್ಟೇನು ನಿಕೃಷ್ಟವಾಗಿ ಕಾಣದಿದ್ದರೂ, ಗಂಡನನ್ನು ತಮ್ಮ ಹಿಡಿಯಲ್ಲಿ ಭದ್ರ ಮಾಡಿಕೊಂಡಿದ್ದರು, ಅವರು ಎಳೆದದ್ದೇ ಲಕ್ಷ್ಮಣರೇಖೆ.

ಎರಡು ದಿನ ಕೆಲಸಕ್ಕೆ ಹೋಗಿ ಬಂದ ಶಾರದ ಮೂರನೆಯ ದಿನ ತಂದೆಯ ಮುಂದೆ ತನ್ನ ಬೇಡಿಕೆ ಇಟ್ಟಳು.

"ಹೋಗಿ ಬರೋದೆ ಅರ್ಧ ಸ್ಟ್ರೈನ್. ಒಂದೊಂದ್ಸಲ ಬಸ್ಸು ಸರ್ಯಾದ ವೇಳೆಗೆ ಸಿಕ್ಕಲಿಲ್ಲಾಂದ್ರೆ... ತುಂಬ ತೊಂದರೆ ಆಗುತ್ತೆ. ಆದ್ರಿಂದ ನಾನು ಕಾಲೇಜಿನ ಲೇಡೀಸ್ ಹಾಸ್ಟೆಲ್‌ನಲ್ಲಿ ಉಳ್ಕೋಬೇಕೂಂತ ತೀರ್ಮಾನ ಮಾಡಿದ್ದೀನಿ."

ಗಂಡ ಬಾಯಿ ತೆರೆಯುವ ಮುನ್ನ ಪದ್ದಮ್ಮ ಹೇಳಿದರು.

"ಜಗದೀಶನನ್ನ ಒಂದ್ಮಾತು ಕೇಳಿಬಿಡಮ್ಮ."

ಶಾರದಳ ಹುಬ್ಬುಗಳು ಬೆಸೆದುಕೊಂಡು, ಕಣ್ಣುಗಳು ಕಿರಿದಾದವು. "ಜಗದೀಶ್".... ಎಂದವಳು ತಂದೆಯತ್ತ ನೋಡಿದಳು. "ಅವ್ರನ್ನ ಕೇಳ್ಬೇಕಾದ ಅಗತ್ಯವೇನು? ಇದು ಅವ್ರಿಗೆ ಸಂಬಂಧಪಡದ ವಿಷ್ಯ." ಕೊಂಕಿಲ್ಲದೆ ಅವಳ ಮಾತು ನೇರವಾಗಿತ್ತು. ಪದ್ದಮ್ಮನ ಮುಖ ವಿವರ್ಣವಾಯಿತು. "ನಂಗೇನು ಅರ್ಥವಾಗ್ಲಿಲ್ಲ! ನಿನ್ನಷ್ಟು ಓದಿದ್ರೆ ಇಂಥ ವಿಷ್ಯಗಳು ಅರ್ಥವಾಗೋದು. ಇಷ್ಟ ಬಂದಂಗೆ ಮಾಡ್ಕೋ. ನಾವು ಏನಾದ್ರೂ ಹೇಳಿದ್ರೂ ನೀನು ಕೇಳೋ ಸ್ಥಿತಿಯಲ್ಲಿ ಇದ್ದೀಯಾ!" ಈ ಹೊಸ ಬಗೆಯ ಮಾತುಗಳಿಗೆ ಶಾರದ ನೊಂದುಕೊಂಡಳು. ಆದರೂ ಗಟ್ಟಿಯಾದ ನಿರ್ಧಾರಕ್ಕೆ ಬಂದಳು. "ನಾನು ಅಲ್ಲೇ ಇರ್ತೀನಿ. ರಜಾ ದಿನಗಳಲ್ಲಿ ಮಾತ್ರ ಬರ್ತೀನಿ."

ಈಗ ಸುಬ್ರಮಣ್ಯಂ ಸ್ವಲ್ಪ ಧೈರ್ಯ ಮಾಡಿಕೊಂಡರು. "ನಿಂಗೆ ಹೇಗೆ ಅನ್ನಿಸುತ್ತೋ ಹಾಗೆ ಮಾಡು. ಜಗದೀಶ ಇಷ್ಟವಾಗ್ಲಿಲ್ಲ ಅಂದರೆ ಬೇರೆ ಕಡೆನೆ ನೋಡೋಣ" ಎಂದರು.

ಆದರೆ ಹೆಚ್ಚು ಗಲಾಟೆ ಮಾಡಿದವನು ಮಾಧು. "ನೀನೇನು ಅಲ್ಲಿರೋದ್ಬೇಡ. ನಾನೊಂದು ಸ್ಕೂಟರ್ ತಗೋತೀನಿ. ಅದ್ರಲ್ಲಿ ನಿನ್ನ ಕರ್ಕೊಂಡ್ಹೋಗಿ ಬಿಟ್ಟು ಕರ್ಕೊಂಡ್ಬರ್ತೀನಿ." ಮೊಂಡು ವಾದ ಹೂಡಿದ. ಅವನನ್ನ ಒಪ್ಪಿಸುವ ವೇಳೆಗೆ ಶಾರದ ಸುಸ್ತಾದಳು. ಆದರೂ ಅವನದು ಅರೆ ಸಮ್ಮತಿ.

"ಪಪ್ಪ, ಈಗ್ಲಾದ್ರೂ ಮಾತಾಡಿ. ಅಕ್ಕನಿಗೆ ಒಂದು ವೆಹಿಕಲ್ ತಂದ್ಕೊಡಿ, ಓಡಾಡ್ಲಿ. ಅಥ್ವಾ ನಾನೇ ಅಕ್ಕನ ಡ್ರೈವರ್ ಆಗ್ತೀನಿ" – ತಂದೆಯ ಮುಂದೆ ನಿಂತು ಮಾಧು ಗೋಗರೆದ.

ಸುಬ್ರಮಣ್ಯಂ ಮುಖವೆತ್ತಿ ಮೇಲೆ ನೋಡಿದರು. ಆಕಾಶದ ಬದಲು ಅವರಿಗೆ ತಾರಸಿ ಕಾಣಿಸಿತು. ನಿರಾಶೆ ಕಣ್ಣಲ್ಲಿ ಇಣಕಿತು.

"ನಾನು ಛಾವಣಿ ಕೆಳ್ಗೆ ಇರೋದು ಮಾಧು. ನಂಗೆ ಆಕಾಶ ಕಾಣೋ ಪುಣ್ಯ ಇಲ್ಲ." ನಿಸ್ಸಹಾಯಕತೆ ತೇಲಿತು. ಮಾಧು ಕೆಟ್ಟ ಮುಖಮಾಡಿ ಅವರ ಮುಂದಿನಿಂದ ಸರಿದುಹೋದ.

ಅಂದು ಕಾಲೇಜು ಮುಗಿಸಿಕೊಂಡು ಹೊರಬೀಳುವ ವೇಳೆಗೆ ಜಗದೀಶನ ಕಾರು ಕಣ್ಣಿಗೆ ಬಿತ್ತು. ಅಲ್ಲೇ ನಿಂತಿದ್ದ ಅವನು ನಗುತ್ತ ಕೈಬೀಸಿದ.

ಅವನತ್ತ ನಡೆದವಳು ನಿಂತಳು. ಇಂದು ಅಪರೂಪಕ್ಕೆ ಜಗದೀಶನ ಮುಖದಲ್ಲಿ ದಣಿವಿತ್ತು. "ಹಲೋ.... ಶಾರದ? ಎನಿ ಟ್ರಬಲ್?" ಎಂದ. ತಟ್ಟನೆ ಅವಳಿಗೆ ವಿಜಯೇಂದ್ರನ ಮುಖ ನೆನಪಾಯಿತು. "ಹಾಯ್ ಶಾರದ, ಹಾಯ್ ಶಾರದ" ಎಲ್ಲೆಲ್ಲು ಅವನ ಸ್ವರವೇ ಪ್ರತಿಧ್ವನಿಸಿತು. ಅದರಿಂದ ಹೊರಬರಲು ಒದ್ದಾಡಿಹೋದಳು.

"ಯಾಕೆ ಅಪ್‌ಸೆಟ್ ಆದೆ?" ಗಾಬರಿಯಿಂದ ಪ್ರಶ್ನಿಸಿದ.

"ನೋ, ಏನಿಲ್ಲ. ಸ್ವಲ್ಪ ಓಡಾಟ ಜಾಸ್ತಿ. ಅಭ್ಯಾಸವಿರ್ಲಿಲ್ಲ. ಅಷ್ಟೆ." ನಗಲು ಪ್ರಯತ್ನಿಸಿದಳು. ಜಗದೀಶ ಕಾರಿನ ಡೋರ್ ತೆಗೆದ. "ಇವತ್ತು ನಾನು ನಿಮ್ಮನ್ನ ಡ್ರಾಪ್ ಮಾಡ್ತೀನಿ. ನಾಳೆಯಿಂದ ಇಲ್ಲೇ ಹಾಸ್ಟೆಲ್‌ನಲ್ಲಿರೋ ವಿಷ್ಯ ತಿಳೀತು" ಎಂದಾಗ ಶಾರದ ಮುಂದಿಟ್ಟ ಕಾಲನ್ನ ಹಿಂದಕ್ಕೆ ತಗೊಂಡಳು. 'ಜಗದೀಶ ಒಪ್ಪಬೇಕು' – ಅವಳ ಚಿಕ್ಕಮ್ಮ ಹೇಳಿದ್ದಳು. ಮನ ಮುದುರಿತು. ಅವನಿಂದ ಸಹಾಯ ಪಡೆಯುವ ಯಾವ ಹಕ್ಕೂ ಇಲ್ಲ.

"ನಿಮಗ್ಯಾಕೆ ತೊಂದರೆ? ಇನ್ನೊಬ್ಬ ಕೊಲೀಗ್ ಸಿಕ್ತಾರೆ." ಜಾರಿಕೊಳ್ಳುವ ಅವಳ ಪ್ರಯತ್ನ ತೊಡೆದ. "ಪ್ಲೀಸ್, ಕಮ್, ಮಧ್ಯಾಹ್ನದ ಊಟ ಇಲ್ಲ. ಹೊಟ್ಟೆ ತಾಳಹಾಕ್ತಾ ಇದೆ. ಹೆಚ್ಚು ಹೊತ್ತು ನಿಂತರೆ ನೀವು ನೀರಿಗೆ ಒಡ್ಬೇಕು" – ಹಾಸ್ಯಮಾಡಿದ.

ಶಾರದ ಹತ್ತಿ ಕೂತಳು. ಕಾರು ಓಡಿಸುತ್ತ ದಾರಿಯಲ್ಲಿ ಅಲ್ಲಲ್ಲಿ ನಿಂತ ವಿದ್ಯಾರ್ಥಿಗಳನ್ನು ಗಮನಿಸತೊಡಗಿದ.

"ಹೇಗೆ ಅನ್ನಿಸ್ತು?" ನವಿರಾಗಿ ಪ್ರಶ್ನಿಸಿದ.

"ವೆರಿ ಫೈನ್" – ಯಾವುದೋ ಜ್ಞಾನದಲ್ಲಿ ನುಡಿದಳು. ವಾರೆಗಣ್ಣಿಂದ ಅವಳನ್ನ ಗಮನಿಸಿದ. ಉತ್ಸಾಹ ಬತ್ತಿದಂತೆ ಕಾಣಿಸಿತು. "ನಂಗೆ ಹಾಗೆ ಕಾಣೋಲ್ಲ!" ಅವನ ಸ್ಪಷ್ಟವಾದ ಮಾತಿಗೆ ಬೆಚ್ಚಿಬಿದ್ದಳು. ಭಯದ ನೆರಳು ಅವಳನ್ನ ಕವಿಯತೊಡಗಿತು.

ನಿಧಾನವಾಗಿ ಆಗಾಗ ನೋಟ ಹರಿಸುತ್ತ ಅವಳ ಮುಖದ ಭಾವನೆಗಳನ್ನ ಗಮನಿಸತೊಡಗಿದ. ಎಲ್ಲೋ ಏನೋ ಆಗಿದೆಯೆನಿಸಿತು ಅವನಿಗೆ. ಕಣ್ಮುಂದೆ ಸುಳಿದಿದ್ದು ರಜತಾದ್ರಿಯ ತಂಪು.

"ರಜತಾದ್ರಿ ಪ್ಯಾಲೆಸ್ ಬಿಟ್ಟು ಬಂದಿದ್ದಕ್ಕೆ ನಿಂಗೆ ಬೇಸರವಿರಬಹ್ದು." ಹಾಸ್ಯ ಮಾಡಿದ. ಮತ್ತೆ ಬೆಚ್ಚಿಬಿದ್ದಳು. ತಾನೆಂಥ ಸೆನ್ಸಿಟಿವ್ ಎಂದು ಅವಳಿಗೆ ಈಚೆಗೇ ಅರಿವಾದದ್ದು.

ಕಾರು ನಿಂತಿದ್ದು ಒಂದು ಹೋಟೆಲ್ ಮುಂದೆ. ಶಾರದ ಅತ್ತಿತ್ತ ನೋಡಿದಾಗ ಜಗದೀಶ ಕೆಳಗಿಳಿದ.

"ಇಲ್ಲಿ ಹಟಕ್ಕೆ ಅವಕಾಶವಿಲ್ಲ. ಹಸಿದ ಈ ವ್ಯಕ್ತಿಯ ಬಗ್ಗೆ ನಿಂಗೆ ಕರುಣೆ ಇರಲಿ." ಹೊಟ್ಟೆಯನ್ನ ಸವರಿಕೊಂಡ. ಶಾರದ ಇಳಿಯಲೇಬೇಕಾಯಿತು.

ಫ್ಯಾಮಿಲಿ ಕೋಣೆಗೆ ಕರೆದೊಯ್ದವನು ಸೋತವನಂತೆ ಕೂತ. ನಿಜವಾಗಿಯು

ಮಧ್ಯಾಹ್ನ ಊಟ ಮಾಡಿರಲಿಲ್ಲ. ಬ್ಯಾಂಕ್‌ಗೆ ಹೋಗಿದ್ದವನು ನೆನೆಸಿಕೊಂಡು ಬಂದಿದ್ದ. ಶಾರದಳ ಸಾಮೀಪ್ಯ ಅವನಿಗೆ ಅತ್ಯಂತ ಪ್ರಿಯ.

ಸಿಂಕ್‌ನಲ್ಲಿ ಮುಖ ತೊಳೆದು ಕರ್ಚೀಫ್‌ನಿಂದೊರೆಸುತ್ತ ಬಂದು ಕೂತ.

"ಯಾಕೆ ಮಧ್ಯಾಹ್ನ ಊಟ ಮಾಡ್ಲಿಲ್ಲ?" ಅವನ ಬಗ್ಗೆ ಯೋಚಿಸಿದಳು. ಎಡಗೈ ಬೆರಳುಗಳಿಂದ ಕ್ರಾಪನ್ನ ಸರಿಮಾಡಿಕೊಳ್ಳುತ್ತ ಹೇಳಿದ. "ಬರೀ ಬ್ಯಾಂಕ್‌ಗೆ ಸುತ್ತೋದೇ ಆಗಿದೆ. ದಿನ ಒಂದಲ್ಲ ಒಂದು ತಕರಾರು." ಮುಖ ಮೇಲೆತ್ತಿ ಉಸಿರು ದಬ್ಬಿದ. ಕರುಣೆಯಿಂದ ಶಾರದ ಅವನತ್ತ ನೋಡಿದಳು.

"ನಾನು ಟಾಟಾ, ಬಿರ್ಲಾ ಆಗದಿದ್ರೂ ಸ್ವಂತ ಉದ್ದಿಮೆ ಸ್ಥಾಪಿಸಿ ನೂರಾರು ಜನಕ್ಕೆ ಅಲ್ಲದಿದ್ದರೂ ಒಂದ್ಹತ್ತು ಜನಕ್ಕಾದ್ರೂ.... ಅನ್ನದ ದಾರಿ ತೋರಿಸ್ತೀನಿ." ಅವನ ಸ್ವರದಲ್ಲಿ ದೃಢತೆ ಇತ್ತು. ಕಣ್ಣುಗಳಲ್ಲಿ ವಿಶ್ವಾಸವಿತ್ತು.

"ಮೇ ಲಕ್ ಫೇವರ್ ಯೂ" ಶುಭ ಹಾರೈಸಿದಳು. "ಥ್ಯಾಂಕ್ಯೂ ಶಾರದ." ಕರ್ಚೀಫ್ ಪ್ಯಾಂಟ್ ಜೇಬಿಗೆ ತುರುಕಿದ.

ತಿಂಡಿಯ ಜೊತೆ ತಾನು ಇದುವರೆಗೂ ಕೈಕೊಂಡ ವಿಷಯ, ಮುಂದೆ ಮಾಡಬೇಕಾದ ಕೆಲಸಗಳನ್ನೆಲ್ಲ ವಿವರಿಸಿದ.

ಹೋಟೆಲ್‌ನಿಂದ ಹೊರಬಂದಾಗ ಜಗದೀಶನ ಮನಸ್ಸು ಹಗುರವಾಗಿತ್ತು. ಸಾಧನೆಯ ಮೆಟ್ಟಿಲಿನ ಮೇಲೆ ಕಾಲಿಟ್ಟ ಅನುಭವ ಅವನಿಗಾಯಿತು.

ನಾಲ್ಕು ಹೆಜ್ಜೆ ಮುಂದೆ ಬಂದವಳು ನಿಂತಳು. "ಜಗದೀಶ್, ನಾನು ಆಟೋದಲ್ಲಿ ಮನೆಗೆ ಹೋಗ್ತೀನಿ. ನೀವ್ಹೋಗಿ ರೆಸ್ಟ್ ತಗೊಳ್ಳಿ."

ಕಾರಿನ ಡೋರ್ ತೆಗೆಯುತ್ತಿದ್ದವನು ಅವಳತ್ತ ನೋಟ ಹರಿಸಿದ. "ಆ ಆಟೋ ಹಣ ನಂಗೆ ಕೊಡು. ಸದ್ಯಕ್ಕೆ ನಾನೇ ಆ ಕೆಲ್ಸ ಮಾಡ್ತೀನಿ." ನೊಂದು ನುಡಿದಂತಿತ್ತು. ಉಗುಳಲೂ ಆಗದೆ, ನುಂಗಲೂ ಸಾಧ್ಯವಿಲ್ಲದ ಸ್ಥಿತಿ ಅವಳದು. ಯಾವುದನ್ನು ಸ್ಪಷ್ಟವಾಗಿ ಆಡಲಾರದೆ ಹಿಂದೆಗೆಯುತ್ತಿದ್ದಳು.

"ಹತ್ತಿ, ಮೇಮ್ ಸಾಬ್." ಕೈಕಟ್ಟಿ ಹೊಸೆಯುತ್ತ ವಿನಯ ನಟಿಸಿದಾಗ ಶಾರದ ನಕ್ಕುಬಿಟ್ಟಳು. "ಒಳ್ಳೆ ಆಕ್ಟಿಂಗ್ ಕೂಡ ಮಾಡ್ತೀರಾ" – ಹತ್ತಿ ಕೂತಳು.

ಮನೆಯ ಮುಂದೆ ಇಳಿದಾಗ ಮಾಧು ಇವಳ ಹಾದಿಯನ್ನೇ ಕಾಯುತ್ತ ಕೂತಿದ್ದ.

"ಪಪ್ಪ, ಅಮ್ಮ ದೇವಸ್ಥಾನಕ್ಕೆ ಹೋದ್ರು, ಪುಣ್ಯ ಸಂಪಾದ್ನೆ ಮಾಡೋಕ್ಕೋಸ್ಕರ. ನೀನು ಆರಾಮಾಗಿ ತಿಂಡಿ ಹೊಡಿ" ಎಂದವನು ಕಾರಿನ ಬಳಿ ಬಂದು ಜಗದೀಶನನ್ನ ರಿಕ್ವೆಸ್ಟ್ ಮಾಡಿಕೊಂಡ. "ನನ್ನ ಸ್ವಲ್ಪ ಫೀಲ್ಡ್ ಹತ್ರ ಬಿಟ್ಬಿಡಿ. ಇವತ್ತು ಹೊತ್ತಾಯ್ತು. ಟೀಂಗೆ ಸೇರಿಸೋಲ್ಲ ಅಂತ ಗಲಾಟೆ ಮಾಡ್ತಾರೆ" – ಡೋರ್ ತೆರೆದುಕೊಂಡು ಹತ್ತಿಯೇ ಕೂತುಬಿಟ್ಟ. ಜಗದೀಶ ಕೈಬೀಸಿದ. ಕಾರು ಮುಂದಕ್ಕೆ ಹೋಯಿತು. ಚಿಂತಿತಳಾದಳು.

ಅಂದು ಮದುವೆಯ ದಿನ ಕಠೋರವಾಗಿ ವರ್ತಿಸಿದ ಜಗದೀಶ ಇಂದು

ಭಿನ್ನವಾಗಿ ನಡೆದುಕೊಳ್ಳುತ್ತಿದ್ದ. ಸ್ನೇಹಮಯಿಯಂತೆ ಕಾಣುತ್ತಿದ್ದ ಅವನ ಬದುಕಿಗೆ ಒಂದು ಧ್ಯೇಯ, ಉದ್ದೇಶ ಇಟ್ಟುಕೊಂಡ ಅಸಾಮಾನ್ಯ ವ್ಯಕ್ತಿಯಂತೆ ಕಾಣುತ್ತಿದ್ದ.

ಒಳಗೆ ಬಂದ ಶಾರದ ಸೋತವಳಂತೆ ಕುಕ್ಕರಿಸಿದಳು. ಟೇಬಲ್ಲು ಮೇಲಿದ್ದ ಮಲ್ಲಿಗೆಯ ದಂಡೆ ತನ್ನ ಮಧುರ ಸುವಾಸನೆಯಿಂದ ಅವಳನ್ನು ಸೆಳೆಯಿತು.

ಇಂಥದ್ದೇ ಮಲ್ಲಿಗೆಯ ದಂಡೆ ಅವಳ ಮತ್ತು ವಿಜಯೇಂದ್ರನ ಸ್ನೇಹಕ್ಕೆ ಕಾರಣವಾಗಿತ್ತು. ಗಂಟಲು ಬಿಗಿಯಿತು. ಕೂತು ಬಿಕ್ಕಳಿಸಿದಳು. ಮೊದಲ ಬಾರಿ ಅತ್ತು ಮನಸನ್ನ ಹಗುರ ಮಾಡಿಕೊಂಡಳು.

ಅಲ್ಲಿಂದ ಹೊರಡುವಾಗ ಅನಂತರಾಮಯ್ಯನವರಿಗೆ ಹೇಳಿದಳು.

"ತಾತ, ನಂಗೆ ಎಲ್ಲಾದ್ರೂ ಕೆಲ್ಸ ಸಿಕ್ಮೇಲೆ ಬಂದು ನಿಮ್ಮನ್ನ ಕರ್ಕೊಂಡ್ಹೋಗ್ತೀನಿ."

ಆ ಕ್ಷಣ ಅವರ ತುಟಿಯಂಚಿನಲ್ಲಿ ಮಿನುಗಿದ್ದು ನೋವಿನ ನಗೆ. "ಅಂತ ಕಷ್ಟ ನಿಂಗ್ಬೇಡ ಮಗು. ಇನ್ನೆಷ್ಟು ದಿನದ ಬದ್ಕು! ರಜತಾದ್ರಿಯಲ್ಲೇ ಕಳ್ದುಹೋಗುತ್ತೆ. ನಮ್ಮಂಥ ಜನರನ್ನ ಹೊರ್ಗೆ ಹಾಕುವಷ್ಟು ಈ ಜನ ಕಟುಕರೇನು ಅಲ್ಲ. ನಮ್ಮ ಯೋಚ್ನೇ ನಿಂಗೆ ಬೇಡ". ಮುಲಾಜಿಲ್ಲದೆ ಕೊಡವಿಕೊಂಡಿದ್ದರು. ಯಾರ ಹಂಗೂ ಅವರಿಗೆ ಬೇಡವಾಗಿತ್ತು.

ಕಾಲಿಂಗ್ ಬೆಲ್ ಸದ್ದಾಯಿತು. ಬಾತ್‌ರೂಂಗೆ ಹೋಗಿ ತಣ್ಣೀರಿನಿಂದ ಮುಖ ತೊಳೆದು ಹೊರಬಂದಳು.

"ಶಾರದ, ಏನ್ಮಾಡ್ತಾ ಇದ್ದೀಯಾ?" ಪದ್ದಮ್ಮನ ಸ್ವರ. ಹಿಂದೆಯೇ ಸುಬ್ರಮಣ್ಯಂ ಉಸುರಿದರು. "ಈಗೆಲ್ಲೋ ಬಂದಿದ್ದಾಳೆ, ಬಾತ್‌ರೂಂನಲ್ಲಿರಬೇಕು" – ಟವಲಿನಿಂದ ಮುಖವನ್ನೊತ್ತುತ್ತು ಹೋಗಿ ಬಾಗಿಲು ತೆರೆದಳು.

"ಅವ್ನು ಹೊರಟುಬಿಟ್ನಾ? ಪದ್ದಮ್ಮ ಗೊಣಗಿಕೊಂಡೇ ಬುಟ್ಟಿ ಹಿಡಿದು ಒಳಗೆ ಬಂದರು. "ಒಂದು ದಿನ ಕ್ರಿಕೆಟ್ ತಪ್ಪಿಸೋ ಹಾಗಿಲ್ಲ. ನಿದ್ದೆಯ ಕನವರಿಕೆಯಲ್ಲು ಗವಾಸ್ಕರ್, ಕಪಿಲ್‌ದೇವ್ ಯೋಚ್ನೇನೇ" – ಅಸಹನೆಯಿಂದ ಬುಟ್ಟಿಯನ್ನ ಮಲ್ಲಿಗೆಯ ದಂಡೆ ಪಕ್ಕ ಇಟ್ಟರು. ಅರೆ ಅರಳಿದ ಮಲ್ಲಿಗೆಯ ಮೊಗ್ಗಿನ ದಂಡೆ. ಕೈಯಲ್ಲಿ ತಗೊಂಡು ಮೂಗಿನ ಬಳಿ ಇಟ್ಟುಕೊಂಡರು. "ಎಂಥ ಘಮಘಮ ಸುವಾಸನೆ". ತಮ್ಮ ಮುಡಿಯಲ್ಲಿದ್ದ ದಂಡೆಯನ್ನ ಮರೆತುಬಿಟ್ಟರು. ಆಕೆ ಸಹಜವಾಗಿ ಅಲಂಕಾರಪ್ರಿಯೆ. ಸೀರೆ, ಒಡವೆಯೆಂದರೆ ಪಂಚಪ್ರಾಣ.

"ಏನು ತೀರ್ಮಾನ ಮಾಡ್ದೆ?" ಶಾರದನ ಪ್ರಶ್ನಿಸಿದರು. "ಏನಿಲ್ಲ, ಅಲ್ಲೇ ಇರ್ತೀನಿ. ಬೆಳಿಗ್ಗೆ ಹೋಗೋವಾಗ ಒಂದಿಷ್ಟು ಲಗೇಜ್ ತಗೊಂಡ್ಹೋಗ್ತೀನಿ. ಮೆಸ್ ಇರೋದ್ರಿಂದ ಊಟ, ತಿಂಡಿಗೆ ತೊಂದರೆ ಇಲ್ಲ."

ಸುಬ್ರಮಣ್ಯಂ ಸೋತವರಂತೆ ಕೂತರು. ಮಗಳಿಗಾಗಿ ಅವರು ಏನೂ ಮಾಡಿಲ್ಲ ಎನ್ನುವ ಭಾವನೆ ಮೊಳೆತು ಅವರನ್ನು ನೋಯಿಸುತ್ತಿತ್ತು.

"ಜಗದೀಶನ ಅಪ್ಪ, ಅಮ್ಮ ಸಿಕ್ಕಿದ್ರು" – ಪದ್ದಮ್ಮ ಗಂಡನಿಗೆ ಕಣ್ಣಲ್ಲಿಯೇ ಸನ್ನೆ

ಮಾಡಿ ಹೇಳಲು ಶುರುಮಾಡಿದರು. "ಅವ್ರಿಗೆ ಮಗ್ನ ಮದ್ವೆ ಆಗ್ಲಿಲ್ಲ ಅನ್ನೋ ಯೋಚ್ನೆ. ಒಳ್ಳೆ ಒಳ್ಳೆ ಸಂಬಂಧಗಳು ಬರ್ತಾ ಇದೆಯಂತೆ", ನಿಲ್ಲಿಸಿದರು. ಶಾರದ ಯಾವುದೇ ಪ್ರತಿಕ್ರಿಯೆ ವ್ಯಕ್ತಪಡಿಸಲಿಲ್ಲ. ಮಾತಿಗೆ ಮಾತು ಸೇರಿ ರಾದ್ಧಾಂತವಾಗುವುದು ಅವಳಿಗೆ ಬೇಕಿರಲಿಲ್ಲ.

"ನನ್ನ ಬಟ್ಟೆ ಒಂದಿಷ್ಟು ಜೋಡಿಸ್ಕೋತೀನಿ". ತನ್ನ ಕೋಣೆಗೆ ನಡೆದಳು. ಮನದ ನೋವನ್ನ ತೋಡಿಕೊಳ್ಳಲಾರದ ಇವರೆಲ್ಲ ಪರಕೀಯರೆನಿಸಿಬಿಟ್ಟಿತ್ತು.

ಒಂದಷ್ಟು ಬಟ್ಟೆ ಜೋಡಿಸಿಟ್ಟಳು. ಗೋಡೆಯ ಮೇಲಿನ ಅವರಮ್ಮನ ಫೋಟೋದತ್ತ ನೋಡಿದಳು. ಅತ್ಯಂತ ಆಕರ್ಷಕವಾದ ಮುಖ. 'ಅವ್ರಿಗೆ ಹೆತ್ತ ಮಗುವಿನ ಮೇಲೂ ವಾಂಛೆ ಇರಲಿಲ್ಲ. ಕಟುಕಳು. ಅವ್ಳು ಬದ್ಕಿದ್ದು ತಲೆ ತಿನ್ನೋ ಬದ್ಲು ಸತ್ತಿದ್ದೇ ಒಳ್ಳೇದಾಯ್ತು.' ಹೃದಯ ಕಲ್ಲು ಮಾಡಿಕೊಂಡ ಸೀತಮ್ಮ ಮೊಮ್ಮಗಳ ಮುಂದೆ ತೋಡಿಕೊಂಡಿದ್ದರು. ಅಲ್ಲಿ ತಾಯ್ತನದ ಮಮತೆ ಸತ್ತುಹೋಗಿತ್ತು.

* * * *

ಇಡೀ ರಜತಾದ್ರಿಯ ಜನ ಬಂದು ಇಳಿದಾಗ ಅದರ ಮಂಕು ಅಳಿದು ಹೋಗುವ ಬದಲು ಮತ್ತಷ್ಟು ಗಂಭೀರವಾಯಿತು.

ಗುರುತೇ ಸಿಗದಷ್ಟು ತೆಗೆದುಹೋಗಿದ್ದ ಮಹೇಂದ್ರರನ್ನ ನೋಡಿದ ಕೂಡಲೇ ರಜತಾದ್ರಿಯ ಆಳುಕಾಳುಗಳು ಅತ್ತೇಬಿಟ್ಟರು.

"ಇದೇನು ಯಜಮಾನರೆ, ಹೀಗೆ ಆಗಿದ್ದೀರಾ?" ಆಳಕ್ಕೆ ಇಳಿದ ಕಣ್ಣುಗಳನ್ನ ನೋಡುತ್ತ, ಅನಂತರಾಮಯ್ಯ ನುಡಿದಾಗ ಮಹೇಂದ್ರರ ಕಳಗೆಟ್ಟ, ಒಣಗಿದ ತುಟಿಗಳ ಮೇಲೆ ನಗು ಅರಳಿತು. "ಏನಾಗಿದ್ದೀನಿ? ಆಯಾಮ್ ಕ್ವೈಟ್ ಆಲ್‌ರೈಟ್. ನೀನೇ ಮುದ್ಕನಾಗಿದ್ದೀಯ!" ಹಾಸ್ಯ ಮಾಡಿದರು. ಅದರಲ್ಲಿ ಜೀವಂತಿಕೆಯೇ ಇರಲಿಲ್ಲ. ಮನಸ್ಸು, ಮೆದುಳಿನ ಮೇಲೆ ಹತೋಟಿಯನ್ನೇ ಕಳೆದುಕೊಂಡಿದ್ದಾರೆನಿಸಿತು.

ವಯಸ್ಸಿಗೆ ಮೀರಿದ ಮುಪ್ಪು ಅವರನ್ನ ಅಡರಿಕೊಂಡಿತ್ತು.

"ಐಯಾಮ್ ಪ್ರೌಡ್ ಆಫ್ ಯು. ಅವತ್ತು ರಜತಾದ್ರಿ ಹೇಗಿತ್ತೋ, ಇವತ್ತೂ ಹಾಗೇ ಇದೆ." ಗರಗರ ಕಣ್ಣುಗುಡ್ಡೆಗಳನ್ನ ತಿರುಗಿಸಿದರು. ಹಿಂದೆಯೇ ಗೊಳೋ ಎಂದು ಅಳಲು ಶುರು ಮಾಡಿಬಿಟ್ಟರು. ಅನಂತರಾಮಯ್ಯನವರಿಗೆ ದಿಕ್ಕು ತೋಚದಂತಾಯಿತು. "ಯಜಮಾನ್ರೇ.... ಯಾಕೆ ಅಳ್ತಾ ಇದ್ದೀರಾ?"

ಅಷ್ಟರಲ್ಲಿ ಹೊರಗೆ ಬಂದ ವಿಜಯೇಂದ್ರ ಬಲವಂತವಾಗಿ ಅವರನ್ನ ಕರೆದೊಯ್ದ "ರಿಲ್ಯಾಕ್ಸ್... ಡ್ಯಾಡ್..." ಬಾಗಿಲಲ್ಲೇ ಕೂತುಬಿಟ್ಟರು. "ನೋ.... ನೋ.... ನೋಬಡೀ ಕ್ಯಾನ್ ಬೇರ್ ಸಚ್ ಅನ್ ಇನ್‌ಸಲ್ಟ್. ನನ್ನಿಂದ ಸಹಿಸೋಕಾಗೊಲ್ಲ ಈ ಅವಮಾನ. ಭಾಮಿನಿ..." ಗೋಡೆಗಳು ಕಂಪಿಸುವಂತೆ ಅರಚಿದರು.

ಮೇಲಿನ ಕೋಣೆಯಲ್ಲಿದ್ದ ಭಾಮಿನಿ ದಢದಢ ಕೆಳಗಿಳಿದು ಬಂದರು. ಆಕೆಯ ಕಣ್ಣುಗಳು ಬೆಂಕಿಯನ್ನ ಉಗುಳುತ್ತಿತ್ತು.

"ಬ್ಲಡಿ ಬ್ಯಾಸ್ಟರ್ಡ್.... ನನ್ನೆಸರು ಎತ್ತಬೇಡ". ಟೀಪಾಯಿ ಮೇಲಿದ್ದ ಫ್ಲವರ್ ವಾಜ್‌ನ ಕೈಗೆತ್ತಿಕೊಂಡುಬಿಟ್ಟರು. "ನಿನ್ನ ಕೊಂದುಬಿಡ್ತೀನಿ" – ಮುನ್ನುಗ್ಗಿ ಬಂದಾಗ ತಂದೆಯನ್ನ ಬಿಟ್ಟು ತಾಯಿಯ ಕೈಯಲ್ಲಿದ್ದ ವಾಜ್‌ನ ಕಿತ್ತುಕೊಂಡ. "ಶತ್ರುಗಳಲ್ಲಾದ್ರೂ ನಿಯತ್ತು ಇರುತ್ತೆ. ನಿನ್ಹತ್ರ ಅದೂ ಇಲ್ಲ. ಗೆಟ್‌ಔಟ್..." ಅಬ್ಬರಿಸಿದ.

ದುರುದುರು ನೋಡಿದ ಭಾಮಿನಿ ಮೆಟ್ಟಲು ಹತ್ತಿ ಮೇಲೆ ಹೊದರು. ಹೆಂಡತಿಯರನ್ನ ಹಿಡಿತದಲ್ಲಿಟ್ಟುಕೊಳ್ಳಲು ಪ್ರಯತ್ನಿಸುವ ಭಾರತೀಯ ಗಂಡುಗಳ ಮೇಲೆಲ್ಲ ಕೋಪ!

ವಿಜಯೇಂದ್ರ ತಂದೆಯನ್ನೊಯ್ದು ಮಂಚದ ಮೇಲೆ ಮಲಗಿಸಿದ. ತೀರಾ ಆಯಾಸಗೊಂಡಿದ್ದ ಅವರು ಏದುಸಿರುಬಿಡಲು ಶುರು ಮಾಡಿದರು. ಅದರ ಮಧ್ಯೆ ಹೆಂಡತಿಗೆ ಕೆಟ್ಟ ಕೆಟ್ಟ ಬಯ್ಗಳು. ಕಣ್ಣಾರೆ ಕಂಡ ಆಕೆಯ ಗೆಳೆಯರ ಹೆಸರುಗಳನ್ನೆಲ್ಲ ಜಪಿಸತೊಡಗಿದರು.

"ಹೆಲ್ತ್ ಈಸ್ ಮೋರ್ ಪ್ರೆಷಸ್ ದ್ಯಾನ್ ವೆಲ್ತ್. ಪ್ಲೀಸ್ ನಿಮ್ಮ ಆರೋಗ್ಯ ಸುಧಾರಣೆಯತ್ತ ಗಮನ ಕೊಡಿ" – ಕೈಹಿಡಿದು ಸಂತೈಸಿದ ವಿಜಯೇಂದ್ರ.

ಆಜಾನುಬಾಹು ಮಹೇಂದ್ರರನ್ನ ಈಗಿನ ಸ್ಥಿತಿಯಲ್ಲಿ ಗುರ್ತಿಸುವುದೇ ಸಾಧ್ಯವಿರಲಿಲ್ಲ. ಹೊಳೆಯುವ ಆರೋಗ್ಯದ ಬಿಳುಪಿನ ಬಣ್ಣ ಮಾಯವಾಗಿ ಕಂದುವರ್ಣಕ್ಕೆ ತಿರುಗಿದ್ದರು. ಮುಖದಲ್ಲಿ ಸುಕ್ಕುಗಳ ಜೊತೆ ಅನಾರೋಗ್ಯ ಸೂಚಿಸುವ ಕಳೆ. ನೆಲ ನಡುಗುವಂತೆ ಹೆಜ್ಜೆಗಳನ್ನ ಇಡುತ್ತಿದ್ದ ಕಾಲುಗಳಿಗೆ ಇಂದು ದೇಹದ ಸಮತೋಲನ ಕಾಯ್ದುಕೊಳ್ಳಲು ಶಕ್ತಿ ಇರಲಿಲ್ಲ. ಅಲ್ಲಿನ ಡಾಕ್ಟರ್‌ಗಳ ಪರೀಕ್ಷೆ ಮುಗಿದ ಮೇಲೆಯೇ ಇಲ್ಲಿಗೆ ಕರೆತಂದಿದ್ದ.

ಕೋಣೆಯಿಂದ ಹೊರಬಂದಾಗ ದತ್ತ ಮ್ಲಾನವದನನಾಗಿ ನಿಂತಿದ್ದ. ಅವನಿಗೆ ಈ ಸಂಸಾರದ ಪಾಡು ನೋಡಿ ಅತ್ಯಂತ ದುಃಖವಾಗಿತ್ತು. ಒಪ್ಪೊತ್ತಿಗೆ ಗತಿ ಇಲ್ಲದ ಜನರ ಮುಖದಲ್ಲಿ ಗೆಲುವಿತ್ತು. ನಾಳಿನ ಬಗ್ಗೆ ತುಡಿತವಿತ್ತು. ಈ ಜನಕ್ಕೆ ಏನೂ ಇಲ್ಲ!

"ರೀತಾಗೆ ಬ್ರೇಕ್‌ಫಾಸ್ಟ್ ಕೊಟ್ಯಾ?" ಪ್ರಶ್ನಿಸಿದ.

"ಇಲ್ಲ...." ಅವನು ತಲೆ ತಗ್ಗಿಸಿದ.

ಯಾಕೆಂದು ಪ್ರಶ್ನಿಸಲಾರ. ಸೀಳು ನಾಯಿಯಂತೆ ಮೇಲೆ ಬೀಳುತ್ತಿದ್ದಳು. ತಿಂಗಳಾನುಗಟ್ಟಲೆ ನರ್ಸಿಂಗ್ ಹೋಂನಲ್ಲಿರಿಸಿ ಟ್ರೀಟ್‌ಮೆಂಟ್ ಕೊಡಿಸಿಯೇ ಇಲ್ಲಿಗೆ ಕರೆತಂದಿದ್ದ. ದೇಹ ಸ್ವಲ್ಪ ಚೇತರಿಸಿಕೊಂಡಿದ್ದರೂ ಅವಳ ಮನ ಆ ಅಮಲಿಗಾಗಿಯೇ ತವಕಿಸುತ್ತಿತ್ತು.

"ತಗೊಂಡ್ಬಾ..." ಎಂದವನು ರೀತಾಳ ಕೋಣೆಯ ಕಡೆಗೆ ನಡೆದ. ಬಾಗಿಲಿಗೆ ಬೋಲ್ಟ್ ಬಿದ್ದಿತ್ತು. "ರೀತಾ, ರೀತಾ..." ಕೂಗಿದ, ಯಾವುದೇ ಪ್ರತಿಕ್ರಿಯೆ ಇಲ್ಲ. "ಪ್ಲೀಸ್..... ತೆಗೀ..." ಬಹಳ ಓಲೈಸಿದ ಮೇಲೆಯೇ ತೆಗೆದಿದ್ದು.

ಮಂಚದ ಮೇಲೆ ಬಿದ್ದುಕೊಂಡು ದಿಂಬಿನಲ್ಲಿ ಮುಖ ಹುದುಗಿಸಿದ್ದಳು. ತನ್ನೆಲ್ಲ ಸುಖಗಳಿಂದ ವಂಚಿಸಿದ ವಿಜಯೇಂದ್ರನ ಬಗ್ಗೆ ಅವಳಿಗೆ ರೋಷ.

"ಗೆಟ್‌ಔಟ್, ಐ ಸೆ ಯು ಗೆಟ್ ಔಟ್" – ಕೂಗಾಡಿದಳು. ಪಕ್ಕದಲ್ಲಿ ಕೂತ "ವಾಟ್ ಡು ಯು ಮೀನ್, ರೀತಾ. ಸ್ವಲ್ಪ ನನ್ನಕಡೆ ನೋಡು." ಕೈ ಹಿಡಿದುಕೊಂಡ. ಕೊಡವಿಕೊಂಡವಳು ಎರಡು ಕೈಯಲ್ಲು ಅವನ ಕ್ರಾಪ್‌ನ ಹಿಡಿದು ಜಗ್ಗಾಡಿದಳು. ವಿಜಯೇಂದ್ರನ ಸಹನೆ ತಪ್ಪಿಹೋಯಿತು. ರಪ್ಪನೆ ಕೆನ್ನೆಗೆ ಬಾರಿಸಿದ. ದೊಡ್ಡ ದನಿಯಲ್ಲಿ ಗೋಳಾಡಲು ಶುರುಮಾಡಿದಳು. ದತ್ತನ ಕೈಕಾಲು ನಡುಗಲು ಶುರುವಾಯಿತು.

"ಇಲ್ಲಿಟ್ಟು ನಡೀ". ಕ್ರಾಪ್‌ನ ಕೂದಲು ಸರಿಮಾಡಿಕೊಂಡ. ನೋವಿನಿಂದ ಇಡೀ ತಲೆಯೇ ಸಿಡಿಯತೊಡಗಿತು. "ಗೋ ಟು ಹೆಲ್... ಸತ್ಹೋಗು". ಹೊರಗೆ ನಡೆದ.

"ವಿಜಯೇಂದ್ರ ಲೀವ್ ಮಿ, ಸುಖವಾಗಿ ಸಾಯೋಕೆ ಬಿಡು" – ಅರಚತೊಡಗಿದ್ದು ಅವನಿಗೆ ಕೇಳಿಸಿದಾಗ ಹೆಜ್ಜೆ ಮುಂದಕ್ಕೆ ಎತ್ತಿಡಲಾರದೆ ಹೋದ.

ಯಾವುದೋ ಕಟ್ಟಡಗಳಲ್ಲಿ ಅಮಲಿನಲ್ಲಿ ಹೆಣ್ಣು ಗಂಡುಗಳ ಮಧ್ಯೆ ಅಸ್ತವ್ಯಸ್ತವಾಗಿ ಬಿದ್ದಿರುತ್ತಿದ್ದ ರೀತಾಳನ್ನ ನೆನಪು ಮಾಡಿಕೊಂಡ. ಜಿಗುಪ್ಸೆಯಿಂದ ಹೊಟ್ಟೆಯಲ್ಲಿ ತೊಳಸಿಕೊಂಡು ಬಂತು.

ವಿಜಯೇಂದ್ರ ಬಂಗ್ಲೆಯಿಂದ ಹೊರಗೆ ಬಂದಾಗ ಸೂರ್ಯ ಪಶ್ಚಿಮಕ್ಕೆ ಪೂರ್ತಿಯಾಗಿ ವಾಲಿದ್ದ. ಬಾಲ್ಕನಿ ದಾಟಿ ಹೊರಗೆ ಬಂದಾಗ ಕಣ್ಣ ಎದುರಾದ.

"ಮ್ಯಾನೇಜರ್ ಮನೆಗೆ ಹೋಗಿದ್ದೆ". ತಲೆ ತಗ್ಗಿಸಿ ಹೇಳಿದ. ಆಗಾಗ ಹೋಗಿಬರುವ ವಿಷಯ ಗೊತ್ತಿದ್ದರೂ ಕಣ್ಣು ಕೆಂಪಗೆ ಮಾಡಿದ. "ಯಾಕೆ ಹೋಗಿದ್ದೆ? ತಾಂಬೂಲ ತಿನ್ನೋಕೆ ತಾನೆ? ಇನ್ನೊಂದ್ಸಲ ಗೊತ್ತಾದ್ರೆ ನಿನ್ನ ಸಂಸಾರ ರಜತಾದ್ರಿ ಬಿಡ್ಬೇಕಾಗುತ್ತೆ". ಎಚ್ಚರಿಸಿದ. ಇನ್ನಷ್ಟು ತಲೆತಗ್ಗಿಸಿ ಕಣ್ಣ ಸರಿದುಹೋದ.

ಮೊದಲು ಅನಂತರಾಮಯ್ಯನವರ ಬಗ್ಗೆ ಅವನ ಮನಸ್ಸು ಸುಮುಖವಾಗಿತ್ತು. ಈಚೆಗೆ ಅವರನ್ನ ಕಂಡರೆ ಅವನ ಮೈಮೇಲೆ ಬೊಬ್ಬೆಗಳೇಳುತ್ತಿದ್ದವು.

ನಡೆದೇ ಸುತ್ತುಹಾಕಿ ಲಾನ್‌ನತ್ತ ಬಂದ. ನೀರವತೆಯ ನಡುವೆ ಮಿಂದಂತಿತ್ತು. ಶಾರದಳ ಮಂದಹಾಸದ ಮುಖ ಅವನ ಕಣ್ಮುಂದೆ ತೇಲಿತು. ಎಷ್ಟೋ ಹೆಣ್ಣುಗಳನ್ನ ನೋಡಿದ್ದ. ಅವರುಗಳು ಮರತೇಹೋಗಿಬಿಡುತ್ತಿದ್ದರು. ಆದರೆ... ಶಾರದ... ಅವಳು ಕೊಟ್ಟ ಏಟು. ಅವನಲ್ಲಿ ಕರಗಿಹೋದ ಕ್ಷಣ–ಅವನ ಮನಸ್ಸಿನಲ್ಲಿ ಹಚ್ಚ ಹಸುರಾಗಿತ್ತು.

ಅವನ ನೋಟ ಅನಂತರಾಮಯ್ಯನವರ ಮನೆ ಕಡೆ ತಿರುಗಿತು. ಅಲ್ಲಿ ಬರೀ ಶೂನ್ಯ. ಅಂದು ಹುಡುಕಿಕೊಂಡು ಬಂದ ಜಗದೀಶನ ನೆನಪಾಯಿತು. 'ಬಾಯ್ ಫ್ರೆಂಡ್...' ಸೊಟ್ಟಗೆ ನಕ್ಕ. ಶಾರದಳ ನೆನಪಿನಲ್ಲಿ ತಾಯಿ, ತಂಗಿಯರು ತೇಲಿಹೋದರು. ಜೋರಾಗಿ ನಗಬೇಕೆನಿಸಿತು. ಹೆಣ್ಣಿನ ಬಗ್ಗೆ ಅವನಿಗಿದ್ದ ಅಷ್ಟಿಷ್ಟು ಆದರ, ವಿಶ್ವಾಸಗಳು ತುಂಡುತುಂಡಾಗಿ ಹೋದವು.

"ಬ್ಲಡಿ ಬ್ಯಾಸ್ಟರ್ಡ್.... ಎಲ್ಲಾ ಸಾಯ್ಲಿ!" ಹಲ್ಲುಗಳನ್ನ ಕಚ್ಚಿಡಿದು ಮುಷ್ಟಿ ಬಿಗಿಹಿಡಿದು ಗಾಳಿಯಲ್ಲಿ ಗುದ್ದಿದ.

ಇವನು ಬಾಲ್ಕನಿಗೆ ಬರುವ ವೇಳೆಗೆ ಭಾಮಿನಿ ಎಲ್ಲೋ ಹೊರಟಿದ್ದರು. ಗ್ರಾಂಡಾದ ಮೇಕಪ್, ಉಟ್ಟಿದ್ದು ತೀರಾ ಪಾರದರ್ಶಕ ಸೀರೆ, ಸ್ಲೀವ್‌ಲೆಸ್ ಬ್ಲೌಸ್. ಬೆನ್ನಿನವರೆಗಿನ ಕೂದಲಿನ ವಿಗ್ ತಲೆಗೆ.

"ಹಲೋ... ವಿಜೀ, ನಾನು ಹೊರ್ಗಡೆ ಹೋಗ್ತಾ ಇದ್ದೀನಿ. ರಾತ್ರಿ ಬರೋಲ್ಲ. ನಿನ್ನ ಪಪ್ಪನಿಗೆ ಒಂದು ಸೆಡೆಟಿವ್ ಕೊಡ್ಸು, ತೆಪ್ಪಗೆ ಮಲಗ್ತಾನೆ". ಕಾರಿನಲ್ಲಿ ಹತ್ತಿ ಕೂತರು. ವಿಜಯೇಂದ್ರ ಸ್ಟೀರಿಂಗ್ ವ್ಹೀಲ್ ಹಿಡಿದ. "ಇಳೀ ಮಮ್ಮಿ..... ನಿನ್ನ ಅಪಾಯಿಂಟ್‌ಮೆಂಟ್‌ನ ನಾಳೆಗೆ ಇಟ್ಕೋ" – ದೃಢವಾಗಿ ಹೇಳಿದ. ಯಾರಿಗೂ ಹೆದರದ ಆಕೆಗೆ ಉಗುಳು ನುಂಗುವಂತಾಯಿತು. "ನೋ, ನಾನು ಹೋಗ್ಲೇಬೇಕು" – ಮಗನ ಕೈಯನ್ನು ಸರಿಸುವ ಪ್ರಯತ್ನ ಮಾಡಿ ಸೋತರು. ಡೋರನ್ನ ರಭಸದಿಂದ ಹಿಂದಕ್ಕೆ ತಳ್ಳಿ ಇಳಿದುಹೋದರು.

ಕೋಣೆಗೆ ಹೋದ ಭಾಮಿನಿ ಸಿಕ್ಕದ್ದನ್ನೆಲ್ಲ ಎಸೆದಾಡಿದರು. "ಡ್ಯಾಮ್ ಇಟ್... ಈ ರಜತಾದ್ರಿ ಹಾಳಾಗಿಹೋಗ್ಲಿ!" ತಲೆಯ ವಿಗ್, ತೊಟ್ಟ ಸೀರೆ, ಬ್ಲೌಸನ್ನ ಒಂದೊಂದು ಕಡೆ ಬಿಸಾಡಿ. ಉದ್ದನೆಯ ಮ್ಯಾಕ್ಸಿ ತೊಟ್ಟು ಹಾಸಿಗೆಯ ಮೇಲೆ ಬಿದ್ದುಕೊಂಡರು.

ರೀತಾ, ಮಹೇಂದ್ರರಿಗೆ ಟ್ರೀಟ್‌ಮೆಂಟ್ ಕೊಡುತ್ತಿದ್ದ ಡಾ॥ ಬ್ಯಾಸ್ಟನ್‌ನ್ನೇ ಭಾರತಕ್ಕೆ ಕರೆದೊಯ್ಯಲು ಸಲಹೆ ಮಾಡಿದ್ದರು. ಅದನ್ನ ಮೊದಲು ವಿರೋಧಿಸಿದವರೆ ಭಾಮಿನಿ.

"ಇಂಥ ಕಡೆನೇ ಇವ್ರ ರೋಗಗಳು ವಾಸಿಯಾಗ್ಲಿಲ್ಲ. ಅದ್ಕೊಂಡ್ರೆ... ಬೇರೆಲ್ಲೂ ಸಾಧ್ಯವಿಲ್ಲ."

ಆಗ ಡಾ॥ ಬಾಸ್ಟನ್‌ರೆ ಮನವೊಲಿಸಿ ಇಲ್ಲಿಗೆ ಕಳಿಸಿದ್ದರು. ಪ್ರತ್ಯೇಕ ಕೋಣೆಯಲ್ಲಿದ್ದ ಭಾಮಿನಿ ದಿನಕ್ಕೊಮ್ಮೆಯಾದರೂ ಹೋಗಿ ಮಹೇಂದ್ರರನ್ನ ನೋಡುತ್ತಿರಲಿಲ್ಲ.

ಈ ಅಸಹನೆ ಭಾಮಿನಿಯವರಲ್ಲಿ ಪೂರ್ತಿಯಾಗಿ ಬೆಳೆದು ಸೇಡಿನ ರೂಪ ತಾಳಿತು. ಮುಖ ಕಂಡರೆ ಹರಿಹಾಯುತ್ತಿದ್ದರು.

"ಇವ ಸಾಯದ ಹೊರತು ನಂಗೆ ಬಿಡುಗಡೆ ಇಲ್ಲ" – ಮುಖದ ಮುಂದೆಯೇ ಕೂಗಾಡುತ್ತಿದ್ದರು. ಅದರ ಮಧ್ಯೆಯೇ ಮಹೇಂದ್ರರ ಅಳು, ನಗು, ಚೀರಾಟ-ಸುಂದರ ರಜತಾದ್ರಿಗೆ ಪಿಶಾಚಿಗಳು ಹೊಕ್ಕಂತಾಗಿತ್ತು.

ಒಂದೆರಡು ಸಲ ಫ್ರಾನ್ಸ್, ಸ್ವೀಡನ್‌ಗೆ ಹೋಗಿ ಬಂದ ವಿಜಯೇಂದ್ರ. ಆದರೆ ಮೂರನೆ ಬಾರಿ ಬರುವ ವೇಳೆಗೆ ರೀತಾ ಇರಲಿಲ್ಲ.

"ಮಮ್ಮಿ, ರೀತಾ ಎಲ್ಲಿ?" ಗಾಬರಿಯಿಂದ ಪ್ರಶ್ನಿಸಿದ. "ಅವ್ಳೇನು ಮಗು ಅಲ್ಲ.

ಎಲ್ಲೋ ಹೋಗಿದ್ದಾಳೆ" – ಸೆಟೆದು ನಿಂತು ಹೇಳಿದಾಗ ಅವನ ಕಣ್ಣುಗಳು ಕಿರಿದಾಗಿ ಮುಖದಲ್ಲಿ ಕಠಿಣತೆ ಮಿನುಗಿತು. "ಅವ್ಳು ಇದ್ದ ಸ್ಥಿತಿ ನಿಂಗೆ ಗೊತ್ತು. ಪುನಃ ಡ್ರಗ್ಸ್ ತಗೊಳ್ಳೋಕೆ ಶುರು ಮಾಡಿದ್ರೆ... ಖಂಡಿತ ಅವಳನ್ನ ಯಾರೂ ಉಳ್ಸೋಕೆ ಆಗೋಲ್ಲ!"

"ಅದ್ನ ಅವ್ಳು ಯೋಚ್ನೆ ಮಾಡ್ತಾಳೆ. ಸುಮ್ನೆ ಎಲ್ಲಾ ವಿಷ್ಯಕ್ಕೂ ಕೈ ಹಾಕ್ಬೇಡಿ. ಮುಂದೆ ಸಹಿಸೋಕಾಗೋಲ್ಲ" – ಭಾಮಿನಿ ಕಡ್ಡಿ ಎರಡು ತುಂಡು ಮಾಡಿದಂತೆ ಹೇಳಿದರು. ಮಗನ ಬಗ್ಗೆ ಆಕೆಗೆ ವಿಪರೀತ ಕೋಪ. ತನ್ನ ಸ್ವತಂತ್ರ, ಸ್ವಚ್ಛಂದ ಬದುಕಿಗೆ ವಿಜಯೇಂದ್ರನೇ ಅಡ್ಡಿ ಎನ್ನುವಂಥ ರೋಷ.

ವಿಜಯೇಂದ್ರ ತುಟಿ ಕಚ್ಚಿ ಕೋಪ ನುಂಗಿದ. ಭಾಮಿನಿ, ರೀತಾ ಅವನಲ್ಲಿ ವಿಭಿನ್ನವಾದ ಹೆಣ್ಣಿನ ಕಲ್ಪನೆಯನ್ನ ಮೂಡಿಸಿಬಿಟ್ಟರು. ಇನ್ನ ರೀತಾಳ ಬಗ್ಗೆ ಯೋಚಿಸಿ ಪ್ರಯೋಜನವಿಲ್ಲವೆಂಬ ನಿರ್ಧಾರಕ್ಕೆ ಬಂದ.

ದತ್ತ ಕೋಣೆಗೆ ಬಂದಾಗ ವಿಜಯೇಂದ್ರ ಕತ್ತಲಿನಲ್ಲಿಯೇ ಕೂತಿದ್ದ. ಅವನಿಗೆ ಬೆಳಕು ಬೇಕೆನಿಸಲಿಲ್ಲ.

"ಯಜಮಾನ್ರೆ..." ಅವನ ಸ್ವರದಲ್ಲಿ ಮೂಡಿದ ಭಯ ಗುರ್ತಿಸಿ "ಲೈಟು ಹಾಕು" ಅಂದ. ದತ್ತನಿಗೆ ಖುಷಿಯಾಯಿತು.

"ಏನಾದ್ರೂ ತಿಂಡಿ ತಗೊಂಡ್ಬಾ". ಅವನನ್ನ ಹಿಂದಕ್ಕೆ ಕಳಿಸಿ ಬಾಲ್ಕನಿಯಲ್ಲಿ ಬಂದು ನಿಂತವನು ಅನಂತರಾಮಯ್ಯನವರ ಮನೆಯ ಕಡೆ ನೋಟ ಹರಿಸಿದ. ದಂಪತಿಗಳು ಎಲ್ಲಿಗೋ ಹೊರಟಂತಿತ್ತು.

ಹಿಂದೆ ಬಂದ ದತ್ತ ಹೇಳಿದ. "ಮಾಲಿ ಬೋಪಯ್ಯನಿಗೆ ಮೊಮ್ಮಗು ಹುಟ್ಟಿದೆ; ನೋಡೋಕೆ ಹೋಗ್ತಾ ಇದ್ದಾರೆ". ತಲೆ ಕೆರೆದುಕೊಂಡ.

"ನೀನು ಆಗ್ಲೇ ಇನ್‌ಫರ್ಮೇಷನ್ ಕಲೆಕ್ಟ್ ಮಾಡ್ಕೊಂಬಂದ್ಯಾ?" ತುಸು ರೇಗಿದಂತೆ ನುಡಿದಾಗ ದತ್ತ ಹಲ್ಲು ಬಿಡದೆ ಸಂಕೋಚದ ನಗೆ ಬೀರಿದ. "ತಿಂಡಿ ತಂದಿದ್ದೀನಿ."

ಛೇರ್ ಮೇಲೆ ಕೂತು ಟೀಪಾಯಿ ಮೇಲೆ ಪ್ಲೇಟ್‌ನಲ್ಲಿದ್ದ ತಿಂಡಿಯನ್ನ ನೋಡಿದ. ಬ್ರೆಡ್, ಬಿಸ್ಕತ್, ಬಟರ್, ಟಾಮಾಟೊ ಸಾಸ್–ಬೇಸರದಿಂದ ಕತ್ತನ್ನು ಹಿಂದಕ್ಕೆ ವಾಲಿಸಿದ.

"ದತ್ತ ಈ ತಿಂಡಿಗಳು ಯಾವ್ದೂ ಬೇಡ. ಸಾಮಾನ್ಯ ಜನ ತಿಂತಾರಲ್ಲ, ಉಪ್ಪು, ಖಾರ ಅದೆಲ್ಲ ಹಾಕಿ ಬೇರೆ ಏನಾದ್ರೂ ಮಾಡ್ಕೊಂಡ್ಬಾ. ಇದ್ವಗ್ರೂ ಯಾವಾಗ್ಲೂ ಮಾಡಿರಬಾರ್ದು." ಹೇಳಿದ.

ದತ್ತ ಬಾಯ್ಬಿಟ್ಟ. ಬೇರೆ ಬೇರೆ ತಿಂಡಿಗಳ ನೆನಪಾಗಿ ಅವನ ಬಾಯಲ್ಲಿ ನೀರೂರಿತು.

"ನಿಮ್ಗೆ ಇಷ್ಟವಿಲ್ಲಾಂದ್ರೆ ಬೈಯಬಾರ್ದು". ಹೇಳಿಯೇ ತಿಂಡಿಯ ಪ್ಲೇಟುಗಳನ್ನು ಒಯ್ದ. ಅವನಿಗೆ ಇಷ್ಟವಾದದ್ದು ಮಾಡಿ ಬಡಿಸುವ ಪರ್ಮಿಷನ್ ಸಿಕ್ಕಿತ್ತು.

ವಿಜಯೇಂದ್ರ ಈಗ ಎಲ್ಲಾ ಮರೆತು ಶಾರದೆಯ ಬಗ್ಗೆ ಯೋಚಿಸತೊಡಗಿದ. ಎಲ್ಲಿಗೆ ಹೋಗಿರಬಹುದು? ನಾಲ್ಕು ದಿನ ಇದ್ದು ಹೋಗಲು ಬಂದಿರುವವಳು ತಾನೆ! ಛೇರ್ ಹಿಡಿಯ ಮೇಲೆ ಕೈಹಾಕಿ ಮೇಲಕ್ಕೆದ್ದ. ಮಲ್ಲಿಗೆಯ ದಂಡೆಯ ನೆನಪಾಯಿತು.

ದಾಪುಗಾಲು ಹಾಕುತ್ತ ಬಂದು ವಾಲ್‌ರೋಬ್ ಮುಂದೆ ನಿಂತ. ಅಲ್ಲಿನ ಪ್ಲಾಸ್ಟಿಕ್ ಚೀಲ ಇರಲಿಲ್ಲ. ಕೆಟ್ಟ ಕೋಪದಿಂದ ಅವನ ಮೈ ಕಂಪಿಸಿತು.

"ಕಣ್ಣ...." ಧ್ವನಿ ಎತ್ತರಿಸಿ ಕೂಗಿದ.

ಎರಡೇ ಸೆಕೆಂಡ್‌ನಲ್ಲಿ ಪ್ರತ್ಯಕ್ಷನಾದ ಕಣ್ಣ ಗಡಗಡ ನಡುಗುತ್ತಿದ್ದ. ನಾಲ್ಕು ಒದೆ ಬೇಕಾದರೂ ತಿನ್ನಬಲ್ಲವನಾಗಿದ್ದ. ಎಲ್ಲಿ ರಜತಾದ್ರಿಯಿಂದ ಕಳುಹಿಸಿಬಿಡುತ್ತಾರೋ ಎನ್ನುವ ಭಯ. ಹಾಯಾದ ಕೆಲಸ. ಕೈತುಂಬ ಸಂಬಳ. ಇರೋಕೆ ಮನೆ-ಇದೆಲ್ಲದ್ದುದರ ಕನಸು ಕೂಡ ಅವನು ಬೇರೆ ಕಡೆ ಕಾಣುವುದು ಸಾಧ್ಯವಿರಲಿಲ್ಲ.

"ಈ ವಾರ್ಡ್‌ರೋಬ್‌ನಲ್ಲಿದ್ದ ಪ್ಲಾಸ್ಟಿಕ್ ಚೀಲ ಏನಾಯ್ತು?" ಕೆಕ್ಕರಿಸಿಕೊಂಡು ನೋಡಿದ. ಕಣ್ಣನ ಮನ ಸ್ವಲ್ಪ ಹಗುರವಾಯಿತು. ಸೋಫಾ ಹಿಂಭಾಗದ ಷೋಕೇಸ್‌ನಲ್ಲಿದ್ದ ಗಾಜಿನ ಹೂದಾನಿ ತಂದು ಅವನ ಮುಂದಿಟ್ಟ. "ಇದ್ನ ದತ್ತ ಮಾಡಿದ್ದು" ಎಂದ. ಕಣ್ಣಲ್ಲಿಯೇ ಹೋಗುವಂತೆ ಸನ್ನೆ ಮಾಡಿದ. ಕೈಗೆತ್ತಿಕೊಂಡ. ಪೂರ್ತಿ ಒಣಗಿದ ದಂಡೆಯಲ್ಲಿನ ಹೂಗಳು ಬೇರೆ ಬೇರೆಯಾಗಿದ್ದವು. ಫಳಫಳ ಹೊಳೆಯುವ ಗಾಜಿನ ವಾಜ್‌ನಲ್ಲಿದ್ದ ಹೂಗಳು ವಿಶೇಷವಾಗಿ ಅವನನ್ನ ಆಕರ್ಷಿಸಿದವು. ಬಿಗಿದ ಮುಖ ಸಡಿಲಗೊಂಡಿತು. "ವಾಟ್ ಎ ಬ್ಯೂಟಿ!" ಎದೆಗೊತ್ತಿಕೊಂಡ.

ದತ್ತ ಬಿಸಿಬಿಸಿಯಾದ ನುಚ್ಚಿನ ಉಂಡೆಗಳನ್ನ ತಂದು ಅವನ ಮುಂದ್ದಿಟ್ಟಿದ.

"ತುಂಬ ರುಚಿ! ನಾನೊಬ್ನೇ ಬೇಕಾದ್ರೆ ನಾಲ್ಕು ಡಜನ್ ತಿಂತೀನಿ." ಬಾಯಲ್ಲಿ ನೀರೂರಿಸಿದ ದತ್ತನ ನೋಟ ಆ ವಾಚ್ ಮೇಲೆ ನೆಟ್ಟಿತು. ಯಾವ ಬಗೆಯ ಪ್ರತಿಕ್ರಿಯೆಯೋ! ಅವನ ಗಂಟಲೊಣಗಿತು. "ಎಲ್ಲಾ ಹಾಳಾಗ್ತಾ ಇತ್ತು. ನಾನೇ ತೆಗೆದಿಟ್ಟೆ" – ಹೇಳಿದ.

ವಿಜಯೇಂದ್ರ ನೇರವಾಗಿ ಅವನನ್ನ ನೋಡಿದ. "ಈ ಹೂವಿನ ಹುಡ್ಗೀ ಎಲ್ಲಿ?" ಕೇಳಿದ. ದತ್ತನ ಮನಸ್ಸಿನಲ್ಲಿ ಎಂದಿನಿಂದಲೋ ಅನುಮಾನವಿತ್ತು. ಆದರೆ ಧೈರ್ಯ ಮಾತ್ರ ಇಲ್ಲ. "ಆವೊತ್ತೇ ಊರ್ಗೇ ಹೋದ್ರು. ನೀವು ಕೊಟ್ಟ ಪುಸ್ತಕಾನ ವಾಪ್ಸು ಕೊಟ್ಟಿದ್ದಾರೆ. ನಾನು ಇಟ್ಟು ಮರ್ತೆ." ಕೆಳಗಿನ ಡ್ರಾಯರ್ ಎಳೆದು ಹೆರಾಲ್ಡ್ ರಾಬಿನ್ಸ್ ಕಾದಂಬರಿಯನ್ನ ತೆಗೆದುಕೊಟ್ಟ. "ನೋಡ್ದ ಕೂಡ್ಲೆ ಕೊಟ್ಟುಬಿಟ್ರು. ಇದ್ನ ಅವ್ರು ಮೊದ್ಲೇ ಓದಿದ್ರೋ.... ಏನೋ" ಎಂದವ ಹೊರಗೆ ಹೋಗಿ ಬಾಗಿಲ ಮರೆಯಲ್ಲಿ ಇಣುಕಿ ನೋಡಿದ.

"ದತ್ತ...." ಎಂದ ಕಣ್ಣನ ಬಾಯಿ ಮುಚ್ಚಿಕೊಂಡು ಕೆಳಗೆ ಎಳೆದೊಯ್ದ. "ಮೇಲೆ ಇರೋರು ಒಬ್ರೇ ನಾರ್ಮಲ್ ಆಗಿ ಇರೋರು. ಇವ್ರೆಲ್ಲ ಅಬ್‌ನಾರ್ಮಲ್ ಪರ್‌ಸನ್ಸ್ ಅವ್ರಿಗೂ..." ತೆರೆದ ಬಾಯನ್ನು ಹಾಗೆಯೇ ನಿಲ್ಲಿಸಿದ.

"ಯಾರು ಅಬ್‌ನಾರ್ಮಲ್?" ಭಾಮಿನಿ ಸಿಡಿದರು.

ತಟ್ಟನೆ ಚೇತರಿಸಿಕೊಂಡ ದತ್ತ. "ಹಾಗಂತ ಚಿಕ್ಕ ಯಜಮಾನ್ರು ಕಣ್ಣನನ್ನ ಬೈಯ್ತಾ ಇದ್ರು. ಅದ್ನೇ ಹೇಳ್ದೆ. ನಂಗೆ ಆ ಪದಕ್ಕೆ ಅರ್ಥ ಗೊತ್ತಿಲ್ಲ." ತಲೆ ತಗ್ಗಿಸಿದ.

"ಗೆಟ್ ಅವೆ ಫ್ರಂ ಹಿಯರ್" ಗದರಿಸಿದರು. ಕಣ್ಣ, ದತ್ತ ವಿರುದ್ಧ ದಿಕ್ಕುಗಳತ್ತ ನಡೆದರು.

ಕಾದಂಬರಿಯನ್ನ ತಿರುವಿದ ವಿಜಯೇಂದ್ರನ ಹುಬ್ಬುಗಳು ಬೆಸೆದುಕೊಂಡವು. ಅವನಿಟ್ಟಿದ್ದ ಚೆಕ್ ಹಾಗೆಯೇ ಇತ್ತು. ಶಾರದ ನೋಡಲಿಲ್ಲವೇ? ಚೆಕ್‌ನ ಕೈಯಲ್ಲಿಡಿದು ಹಿಂದಿರುಗಿ ನೋಡಿದ. 'ಥ್ಯಾಂಕ್ಯೂ' ಎಂದಿತ್ತು. ಅದು ಶಾರದಳ ಕೈಬರಹವೇ ಎಂದು ದಿಟವಾಯಿತು. ಲಕ್ಷ ರೂಪಾಯಿ ಹಿಂದಿರುಗಿಸುವಷ್ಟು ನಿರಾಸಕ್ತಿ! ಅದೇ ಕಾದಂಬರಿಯಲ್ಲಿಟ್ಟು ಡ್ರಾಯರ್‌ನೊಳಕ್ಕೆ ಎಸೆದ.

ಕೋಪ, ಬೇಸರದಿಂದ ನಾಲ್ಕಾರು ನುಚ್ಚಿನ ಉಂಡೆಗಳನ್ನ ತಿಂದ. ಹೆಚ್ಚು ರುಚಿಯೆನಿಸಿತು. 'ವಾಹ್' ಮತ್ತಷ್ಟು ಚಪ್ಪರಿಸಿಕೊಂಡು ತಿಂದ.

"ಯಜಮಾನ್ರೆ..." ದತ್ತನ ಸ್ವರ ಕೇಳಿ ಕೆಳಗೆ ಧಾವಿಸಿ ಬಂದ. ಭಯಗ್ರಸ್ತ ದತ್ತ ಅಳಲು ಶುರು ಮಾಡಿಬಿಟ್ಟ. "ದೊಡ್ಡ ಯಜಮಾನ್ರು..." ಕಣ್ಣೊತ್ತಿಕೊಂಡಾಗ ಅವರ ಕೋಣೆಗೆ ಹೋದ.

ನೆಲದ ಮೇಲೆ ಮಖಾಡಿಯ ಬಿದ್ದುಬಿಟ್ಟಿದ್ದರು.

"ಡ್ಯಾಡ್..." ಓಡಿ ಹೋಗಿ ಅಲ್ಲಾಡಿಸಿದ. ಅವರ ಪ್ರಾಣಪಕ್ಷಿ ಹಾರಿಹೋಗಿ ನಿಮಿಷಗಳೇ ಉರುಳಿಹೋಗಿತ್ತು. "ಡ್ಯಾಡ್...." ಎತ್ತಿ ಮಂಚದ ಮೇಲೆ ಮಲಗಿಸಿದ. ಪ್ರಾಣ ಹೋಗುವ ಮುನ್ನ ಕ್ಷಣ ಒದ್ದಾಡಿರಬೇಕು. ತೆರೆದ ಕಣ್ಣುಗಳಲ್ಲಿ ಅಪಾರವಾದ ನೋವಿತ್ತು.

"ಇಟೀಸ್ ಕ್ವೈಟ್ ನ್ಯಾಚುರಲ್. ಬದುಕೋಕೆ ದೇಹದ ಯಾವುದೇ ಅಂಗಾಂಗ ಸಹಕಾರ ನೀಡ್ತಾ ಇರ್ಲಿಲ್ಲ" ಎಂದ ಡಾ|| ಪ್ರಭು ಹೊರಗೆ ಕರೆದೊಯ್ದು ಅವನ ಭುಜದ ಮೇಲೆ ಕೈಹಾಕಿ "ಫುಡ್ ಪಾಯಿಸನಿಂಗ್ ಆಗಿದೆ. ಈ ಕೆಲ್ಸ ನಿನ್ನ ಮಮ್ಮಿದ್ದೆ. ಮಹೇಂದ್ರರ ಸಾವು ಅವ್ರನ್ನ ಪೂರ್ತಿಯಾಗಿ ಬಂಧನದಿಂದ ಬಿಡುಗಡೆ ಮಾಡಿದೆ. ಟೇಕ್ ಇಟ್ ಈಸಿ. ಎಮೋಷನಲ್ ಆಗೋದ್ರಿಂದ ಅಪಾಯವೇ ಹೆಚ್ಚು. ಇನ್ನೊಂದು ಅನಾಹುತಕ್ಕೆ ದಾರಿ ಕೊಡುತ್ತೆ."

ವಿಜಯೇಂದ್ರನ ಮುಖ ನಿಸ್ತೇಜವಾಯಿತು. ಸಂಬಂಧಗಳು, ಬದುಕು ಎಲ್ಲಾ ಸುಟ್ಟು ಭಸ್ಮವಾಗಿ ಅವನ ಮುಂದೆ ಉರಿದುಹೋಯಿತು.

* * * *

ಮಾಧು ಹಾಸ್ಟಲ್‌ಗೆ ಬಂದಾಗ ಆಗತಾನೆ ಸ್ನಾನ ಮುಗಿಸಿ ಕಾಫಿ ಕುಡಿಯುತ್ತಿದ್ದಳು ಶಾರದ. ಈ ಜೀವನ ಅವಳಿಗೆ ತುಂಬ ಇಷ್ಟವಾಯಿತು.

"ಅಕ್ಕ..." ಮಾಧು ಬಂದು ಅವಳ ತೋಳ್ಹಿಡಿದ. ಶಾರದ ಹಣೆಗೆ ಕೈಯೊತ್ತಿದಳು. "ಯಾಕೆ ಸ್ಕೂಲಿಗೆ ಹೋಗ್ಲಿಲ್ಲ? ಈಪಾಟಿ ಓಡಾಡಿದ್ರೆ.... ಗತಿಯೇನು?" ಮೃದುವಾಗಿ ಗದರಿಸಿಕೊಂಡಳು. ದಿನಕ್ಕೆ ಒಂದು ಸಲವೇನು ಎರಡು ಬಾರಿ ಕೂಡ ಬಂದು ಹೋಗುತ್ತಿದ್ದ. ಬಸ್ಸು ಸಿಕ್ಕಲಿಲ್ಲ ಅಂದರೆ ಸೈಕಲ್.

"ಇವತ್ತು ಕ್ರಿಕೆಟ್ ಮ್ಯಾಚಿದೆ. ನಿನ್ನ ಕರ್ಕೊಂಡ್ಹೋಗೋಕೇಂತ ಬಂದೆ. ಬೇಗ ನಡೀ" – ಜಗ್ಗತೊಡಗಿದ. ಶಾರದ ಅರ್ಧ ಕುಡಿದ ಕಾಫಿ ಕಪ್‌ನ ಟೇಬಲ್ಲು ಮೇಲಿಟ್ಟು ಮೌನವಾಗಿ ಕೂತುಬಿಟ್ಟಳು.

ಎರಡು ದಿನದ ಹಿಂದೆ ಹೋದಾಗ ಪದ್ದಮ್ಮ ತೋಡಿಕೊಂಡಿದ್ದರು.

"ನೀನು ಹಾಸ್ಟಲ್‌ಗೆ ಹೋಗಿದ್ದು ನಂಗೆ ಸಮಸ್ಯೆಯಾಗಿದೆ. ಪದೇ ಪದೇ ಹೋಗ್ತೀನೀಂತಾನೆ. ನೀನೇ ಅವ್ನಿಗೆ ಸ್ವಲ್ಪ ಬುದ್ಧಿ ಹೇಳಮ್ಮ."

ಇದೊಂದು ಸಮಸ್ಯೆಯಾಗಿತ್ತು ಶಾರದಾಗೆ. ಏಕ ಸಂತಾನವಾದ ಗಂಡುಮಗನ ಮೇಲೆ ಆಕೆಗೆ ಪ್ರಾಣವೆಂದು ಅವಳಿಗೆ ಗೊತ್ತು. ಆದರೆ ತಾಯಿಯ ಪ್ರೀತಿಯನ್ನ ಲೆಕ್ಕಕ್ಕೇ ಇಡುತ್ತಿರಲಿಲ್ಲ.

"ಮಾಧು, ನೀನು ಸಣ್ಣ ಹುಡ್ಗ ಅಲ್ಲ. ಇದು ಪ್ರೈವೇಟ್ ಕಾಲೇಜು. ನಾನು ಹೊಸ್ದಾಗಿ ಸೇರಿರೋದು. ಸುಮ್ನೆ ಬಂದ್ರೆ... ಮನೆಗೆ ಕಳುಸ್ತಾರೆ. ಅಷ್ಟೆ." ಗೊಣಗಿದಳು.

ಆದರೆ ಮಾಧು ಇದು ಯಾವುದಕ್ಕೂ ಸೊಪ್ಪು ಹಾಕುವಂತಿರಲಿಲ್ಲ. ಅವಳು ಹೊರಡುವವರೆಗೂ ಅಲ್ಲಾಡಲಿಲ್ಲ. ಮೊದಲ ಬಾರಿ ಪರ್ಮಿಷನ್ ಪಡೆದು ಅವನ ಜೊತೆ ಹೊರಟಳು.

ನೇರವಾಗಿ ಫೀಲ್ಡ್‌ಗೆ ಹೊರಟಾಗ ಅವನ ವಯಸ್ಸಿನವರೆ ಆದ ಕೆಲವು ಹುಡುಗರು ಗುಂಪು ಸೇರಿಕೊಂಡು ತಮ್ಮತಮ್ಮೊಳಗೆ ಜೋರಾಗಿ ಚರ್ಚೆ ಸಾಗಿಸುತ್ತಿದ್ದರು.

"ಇಲ್ಲಿ.... ಕೂತ್ಕೋ." ಮೆಟ್ಟಲಿನ ಮೇಲೆ ಅವಳನ್ನ ಕೂಡಿಸಿ ಹಿಂಡಿನೊಳಕ್ಕೆ ತೂರಿ ಹೋದ. ಶಾರದ ಸುತ್ತಲೂ ನೋಟ ಹರಿಸಿದಳು. ಒಂದಷ್ಟು ಹುಡುಗರನ್ನ ಬಿಟ್ಟರೆ ಪೂರ್ತಿ ಖಾಲಿ! 'ಇವ್ನ ಮ್ಯಾಚ್ ಶುರು ಆಗೋದು ಯಾವಾಗ?' ತಲೆಯ ಮೇಲೆ ಕೈಯೊತ್ತು ಕೂತಳು.

ಐದು ನಿಮಿಷದೊಳಗೆ ಮಾಧು ಓಡಿಬಂದ. "ಅವ್ರೆಲ್ಲ ರೆಡಿ ಮಾಡ್ತಾರೆ. ನಾವ್ಹೋಗಿ ತಿಂಡಿ ತಿಂದ್ಕೊಂಡ್ ಬರೋಣ." ಮೌನವಾಗಿ ಅವನ ಜೊತೆ ಹೆಜ್ಜೆ ಹಾಕಿದಳು.

ದಾರಿಯುದ್ದಕ್ಕೂ ಮಾಧು ಗ್ರೇಟ್ ಕ್ರಿಕೆಟಿಗರ ಬಗ್ಗೆಯೇ ಹೇಳುತ್ತಿದ್ದ. ಗಾವಸ್ಕರ್, ಕಪಿಲ್‌ದೇವ್ ಜೊತೆ ವೆಂಗ್‌ಸರ್ಕಾರ್, ಅಮರನಾಥ್ ಬಗ್ಗೆಯೂ ಹರಟುತ್ತಿದ್ದ.

ಅವನೆ ಇಡ್ಲಿ, ಸಾಂಬಾರ್‌ಗೆ ಆರ್ಡರ್ ಮಾಡಿದ. "ಜಾಸ್ತಿ ತಿಂದ್ರೆ... ಹೊಟ್ಟೆ ಭಾರ ಆಗಿ ಆಡೋಕೆ ಆಗೋಲ್ಲ. ನೀನು ಬೇಕಾದ್ರೆ ಏನಾದ್ರೂ ತಗೋ" ಎಂದಾಗ ನಕ್ಕುಬಿಟ್ಟಳು. ಇವನೆಂದು ಬೆಳೆದು ದೊಡ್ಡವನಾದ? ಅಕ್ಕರೆಯಿಂದ ನೋಡಿದಳು. ಅವನು ಬೇಗ ಬೇಗ ತಿನ್ನುತ್ತಿದ್ದ.

ಅವಳು ಪರ್ಸ್‌ಗೆ ಕೈ ಹಾಕುವ ಮುನ್ನವೇ ಬಿಲ್ ಕೊಟ್ಟ. "ಐವತ್ತು ರೂಪಾಯಿ ತಂದಿದ್ದೆ. ಮ್ಯಾಚ್ ಮುಗಿದ್ಮೇಲೆ ಬೇಕಾದ್ರೆ ನೀನು ತಿಂಡಿ ಕೊಡ್ಸು" – ತಾನು ತೀರಾ ಬೆಳೆದವನಂತೆ ಮಾತಾಡಿದ.

ಇವರಿಬ್ಬರೂ ಫೀಲ್ಡ್‌ಗೆ ಬರುವ ವೇಳೆಗೆ ಜಗದೀಶ್ ಕಾರು ನಿಲ್ಲಿಸಿಕೊಂಡು ನಿಂತಿದ್ದ. ಅವನ ತುಟಿಯಂಚಿನಲ್ಲಿ ಕಿರುನಗೆ ಮೂಡಿತು.

"ಹಲೋ.... ಶಾರದ" ಅವರತ್ತ ನಡೆದುಬಂದವನು, ಮಾಧು ಕ್ರಾಪ್ ಕೆದರಿದ್ದುದನ್ನು ಕಂಡು "ಏನು ತಯಾರೀನೇ ಇಲ್ಲವಲ್ಲಯ್ಯ! ನಿನ್ನ ಮ್ಯಾಚ್ ಪ್ರಾರಂಭ ಆಗೋದು ಯಾವಾಗ?" – ಛೇಡಿಸಿದ.

"ಇನ್ನು ಹತ್ತು ನಿಮಿಷದಲ್ಲಿ ಶುರು ಆಗುತ್ತೆ." ಓಡಿದ. ಜಗದೀಶ್ ಅವನು ಹೋದತ್ತಲೇ ನೋಡಿದ. "ತುಂಬ ಆಕ್ಟೀವ್ ಹುಡ್ಗ." ಮೆಚ್ಚಿಗೆಯಾಡಿದ.

"ನಿಮ್ಮನ್ನ ಇನ್ವೈಟ್ ಮಾಡ್ದ ವಿಷ್ಯ ನಂಗೆ ಹೇಳೇ ಇರ್ಲಿಲ್ಲ" ಎಂದಾಗ ಜಗದೀಶನ ಕಣ್ಣುಗಳಲ್ಲಿ ಮಿಂಚು ತುಂಬಿಕೊಂಡಿತು. "ಆದ್ರೆ ನಂಗೆ ನೀವು ಬರೋ ಸುದ್ದಿ ಇನ್‌ಫಾರ್ಮ್ ಮಾಡಿದ್ದ. ಅವ್ನ ಮ್ಯಾಚ್ ನೋಡ್ಲಿಲ್ಲ ಅಂದ್ರೆ." ನಕ್ಕ. ನಗುತ್ತಾ ಮಾತನಾಡುವುದು ಅವನಿಗೆ ಕರಗತವಾಗಿತ್ತು.

"ಇನ್ನೊಂದು ಗುಡ್‌ನ್ಯೂಸ್. ಸೈಟ್ ಅಲಾಟ್ ಆಗಿದೆ. ಮಿಕ್ಕವು ಬೇಗ್ನೆ ಆಗುತ್ತೆ." ಹರ್ಷದಿಂದ ಹೇಳಿದ. ಅವನ ಕಣ್ಣುಗಳಲ್ಲಿ ಪೂರ್ತಿ ಆತ್ಮವಿಶ್ವಾಸವಿತ್ತು. ವ್ಯವಸ್ಥಿತವಾಗಿಯೇ ಪ್ಲಾನ್ ಮಾಡಿಟ್ಟಿದ್ದ. ಅದಕ್ಕೆ ಯಾವುದೇ ಬಾಲಗ್ರಹಗಳು ತಗುಲದಂತೆ ಮುಂಜಾಗರೂಕತೆ ವಹಿಸಿದ್ದ.

ಮಾತಾಡುತ್ತ ಬಂದು ಕೂತರು. ಬಿಳಿಯ ಪ್ಯಾಂಟ್, ಶರಟು ತೊಟ್ಟು ಪ್ಯಾಡ್ ಕಟ್ಟಿಕೊಂಡಿದ್ದ ಮಾಧು ಅಲ್ಲಿಂದಲೇ ಕೈಬೀಸಿದ.

"ಡ್ರೆಸ್‌ನ ಯಾವಾಗ ತಂದಿಟ್ಟಿದ್ದ. ಕ್ರಿಕೆಟ್ ಮೇಲಿನ ಕ್ರೇಜ್‌ನಿಂದ ಎಜುಕೇಷನ್ ಹಾಳುಮಾಡ್ಕೋತಾನೆ!" ಶಾರದ ಬೇಸರ ವ್ಯಕ್ತಪಡಿಸಿದಳು. ಅವನೇನು ಪಾಠದಲ್ಲಿ ಹಿಂದೆ ಇರಲಿಲ್ಲ. ಆದರೆ ಅವನ ಭವಿಷ್ಯದ ಬಗ್ಗೆ ಅವಳಿಗೆ ಆತಂಕ.

ಕೈಗೆ ಸಿಕ್ಕ ಕಡ್ಡಿಯನ್ನ ಮುರಿದು ದೂರಕ್ಕೆಸೆದ ಜಗದೀಶ ಬಲಗಾಲನ್ನ ಇನ್ನೊಂದು ಮೆಟ್ಟಿಲು ಕೆಳಗಿಳಿಸಿದ. "ನೆವರ್. ಹಾಗೆ ಆಗೋದಿಕ್ಕೆ ಸಾಧ್ಯವಿಲ್ಲ. ಅವನದು ಬ್ರಿಲಿಯಂಟ್ ತಲೆ. ಅವನನ್ನೇ ಪಾರ್ಟನರ್ ಮಾಡ್ಕೋಬೇಕೆನ್ನೋ ಆಸೆ. ಯುವರ್

ಒಪಿನಿಯನ್..." ಅವಳತ್ತ ತಿರುಗಿದ. ಬಿಸಿಲಿಗೆ ಅವಳ ಕೆನ್ನೆಯ ಮೇಲೆ ಗುಲಾಬಿಯ ಮೊಗ್ಗುಗಳು ಅರಳಿದಂತೆ ಕಂಡಿತು.

"ಷೂರ್, ವೈ ನಾಟ್? ನಿಮ್ಮಂಥ ಉತ್ತಮ ವ್ಯಕ್ತಿಯ ಮಾರ್ಗದರ್ಶನ ಸಿಕ್ಕರೆ ಅವ್ನ ಭವಿಷ್ಯ ಭದ್ರಗೊಳ್ಳುತ್ತೆ." ಮಾಧುವಿನ ಭವಿಷ್ಯವನ್ನ ದೃಷ್ಟಿಯಲ್ಲಿಟ್ಟುಕೊಂಡೆ ಹೇಳಿದಳು. ಆದರೆ ಜಗದೀಶನ ಹೃದಯ ಹಕ್ಕಿಯಂತೆ ಆಕಾಶಕ್ಕೆ ಹಾರಿ ನೆಗೆಯಿತು.

"ಥ್ಯಾಂಕ್ಯೂ ಶಾರದ, ನನ್ನ ಬಗ್ಗೆ ನಿಂಗೆ ಒಳ್ಳೆಯ ಅಭಿಪ್ರಾಯ ಮೂಡಿದೆ. ಆದರೆ.... ಆ ದಿನದ..." ಅಂದು ನಡೆದ ರಾದ್ಧಾಂತವನ್ನ ನೆನಪಿಸಿಕೊಂಡ. ಅಂದು ಮದುವೆ ನಡೆದುಹೋಗಿದ್ದರೆ ಶಾರದಳಿಂದ ಇಷ್ಟು ದೂರ ಕೂಡಬೇಕಾಗಿರಲಿಲ್ಲ. ಹಗಲು, ರಾತ್ರಿ ಹಂಬಲಿಸಿ ಸಿಗರೇಟುಗಳನ್ನು ಸುಡಬೇಕಾಗಿರಲಿಲ್ಲ.

ಆಮೇಲೆ ಅವನು ಪೂರ್ತಿ ಮೌನಿಯಾದ. ಶಾರದ ಆಟದಲ್ಲಿ ಮಗ್ನಳಾದಳು. ಪ್ರತಿಯೊಂದು ಕ್ಯಾಚ್, ಪ್ರತಿಯೊಂದು ರನ್ನಿಗೂ ಜಗಳವಾಡಿ ಸಮಾಧಾನವಾಗುತ್ತಿದ್ದುದು ತೀರಾ ಮೋಜಿನ ವಿಷಯವಾಗಿತ್ತು. ಒಂದು ಸಲ ಅಂಪೈರಿಂಗ್ ಮಾಡಲು ನಿಂತ ವಿದ್ಯಾರ್ಥಿಗೆ ಒದೆಬಿದ್ದಾಗ ಜಗದೀಶನೇ ಓಡಿಹೋಗಿ ಬಿಡಿಸಿ ಸಮಾಧಾನಿಸಿದ.

ಬಿಸಿಲು ಸಿಕ್ಕಾಪಟ್ಟೆ ಏರಿದ್ದರಿಂದ ಶಾರದಾಗೆ ಕೂಡುವುದು ಕಷ್ಟವಾಯಿತು. ಎದ್ದುನಿಂತಳು. ಅಷ್ಟರಲ್ಲಿ ಅವರುಗಳ ಆಟ ಸೋಲು, ಗೆಲುವುಗಳಿಲ್ಲದ ಡ್ರಾನಲ್ಲಿ ಮುಕ್ತಾಯವಾಯಿತು.

"ನಂಗೆ ಬ್ಯಾಟಿಂಗ್‌ಗೆ ಅವಕಾಶವಾಗ್ಲಿಲ್ಲ!" – ಗೊಣಗುತ್ತಲೇ ಬಂದ ಮಾಧು. ಜಗದೀಶ ಪ್ರೀತಿಯಿಂದ ಅವನ ಕ್ರಾಪ್ ಕೆದರಿದ. "ಇನ್ನೊಂದ್ಸಲ ಆಡ್ಬಹ್ದು. ಈಗ ಹೊಟ್ಟೆ ಯೋಚ್ನೇ ಮಾಡೋಣ." ಕಾರಿನತ್ತ ನಡೆದ. ಮಾಧುಗೂ ಆಯಾಸವಾಗಿತ್ತು. ಹೇಳಿಸಿಕೊಳ್ಳದೆ ಹೋಗಿ ಕೂತಾಗ ಶಾರದ ಬಾಯಿ ತೆರೆದಳು. "ಮಾಧು, ಇಳೀ ನಾವು ಆಟೋದಲ್ಲಿ ಮನೆಗೆ ಹೋಗೋಣ. ಸುಮ್ನೆ ಜಗದೀಶ್‌ಗೆ ತೊಂದರೆ ಕೊಡೋದ್ಬೇಡ."

ಜಗದೀಶ ಅವಳೆಡೆಗೆ ನೋಡಿದ. ಈ ಹೆಣ್ಣು ತನ್ನ ಮೇಲೆ ಪ್ರಸನ್ನವಾಗಿಲ್ಲವೆಂದುಕೊಂಡ.

"ಬಂದ್ರೆ ತೊಂದರೆ ಆಗೋಲ್ಲ. ಬರ್ದಿದ್ರೆ ಬೇಜಾರು ಆಗುತ್ತೆ, ಅಷ್ಟೆ." ಅವನ ಸ್ವರದಲ್ಲಿನ ಉದ್ವೇಗ ಗಮನಿಸಿ ಹತ್ತಿಕೂತಳು. ತನ್ನ ನಿಸ್ಸಹಾಯಕತೆಯನ್ನ ಅವನಿಗೆ ಹೇಗೆ ವಿವರಿಸಿಯಾಳು?

ಯಾರದೋ ಮದುವೆಗೆ ಹೋಗಿದ್ದ ಪದ್ಮಮ್ಮ ಆಗತಾನೇ ಬಂದಿದ್ದರು. ಉಟ್ಟಿದ್ದ ದೊಡ್ಡ ಬಾರ್ಡರಿನ ಸೀರೆ ಇನ್ನು ಅವರ ಮೈಮೇಲೆ ಇತ್ತು. ಇದರ ಜೊತೆ ಒಡವೆಗಳು ಕೂಡ ಇದ್ದವು. ಸೊಂಟಕ್ಕೆ ಬಂಗಾರದ ಡಾಬು, ಕೈಗೆ ವಂಕಿ, ಕೊರಳಿಗೆ ಕಾಸಿನ ಸರ,

ಮೋಪಿನ ಮೂರೆಳೆಯ ಸರ, ಕುತ್ತಿಗೆಗೆ ಬಿಗಿಯಾಗಿದ್ದ ಅಡ್ಡಿಕೆ, ಡಾಲರ್, ಕೈಗಳಲ್ಲಿದ್ದ ಹಳೆಯ ಕಾಲದ ಬಂಗಾರದ ಗೊಲಸುಗಳು.

ಇಂದೇಕೋ ಒಡವೆಗಳು ಶಾರದಳ ಗಮನ ಸೆಳೆದವು. ಬಹುಶಃ ಹೆಚ್ಚುಕಡಿಮೆ ಈ ಒಡವೆಗಳೆಲ್ಲ ಅವಳ ಹೆತ್ತಮ್ಮನದು. ಹಟಮಾರಿತನ ರೋಷದಿಂದ ಅವುಗಳನ್ನೆಲ್ಲ ತಂದಿದ್ದ ವಿಷಯ ಸೀತಮ್ಮನವರೆ ಹೇಳಿದ್ದರು.

"ಬಾಪ್ಪ ಜಗದೀಶ. ಯಾಕೆ ಹೊರ್ಗಡೆ ನಿಂತಿಟ್ಟೆ. ಮದ್ವೆ ಮನೆಗೆ ಹೋಗಿದ್ದೆ." ಒಂದು ರೀತಿಯ ಬಿಗುಮಾನದಿಂದ ಪದ್ದಮ್ಮ ಆಹ್ವಾನಿಸಿದಾಗ ನಿರಾಕರಿಸಿದ. "ಬೇಡ, ಹೊತ್ತಾಯ್ತು. ಇನ್ನೊಂದು ದಿನ ಬರ್ತೀನಿ." ಹೊರಟೇಬಿಟ್ಟ.

ಆದರೆ ಅವನನ್ನ ಹಾಗೆಯೇ ಕಳಿಸಲು ಶಾರದಾಗೆ ಮನಸ್ಸಾಗಲಿಲ್ಲ.

"ಜಗದೀಶ್, ಪ್ಲೀಸ್ ಒಳ್ಗಡೆ ಬನ್ನಿ. ನೀವು ಊಟ ಮಾಡ್ದೇ ಹೋದರೆ.... ನಮ್ಮ ಚಿಕ್ಕಮ್ಮ ಬೇಜಾರು ಮಾಡ್ಕೋತಾರೆ." ಅವನ ಕಾಲುಗಳಿಗೆ ಸರಪಣಿಗಳನ್ನ ಹಾಕಿ ಜಗ್ಗಿದಂತಾಯಿತು. ಹಿಂದಕ್ಕೆ ಬಂದ.

ಸೀರೆ ಬದಲಾಯಿಸಿ ಬಂದ ಪದ್ದಮ್ಮ ಅಕ್ಕರೆಯಿಂದಲೇ ಬಡಿಸಿದರು. ಈಗ ಜಗದೀಶನ ಬಗ್ಗೆ ಎಲ್ಲಿಲ್ಲದ ಅಕ್ಕರೆ. "ತುಂಬ ಒಳ್ಳೆ ಹುಡ್ಗ. ಆ ರಾದ್ಧಾಂತದ ಬಗ್ಗೆ ಒಂದಿಷ್ಟು ಕೂಡ ಮನಸ್ಸಿಗೆ ಹಾಕ್ಕೊಂಡಿಲ್ಲ. ಇವತ್ತಲ್ಲ ನಾಳೆ ಅವ್ನೇ ಮದ್ವೆ ಮಾಡ್ಕೋತಾನೆ. ಇನ್ನು ಗಂಡು ಹುಡ್ಕೋ ತಂಟೆ ಬೇಡ." ನಿಶ್ಚಿಂತೆಯಿಂದ ಗಂಡನಿಗೆ ಹೇಳಿದ್ದರು. ಕೋಲೆ ಬಸವನಂತೆ ತಲೆಯಾಡಿಸಿದ್ದರು ಆತ.

ಬಹಳ ನಿಧಾನವಾಗಿಯೇ ಊಟ ಮುಗಿಸಿದ ಜಗದೀಶ ಮಾತಾಡುತ್ತ ಇನ್ನರ್ಧ ಗಂಟೆ ಕಳೆದ. ಮಾಧು ಅವರುಗಳ ಮಧ್ಯೆ ಇದ್ದಾಗ ನಗುವಿಗೆ ಬರವಿರಲಿಲ್ಲ.

ಕೂತ ಶಾರದಳಿಗೆ ಹೊಟ್ಟೆ ತೊಳಸಿಕೊಂಡು ಬಂದಂತಾಯಿತು. ಅವಳು ನಿಜವಾಗಿ ತುಂಬ ಆರೋಗ್ಯವಂತೆ. ಅವಳಿಗೆ ನೆನಪಿದ್ದ ಹಾಗೆ ಎರಡು ಸಲ ಫ್ಲೂನಲ್ಲಿ ಮಲಗಿದ್ದು ಬಿಟ್ಟರೆ ನೆಗಡಿ ಆಗುತ್ತಿದ್ದುದು ಅಪರೂಪವೇ.

"ಬರ್ತೀನಿ... ಮಾಧು" ಹೊರಟಾಗ ಬಾಗಿಲವರೆಗೂ ಬಂದು ಬೀಳ್ಕೊಟ್ಟಳು. ಅವನ ನಿರ್ಮಲ ಸ್ನೇಹ, ಸಹಾಯಹಸ್ತವನ್ನು ನಿರಾಕರಿಸಬೇಕೆಂದುಕೊಂಡರೂ ಯಾಕೋ ಕರಗಿಹೋಗುತ್ತಿದ್ದಳು.

ಒಳಗೆ ಬಂದವಳು ತನ್ನ ಕೋಣೆಗೆ ಹೋಗಿ ಮಲಗಿಬಿಟ್ಟಳು. ಹೊಟ್ಟೆ ತೊಳೆಸುವುದರ ಜೊತೆಗೆ ವಿಪರೀತ ಸಂಕಟ. ಎರಡು ಸಲ ಎದ್ದು ಹೋಗಿ ನೀರು ಕುಡಿದು ಬಂದಳು. ಸಂಜೆ ಐದು ದಾಟಿದರೂ ಅವಳಿಗೆ ಏಳಲು ಮನಸ್ಸಿಲ್ಲ. ಒಂದು ರೀತಿಯ ಖಿನ್ನತೆ.

ಕೋಣೆಗೆ ಬಂದ ಪದ್ದಮ್ಮನಿಗೆ ಗಾಬರಿಯಾಯಿತು. ಇಂಥ ಮಲಗುವ ಅಭ್ಯಾಸ ಅವಳಿಗಿಲ್ಲ.

"ಶಾರದ ಹುಷಾರಿಲ್ವಾ?" ಹಣೆ, ಮೈಮುಟ್ಟಿ ನೋಡಿದರು. ಕಣ್ಣು ತೆಗೆದವಳು

ದಡಕ್ಕನೆ ಎದ್ದು ಕೂತಳು. "ಏನಿಲ್ಲ, ಫೀಲ್ಡ್‌ನಲ್ಲಿ ಬಿಸ್ಲು ಜಾಸ್ತಿ ಇತ್ತು" ಎದ್ದು ಮುಖ ತೊಳೆಯಲು ಹೋದಳು. ಯಾಕೋ ಜೋಲಿ ಹೊಡೆದಂತಾಯಿತು. ಬಾತ್‌ರೂಂನಲ್ಲಿ ಗೋಡೆಗೊರಗಿ ಕಣ್ಮುಚ್ಚಿದಳು.

"ಸ್ವಲ್ಪ ಬೇಗ್ಬಾ. ಪಕ್ಕದ ಮನೆ ಮಂದಾಕಿನಿಗೆ ಶ್ರೀಮಂತ; ಅರಿಸಿನ ಕುಂಕುಮಕ್ಕೆ ಹೋಗ್ಬೇಕು." ಹೊರಗಿನಿಂದ ಪದ್ದಮ್ಮ ಹೇಳಿದಾಗ ಮಿಂಚ್ಹೊಡೆದಂತಾಯಿತು ಶಾರದಾಗೆ. ಭಯದಿಂದ ಅವಳ ಮುಖ ವಿವರ್ಣವಾಗಿ ಮೈ ಕಂಪಿಸತೊಡಗಿತು. ನಗ್ನಸೊಂಟದ ಸುತ್ತ ಅವಳ ಕೈಯಾಡಿತು. ಪರಿಸ್ಥಿತಿ ಅವಳ ಮುಂದೆ ಬಿಚ್ಚಿಕೊಂಡಿತು. ತಾನೀಗ.... ಗಂಟಲು ಹಿಡಿದು ಉಸಿರಾಡುವುದೇ ಕಷ್ಟವಾಯಿತು.

ಸಾವರಿಸಿಕೊಂಡು ಮುಖ ತೊಳೆದು ಹೊರಗೆ ಬಂದಳು. ಪದ್ದಮ್ಮ ಜರಿಯ ಸೀರೆಯುಟ್ಟು ರೆಡಿಯಾಗಿದ್ದರು.

"ಬೇಗ ಡ್ರೆಸ್ ಮಾಡ್ಕೊಂಡ್ಬಾ" ಎಂದರು.

ಈಗ ಏನಾದರೂ ಹೇಳುವುದು ಶಾರದಾಗೆ ಬೇಕಾಗಿರಲಿಲ್ಲ. ಮೌನವಾಗಿ ಕೋಣೆಗೆ ಹೋದಳು. ಕನ್ನಡಿಯ ಮುಂದೆ ನಿಂತಾಗ ತನ್ನ ಬಿಳಚಿಕೊಂಡು, ಸಪ್ಪಗಾದ ಮುಖ ನೋಡಿ ಗಾಬರಿಯಾಯಿತು.

ಕೈಗೆ ಸಿಕ್ಕ ಸೀರೆಯುಟ್ಟು ಹೊರಗೆ ಬಂದಾಗ ಪದ್ದಮ್ಮ ಮುಖ ಚಿಕ್ಕದು ಮಾಡಿಕೊಂಡು "ಈ ಸೀರೆಗಳೆಲ್ಲ ಕಾಲೇಜಿಗೆ ಇಟ್ಕೋ. ಬೇರೆಯವ್ರ ಮನೆಗಳಿಗೆ ಹೋದಾಗ್ಲಾದ್ರೂ ಗ್ರಾಂಡಾಗಿ ಇರಬೇಡ್ವೆ" – ರಾಗ ತೆಗೆದರು.

"ನಂಗೆ ವಿಪರೀತ ತಲೆನೋವು. ನೀವೇ ಹೋಗಿ ಬಂದ್ಬಿಡಿ" ಎಂದವಳೇ ಸೋಫಾ ಮೇಲೆ ಕೂತುಬಿಟ್ಟಳು.

ಆದರೆ ಪದ್ದಮ್ಮ ಬಿಟ್ಟು ಹೋಗಲು ಒಪ್ಪಲಿಲ್ಲ. ಅದೇ ಸೀರೆಯಲ್ಲಿ ಹೊರಡಿಸಿಕೊಂಡು ಹೋದರು.

ಆರು ತಿಂಗಳು ತುಂಬಿದ ಮಂದಾಕಿನಿ ಮೈ ಕೈ ತುಂಬಿಕೊಂಡು ಕಣ್ಗೆ ತುಂಬುವಂತಿದ್ದಳು. ತಾಯ್ತನದ ಭಾರ ಹೊತ್ತ ಅವಳ ಮುಖ ಪ್ರಫುಲ್ಲವಾಗಿತ್ತು. ತೀರಾ ಸಿಡುಕಿಯಾಗಿದ್ದ ಅವಳು ಅತ್ಯಂತ ಸೌಮ್ಯವಾಗಿ ಕಂಡಳು.

"ಬಾ... ಬಾ..." ಅವಳ ತಾಯಿ ಸಲಿಗೆಯಿಂದ ಆಹ್ವಾನಿಸಿದರು. "ಅಂದು ಮದ್ವೆ ಮುಗ್ದು ಹೋಗಿದ್ರೆ.... ನಾವುಗಳು ನಿಮ್ಮ ಶ್ರೀಮಂತಕ್ಕೆ ತಯಾರಿ ಮಾಡ್ಕೋತಾ ಇದ್ವಿ!" ಅವರ ಹಾಸ್ಯದ ಮಾತಿಗೆ ಶಾರದಳ ಗಂಟಲು ಒಣಗಿದರೂ, ಪದ್ದಮ್ಮನ ಮುಖ ಇಳಿದುಹೋಯಿತು. 'ಆ ಮದುವೆ ನಿಲ್ಲೋಕೆ ಪದ್ದಮ್ಮನೇ ಕಾರಣ. ಅವಳಮ್ಮನ ಒಡ್ವೆ ಅವ್ಳಿಗೇ ಸೇರ್ಬೇಕು. ಅವ್ರುಗಳು ಕೇಳಿದ್ದೇನು ತಪ್ಪಲ್ಲ'. ಜನರು ಆಕೆಯನ್ನೇ ಆಡಿಕೊಳ್ಳುತ್ತಿದ್ದರು. ಒಡವೆಗಳು ಉಳಿದುಹೋದರೂ ಜನರಿಂದ ಚುಚ್ಚು ಮಾತುಗಳು ಕೇಳುವುದು ಆಕೆಗೆ ತಪ್ಪಲಿಲ್ಲ.

ಮುಜುಗರದಿಂದಲೇ ಮಂದಾಕಿನಿಗೆ ಹಣೆಗಿಟ್ಟು ರೇಶಿಮೆಯ ರವಿಕೆ ಖಣದೊಂದಿಗೆ ಮಡಲು ತುಂಬಿದರು.

"ಸುಖವಾಗಿ ಗಂಡು ಮಗನ್ನ ಎತ್ತಿಕೋ" – ಹರಸಿದರು.

ಅಷ್ಟರಲ್ಲಿ ಬಂದ ಮಂದಾಕಿನಿಯ ಗಂಡ ತನ್ನ ಅಹವಾಲು ಸಲ್ಲಿಸಿದ. "ಆಶೀರ್ವಾದ ಮಾಡೋರು ದಯವಿಟ್ಟು ಹೆಣ್ಣು ಮಗು ಆಗ್ಲೀಂತ ಆಶೀರ್ವಾದ ಮಾಡಿ. ಈಗಾಗ್ಲೇ ನಾವಿಬ್ರೂ ಬೆಟ್ಸ್ ಕಟ್ಟಿಕೊಂಡಿದ್ದೀವಿ. ನೀವೆಲ್ಲ ನನ್ನ ಪರ ಇರ್ಬೇಕು." ಮಡದಿಯನ್ನು ಕಣ್ಣಲ್ಲಿಯೇ ಛೇಡಿಸಿದ. ನೆರೆದ ಮುತ್ತೈದೆಯರು ಘೊಳ್ಳನೆ ನಕ್ಕರು. ಎಂಥ ಮಧುರ ಕ್ಷಣ ಎನ್ನಿಸಿತು ಶಾರದೆಗೆ.

ಉಂಡೆ, ಚಕ್ಕುಲಿ ಪ್ಯಾಕೆಟ್ ಹಿಡಿದು ಮನೆಗೆ ಬರುವ ವೇಳೆಗೆ ಎಲ್ಲೋ ಹೋಗಿ ಬಂದ ಮಾಧು ಸೈಕಲ್ ಬೆಲ್ ಮಾಡುತ್ತಿದ್ದ.

"ಅರೆ..." ಸೈಕಲ್ ಬಿಟ್ಟು ಪ್ಯಾಕೆಟ್‌ಗಳನ್ನು ಕಸಿದುಕೊಂಡ. "ಗುಡ್, ದಿನ ಒಬ್ಬೊಬ್ಬರ ಮನೆಯಲ್ಲಿ ಉಂಡೆ, ಚಕ್ಕುಲಿ ಕೊಟ್ಟರೇ... ಚೆನ್ನಾಗಿರುತ್ತೆ." ಉತ್ಸಾಹದಿಂದ ಲೊಟ್ಟೆ ಹಾಕಿದ. ಅವನ ಸಂತೋಷದಲ್ಲಿ ಭಾಗಿಯಾಗುವ ಸ್ಥಿತಿಯಲ್ಲಿರಲಿಲ್ಲ ಶಾರದ.

ಕಲ್ಪಿಸಿಕೊಳ್ಳದ ಸಮಸ್ಯೆ ಎದುರಾಗಿತ್ತು. ತೀರಾ ವಿದ್ಯಾವಂತಳಾದ ಅವಳು ಕೂಡ ಸೆನ್ಸಿಟಿವ್ ಆಗಿಹೋಗಿದ್ದಳು.

ದತ್ತ, ವಿಜಯೇಂದ್ರನಿಗೆ ಮದುವೆಯಾಗಿದೆಯೆನ್ನುವಂತೆ ಮಾತಾಡಿದ್ದ. ಅವನ ಕಣ್ಣುಗಳು ಸಾವಿರ ಮಾತಾಡಿದ್ದರೂ ವಿಜಯೇಂದ್ರನೆಂದು ಮದುವೆಯ ಪ್ರಸ್ತಾಪ ಮಾಡಿರಲಿಲ್ಲ. ಅಥವಾ ಅವನ ಸವಿಮಾತುಗಳು, ಮೋಹಕ ನೋಟವನ್ನು ಕಂಡು ಇವಳೇ ಭ್ರಮಿಸಿಹೋಗಿದ್ದಳೋ!

"ಅಕ್ಕ, ಈ ಚಕ್ಕುಲಿ ಚೆನ್ನಾಗಿದೆ" ಮುರಿದ ಚಕ್ಕುಲಿಯನ್ನ ಅವಳ ತುಟಿಗಳ ಬಳಿಗೆ ಒಯ್ದಾಗ ಪಕ್ಕಕ್ಕೆ ಸರಿಸಿದಳು "ಬೇಡ ಮಾಧು...."

ತೀರಾ ಸಪ್ಪಗಾದ ಅವಳ ಮುಖ ನೋಡಿ ಗಾಬರಿಯಾದ.

"ಯಾಕೆ ಒಂದು ತರಹ ಇದ್ದೀಯಾ?" ಅವಳ ಸನಿಹದಲ್ಲಿ ಕೂತ. ಚಕ್ಕುಲಿ ಕೈಯಲ್ಲಿಯೇ ಉಳಿಯಿತು. "ಅಮ್ಮನ ಮೈಮೇಲಿನ ಒಡ್ವೆಗಳು." ಬೆರಳುಗಳಿಂದ ಅವನ ಬಾಯಿ ಮುಚ್ಚಿದಳು. "ಏನೇನೋ ಮಾತಾಡ್ಬೇಡ. ಲಿವ್ ಮಿ ಅಲೋನ್." ಕೋಣೆಗೆ ಹೋದಳು.

ದಾರಿ ಕಾಣದ ಕಾಡಿನಲ್ಲಿದ್ದ ಸ್ಥಿತಿ ಅವಳದು. ಸುತ್ತಲೂ ಗಾಡಾಂಧಕಾರ ಆವರಿಸಿದಂತಾಯಿತು. ಬಾಗಿಲಿಗೆ ಬೋಲ್ಟ್ ಸಿಕ್ಕಿಸಿ ಹಾಸಿಗೆಯ ಮೇಲೆ ಉರುಳಿದಳು. ಕೈ ನಿಧಾನವಾಗಿ ಹೊಟ್ಟೆಯ ಮೇಲಾಡಿತು. ಅವಳಲ್ಲಿ ಮತ್ತೊಂದು ಜೀವ ಮೊಳಕೆಯೊಡೆಯತೊಡಗಿತ್ತು.

"ಇದ್ಯಾಕೆ ಇವ್ಳು ಬಾಗ್ಲು ಹಾಕ್ಕೊಂಡಿದ್ದಾಳೆ" – ಗೊಣಗಿದ್ದು ಕೇಳಿಸಿತು.

ಹಿಂದೆಯೇ "ಆಗ಼್್ಲೇ ಅವ್ಳಿಗೆ ಹಾಸ್ಟೆಲ್‌ನಲ್ಲಿ ಒಂಟಿಯಾಗಿದ್ದು ಅಭ್ಯಾಸವಾಗಿ ಹೋಗಿದೆ. ಮಾಧು ಮಾತು ಕೂಡ ಅವ್ಳಿಗೆ ಇಷ್ಟವಾಗೋಲ್ಲ." ಅಸಹನೆ ನುಡಿದಳು. ಹೇಳಿ ಕೇಳಿ ಅವಳು ಮಲತಾಯಿ. ಅವಳಿಗೆಲ್ಲಿ ಬಂದೀತು ಬೇಡದ ಮಗಳ ಮೇಲೆ ವಾತ್ಸಲ್ಯ"–ಅವಳ ಮನ ಬೇರೆ ಬೇರೆ ರೀತಿಯಲ್ಲಿ ಯೋಚಿಸತೊಡಗಿತು.

"ಅವಳೆಂದೂ ಹಾಗೆಲ್ಲ ಮಲ್ಗಿದೋಳಲ್ಲ. ಹುಷಾರಿಲ್ವೇನೋ, ವಿಚಾರಿಸ್ಬೇಕಿತ್ತು." ತಂದೆಯ ಸ್ವರದಲ್ಲಿನ ಗಾಬರಿ, ಅಂತಃಕರಣ ಗುರ್ತಿಸಿದಳು. ತಟಕ್ಕನೆ ಅವಳ ಕಣ್ಣಂಚಿನ ಕಂಬನಿ ಮಿನುಗಿತು.

ಎರಡು ಮದುವೆಯಾದರೂ ಇಬ್ಬರೂ ಹೆಣ್ಣಿನ ಪ್ರೀತಿಯನ್ನ ಪಡೆಯಲಾರದ ದುರದೃಷ್ಟದ ವ್ಯಕ್ತಿ!

"ಮಗು... ಶಾರದ" ಬಾಗಿಲು ತಟ್ಟಿದರು.... ಒಂದು ಬಾಗಿಲು ತೆಗೆದವಳೇ ಅವರೆದೆಯಲ್ಲಿ ಮುಖವಿಟ್ಟು ಅಳತೊಡಗಿದಳು. "ಶಾರದ... ಶಾರದ" ಅವರ ಕೈ ಅವಳ ಬೆನ್ನ ಮೇಲಾಡುತ್ತಿತ್ತು. ಜೀವನದಲ್ಲಿ ಕಳೆದುಕೊಂಡ ಅಮೂಲ್ಯವಾದ ವಸ್ತು ಸಿಕ್ಕಂತಾಗಿತ್ತು.

ಬುದ್ಧಿ ಬಂದ ಮೇಲೆ ಶಾರದ ಎಂದೂ ಸಲಿಗೆಯಿಂದ ವರ್ತಿಸಿರಲಿಲ್ಲ. ಅವರು ಕೂಡ ಮಗಳನ್ನ ಸಮೀಪಿಸಲು ಅಂಜುತ್ತಿದ್ದರು. ಅಂಥ ಹೆದರಿಕೆಯೆಲ್ಲ ಕರಗಿಹೋಗಿತ್ತು. ಪದ್ದಮ್ಮನನ್ನೇನು ಇಡೀ ಜಗತ್ತನ್ನೇ ಮಗಳ ಸಲುವಾಗಿ ಎದುರುಹಾಕಿಕೊಳ್ಳಲು ಸಿದ್ಧರಾದರು.

ಮಗಳ ಕಣ್ಣೀರನ್ನ ತೊಡೆದರು. "ಯಾಕಮ್ಮ ಅಳ್ತೀಯಾ! ನಿನ್ನ ಸಲುವಾಗಿ ನಿನ್ನ ತಂದೆ ಇದ್ದಾನೆ. ಸಂದರ್ಭ ಎಂಥದ್ದೇ ಆಗ್ಲಿ ನಿನ್ನ ಕಣ್ಣು ರೆಪ್ಪೆ ಹಾಗೆ ನೋಡ್ಕೋತೀನಿ." ಅವಳ ಕೆನ್ನೆಗಳನ್ನ ಸವರಿದರು. ಅವರ ಸ್ವರದಲ್ಲಿ ಅತ್ಯಂತ ದೃಢವಾದ ನಿಶ್ಚಯವಿತ್ತು.

ತುಂಬಿದ ಕಣ್ಣುಗಳಿಂದ ತಂದೆಯನ್ನು ನೋಡಿದಳು. ಅವರ ಕಣ್ಣುಗಳಿಂದ ಅಪಾರವಾದ ವಾತ್ಸಲ್ಯ ಹೊರಹೊಮ್ಮುತ್ತಿತ್ತು.

"ಇದೇನಿದು?" ಪದ್ದಮ್ಮ ಬಂದು ನಿಂತಾಗ ಇಬ್ಬರು ವಾಸ್ತವ ಜಗತ್ತಿಗೆ ಮರಳಿದರು. "ಏನಿಲ್ಲ...." ಶಾರದ ಬಚ್ಚಲ ಮನೆ ಕಡೆ ಹೊರಟಳು.

ಸುಬ್ರಮಣ್ಯಂ ಕುಸಿದಂತೆ ಕೂತರು. "ಪದ್ದು, ಶಾರದ ಏನೋ ಮನಸ್ಸಿಗೆ ಹಚ್ಕೊಂಡುಬಿಟ್ಟಿದ್ದಾಳೆ. ಬೇಗ ಅವ್ಳ ಮದ್ವೆ ಮಾಡ್ಬಿಡ್ಬೇಕು" – ಅವರ ಸ್ವರ ಬಾವಿಯ ಆಳ ತಲುಪಿತ್ತು. ತೀರಾ ಚಿಂತಿತರಾಗಿದ್ದರು.

"ಯಾವಾಗ್ಬೇಕಾದ್ರೂ ಮಾಡ್ಬಹುದು. ಈಗ ಜೊತೆಜೊತೆಯಲ್ಲೇ ಓಡಾಡ್ತಾರಲ್ಲ. ಮಧ್ಯಾಹ್ನ ಜಗದೀಶ, ಅವ್ಳು ಒಟ್ಟಿಗೆ ಬಂದ್ರು." ಅವರ ಜೊತೆಯಲ್ಲಿ ಬಂದ ಮಾಧುನ ಮರೆತೇಬಿಟ್ಟರು. ಶಾರದ ಮದುವೆ ಬೇಗ ಮಾಡಿ ಕೈತೊಳೆದುಕೊಳ್ಳಲು ಅವರಿಗಿಷ್ಟ.

ಇಡೀ ರಾತ್ರಿ ನಿದ್ರಿಸದೆ ಶಾರದ ಹೊರಳಾಡಿದಳು. 'ಹಾಯ್... ಶಾರದ' ಅದೇ

ಸ್ವರ ಅವಳನ್ನ ಕಾಡುತ್ತಿತ್ತು. ವಿಜಯೇಂದ್ರನ ತುಟಿಯಂಚಿನ ತುಂಟ ನಗು ಅವಳನ್ನ ಹಾಸ್ಯ ಮಾಡುತ್ತಿತ್ತು. ತಾನು ಹೊಡೆದದ್ದಕ್ಕೆ ಸೇಡು!

ಯಾವುದೋ ನಿರ್ಧಾರಕ್ಕೆ ಬಂದವಳಂತೆ ಬೆಳಿಗ್ಗೆ ಬೇಗ ಎದ್ದು ಸ್ನಾನ ಮುಗಿಸಿ ಹೊರಟುನಿಂತಳು.

"ಬರ್ತೀನಿ ಚಿಕ್ಕಮ್ಮ...." – ಪರ್ಸ್ ಕೈಗೆತ್ತಿಕೊಂಡಳು. ಪದ್ಮಮ್ಮನ ನೋಟ ವಿಮರ್ಶಾತ್ಮಕವಾಗಿ ಅವಳ ಮುಖದ ಮೇಲಾಡಿತು. "ಮುಖವೆಲ್ಲ ಒಂದು ರಾತ್ರಿಗೆ ಹೇಗೆ ಆಗಿದೆ ನೋಡು." ಅವರ ನೋಟದಿಂದ ತನ್ನ ನೋಟ ತಪ್ಪಿಸಿಕೊಳ್ಳಲು ಹೆಣಗಾಡಿದಳು. "ಬರ್ತೀನಿ..." ಹೊರಟೇಬಿಟ್ಟಳು.

ಬಂದ ಸುಬ್ರಮಣ್ಯಂ ಗಾಬರಿಯಾಗಿ ನಿಂತುಬಿಟ್ಟರು. ಶಾರದೆಗೆ ಏನಾಗಿದೆ? ಎರಡು ಹೆಣ್ಣುಗಳ ನಡುವೆ ಬಲಿಯಾಗಿಹೋದವಳು!

ಹೆರಿಗೆಯಾದ ಮೇಲೆ ಕಮಲ ಬದುಕಿದ್ದುದು ಇಪ್ಪತ್ತು ದಿನಗಳು ಮಾತ್ರ. ಆ ಸ್ವಲ್ಪ ಸಮಯದಲ್ಲು ಕೂಡ ಹೆತ್ತ ಮಗುವನ್ನ ಪ್ರೀತಿಯಿಂದ ಮುದ್ದಿಸಿರಲಿಲ್ಲ.

"ಬರ್ತೀನಿ" – ತೊಟ್ಟ ಬಟ್ಟೆಯಲ್ಲಿಯೇ ಮಗಳ ಹಿಂದೆ ಹೊರಟರು. ಪದ್ಮಮ್ಮ ಮೂಗಿನ ಮೇಲೆ ಬೆರಳಿಟ್ಟರು. "ಮಗಳ ಮೇಲೆ ಅಕ್ಕರೆ ತೋರುವಷ್ಟು ಮುಂದುವರಿದುಬಿಟ್ಟರು" ಗೊಣಗಿಕೊಂಡೇ ಒಳಗೆ ಹೋದರು.

ಆಟೋ ನಿಲ್ಲಿಸಿದ ಶಾರದ ತಂದೆಯನ್ನು ಗಮನಿಸಿ ನಿಂತುಬಿಟ್ಟಳು. ಬೆಳಗಿನ ಎಳೆಯ ಬಿಸಿಲಿಗೆ ಪೂರ್ತಿ ಬೆವತದ್ದು ಅಲ್ಲದೇ ಮೇಲುಸಿರು ಬಿಡುತ್ತಿದ್ದರು.

"ಹೋಗಪ್ಪ...." ಆಟೋದವನಿಗೆ ಹೇಳಿ ಮಗಳತ್ತ ಬಂದರು. "ಶಾರದ, ಯಾಕೋ ಹುಷಾರಿದ್ದ ಹಾಗೆ ಕಾಣೋಲ್ಲ. ಮನೆಗೆ ಹೋಗೋಣ ನಡಿ" – ತಂದೆಯತ್ತ ನೋಡಿದಳು. ಅವಳ ಕಣ್ಣಂಚು ಒದ್ದೆಯಾಯಿತು. ಒಂದು ರೀತಿಯ ಇಕ್ಕಟ್ಟಿನಲ್ಲಿಯೇ ಸವೆದುಹೋದ ವ್ಯಕ್ತಿ.

ಕನಿಕರದಿಂದ ಅವಳ ಮನ ದ್ರವಿಸಿಹೋಯಿತು. "ಏನಿಲ್ಲ ಪಪ್ಪ, ನೆನ್ನೆ ಮಾಧು ಮ್ಯಾಚ್ ನೋಡೋ ಸಲುವಾಗಿ ಬಿಸ್ಲುನಲ್ಲಿ ಕೂತಿದ್ದೆ, ಅಷ್ಟೆ. ಮಧ್ಯಾಹ್ನದ ಹೊತ್ಗೆ ಸರಿಹೋಗುತ್ತೆ." ಮಗಳ ಸಮಜಾಯಿಷಿಯಿಂದ ಸುಬ್ರಮಣ್ಯಂ ಮನ ಸಮಾಧಾನಗೊಳ್ಳಲಿಲ್ಲ. "ಅಷ್ಟೇಂತ ಅನ್ನಿಸೋಲ್ಲ. ನಿಂಗೆ ಈಗ ರೆಸ್ಟ್ ಬೇಕು." ಸಿಡಿಲು ಬಂದು ಅಪ್ಪಳಿಸಿದಂತಾಯಿತು. 'ತನ್ನಲ್ಲಿ ಆಗುತ್ತಿರುವ ಬದಲಾವಣೆಯನ್ನು ಅವರ ಕಣ್ಣುಗಳು ಗುರುತಿಸಿಬಿಟ್ಟಿತೇ' – ಹೆದರಿದಳು.

ಅವರನ್ನ ಸಮಾಧಾನಿಸಿ ಕಳುಹಿಸುವ ವೇಳೆಗೆ ಅವಳಿಗೆ ಸಾಕುಸಾಕಾಯಿತು. ಕಾಲೇಜಿಗೆ ಹೋದರೂ ಅವಳಿಗೆ ಪಾಠ ಮಾಡಲು ಉತ್ಸಾಹವೇ ಮೂಡಲಿಲ್ಲ.

ಎರಡು ದಿನ ಕಳೆಯುವ ವೇಳೆಗೆ ಸಾಕುಸಾಕೆನಿಸಿತು. ಅನ್ನದ ಮುಂದೆ ಕೂತರೆ ವಾಕರಿಕೆ. ಕರಿದ ಎಣ್ಣೆವಾಸನೆಗೆ ಹೊಟ್ಟೆತೊಳೆಸುವಿಕೆ–ಪೂರ್ತಿ ಸೋಲುವಂತಾಯಿತು.

'ಮಾತೃ ದೇವೋ ಭವ' ಎನ್ನುವ ಆರ್ಯನುಡಿಗೆ ಜಗತ್ತು ಯಾಕಿಷ್ಟು ಮಹತ್ವ

ಕೊಟ್ಟಿದೆಯೆಂದು ಯೋಚಿಸತೊಡಗಿದ್ದ ಅವಳಿಗೆ ಸ್ಪಷ್ಟವಾಗಿ ಅರಿವು ಮೂಡತೊಡಗಿತು.

ಇದನ್ನು ಹೆಚ್ಚು ದಿನ ಸಹಿಸುವಂತಿರಲಿಲ್ಲ. ಒಂದು ನಿರ್ಧಾರಕ್ಕೆ ಬಂದಳು. ಅದಕ್ಕೆ ಸ್ವಲ್ಪ ದಿಟ್ಟತನ ಬೇಕಿತ್ತು.

"ಮಿಸ್, ಮದುವೆಗೆ ಮುನ್ನ ಮಕ್ಕಳನ್ನ ಪಡೆಯುವ ಹಕ್ಕು ಹೆಣ್ಣಿಗೆ ಇದೆ ಅಥ್ವಾ ಇಲ್ಲ ಅನ್ನೋದರ ಬಗ್ಗೆ ಚರ್ಚಾಸ್ಪರ್ಧೆ ಇದೆ. ನೀವು ನಂಗೆ ಹೆಲ್ಪ್ ಮಾಡ್ಬೇಕು" – ಅವಳ ಸ್ಟೂಡೆಂಟ್ ವಿದ್ಯಾ ಬಂದು ಗೋಗರೆದಳು. ಅವಳ ಅಂತಃಸ್ಸತ್ವವೇ ಉಡುಗಿದಂತಾಯಿತು. ಈಗ ಪರಿಸ್ಥಿತಿಯೇ ಅವಳ ಮುಂದಿತ್ತು. "ಯಾವ ರೀತಿ ನಿಂಗೆ ಹೆಲ್ಪ್ ಮಾಡ್ಲಿ?" ನಿರುತ್ಸಾಹ ಇಣಕಿತು ಅವಳಲ್ಲಿ.

"ಥ್ಯಾಂಕ್ಯೂ.... ಈಗ್ಬಂದೆ" – ಹೈಹೀಲ್ಡ್ ಸದ್ದುಮಾಡುತ್ತ ಹೊರಟ ವಿದ್ಯಾ ತನ್ನ ಸಹಪಾಠಿಗಳ ದೊಡ್ಡ ಗುಂಪನ್ನೆ ಕರೆತಂದಳು. "ನಮ್ಮಲ್ಲಿ ಪರ, ವಿರೋಧ ಇಬ್ರೂ ಇದ್ದೀವಿ" – ಅವಳ ಸುತ್ತುವರಿದು ಕೂತರು.

ಸ್ವಲ್ಪ ಹಿಂದೆ ಇದ್ದ ರೇಣುಕ ಅವರನ್ನೆಲ್ಲ ಸರಿಸಿ ಬಂದು ಶಾರದ ಮುಂದೆ ಕೂತಳು. "ನೋಡಿ ಮಿಸ್, ತಾಯ್ತನ ಹೆಣ್ಣಿಗೆ ಸಹಜ. ಅದ್ಕೇ ಮದ್ವೆ ಆಗತ್ಯವಿದೆ ಅನ್ನೋದು ನಾನು ಒಪ್ಪೋಲ್ಲ." ಕತ್ತಿನವರೆಗೂ ಕತ್ತರಿಸಿದ ಕೂದಲನ್ನು ಒರಟಾಗಿ ಹಿಂದಕ್ಕೆ ತಳ್ಳಿದಳು. ಬಹುಶಃ ಅವಳು ಶಾರದಳ ಸಮವಯಸ್ಕಳು ಇರಬಹುದು. ತುಂಬ ಗಟ್ಸ್ ಇದ್ದ ಹೆಣ್ಣು.

ವಾಣಿ ಕೈಯೆತ್ತಿ ತಳ್ಳಿಹಾಕಿದಳು. "ಇದ್ನ ನಾನು ಒಪ್ಪೋಲ್ಲ. ಅಂಥ ಮಗುವಿಗೆ ಸಮಾಜದಲ್ಲಿ ಯಾವ ಸ್ಥಾನಮಾನಗಳೂ ಇಲ್ಲ."

"ಮೈ ಫೂಟ್..." ಎದ್ದವಳು ನೆಲಕ್ಕೆ ಕಾಲು ಅಪ್ಪಳಿಸಿದಳು." "ಯಾವ್ದ ಸಮಾಜ? ಯಾರು ಮಾಡಿದ್ದು ಅದ್ನ? ಅದ್ನ ಬದಲಾಯಿಸೋಕೆ ಮುಂದಾಗೇ ಹೇಗೆ ಬದಲಾಗುತ್ತೆ?" ಕೋಪದಿಂದ ಕಿಡಿಕಾರಿದಳು. ಕೆಳಗೆ ಬಿದ್ದ ದುಪಟ್ಟಾವನ್ನ ಶಾಲಿನಿ ಎತ್ತಿ ಹೊದ್ದಿಸಿದಳು. "ರಿಲ್ಯಾಕ್ಸ್... ರಿಲ್ಯಾಕ್ಸ್..."

ಆಮೇಲಿನ ಚರ್ಚೆ ವಿರುದ್ಧ ದಿಕ್ಕುಗಳತ್ತ ನಡೆದವು. ಆವೇಶದ ಮಾತುಗಳು ಗಾಳಿಯಲ್ಲಿ ತೇಲಿಹೋದವು.

ಇದುವರೆಗೂ ಗದ್ದಕ್ಕೆ ಕೈಯೂರಿ ಕೂತ ಮೋನಿಷ ಬಾಯಿತೆರೆದಳು. "ರೇಣುಕ ಯು ಆರ್ ಕರೆಕ್ಟ್. ಅದು ನಿನ್ನಿಂದ್ಲೇ ಷುರುವಾಗ್ಲಿ. ಆದ್ರೆ ಹುಟ್ಟೋ ಮಗು ಕೇಳೋ ಪ್ರಶ್ನೆಗೆ ನೀನು ಉತ್ತರಿಸಲು ಸಿದ್ಧವಾಗಿರು. ಭೂಮಿಗೆ ಬೀಳೋ ಮಗುವಿಗೆ ತಂದೆ ಇಲ್ಲದ ಹಾಗೆ ಮಾಡೋ ಹಕ್ಕು ನಿಂಗೆ ಯಾರು ಕೊಟ್ಟಿದ್ದು? ಇದ್ನ ಕೇಳೋದು ಸಮಾಜವಲ್ಲ; ನಿನ್ನ ಮಗು."

ರೇಣುಕ ಏನೇನೋ ಒದರಾಡಿದಳು. ಇದರಿಂದ ಯಾರಿಗೆ

ಪ್ರಯೋಜನವಾಯಿತೋ, ಬಿಟ್ಟಿತೋ, ಆದರೆ ಶಾರದಳ ನಿರ್ಧಾರ ಮಾತ್ರ ಅಲುಗಾಡತೊಡಗಿತು.

'ನಾಳೆ ನಾನು ಸಮಾಜವನ್ನ ಎದುರಿಸಬಲ್ಲೆ. ಸ್ವಂತ ಮಗುವಿಗೆ ಉತ್ತರಿಸಲಾರೆ.'

ತನ್ನ ಪಿರಿಯಡ್ ಮುಗಿಸಿಕೊಂಡು ಬಸ್ಸು ಹತ್ತಿದಳು. ಸಂಕೋಚ, ಭಯದಿಂದ ಅವಳ ಮೈ ಹಿಡಿಯಾಗಿತ್ತು. 'ನಿರ್ಮಲಾ ನರ್ಸಿಂಗ್ ಹೋಂ' ತಲುಪಿದಾಗ ಅವಳು ಪೂರ್ತಿ ಬಿಳಚಿಕೊಂಡಿದ್ದಳು.

"ಹಲೋ... ಶಾರದ" – ಜಗದೀಶನ ಸ್ವರ ಕೇಳಿದಾಗ ಘಟಸರ್ಪ ಪಕ್ಕದಲ್ಲೇ ಭುಸ್ಸೆಂದಂತಾಯಿತು. "ಹಲೋ..." ನಗಲು ಪ್ರಯತ್ನಿಸಿ ಸೋತಳು.

ಜಗದೀಶ ಇನ್ನಷ್ಟು ಹತ್ತಿರ ಬಂದ, "ಹುಷಾರಿಲ್ದ ಸಮಯದಲ್ಲೂ ಒಂಟಿಯಾಗಿ ಬಂದಿದ್ದೀಯಲ್ಲ; ವಾಟ್ ಈಸ್ ದಿಸ್?" ಸಲಿಗೆಯಿಂದ ರೇಗಿಕೊಂಡ.

ಕೆಳತುಟಿಯನ್ನ ಹಲ್ಲಿನಡಿಯಲ್ಲಿ ಕಚ್ಚಿಕೊಂಡಳು. ಅಳು ಉಕ್ಕಿ ಬಂತು, ಕಷ್ಟದಿಂದ ತಡೆದಳು.

"ಅಂಥದ್ದೇನಿಲ್ಲ! ವಿದ್ಯಾರ್ಥಿಗಳ ಎದುರು ಬೇಗ ನರ್ವಸ್ ಆಗಿಬಿಡ್ತೀನಿ." ಅವಳ ಮಾತಿಗೆ ಜಗದೀಶ ಜೋರಾಗಿ ನಕ್ಕುಬಿಟ್ಟ. "ಆತ್ಮವಿಶ್ವಾಸ ಬೆಳೆಸ್ಕೋಬೇಕು. ದಟ್ ಈಸ್ ಎನಫ್. ನಂಗೆ ಫೀಸ್ ಕೊಟ್ಬಿಡು" – ಕೈಚಾಚಿದ. ಆ ಸಮಯದಲ್ಲೂ ಅವಳ ತುಟಿಯಂಚಿನಲ್ಲಿ ನಗು ಅರಳಿತು. "ಓಕೆ, ಯಾವ ಹೋಟೆಲ್‌ನಲ್ಲಿ ತಿಂಡಿ ಕೊಡಿಸ್ಬೇಕು?"

ಜಗದೀಶ ಕಹಿ ಮುಖ ಮಾಡಿ ಹಣೆ ಗಟ್ಟಿಸಿಕೊಂಡ. "ನನ್ನ ನೀನು ಬಕಾಸುರ ಅಂತ ತಿಳ್ಕೊಂಡಿದ್ದೀಯಾ. ತಿಂಡಿ, ಕಾಫಿ ಬಿಟ್ಟು ಈ ಬಡಪಾಯಿಗೆ ಇನ್ನೇನು ಬೇಕಿಲ್ವಾ! ಒಂದು ಪ್ರೇಮಪೂರಿತ ತುಂಟ ನಗು ಎಸೆದುಬಿಡು" ಎಂದವನು ತಟ್ಟನೆ ನಾಲಿಗೆ ಕಚ್ಚಿಕೊಂಡ. ಶಾರದ ಮುಖ ಗಂಭೀರವಾಯಿತು.

ಅವನ ಮುಖದ ಉತ್ಸಾಹ ತಗ್ಗಿಹೋಯಿತು. "ಎಕ್ಸ್‌ಕ್ಯೂಜ್ ಮಿ ಶಾರದ. ನಂಗೆ ಖಂಡಿತ ಆ ಅರ್ಹತೆ ಇಲ್ಲ!" ಎರಡು ಕೈಗಳನ್ನು ಜೇಬಿನೊಳಕ್ಕೆ ತುರುಕಿ ಆಕಾಶದತ್ತ ನೋಡಿದ. ಅವಳೆದೆಯಲ್ಲಿ ಪುಟಿದ ನೋವು ಕಣ್ಣುಗಳಲ್ಲಿ ಪ್ರತಿಫಲಿಸಿತು. ಪಕ್ಕಕ್ಕೆ ತಿರುಗಿ ಕಣ್ಣೀರು ತೊಡೆದುಕೊಂಡಳು.

ಮೊದಲು ಚೇತರಿಸಿಕೊಂಡ ಜಗದೀಶ, "ಡಾಕ್ಟರನ್ನ ನೋಡೋಣ, ನಡೀ, ಆಕೆ ನಂಗೆ ಹೆಚ್ಚು ಪರಿಚಯ."

ತನ್ನ ಬಗ್ಗೆ ಇಷ್ಟೊಂದು ಆದರ, ಗೌರವಾಭಿಮಾನಗಳು ಇಟ್ಟುಕೊಂಡಿರುವ ಜಗದೀಶ ತನ್ನ ಈಗಿನ ಸ್ಥಿತಿ ತಿಳಿದರೆ... ಅವಳ ಕಣ್ಮುಂದಿನ ಚಿತ್ರವೇ ಬದಲಾಯಿತು. ನಿಂದಿಸಬಹುದು, ಅವಮಾನಿಸಬಹುದು, ತಕ್ಕ ಶಾಸ್ತಿ ಆಯಿತೆಂದು ಕೇಕೆ ಹಾಕಿ ನಗಬಹುದು.

ಎದುರಿನಲ್ಲಿ ಜಗದೀಶ ಹತ್ತಾಗಿ, ನೂರಾಗಿ, ಎಲ್ಲೆಲ್ಲೂ ಕಾಣಿಸತೊಡಗಿದ.

ಅವಳ ಕಣ್ಣುಗಳು ಕತ್ತಲಿಟ್ಟಿತ್ತು. ಕೈಯಲ್ಲಿನ ಪರ್ಸ್ ಜಾರಿತು. ಜಗದೀಶ ಹಿಡಿದುಕೊಳ್ಳದಿದ್ದರೆ ಅವಳು ಭೂಶಾಯಿಯಾಗಬೇಕಿತ್ತು.

ಪ್ರಜ್ಞೆ ಬಂದಾಗ ಮಂಚದ ಮೇಲೆ ಇದ್ದಳು. ಪಕ್ಕದಲ್ಲಿದ್ದ ಜಗದೀಶ ಅವಳ ಮುಖವನ್ನೇ ಅವಲೋಕಿಸುತ್ತಿದ್ದ. ಡಾ॥ ಸುಮತಿ ವಿಷಯ ತಿಳಿಸಿದಾಗ ಹೌಹಾರಿದ್ದ. ನಂಬಲು ಅವನಿಂದ ಆಗಲಿಲ್ಲ. ಶಾರದಳಂಥ ಹೆಣ್ಣಲ್ಲಿ ಇಂಥದನ್ನ ಊಹಿಸಲೇ ಸಾಧ್ಯವಿಲ್ಲ.

"ಹೇಗಿದ್ದೀಯಾ?" ನಗಲು ಪ್ರಯತ್ನಿಸಿದ. ಜೀವಂತಿಕೆ ಇಲ್ಲದ ನಗು. "ಒಂದೆರಡು ದಿನ ಬೇಕಿದ್ರೆ ಇಲ್ಲಿದ್ದು ರೆಸ್ಟ್ ತೊಗೋ. ನಾನೆಲ್ಲ ಅರೇಂಜ್ ಮಾಡ್ತೀನಿ. ಡೋಂಟ್ ವರಿ!" – ಸಂತೈಸಿದ. ಅವಳ ಕಣ್ಣಿಂದ ಹರಿದ ಕಂಬನಿಯ ಬಿಂದುಗಳು ಇಕ್ಕೆಡೆಗೆ ಹರಿದು ದಿಂಬಿನಲ್ಲಿ ಹುದುಗಿಹೋದವು.

ಎಳೆಯ ಮಗುವಿನ ಚಿಟ್ಟನೆ ಚೀರುವ ಸದ್ದಿಗೆ ಶಾರದಳ ಮಿದುಳು ಸ್ತಬ್ಧವಾಯಿತು. ಸಂಗೀತವನ್ನು ಆಲಿಸುವಂತೆ ಆಲಿಸಿದಳು.

"ಇಲ್ಲ, ಜಗದೀಶ್, ಅಯಾಮ್ ಪರ್‌ಫೆಕ್ಟ್ಲಿ ಆಲ್‌ರೈಟ್, ಹೋಗೋಣ." ಮೇಲೆದ್ದಳು. ಖಂಡಿತ ಅಲ್ಲಿರಲಾರಳು.

"ಓಕೆ, ಈಗ್ಬಂದೆ... "ಬಾಗಿಲು ದಾಟಿ ಹೊರಗೆ ಹೋದ. ಮೆಲ್ಲಗೆ ಮೇಲೆದ್ದ ಶಾರದ ಅತ್ತಿತ್ತ ನೋಡಿದಳು. ವಿಜಯೇಂದ್ರನ ಕಣ್ಣುಗಳು ನಕ್ಕಂತಾಯಿತು. "ಹಾಯ್... ಶಾರದ..." ಅದೇ ಸುಸ್ವರ. ಅವಳ ನರನಾಡಿಗಳಲ್ಲಿ ಬೆಚ್ಚನೆಯ ರಕ್ತ ಹರಿದಾಡಿದಂತಾಯಿತು.

ಹೊರಬರುವ ವೇಳೆಗೆ ಜಗದೀಶನೊಬ್ಬನೇ ಬಂದ.

"ಹೋಗೋಣ... ಶಾರದ" ಅವನ ಸ್ವರ ಅತ್ಯಂತ ಮೃದುವಾಯಿತು. "ತಲೆ ಕೆಡಿಸಿಕೊಳ್ಳೋದಂಥದಲ್ಲ. ಐ ಕೆನ್ ಮ್ಯಾನೇಜ್ ಇಟ್." ಕರೆದೊಯ್ದ. ತಾನೇ ಡಾ॥ ಸುನೀತಿಯವರ ಬಳಿ ಮಾತಾಡಿ ಬಂದಿದ್ದ.

ಕಾರಿನಲ್ಲಿ ಕೂತ ಶಾರದ ಮೆಲ್ಲನೆ ಉಸುರಿದಳು – "ನನ್ನ ಹಾಸ್ಟೆಲ್ ಹತ್ರ ಬಿಟ್ಬಿಡಿ, ಜಗದೀಶ್. ನಂಗೆ ಮನೆಗೆ ಹೋಗೋ ಮನಸ್ಸಿಲ್ಲ." ಕ್ಷಣ ಅನುಮಾನಿಸಿದ. ಅವಳಿರುವ ಸ್ಥಿತಿಯಲ್ಲಿ ಒಂಟಿಯಾಗಿ ಬಿಡುವುದು ತಪ್ಪೆನಿಸಿತು.

"ಪ್ಲೀಸ್ ರಿಲ್ಯಾಕ್ಸ್. ಶಾರದ. ಇಂಥ ಸಂದರ್ಭಗಳಲ್ಲಿ ತೀರಾ ಸೆಂಟಿಮೆಂಟಲ್ ಆಗ್ಬಾರ್ದು." ಸಮಾಧಾನಿಸುವ ಪ್ರಯತ್ನಮಾಡಿದ. ಆದರೆ ಅವಳು ವಿಚಲಿತಳಾಗಲಿಲ್ಲ. "ಹಾಗೇನು ಇಲ್ಲ." ಡೋರ್ ತೆರೆದುಕೊಂಡು ಕೆಳಗಿಳಿದುಬಿಟ್ಟಳು. ಅನ್ನ ಸೇರದೆ ಮೂರು ನಾಲ್ಕು ದಿನಗಳೇ ಆಗಿಹೋಗಿತ್ತು. ಹೊಟ್ಟೆಯಲ್ಲಿ ಅಸಾಧ್ಯ ಸಂಕಟ.

ಅವಳ ಸ್ಥಿತಿಯನ್ನು ಅರ್ಥಮಾಡಿಕೊಂಡ ಜಗದೀಶ ತೋಳ್ಹಿಡಿದು ಹಿಂದಿನ

ಸೀಟಿಗೆ ಹತ್ತಿಸಿದವನು ಭುಜ ತಟ್ಟಿದ: "ಡೋಂಟ್ ಬಾದರ್." ಕಣ್ಣಲ್ಲಿಯೇ ಸಂತೈಸಿದ.

ಕಾರಿನ ಚಕ್ರಗಳು ಮುಂದಕ್ಕೆ ಉರುಳಿದಾಗ ಹಿಂದಕ್ಕೆ ಒರಗಿ ಕಣ್ಮುಚ್ಚಿದ್ದಳು. ತನ್ನ ಸ್ಥಿತಿ ಚಿಕ್ಕಮ್ಮನಿಗೆ ತಿಳಿದರೆ–ಹಿಂದೆಯೇ ಅವಳಿಗೆ ಕರುಣಾಜನಕ ಸ್ಥಿತಿ ನೆನಪಾಯಿತು. 'ಬೇಡ, ಬೇಡ' ನರಳಿದಳು.

ಮನೆಯ ಮುಂದೆ ಕಾರು ನಿಂತಾಗ ಬೀಗ ಸ್ವಾಗತಿಸಿತು. ಇಣಕಿದ ಮಂದಾಕಿನಿ ಬೀಗದ ಕೈ ಹಿಡಿದು ಬಂದಳು.

"ನಿಮ್ಮ ಚಿಕ್ಕಮ್ಮ, ಪಪ್ಪ ಮದ್ವೆಗೆ ಹೋಗಿದ್ದಾರೆ. ನಾಳೆನೇ ಬರೋದು. ಮಾಧು ಇದ್ದಾನೆ" ಎಂದವಳು ಒಮ್ಮೆ ಜಗದೀಶನತ್ತ ನೋಟ ಹರಿಸಿದಳು.

"ಥ್ಯಾಂಕ್ಯೂ..." ಜಗದೀಶನೇ ಬೀಗದ ಕೈ ಪಡೆದುಕೊಂಡ. ಮಂದಾಕಿನಿಯ ಉಬ್ಬಿದ ಹೊಟ್ಟೆಯತ್ತಲೇ ಶಾರದಳ ಗಮನವಿತ್ತು. ತಿಂಗಳುಗಳು ಉರುಳಿದಾಗ ತನ್ನ ಮೈಯಲ್ಲಿ ಆಗಬಹುದಾದ ಪರಿವರ್ತನೆಗೆ ಅಂಜಿದಳು. "ಮೈ ಗಾಡ್..." ಉಸಿರು ಹಿಡಿದಂತಾಯಿತು.

ತಾನೇ ಬೀಗ ತೆಗೆದ ಜಗದೀಶ್, "ಅವುಗಳು ಇಲ್ದೇ ಇದ್ದಿದ್ದು ಒಳ್ಳೇದೇ ಆಯ್ತು". ಅರ್ಥಗರ್ಭಿತವಾಗಿ ಹೇಳಿದ. ಶಾರದ ಯಾವ ರೀತಿಯಲ್ಲಿ ನರಳುವುದೂ ಅವನಿಗೆ ಬೇಕಿರಲಿಲ್ಲ.

ಒಳಗೆ ಬಂದವಳೇ ಸೋಫಾದ ಮೇಲೆ ಕುಸಿದು ಕೂತಳು. ಮಾನಸಿಕ ಹೋರಾಟದ ಜೊತೆಗೆ ದೈಹಿಕ ನೋವು ಅವಳನ್ನ ಝರ್ಜರಿತಳನ್ನಾಗಿ ಮಾಡುತ್ತಿತ್ತು.

ಕೂತ ಜಗದೀಶ ಒಂದೆರಡು ನಿಮಿಷ ಸುಮ್ಮನಿದ್ದ. "ಹೆಣ್ಣಿಗೆ ಈ ಸ್ಥಿತಿ ಅನಿವಾರ್ಯವೆ. ಇಲ್ಲಿ ಸ್ವಲ್ಪ ವ್ಯತ್ಯಾಸವಿರ್ಬಹ್ದು." ಅರ್ಥಪೂರ್ವಕವಾಗಿ ಹೇಳಿದ. ಅಂದಿನ ದಿಟ್ಟ ಹೆಣ್ಣು ಇಂದು ತೀರಾ ಮುಗ್ಧಳಂತೆ ಕಂಡಳು.

ಕಣ್ಣು ತುಂಬಿ ಅವನತ್ತ ನೋಡಿದಳು. ಜಗದೀಶ ತೀರಾ ಬೆಳೆದಂತೆ ಕಂಡ. ಅಭಿಮಾನದಿಂದ ಅವಳೆದೆ ಭಾರವಾಯಿತು.

"ಯಾವ್ದೇ ಸ್ಥಿತಿ ಇರಲಿ. ನಮ್ಮುಂದೆ ಧೈರ್ಯವಾಗಿ ಹೇಳು. ನಿಂಗೆ ಇಷ್ಟವಿಲ್ಲದಿದ್ರೆ ಬೇಡ. ನಾನು ಮಾಡಬಹುದಾದ ಸಹಾಯವೇನಾದ್ರೂ... ಇದ್ರೆ ತಿಳ್ಸು." ದೃಢತೆಯಿಂದ ಹೇಳಿದ. ತುಟಿತೆರೆಯದಾದಳು. ಎರಡು ಕೈಯಲ್ಲೂ ಮುಖ ಮುಚ್ಚಿ ಬಿಕ್ಕಿದಳು. ಇಂಥಾ ಸ್ಥಿತಿ ಒದಗಿದಾಗ ಹೆಣ್ಣೆಷ್ಟು ಅಸಹಾಯಕಳಾಗಿಬಿಡುತ್ತಾಳೆ ಎನ್ನುವುದಕ್ಕೆ ಅವಳೊಂದು ನಿದರ್ಶನವಾದಳು.

ಬಹಳ ಹೊತ್ತಿನ ಮೇಲೆ ಒಂದು ಮಾತು ಹೇಳಿದಳು. "ನಾನು ಸಮಾಜನ ಎದುರಿಸಬಲ್ಲೆ. ಆದ್ರೆ ಮುಂದೆ ನನ್ಮಗು ಕೇಳೋ ಪ್ರಶ್ನೆಗೆ..." ಬಾಯಿಗೆ ಕೈ ಅಡ್ಡ ಹಿಡಿದಳು. ಅವಳ ಮಾತನ್ನು ಜಗದೀಶ ಪೂರ್ತಿ ಮಾಡಿದ. "ಅಂಥ ಅವಕಾಶವೇ ಬರೋಲ್ಲ. ನಾನು ಆ ಮಗುವಿನ ತಂದೆ ಆಗ್ತೀನಿ." ಹೆಗಲು ಕೊಡಲು ಸಿದ್ಧವಿಲ್ಲ. ಆದರೆ

ಅವಳ ಮನಸ್ಸೇ ಒಪ್ಪಲಿಲ್ಲ. "ಇಂಥ ತ್ಯಾಗನ ನಾನು ಅಪೇಕ್ಷಿಸ್ಲಾರೆ. ಅದು ಕಬಳಿಸೋದು ನನ್ನ ಬದ್ಕಿನ ಶಾಂತಿ, ನೆಮ್ದಿಯನ್ನ." ನಿರಾಕರಿಸಿಬಿಟ್ಟಳು.

ಶಾರದಳ ಮೇಲಿನ ಅಭಿಮಾನ ಇನ್ನಷ್ಟು ಬೆಳೆಯಿತು. ಅವಳ ಮಾತುಗಳಿಗೆ ಮೂಕನಾದ.

"ಓಕೆ...." ಮೇಲೆದ್ದ. "ಮದ್ವೆ ದಿನವೇ ನನ್ನ ಅದೃಷ್ಟ ನಿರ್ಧಾರವಾಗಿಹೋಯ್ತು. ಮತ್ತೆ ಮತ್ತೆ ಪರೀಕ್ಷಿಸೋದು ಹುಚ್ಚುತನ ಅಷ್ಟೆ." ನಿಟ್ಟುಸಿರು ದಬ್ಬಿದ.

ಸ್ವಲ್ಪ ಸಮಾಧಾನಕ್ಕೆ ಬಂದ ಶಾರದ ತಲೆ ತಗ್ಗಿಸಿ ನಡೆದದ್ದನ್ನ ಅವನ ಮುಂದೆ ಬಿಚ್ಚಿಟ್ಟಳು.

"ಅಂದು ನಾನು ಕೊಚ್ಚಿಹೋದದ್ದು ಪ್ರೇಮದ ಪವಿತ್ರ ಜಲದಲ್ಲಿಯೇ ವಿನಃ ಕಾಮದ ಮಬ್ಬಿನಲ್ಲಲ್ಲ. ಅಲ್ಲಿ ಬಯಕೆಯ ಆರ್ಭಟವಿರಲಿಲ್ಲ. ಪ್ರೀತಿಯ ನಿವೇದನೆ ಇತ್ತು. ಅದು ನನ್ನ ಭ್ರಮೆಯೇ ಇರ್ಬಹ್ದು. ಆದರೆ ನಾನು ವಿಜಯೇಂದ್ರರನ್ನ ಪ್ರೀತಿಸಿದ್ದು, ಪ್ರೇಮಿಸಿದ್ದು, ಯಾವ್ದೂ ಸುಳ್ಳಲ್ಲ. ಅವ್ರು ಆಡಿದ ಮಾತು, ತೋರಿದ ಪ್ರೀತಿ ಬದ್ಕಿನುದ್ದಕ್ಕೂ ಸಾಕು."

ಜಗದೀಶ ಬೆಕ್ಕಸಬೆರಗಾದ. ಇಂಥ ಮಾತುಗಳನ್ನ ಇನ್ನೋಸೆಂಟ್ ಯುವತಿಯಾಡಿದ್ದರೆ ಆಶ್ಚರ್ಯಪಡುವ ಅಗತ್ಯವಿರಲಿಲ್ಲ. ಶಾರದ ವಿದ್ಯಾವಂತೆ, ವಿವೇಕಿ, ಬದುಕಿನ ಬಗ್ಗೆ ಎಚ್ಚರವುಳ್ಳವಳು – ಮುಖವನ್ನ ಎರಡು ಕೈಗಳಿಂದ ಉಜ್ಜಿ ಕ್ರಾಪ್ ಸರಿ ಮಾಡಿಕೊಂಡ.

"ಐ ಡೋಂಟ್ ಬಿಲೀವ್... ನಂಗೆ ಖಂಡಿತ ನಂಬೋಕೆ ಆಗ್ತಾ ಇಲ್ಲ. ಶಾರದ, ನಾನು ಏನಾದ್ರೂ ಕನಸಿನಲ್ಲಿ ಇಂಥ ಮಾತುಗಳನ್ನ ಕೇಳ್ತಾ ಇದ್ದೀನಾ? ಅಂದಿನ ದಿಟ್ಟ ಹೆಣ್ಣು ನೀನೇನಾ?" ತನ್ನ ದನಿಯೇ ಅವನಿಗೆ ಅಪರಿಚಿತವೆನಿಸಿತು. ತೀರಾ ಉದ್ವಿಗ್ನನಾಗಿದ್ದ.

ಶಾರದ ಕೆಳತುಟಿಯನ್ನ ಹಲ್ಲಿನಡಿಯಲ್ಲಿ ಕಚ್ಚಿಡಿದು ಬೆರಳುಗಳಿಗೆ ಹಚ್ಚಿದ್ದ ಬಣ್ಣವನ್ನ ನೋಡಿದಳು. ಇದು ಮಾಧು ಕೆಲಸ.

ಬಹಳ ಯೋಚಿಸಿದ ಜಗದೀಶ ಯಾವುದೇ ನಿರ್ಧಾರಕ್ಕೆ ಬರದಾದ. ವಿಜಯೇಂದ್ರನಂಥ ಶ್ರೀಮಂತರಲ್ಲಿ ಅವನಿಗೆ ಭರವಸೆ ಇಲ್ಲ. ಅಲ್ಲಿನ ಸಿಟಿಜನ್‌ಷಿಪ್ ಪಡೆದ ಅವರು ಭಾರತಕ್ಕೆ ಗೆಸ್ಟ್‌ಗಳೇ.

"ನೀನು ವಿಜಯೇಂದ್ರನ ಯಾಕೆ ಮೀಟ್ ಮಾಡ್ಬಾರ್ದು?" ನಿಧಾನವಾಗಿ ಪ್ರಶ್ನಿಸಿದ. ದತ್ತ ತಂದಿತ್ತ ಪುಸ್ತಕ ಅದರೊಳಗಿನ ಚೆಕ್ ಶಾರದಳಿಗೆ ನೆನಪಾಯಿತು. "ಯಾವ್ದೇ ಭರವಸೆ ಇಲ್ಲ!". ಬೆಚ್ಚಿಬಿದ್ದ. ಕರುಣೆಯಿಂದ ಅವನ ಮುಖ ಗಂಭೀರವಾಯಿತು. "ಇಟ್ ಈಸ್ ನಾಟ್ ದಿ ರೈಟ್ ಆನ್ಸರ್. ಅವ್ನ ತಪ್ಪಿಸಿಕೊಳ್ಳೋಕೆ ನೀನಾಗಿ ಬಿಡ್ತಾ ಇದ್ದೀಯಾ. ನಾನು ನೀನು ರಜತಾದ್ರಿಗೆ ಹೋಗೋಣ." ಅಡ್ಡಡ್ಡ ತಲೆಯಾಡಿಸಿಬಿಟ್ಟಳು. ಈಗ ಸಿಟ್ಟಿಗೆದ್ದ.

"ಛೆ, ಈ ತರಹ ಮಾತಾಡೋದು ನಂಗಿಷ್ಟವಾಗೋಲ್ಲ! ಪ್ರೀತಿ, ಪ್ರೇಮದ ಪರಾಕಾಷ್ಠೆಯ ನೆನಪಾಗಿ ಹುಟ್ಟೋ ಮಗುನ ಸ್ವಾಗತಿಸೋಕೆ ಭಯ. ಬೇರೊಬ್ಬ ವ್ಯಕ್ತಿಗೆ ಮಗನಾಗಿಸೋಕೆ ಇಷ್ಟವಿಲ್ಲ. ವಿಜಯೇಂದ್ರನ ಭೇಟಿ ಮಾಡೋಕೆ ಭರವಸೆ ಇಲ್ಲ. ವಾಟ್ ಡು ಯು ಮೀನ್." ತಾಳ್ಮೆ ಕಳೆದುಕೊಂಡ. ಶಾರದ ಅವನಿಗೆ ಸಿಕ್ಕದ ಹೆಣ್ಣಾದರೂ ಅವಳ ಬದುಕು ಛಿದ್ರವಾಗುವುದು ಅವನಿಗಿಷ್ಟವಿಲ್ಲ.

ಬಹಳ ಹೊತ್ತು ತಲೆ ತಗ್ಗಿಸಿ ಕೂತಿದ್ದಳು ಶಾರದ.

"ಸಿ ಯೂ ಎಗೈನ್" ಎಂದು ನಾಲ್ಕು ಹೆಜ್ಜೆ ಬಾಗಿಲತ್ತ ಹೊರಟವನು ಹಿಂದಿರುಗಿ ಬಂದು ಅವಳ ಮುಂದೆ ಕೈ ಚಾಚಿದ. "ಭಾಷೆ ಕೊಡು. ಯಾವ್ದೇ ಕಾರಣಕ್ಕೆ ಆತ್ಮಹತ್ಯೆ ಮಾಡ್ಕೋಬಾರ್ದು." ಅವನ ಕೈನತ್ತಲೇ ನೋಡಿದಳು. "ಈಗ ಸಾಯೋಷ್ಟು ಧೈರ್ಯವೂ ಇಲ್ಲ, ಜಗದೀಶ್." ಅವನ ಕೈಹಿಡಿದು ಅತ್ತಳು. ಜಗದೀಶನ ಬಗ್ಗೆ ಅವಳಿಗೆ ಗೌರವ, ಅಭಿಮಾನಗಳು ಇದ್ದವು. ಒಬ್ಬ ಸ್ನೇಹಿತನೆನ್ನುವಷ್ಟು ಆತ್ಮೀಯತೆ, ಕಣ್ಣೀರು ತೊಡೆದು ಸಂತೈಸಿದ.

ಅವನು ಹೊರಟ ಎಷ್ಟೋ ಹೊತ್ತಿನವರೆಗೂ ಮೌನವಾಗಿ ಕೂತಿದ್ದಳು. ಅವಳಿಗೆ ಸುತ್ತಲಿನ ಜಗತ್ತು ತೀರಾ ವಿಚಿತ್ರವಾಗಿ ಕಂಡಿತು. "ಮಾತೃತ್ವ ಹೆಣ್ಣಿಗೆ ಸಹಜವಾದದ್ದು. ಅದ್ಕೆ ಮದ್ವೆಯ ಸಂಕೋಲೆ ಅಗತ್ಯವಿಲ್ಲ."

ಆದರೆ ಮೋನಿಷಾ ಮಂಡಿಸಿದ್ದು, "ಆ ಮಗುವನ್ನ ತಂದೆಯ ಪ್ರೀತಿಯಿಂದ ವಂಚಿತಳನ್ನಾಗಿ ಮಾಡೋ ಹಕ್ಕು ನಿನಗೆ ಯಾರು ಕೊಟ್ಟರು? ಈ ಪ್ರಶ್ನೆ ಆ ಮಗು ಬೆಳೆದು ದೊಡ್ಡದಾದ ಮೇಲೆ ಕೇಳುತ್ತೆ." ವಾದ ಪ್ರತಿವಾದಗಳ ನಡುವೆ ಅವಳ ಮಾನಸಿಕ ಸ್ಥಿತಿ ಝರ್ಜರಿತವಾಯಿತು.

ತೆರೆದ ಬಾಗಿಲಿನಿಂದಲೇ ಹೊರಬಂದ ಮಂದಾಕಿನಿ, 'ಉಸ್ಸೆಂದು' ಕೂತಳು. ತಾಯ್ತನದ ಭಾರದಿಂದ ಜಗ್ಗಿದ್ದರೂ ಅತ್ಯಂತ ಹಸನ್ಮುಖಿಳಾಗಿದ್ದಳು.

"ಮೈಯಲ್ಲಿ ಹುಷಾರಿಲ್ವಾ? ಯಾಕೆ ಮಂಕಾಗಿ ಕೂತೆ" – ಶಾರದಳ ತೋಳಿನ ಮೇಲೆ ಕೈಹಾಕಿದಳು. ಒಣಗಿದ ತುಟಿಯ ಮೇಲೆ ನಾಲಿಗೆಯಾಡಿಸಿದ ಅವಳು ಕಿರುನಕ್ಕಳು. "ಏನಿಲ್ಲ, ನಂಗೆ ಹಾಸ್ಟೆಲ್ ತಿಂಡಿ ಊಟ ಸರಿಹೋಗ್ತಾ ಇಲ್ಲ. ಹೊಟ್ಟೆಯಲ್ಲಿ ವಿಪರೀತ ಸಂಕಟ."

ಘೊಳ್ಳೆಂದು ನಕ್ಕುಬಿಟ್ಟ. ಮಂದಾಕಿನಿಯ ಕಣ್ಣುಗಳಲ್ಲಿ ತುಂಟ ನಗು ಮಿನುಗಿತು. "ಅಷ್ಟೇನಾ?" ತೋರುಬೆರಳಿನಿಂದ ಅವಳ ಗಲ್ಲವನ್ನ ಹಿಡಿದೆತ್ತಿ ಕಣ್ಣಲ್ಲಿ ನೋಟ ನೆಟ್ಟಳು. "ಎನಿಥಿಂಗ್ ರಾಂಗ್? ವರೀ ಮಾಡ್ಬೇಕಾಗಿದ್ದೇ ಇಲ್ಲ. ಬೇಗ ತಾಳಿ ಬಿಗ್ಸಿಕೊಂಡ್ಬಿಡು. ಇಂಥ ದಂತದ ಗೊಂಬೆನ ನೋಡ್ಕೊಂಡ್ ಜಗದೀಶ ತಾನೇ ಎಷ್ಟು ದಿನ ಸುಮ್ಮನಿದ್ದಾನು?" ನಗು ತುಳುಕಿಸಿದಳು. ಶಾರದಳ ನಾಲಿಗೆಯಲ್ಲಿನ ಪಸೆ ಆರಿತು. ನೇರವಾಗಿ ಜಗದೀಶನ ಮೇಲೆ ಆರೋಪ!

"ಅಂಥದ್ದೇನಿಲ್ಲ, ಜಗದೀಶ್ ಈಸ್ ಆಲ್ಸೋ ಎ ಫ್ರೆಂಡ್. ಅವ್ರನ್ನ ಮದ್ವೆ ಆಗೋ

ಯೋಚ್ನೇನೇ ಇಲ್ಲ." ಸರಳವಾಗಿ ಉಸುರಿದಾಗ ಮಂದಾಕಿನಿಯ ಮುಖದ ನಗು, ತುಂಟತನವೇನು ಅಳಿಸಿಹೋಗಲಿಲ್ಲ. "ನನಗೆಲ್ಲ ಗೊತ್ತುಬಿಡು" ಎಂದು ಹೇಳುವಂತಿತ್ತು ಅವಳ ತುಟಿಗಳು.

ಆಮೇಲೆ ಮಂದಾಕಿನಿ ಏನೇನೋ ಹೇಳಿದಳು. ಯಾವುದೋ ಹುದ್ದೆ, ವಿದ್ಯೆಗಿಂತ ಹೆಣ್ಣು ದಾಂಪತ್ಯದ ಬದುಕನ್ನ ಹೆಚ್ಚು ಇಷ್ಟಪಡುತ್ತಾಳೆ ಎನ್ನುವುದನ್ನೇ ಅವಳು ಪದೆ ಪದೇ ಪ್ರತಿಪಾದಿಸಿದಳು.

ಮಾಧು ಬಂದಮೇಲೆಯೇ ಅವಳು ಎದ್ದಿದ್ದು.

"ಯಾವಾಗ್ಬಂದೆ?" ಅವಳ ಬಳಿಯಲ್ಲೇ ಕೂತ. ಅವನ ಬಿಳಿ ಪ್ಯಾಂಟ್ ಧೂಳಿನಮಯವಾಗಿತ್ತು. "ಇವತ್ತು ರನ್ ಹೊಡೆದಕ್ಕಿಂತ ಬಿದ್ದಿದ್ದೇ ಜಾಸ್ತಿ." ಪ್ಯಾಂಟ್ ಮೇಲಿನ ಧೂಳನ್ನ ಕೈಯಿಂದ ಕೊಡವಿದ.

"ಇವತ್ತು ಜಗದೀಶ್ ತಮ್ಮ ಸಿಕ್ಕಿದ್ದ. ಅವ್ರ ಮನೆಯಲ್ಲಿ ತುಂಬ ಗಲಾಟೆಯಂತೆ. ದೊಡ್ಡ ಮನೆ, ಕಾರು ಕೊಡೋ ಹೆಣ್ಣುಕಡೆಯವ್ರು ಬಂದಿದ್ದಾರಂತೆ." ತಾನು ಸಂಗ್ರಹಿಸಿಕೊಂಡು ಬಂದಿದ್ದನ್ನ ಅವಳ ಮುಂದೆ ಬಿಚ್ಚಿದ.

"ಮೊದ್ಲು ಬಟ್ಟೆ ಬದಲಾಯ್ಸಿ ಮುಖ ತೊಳ್ಕೋ" – ಯಾವುದೇ ಆಸಕ್ತಿ ವಹಿಸದೆ ತಣ್ಣಗೆ ಉಸುರಿದಳು. ಎದ್ದ ಮಾಧು ಮತ್ತೆ ಕೂತ. "ನೀನು ಜಗದೀಶರನ್ನ ಮದ್ವೆಯಾಗ್ಬಿಡು. ಅವತ್ತು ಒಡ್ವೆಗೋಸ್ಕರ ಗಲಾಟೆ ಮಾಡಿದ್ರೂ ತುಂಬ ಒಳ್ಳೆಯವ್ರು." ದೀನ್ಯತೆ ಅವನ ಮುಖದಲ್ಲಿತ್ತು.

"ಮಾಧು, ಹೋಗಿ ಬಟ್ಟೆ ಬದಲಾಯ್ಸಿ ಮುಖ ತೊಳ್ಕೋ." ಸ್ವಲ್ಪ ಸೀರಿಯಸ್ಸಾದಳು. ಮುಖ ಮುದುಡಿಹೋದ.

ಪ್ರಯಾಸದಿಂದ ಎದ್ದುಹೋಗಿ ಕಾಫಿಗಾಗಿ ನೀರಿಟ್ಟಳು. ಈಗ ಅವಳಿಗೆ ತನ್ನ ಪರಿಸ್ಥಿತಿಗಿಂತ ಜಗದೀಶನ ಭವಿಷ್ಯದ ಬಗ್ಗೆಯೇ ಯೋಚನೆಯಾಯಿತು. ತಿಂಗಳುಗಳು ಉರುಳಿ ಜನಕ್ಕೆ ಗೊತ್ತಾದಾಗ ಅವರು ಬೆಟ್ಟು ತೋರುವುದು ಜಗದೀಶನತ್ತಲೆ. ಆಗ ನಡೆಯಬಹುದಾದ ರಾದ್ಧಾಂತವನ್ನು ಕಲ್ಪಿಸಿಕೊಳ್ಳತೊಡಗಿದರೆ... ಬರೀ ಮಬ್ಬು.

ವಾತ್ಸಲ್ಯ, ಮೃದುತ್ವವನ್ನ ಕಳೆದುಕೊಳ್ಳಬೇಕೆನಿಸಿತು. ಆ ದಿಶೆಯಲ್ಲಿ ಚಿಂತಿಸತೊಡಗಿದಳು.

* * * *

ಜಗದೀಶನ ಕಾರು ರಜತಾದ್ರಿ ತಲುಪಿದಾಗ ಸೂರ್ಯ ತನ್ನ ಇನಿಯಳ ಬಳಿ ಸೇರಲು ಆತುರಪಡುತ್ತಿದ್ದ. ಕೆಂಪನೆಯ ಸಂಜೆಗೆಂಪು ಎಲ್ಲೆಡೆ ಹರಡಿಕೊಂಡಿತ್ತು.

ವಾಚ್‌ಮನ್ ಗೇಟ್ ತೆರೆಯದೆಯೇ ಅವನ ಬಳಿ ಬಂದು, "ಕೌನ್ ಸಾಬ್?" ಸೆಲ್ಯೂಟ್ ಹೊಡೆದು ನಮ್ರತೆಯಿಂದ ಪ್ರಶ್ನಿಸಿದ. ಹಿಂದೆ ಇದ್ದ ವಯಸ್ಸಾದ ವಾಚ್‌ಮನ್ ಬದಲು ಬೇರೊಬ್ಬ ಯುವಕ ನೇಮಕವಾದಂತಿತ್ತು. "ನಿಮ್ಮ ಬಾಸ್ ವಿಜಯೇಂದ್ರ ಅವ್ರನ್ನ ನೋಡ್ಬೇಕಿತ್ತು."

"ಅವರಿಲ್ಲ" – ಚುಟುಕಾಗಿ ಉತ್ತರಿಸಿದ.

ಜಗದೀಶನ ಮುಖದ ಮೇಲಿನ ಅರ್ಧ ಗೆಲುವು ಓಡಿಹೋಯಿತು. "ಅವ್ರಿಗೆ ಭಾರತಕ್ಕಿಂತ ಫ್ರಾನ್ಸ್, ಅಮೆರಿಕಾ, ಸ್ವೀಡನ್‌ನೇ ಹೆಚ್ಚು ಗೊತ್ತು." ಶಾರದ ಹೇಳಿದ್ದು ನೆನಪಾಯಿತು. ರಜತಾದ್ರಿ ಅಪರೂಪಕ್ಕೆ ಬಂದು ಹೋಗಲು ಗೆಸ್ಟ್ ಹೌಸ್.

ವಾಚ್‌ಮನ್ ತನ್ನ ಸ್ಥಳಕ್ಕೆ ಹಿಂತಿರುಗಿದ. ಕೆನ್ನೆಯುಜ್ಜಿ ನೋಟವನ್ನ ಹೊರಹಾಕಿದ ಜಗದೀಶ ಸನ್ನೆಮಾಡಿ ಅವನನ್ನ ಕರೆದ.

"ಸ್ವಲ್ಪ ಅನಂತರಾಮಯ್ಯನವ್ರ ಹತ್ರ ಮಾತಾಡ್ತೀನಿ" ಎಂದಾಗ ಕತ್ತು ತೂರಿಸಿದ ಅವನು ಹಿಂದಕ್ಕೆ ಹೋಗಿ ಗೇಟ್ ತೆರೆದ "ಛಲೋ... ಸಾಬ್!"

ಒಳಗೆ ಬಂದ ಕಾರು ನಿಂತಿತು. ಅನಂತರಾಮಯ್ಯನವರನ್ನ ಎಲ್ಲಿ ಭೇಟಿಯಾಗುವುದು? ನೇರವಾಗಿ ಬಂಗ್ಲೆಯ ಸಮೀಪ ನಡೆಸಿದವನು ನಿಲ್ಲಿಸಿ ಇಳಿದ.

ಕಂಬಕ್ಕೊರಗಿ ಕೂತಿದ್ದ ಆಳು ಓಡಿಬಂದ. "ಯಜಮಾನರನ್ನ ನೋಡ್ಬೇಕಿತ್ತು, ಮ್ಯಾನೇಜರ್ ಇದ್ರೂ.... ಪರ್ವಾಗಿಲ್ಲ!". ಅವನು ಅನುಮಾನಿಸುತ್ತ ನಿಂತ. ವಿಜಯೇಂದ್ರನನ್ನ ಇಲ್ಲಿ ಹುಡುಕಿಕೊಂಡು ಬರುವ ಸ್ನೇಹಿತರೇ ಕಮ್ಮಿ.

"ಬನ್ನಿ...." ಎಂದು ಜೊತೆಯಲ್ಲೇ ಕರೆದೊಯ್ದ. "ಸ್ವಲ್ಪ ನಿಂತಿರಿ." ಒಳಗೆ ಹೋದವನು ಎರಡು ನಿಮಿಷದ ನಂತರ ಬಂದ.

ಏನೋ ಬರೆಯುತ್ತಿದ್ದ ಅನಂತರಾಮಯ್ಯನವರು ನಿಧಾನವಾಗಿ ತಲೆಯೆತ್ತಿದವರು ಕನ್ನಡಕ ಸರಿಪಡಿಸಿಕೊಂಡು ದಿಟ್ಟಿಸಿ ಖಾತರಿಪಡಿಸಿಕೊಂಡರು.

"ನಾನು ಜಗದೀಶ, ಬೆಂಗ್ಳೂರಿನ ಕೃಷ್ಣಪ್ರಸಾದ್ ಮಗ" ಪರಿಚಯ ಹೇಳಿಕೊಂಡಾಗ ಅವರ ಮುಖದಲ್ಲಿ ಯಾವುದೇ ಭಾವನೆ ಮೂಡಲಿಲ್ಲ. ನಿರ್ಲಿಪ್ತರಂತೆ ಕಂಡರು. "ಸಂತೋಷ, ಯಾವ ಕೆಲ್ಸದ ಸಲುವಾಗಿ ಬಂದ್ರಿ?"

ಔಪಚಾರಿಕವಾಗಿ ಪ್ರಶ್ನಿಸಿದರು. ಹಿಂದಿನ ಘಟನೆಗಳನ್ನು ಜ್ಞಾಪಿಸಿಕೊಳ್ಳುವುದು ಅವರಿಗೆ ಬೇಡವಾಗಿತ್ತು.

"ರಜತಾದ್ರಿ ಯಜಮಾನರನ್ನ ನೋಡ್ಬೇಕಿತ್ತು." ಉಸುರಿದ. ಮ್ಲಾನವದನರಾದರು. "ಯಾರನ್ನ ನೋಡೋಕೆ ಬಂದಿರೋದು? ಹಿಂದಿನವ್ರು ತೀರಿಕೊಂಡರು." ಇದು ಜಗದೀಶನಿಗೆ ಹೊಸ ವಿಷಯ. ವಿಜಯೇಂದ್ರನನ್ನಬಿಟ್ಟು ಅವರ ಕುಟುಂಬದವರ ಬಗ್ಗೆ ಶಾರದ ಏನು ಹೇಳಿರಲಿಲ್ಲ.

"ವಿಜಯೇಂದ್ರ...." ಎಂದಕೂಡಲೇ ಅನಂತರಾಮಯ್ಯ ಕನ್ನಡಕ ತೆಗೆದು ಮೇಜಿನ ಮೇಲಿಟ್ಟರು. "ಅವ್ರು ಈಗ ಫ್ರಾನ್ಸ್‌ನಲ್ಲಿದ್ದಾರೆ. ಕೋಟ್ಯಂತರ ರೂಪಾಯಿಗಳು ಬಂಡವಾಳ ಹೂಡಿರುವ ಉದ್ದಿಮೆಗಳು ಅಲ್ಲೇ ಇರೋದ್ರಿಂದ..." ಸ್ವಲ್ಪ ಮೇಲಕ್ಕೆ ಪೇಟಾ ಎತ್ತಿ ತಲೆ ಕೆರೆದುಕೊಂಡರು. "ವಾಸ್ತವ್ಯ ಕೂಡ ಅಲ್ಲಿಯೇ." ತಾವು ಹೇಳಿದ್ದು ಮುಗಿಯಿತೆಂದುಕೊಂಡು ತಮ್ಮ ಕೆಲಸದಲ್ಲಿ ಮಗ್ನರಾದರು.

ಕಹಿ ಉಗುಳನ್ನ ಜಗದೀಶ ಬಲವಂತವಾಗಿ ನುಂಗಿದ.

"ಯಾವಾಗ ಬರ್ತಾರೆ?"

"ಗೊತ್ತಿಲ್ಲ...." ಅನಂತರಾಮಯ್ಯನವರು ತಲೆಯನ್ನ ಮೇಲಕ್ಕೆತ್ತಲಿಲ್ಲ. "ನಮ್ಗೆ ಅಂಥ ಇನ್‌ಫರ್ಮೇಷನ್ ಸಿಕ್ಕೋದು ಅಪರೂಪ. ಒಮ್ಮೊಮ್ಮೆ ಬರೋಕೆ ಮುನ್ನ ಕಾಲ್ ಮಾಡೋದು ಉಂಟು. ಈಗ ಅಂಥ ಸಮಾಚಾರವೇನು ಇಲ್ಲ." ಮತ್ತೆ ಪ್ರಶ್ನಿಸಬಾರದು ಅಂತಲೇ ಇಷ್ಟು ಸುದ್ದಿಯನ್ನ ಒಮ್ಮೆಲೇ ಒದರಿ ಸುಮ್ಮನಾದರು.

ನಿಧಾನವಾಗಿ ಹೊರಗೆ ಬಂದ ಜಗದೀಶ. ಅನಂತರಾಮಯ್ಯನವರಿಂದ ತನಗೆ ಯಾವುದೇ ಸಹಾಯ, ಸಹಕಾರ ಸಿಗದೆಂದು ಅವನಿಗೆ ವ್ಯಕ್ತವಾಯಿತು.

"ಈ ಜನರೆಲ್ಲ ಮೂರ್ಖರು!" – ಹಲ್ಲು ಕಡಿದ. ತೀಡಿ ಬಂದ ತಂಗಾಳಿ ಸುಂದರವಾಗಿ ನಕ್ಕಂತಾಯಿತು.

ಕೆದರಿದ ಕ್ರಾಪ್ ಸರಿಮಾಡಿಕೊಂಡು ಕಾರಿನ ಬಳಿಗೆ ಬಂದ. ಹಿಂದಿರುಗಬೇಕಷ್ಟೆ. ಈಗ ಶಾರದಳ ಮುಖ ತೇಲಿತು.

"ದೇಹದ ಬಯಕೆಗೆ ನಾನು ಬಲಿಯಾಗ್ಲಿಲ್ಲ. ಹೃದಯದ ಕೂಗಿಗೆ ಓಗೊಟ್ಟೆ. ನಂಗೆ ಈಗ್ಲೂ ಪಶ್ಚಾತ್ತಾಪವಿಲ್ಲ. ನಾನು ಎಂದು ವಿಜಯೇಂದ್ರನಿಗೆ ಮಾರುಹೋದ್ನೋ... ಅಂದಿನಿಂದ ಅವರವಳೇ." ಅವಳ ಮೂಢಮಾತುಗಳು ಮಸ್ತಿಷ್ಕದಲ್ಲಿ ತೇಲಿದಾಗ ಕ್ಷಣ ಅವನ ಮನಸ್ಸು ಪಾಷಾಣವಾಯಿತು. 'ಸೆಂಟಿಮೆಂಟಲ್ ಫೂಲ್' – ಅವುಡು ಕಚ್ಚಿದ. ಸುಯ್ಯೆಂದು ಬಂದ ಗಾಳಿ ಅವನ ಕೋಪವನ್ನ ಹೊತ್ತು ಮಾಯವಾಯಿತು.

"ಬರೀ ಹೆಂಗಸರು ಪ್ರೀತಿ, ಪ್ರೇಮ ಅಂತ ಸಾಯ್ತಾರೆ. ಅದ್ಬಿಟ್ಟು ಬದ್ಕು ಇಲ್ವಾ!" ಈರ್ಷ್ಯೆ ಅವನನ್ನ ಕೆರಳಿಸಿತು.

"ತಾವು ಯಾರು?" ತೀರಾ ಸನಿಹದಲ್ಲಿಯೇ ದನಿ ಕೇಳಿದಾಗ ಎಚ್ಚೆತ್ತ. "ನಾನು ದತ್ತ ಅಂತ. ಕುಕ್..." ಎಡಗೈ ತೆರೆದು ಬಗಗೈಯಿಂದ ಒಂದು ಬೆರಳು ಮಡಚಿದ "ಯಜಮಾನರ ಪಿ.ಎ." ಎರಡನೆ ಬೆರಳು ಮಡಚಿದ. "ಅವರಿಲ್ಲದಾಗ ಇಮ್ಮಿಡಿಯೇಟ್ ಆಫೀಸರ್, ಆಳುಕಾಳುಗಳ ಕಷ್ಟಸುಖ ನೋಡೋ ಕ್ಯಾಷಿಯರ್" ಎಂದು ಇನ್ನೆರಡು ಬೆರಳುಗಳನ್ನ ಮಡಚಿದ.

ಜಗದೀಶನ ಮುಖದ ಮೇಲೆ ನಗು ತೇಲಿತು. ಎರಡು ಕೈಗಳನ್ನ ಜೇಬಿನೊಳಕ್ಕೆ ತುರುಕಿ ದತ್ತನನ್ನ ಅಡಿಯಿಂದ ಮುಡಿಯವರೆಗೂ ನೋಡಿದ. "ಕ್ಯಾಷಿಯರ್, ಇಮ್ಮಿಡಿಯಟ್ ಆಪೀಸರ್ ಬಫೂನ್" ಎಂದುಕೊಂಡ.

"ಗ್ಲಾಡ್ ಟು ಮೀಟ್ ಯು" – ದೊಡ್ಡಸ್ತಿಕೆ ಮರೆತು ಅವನ ಕೈಕುಲುಕಿದ. ದತ್ತ ಉಬ್ಬಿಹೋದ. ದೊಡ್ಡ ಜನರೆನ್ನಿಸಿಕೊಂಡವರು ಈ ರೀತಿ ಅವನ ಜೀವನದಲ್ಲಿ ನಡೆದುಕೊಂಡಿದ್ದು ಮೊದಲ ಸಲ. "ಥ್ಯಾಂಕ್ಯೂ ಸರ್, ಥ್ಯಾಂಕ್ಯೂ ವಾಟ್ ಕೆನ್ ಐ ಡೂ ಫಾರ್ ಯು?" ವಿನಯ ಪ್ರದರ್ಶಿಸಿದ. ಅವನ ಸಹಕಾರ ಅತ್ಯವಶ್ಯಕವೆನಿಸಿತು.

"ನಾನು ಸ್ವಲ್ಪ ಯಜಮಾರನ್ನ ನೋಡ್ಬೇಕಲ್ಲ; ಬಹುಶಃ ಅವ್ರು ಯಾವಾಗ್ಬರ್ತಾರೆ?" ದತ್ತ ತಲೆ ಕೆರೆದುಕೊಂಡ. ತಟ್ಟನೆ ಮಿಂಚು ಹೊಡೆದಂತಾಯಿತು.

"ಇವತ್ತು ನೀವು ಇಲ್ಲೇ ಇರೀ, ರಾತ್ರಿ ಕಾಲ್ ಬರ್ಬಹುದ್ದು. ಆಗಾಗ ರಜತಾದ್ರಿ, ಅದ್ರಲ್ಲಿ ವಾಸವಾಗಿರೋ ಜನರ ಬಗ್ಗೆ ವಿಚಾರಿಸ್ತಾರೆ." ಒಂದು ಸೂಚನೆ ಕೊಟ್ಟ.

ಜಗದೀಶ ಯೋಚನೆಯಾಳಕ್ಕೆ ಇಳಿದ. ತಾನು ಬಂದ ಕೆಲಸ ಕ್ಲಿಷ್ಟವೆಂದುಕೊಂಡಿದ್ದ. ಸಂಬಂಧಗಳನ್ನು ತೀರಾ ಯಾಂತ್ರಿಕ ದೃಷ್ಟಿಯಿಂದ ನೋಡುವ ಜನರು ಇಂಥ ವಿಷಯಗಳಲ್ಲಿ ಹೇಗೆ ವ್ಯವಹರಿಸಬಹುದೆಂದು ಅವನಿಗೆ ಗೊತ್ತು. ತಾನು ಅಂದು ನಡೆದುಕೊಂಡ ರೀತಿಯನ್ನೇ ವಿಶ್ಲೇಷಿಸಿಕೊಂಡ.

ನೂರರ ಒಂದು ನೋಟನ್ನ ತೆಗೆದು ಅವನ ಜೇಬಿನೊಳಕ್ಕೆ ತುರುಕಿದ. ದತ್ತ ಸಂಕೋಚದ ನಗೆ ಬೀರಿದ.

"ಇದೆಲ್ಲ.... ಯಾಕೆ? ನಾನು ಸಾಕಬೇಕಾದ ಜನನೇ ಇಲ್ಲ. ಅಷ್ಟು ಪ್ರೀತಿ, ವಿಶ್ವಾಸ ತೋರ್ಸಿ ಒಳ್ಳೆ ಮಾತಾಡಿದ್ರೆ... ಸಾಕು" ನೋಟು ತೆಗೆಯಲು ಯತ್ನಿಸಿದಾಗ ಜಗದೀಶ ತಡೆದ. "ಬೇಡ, ನಾನು ವಿಶ್ವಾಸದಿಂದ್ಲೇ ಕೊಟ್ಟಿದ್ದು ಅಂತ ತಿಳ್ಕೋ." ಈಗ ದತ್ತ ಸುಮ್ಮನಾದ. ಸ್ವಲ್ಪ ಮುಂದುವರಿದು ಅವನೇ ಕೇಳಿದ. "ವಿಜಯೇಂದ್ರ ಅವ್ರು ಇಷ್ಟರಲ್ಲೇ ಬರೋ ಸೂಚ್ನೇ ಇದ್ಯಾ? ಸ್ವಲ್ಪ ಅರ್ಜೆಂಟಾಗಿ ಅವ್ರನ್ನೇ ನೋಡ್ಬೇಕು." ಪುಸಲಾಯಿಸಿದ.

ದತ್ತ ಚಿಂತೆಗೊಳಗಾದ. ಆ ಬಗ್ಗೆ ಅವನು ಯಾವುದೇ ಭರವಸೆ ಕೊಡಲು ಸಾಧ್ಯವಿರಲಿಲ್ಲ.

"ಏನು ಹೇಳ್ಲಾರೆ! ದೊಡ್ಡೋರು ಸತ್ತುಹೋದ್ರು. ಇನ್ನು ಆ ಮಹಾತಾಯಿ ಎಲ್ಲಿ ಹೋದ್ಳೋ! ಇನ್ನ ಚಿಕ್ಕಮ್ಮಾವ್ರು ಅಮಲಿನಲ್ಲಿ ಎಲ್ಲಿದ್ದಾರೋ! ಪಾಪ.... ಇವರೊಬ್ರು." ದುಃಖ ಇಣಕಿತು. ಈ ದೌರ್ಬಲ್ಯವನ್ನ ಅನಂತರಾಮಯ್ಯನವರು ಖಂಡಿಸುತ್ತಿದ್ದುದು. ಮಾತಾಡುವ ಜನ ಸಿಕ್ಕರೆ ಎಲ್ಲಾ ಪುರಾಣವನ್ನ ಒದರಿಬಿಡುತ್ತಾನೆ.

ಜಗದೀಶನ ಕುತೂಹಲ ಇನ್ನಷ್ಟು ಕೆದರಿತು. ಆದರೆ ಹೆಚ್ಚು ಪ್ರಶ್ನಿಸುವುದು ಒಳ್ಳೆಯದಲ್ಲವೆಂದುಕೊಂಡ.

ಅಷ್ಟರಲ್ಲಿ ರಭಸದಿಂದ ಬಂದ ಕಾರು ಸವರಿದಂತೆ ಮುಂದಕ್ಕೆ ಹೋಗಿ ಪೋರ್ಟಿಕೋದಲ್ಲಿ ನಿಂತಾಗ, ದತ್ತ ಎದ್ದೆನೋ ಬಿದ್ದೆನೋ ಎಂದು ಓಡಿದ.

ವಿಜಯೇಂದ್ರ ಕಾರಿನಿಂದ ಇಳಿದಿದ್ದನ್ನ ನೋಡಿ ಅವನ ಮನ ಹಗುರವಾದರೂ, ಅವನು ತೊಟ್ಟ ವಿದೇಶಿ ಸೂಟು, ಮುಖದಲ್ಲಿನ ಸಿರಿವಂತಿಕೆಯ ಗಾಂಭೀರ್ಯ, ಎತ್ತರದ ಮೈಕಟ್ಟು–ಅವನನ್ನ ಕ್ಷಣ ಗಲಿಬಿಲಿಯಲ್ಲಿ ಕೆಡವಿತು.

ಏದುಸಿರುಬಿಡುತ್ತಾ ಹಿಂದಕ್ಕೆ ಓಡಿಬಂದ ದತ್ತ, "ಯಜಮಾನ್ರು ಕರೀತಾರೆ" ಎಂದವನು ಪುನಃ ಹೋದ. ಜಗದೀಶ ಬಹಳ ಎಚ್ಚರದಿಂದಲೇ ನಡೆದ.

"ಹಾಯ್..." ವಿಜಯೇಂದ್ರ ಕೈಯೆತ್ತಿ ನಸುನಗು ಬೀರಿದ. ಎಂಥ ಸುಂದರವಾದ ನಗೆ ಅನಿಸಿತು. "ಗುಡ್ ಇವ್ನಿಂಗ್ ಸರ್" ಎಂದ. ತಾನೇ ಕೈಚಾಚಿದ. ವಿಜಯೇಂದ್ರ ಅವನ ಕೈಕುಲುಕಿದ. "ಅಲ್ಯಾಕೆ ವೈಟ್ ಮಾಡ್ತಾ ಇದ್ದೀರಾ! ಕೆಲವೊಮ್ಮೆ

ರಾತ್ರಿಗಳನ್ನು ಕೂಡ ಅನಂತರಾಮಯ್ಯ ಇಲ್ಲೇ ಕಳ್ದುಬಿಡ್ತಾರೆ, ಹೋಗಿ... ನೋಡಿ." ಒಳಗೆ ನಡೆದ.

ಆಳುಗಳೆಲ್ಲ ದೊಡ್ಡ ಹಾಲ್‌ನಲ್ಲಿ ಸಾಲಾಗಿ ಬಂದು ನಿಂತರು. ಒಟ್ಟು ಹನ್ನೆರಡು ಜನ ಇದ್ದರು. ಹೊರಗಿನ ಕೆಲಸಕ್ಕೆ ಇನ್ನು ಹತ್ತು ಮಂದಿಯಾದರೂ ಇರಬೇಕೆಂದುಕೊಂಡ. ಈಗ ರಜತಾದ್ರಿಯ ಶ್ರೀಮಂತಿಕೆಯ ಕಲ್ಪನೆ ಸ್ಪಷ್ಟವಾಗತೊಡಗಿತು.

ಮುಂದಿನ ಹಜಾರದಲ್ಲಿದ್ದ ಸೋಫಾ ಮೇಲೆ ಕೂತು ಇಲ್ಲಸ್ಟ್ರೇಟೆಡ್ ವೀಕ್ಲಿ ಪುಟ ತಿರುವತೊಡಗಿದ. ಒಂದು ಪ್ರಮುಖವಾದ ಸುದ್ದಿ, ಸತೀ ಹೋದ ರೂಪಕನ್ವರ್ ಬಗ್ಗೆ.

ಹೆಣ್ಣು ಎಷ್ಟನೆ ಶತಮಾನದಲ್ಲಿದ್ದಾಳೆ? ಅವಳ ಚಿಂತನೆಗಳು ಯಾವ ದಿಕ್ಕು ಹಿಡಿದಿದೆ. ಸಮಾಜ ಅವಳ ಭಾವನೆಗಳಿಗೆ ಎಷ್ಟು ಒತ್ತು ಕೊಟ್ಟಿದೆ. "ಮೆಟೀರಿಯಲಿಸಂಗಿಂತ ಸೆಂಟಿಮೆಂಟಲಿಂಸ ಹೆಚ್ಚು ಖುಷಿಕೊಡುತ್ತೆ"–ಎಲ್ಲೋ ಓದಿದ್ದು ನೆನಪಿಸಿಕೊಂಡ.

ಹೊರಬಂದ ಅನಂತರಾಮಯ್ಯ ಅವನತ್ತ ನೋಡಿದರು. "ಯಜಮಾನ್ರು ಬಂದಿದ್ದಾರೆ. ನೋಡ್ಕೊಂಡ್ಹೋಗ್ತೀನಿ." ಎಂದಾಗ ತಮ್ಮನ್ನ ಅಣಕಿಸಿದಂತಾಯಿತು ಅವರಿಗೆ. ತಲೆದೂಗಿ ಒಳಕ್ಕೆ ಹೋದರು.

ನಿಮಿಷಗಳು ಗಂಟೆಗಳೆನಿಸಿತು. ಅಲ್ಲಿರೋ ಪತ್ರಿಕೆಗಳನ್ನೆಲ್ಲ ತಿರುವಿ ಹಾಕಿದ. ಬೇಸರದಿಂದ ಮೇಲಕ್ಕೇಳುವ ವೇಳೆಗೆ ದತ್ತ ಹೊರಗೆ ಬಂದ.

"ಏನು ಹೇಳ್ಬೇಕು. ಬೇಕಾದ್ರೆ ನಿಮ್ಮ ಪರಿಚಯದ ಒಂದು ಸ್ಲಿಪ್ ಕೊಡಿ, ನಾನು ತಲುಪಿಸ್ತೀನಿ." ತಲೆಯ ಮೇಲಿನ ಟೋಪ್ಪಿ ಸರಿಮಾಡಿಕೊಂಡ. ಅವನು ತೊಟ್ಟ ಬಿಳಿಯ ಯೂನಿಫಾರಂ ಫಳಫಳ ಹೊಳೆಯುತ್ತಿತ್ತು.

"ಅಂಥದೇನಿಲ್ಲ! ಈಗಾಗ್ಲೇ ನೋಡಿದ್ದಾರೆ. ಅವ್ರ ನೆನಪಿನ ಶಕ್ತಿ ಅಗಾಧ. ಅವ್ರು ನಾರ್ಮಲ್‌ಗೆ ಬಂದ್ಮೇಲೆ ನನ್ನ ವಿಷ್ಯ ತಿಳ್ಸಿದ್ರೆ... ಸಾಕು." ಕೈಯಲ್ಲಿನ ಪತ್ರಿಕೆ ಕೆಳಗೆ ಹಾಕಿದ. "ನಾರ್ಮಲ್.." ಗೊಣಗಿಕೊಳ್ಳುತ್ತಲೇ ಒಳಗೆ ಹೋದ.

ಹತ್ತು ನಿಮಿಷದ ನಂತರ ಬಂದ ದತ್ತ ಅತ್ತಿತ್ತ ನೋಡಿದ.

"ಬನ್ನಿ, ನೀವು ರೆಸ್ಟ್ ತಗೊಳ್ಳಿ. ಆಮೇಲೆ ನೋಡ್ತಾರೆ. ಈಗ ಯಾವ್ದೋ ಇಂಪಾರ್ಟೆಂಟ್ ಫೋನಿಗೋಸ್ಕರ ಕಾಯ್ತಾ ಇದ್ದಾರೆ." ಅತಿಥಿಗಳಿಗೆಂದೇ ಮೀಸಲಾದ ಕೋಣೆಗೆ ಕರೆದೊಯ್ದುಬಿಟ್ಟ.

ರಾತ್ರಿ ಒಂಭತ್ತಕ್ಕೆ ಡೈನಿಂಗ್ ಹಾಲ್‌ಗೆ ಬಂದಾಗಲೆ ಅವನಿಗೆ ಬುಲಾವ್ ಬಂದಿದ್ದು.

"ಡಿನ್ನರ್‌ಗೆ ಬರ್ಬೇಕಂತೆ. ಆಮೇಲೆ ನಿಮ್ಹತ್ರ ಮಾತಾಡ್ಬಹ್ದು." ದತ್ತ ತಿಳಿಸಿದ. ಕ್ಷಣ ಅನುಮಾನಿಸಿದರೂ ಎದ್ದುಹೋದ.

ಶ್ರೀಮಂತ ಬದುಕನ್ನ ಕಂಡ ಜಗದೀಶ ಕೂಡ ಡೈನಿಂಗ್ ಹಾಲ್‌ನ ಅಂದಚೆಂದಕ್ಕೆ

ವಿಸ್ಮಿತನಾದ. ರಜತಾದ್ರಿ ನಿಜವಾಗಿಯೂ ಅರಮನೆಯೇ ಅಂದುಕೊಂಡ. ಇನ್ನುಮೇಲೆ ಇಲ್ಲಿನವರ ಬದುಕನ್ನ ಅರಿಯಬೇಕಿತ್ತು.

ಇವನು ವಂದಿಸಿದಕ್ಕೆ ಮುಗುಳ್ನಕ್ಕನೇ ವಿನಃ ವಿಜಯೇಂದ್ರ ಊಟ ಮುಗಿಯುವವರೆಗೂ ಏನು ಮಾತಾಡಲಿಲ್ಲ.

"ಬನ್ನಿ...." ಮೇಲಕ್ಕೆ. ನಡೆದಾಗ ಜಗದೀಶ ಹಿಂಬಾಲಿಸಿದ. ವಿಜಯೇಂದ್ರ ಬೇರೆಯವರ ಬಳಿ ಅಷ್ಟೊಂದು ಆಸಕ್ತಿ ವಹಿಸುತ್ತಿರಲಿಲ್ಲ. ಆದರೆ ಜಗದೀಶ ಅನಂತರಾಮಯ್ಯನವರ ವ್ಯಕ್ತಿಯೆನ್ನುವುದೆ ಈ ಧಾರಾಳತನಕ್ಕೆ ಕಾರಣ.

ಹಿಂದಿನ ಬಾಲ್ಕನಿಯಲ್ಲಿ ಕೂತಾಗ ಅನಂತರಾಮಯ್ಯನವರ ಮನೆಯ ವಿದ್ಯುತ್ ದೀಪಗಳು ಸ್ಪಷ್ಟವಾಗಿ ಕಾಣಿಸಿದವು.

"ಏನೋ ಮಾತಾಡ್ಬೇಕೂಂತ ಅಂದರಂತೆ." ಕೂತು ಲಾಂಗ್ ಛೇರಿನಲ್ಲಿ ಹಿಂದಕ್ಕೆ ಒರಗಿದ ವಿಜಯೇಂದ್ರ, "ಬೈ ದಿ ಬೈ... ನಿಮ್ಹೆಸರು?" ಎಂದ.

"ಜಗದೀಶ್.... ಅಂತ" ಸಂಕೋಚ ಅವನ ಸ್ವರದಲ್ಲಿ ತೇಲಿದ್ದನ್ನ ವಿಜಯೇಂದ್ರ ಗುರ್ತಿಸಿದ. "ಕಾಲ ಹಣಕ್ಕಿಂತ ಅಮೂಲ್ಯ. ಕಮಾನ್...." ಎಂದ.

ಹೇಗೆ ಪ್ರಾರಂಭಿಸಬೇಕು? ಎಲ್ಲಿಂದ ಪ್ರಾರಂಭಿಸಬೇಕು? ಇದನ್ನ ವಿಜಯೇಂದ್ರ ಹೇಗೆ ತೆಗೆದುಕೊಳ್ಳಬಹುದು? ಕ್ಷಣ ಅವನ ಮಿದುಳು ನಿಷ್ಕ್ರಿಯಗೊಂಡಿತು.

"ವಿಷ್ಯ ಪ್ರಾರಂಭಿಸುವ ಮುನ್ನ ನನ್ನ ವೈಯಕ್ತಿಕ ವಿಷ್ಯ ಒಂದಿಷ್ಟು ನಿಮ್ಗೆ ಹೇಳ್ಬೇಕು. ಅದ್ನ ಕೇಳೋ ಪೇಷನ್ಸ್ ನಿಮ್ಗೆ ಬೇಕು." ಧೈರ್ಯಗೂಡಿಸಿಕೊಂಡ. ವಿಜಯೇಂದ್ರನ ಅಗಲವಾದ ಕಣ್ಣುಗಳು ಕಿರಿದಾದವು. "ವ್ಹಾಟ್..." ಸ್ವಲ್ಪ ರೇಗಿದ. "ಎಕ್ಸ್‌ಕ್ಯೂಜ್ ಮಿ..." ಕ್ಷಮೆ ಯಾಚಿಸಿದ. ಛೇರ್ ಬೆನ್ನು ಬಿಟ್ಟು ಮುಂದಕ್ಕೆ ಬಂದ ವಿಜಯೇಂದ್ರ ಪೂರ್ತಿ ಹಿಂದಕ್ಕೆ ಒರಗಿ, ಹೇಳುವಂತೆ ಸನ್ನೆ ಮಾಡಿದ.

ಶಾರದಳ ಹೆಸರೊಂದು ಬಿಟ್ಟು ರಜತಾದ್ರಿಗೆ ಬರುವವರೆಗೂ ಹೇಳಿದ. ಅಲ್ಲಿ ಕೂಡ ಕೆಲವನ್ನ ಮುಚ್ಚಿಟ್ಟರೂ ಸತ್ಯವನ್ನ ಉಸುರಿದ.

"ವೆರಿ... ಇಂಟರೆಸ್ಟಿಂಗ್... ಹೇಳಿ" ಎಂದ ವಿಜಯೇಂದ್ರ ಮನದಲ್ಲೇ ನಕ್ಕ. ಈಗಂತೂ ಅವನಿಗೆ ಗೌರವಾಭಿಮಾನಗಳಿರಲಿ, ಯಾವ ಆಧಾರವೂ ಇರಲಿಲ್ಲ. ಹೆಣ್ಣಿನ ಬಗ್ಗೆ ಭಾಮಿನಿ, ರೀತಾ ಅವನ ಮೃದುವಾದ ಮನವನ್ನ ಛಿದ್ರಗೊಳಿಸಿಬಿಟ್ಟಿದ್ದರು.

ಮುಂದಿನದನ್ನ ಹೇಳಿ ಮುಗಿಸಿದಾಗ ವಿಜಯೇಂದ್ರ ಕಣ್ಮುಚ್ಚಿ ಹಾಗೆಯೇ ಒರಗಿದ್ದ. ಅವನ ಮುಖದಲ್ಲಿ ಯಾವುದೇ ಭಾವನೆಗಳ ತಾಕಲಾಟವಿರಲಿಲ್ಲ. ಸ್ಟೀರಿಯೋನಲ್ಲಿನ ಮ್ಯೂಸಿಕ್ ಆಲಿಸುವಂತಿದ್ದ.

"ಮುಗೀತಾ...?" ಮೇಲೆದ್ದವನು ತನ್ನ ಕೋಣೆಗೆ ಹೋಗಿ ಡ್ರಾಯರ್‌ನೊಳಗಿದ್ದ ಪುಸ್ತಕವನ್ನು ಹಿಡಿದು ಬಂದು ಜಗದೀಶನ ಮುಂದೆ ಒರಟಾಗಿ ಹಾಕಿದ. "ನಾನು ಆವೊತ್ತೇ ಕೊಟ್ಟಿದ್ದೆ. ಆ ಮೂರ್ಖ ಹೆಣ್ಣಿಗೆ ಹಣದ ಬೆಲೆ ಗೊತ್ತಿಲ್ಲ." ಅವನ ಕಣ್ಣುಗಳಲ್ಲಿ ರೋಷದ ಹೊಗೆಯಾಡುತ್ತಿತ್ತು. ತಕ್ಷಣಕ್ಕೆ ಜಗದೀಶನಿಗೆ ಏನೂ ಅರ್ಥವಾಗಲಿಲ್ಲ.

ಪುಸ್ತಕ ಕೈಗೆತ್ತಿಕೊಂಡು ಪುಟಗಳನ್ನ ಮೊಗಚಿದ. ಒಂದು ಲಕ್ಷ ಮೊತ್ತದ ಚೆಕ್. ಅವನ ಉಸಿರು ನಿಂತಂತಾಯಿತು. ಮೊದಲಿನ ಸ್ಥಳದಲ್ಲೇ ಇಟ್ಟ.

"ಮೂರ್ಖ ಹೆಣ್ಣಲ್ಲ, ಮುಗ್ಧ ಹೆಣ್ಣು. ಥ್ಯಾಂಕ್ಯೂ." ಹಿಂದಕ್ಕೆ ತಿರುಗಿಸಿದಾಗ ವಿಜಯೇಂದ್ರ ರಟ್ಟೆ ಹಿಡಿದು ನಿಲ್ಲಿಸಿದ. "ಜಸ್ಟ್ ಎ ಮಿನಿಟ್..." ಹಿಂದಕ್ಕೆ ಹೋಗಿ ಇನ್ನೊಂದು ಚೆಕ್ ಹಿಡಿದು ಬಂದ. "ಅಂದು ಶಾರದ ಅರ್ಪಿಸಿಕೊಂಡ ರೀತಿ ಮರ್ತುಬಿಡುವಂಥದಲ್ಲ. ಅಪರೂಪಕ್ಕೆ ಸಿಕ್ಕೋ ಸುಖ ಅದು. ಅದ್ಕೆ ತುಂಬಾ ಬೆಲೆನೆ ಕೊಡ್ತಾ ಇದ್ದೀನಿ. ಅದ್ರ ಜೊತೆ ಈ ಎರ್ಡು ಲಕ್ಷ ಅವ್ಳಿಗೆ ತಲ್ಪಿಸಿಬಿಡಿ." ಜಗದೀಶ ತನ್ನ ತಾಳ್ಮೆಯನ್ನ ಪೂರ್ತಿಯಾಗಿ ಕಳೆದುಕೊಂಡುಬಿಟ್ಟ.

"ನಾನಾಗಿ ಬಂದು ನಿಮ್ಗೆ ಅವಮಾನ ಮಾಡೋದು ಶಿಷ್ಟಾಚಾರವಲ್ಲ. ನಿಮ್ಮ ಈ ಹಣನ ಅವ್ಳ ಸಾಕಿದ ನಾಯಿ ಕೂಡ ಮುಟ್ಟೋಲ್ಲ. ಪ್ರೇಮ, ಪ್ರೀತಿ, ಸಂಬಂಧಗಳ ಬಗ್ಗೆ ಅವ್ಳಿಗೆ ಪವಿತ್ರವಾದ ಭಾವನೆಗಳಿವೆ." ಉದ್ವೇಗದಿಂದ ಕಂಪಿಸಿದವನು ದಢದಢನೆ ಅವನ ಮುಂದಿನಿಂದ ಸರಿದು ಹೋದವನು ಹಿಂದಕ್ಕೆ ಬಂದ.

"ಮಿಸ್ಟರ್ ವಿಜಯೇಂದ್ರ, ಒಂದು ಮಾತು ನಿಮ್ಗೆ ನೆನಪಿರ್ಲಿ. ನಿಮ್ಮಂಥ ಕೋಟ್ಯಾಧೀಶ್ವರನ ಮಗ ಈ ಜಗದೀಶನ ಮಗನಾಗಿ ಬೆಳೀತಾನೆ. ಶಾರದ ಒಪ್ಪಲಿ ಬಿಡಲಿ, ನಾನಂತೂ ಆ ಮಗುನ ಬಲಿಕೊಡೋಲ್ಲ." ಎಚ್ಚರಿಸುವಂತೆ ನುಡಿದು ಹೋಗಿಬಿಟ್ಟ.

ವಿಜಯೇಂದ್ರ ತಟಸ್ಥನಾಗಿಬಿಟ್ಟ. ತಣ್ಣನೆಯ ವಾತಾವರಣದಲ್ಲೂ ಅವನ ಮೈ ಬೆವತುಹೋಯಿತು.

"ಆ ಹೆಣ್ಣು ತನ್ನ ಮಗುಗೆ ನನ್ನ ತಂದೆಯಾಗಿಸೋಕೆ ಒಪ್ತಾ ಇಲ್ಲ."

"ಇಪ್ಪತ್ತನೆ ಶತಮಾನದಲ್ಲೂ ಕಲಿತ ಹೆಣ್ಣು ತನ್ನ ಹೃದಯದ ನವಿರಾದ ಭಾವನೆಗಳಲ್ಲೇ ಕೊಳೆತುಹೋಗ್ತಾಳೆ" – ಅದನ್ನ ಜಗದೀಶನೇ ಹೇಳಿದ್ದ.

ಕೆಳಗಿಳಿದು ಬಂದು ಜಗದೀಶನಿಗೆ ಮೊದಲು ಎದುರಾದವನು ದತ್ತ ಮಿಕಿಮಿಕಿ ನೋಡಿದ.

"ಥ್ಯಾಂಕ್ಯೂ.... ದತ್ತ. ನಿನ್ನ ಹೆಲ್ಪ್‌ನ ನಾನು ಯಾವಾಗ್ಲೂ ಮರ್ಯೋಲ್ಲ." ಎರಡು ಕೈಗಳನ್ನ ಹಿಡಿದುಕೊಂಡು ಹೇಳಿದ. ಉದ್ವೇಗದಿಂದ ಅವನ ಸ್ವರವಿನ್ನು ಕಂಪಿಸುತ್ತಿದ್ದುದು ಅವನ ಗಮನಕ್ಕೆ ಬಂತು. "ಎನಿಥಿಂಗ್ ರಾಂಗ್, ಸರ್? ನಮ್ಮ ಬಾಸ್ ರಿಯಲೀ ಜಂಟಲ್‌ಮನ್...." ಮುಂದಿನ ಮಾತುಗಳಿಗೆ ದತ್ತ ತಡವರಿಸಿದಾಗ ತಲೆಯಾಡಿಸಿದ. "ಅಂಥದೇನಿಲ್ಲ!...." ತೆರೆದ ಬಾಗಿಲಿನಿಂದ ಕಣ್ಮರೆಯಾದ.

ಓಡುವ ನಡಿಗೆಯಲ್ಲೇ ಕಾರಿನ ಬಳಿಗೆ ಬಂದವನು ಸುಸ್ತಾದಂತೆ ಅದಕ್ಕೆ ಒರಗಿದ, ಬಂದದ್ದರಿಂದ ಯಾವುದೇ ಪ್ರಯೋಜನವಿಲ್ಲದಿದ್ದರೂ ಸತ್ಯ ತಿಳಿಸಿದಂತಾಯಿತಲ್ಲ ಎಂದು ಮರುಗಿದ.

ಡೋರ್ ತೆಗೆದು ಸ್ಟೀರಿಂಗ್ ವ್ಹೀಲ್ ಮುಂದೆ ಹತ್ತಿ ಕೂತವನು ಅದರ ಮೇಲೆ

ತಲೆ ಇಟ್ಟ. ಚಂಚಲವಿಲ್ಲದ ಶಾಂತ ಸ್ನಿಗ್ಧ ಕಣ್ಣುಗಳ ಶಾರದ ತೇಲಿಬಂದಳು. 'ನೀನು ಅಲ್ಪಸ್ವಲ್ಪವಾದ್ರೂ ನಿರ್ಧಾರದಲ್ಲಿ ಬದಲಾವಣೆ ಮಾಡ್ಕೋಬೇಕಾಗುತ್ತೆ" ಮನದಲ್ಲೇ ಗೊಣಗಿದ.

ಕಾರು ಎಷ್ಟೇ ಸ್ಟಾರ್ಟ್ ಮಾಡಿದರೂ ಸ್ಟಾರ್ಟ್ ಆಗಲಿಲ್ಲ. ಅದಕ್ಕೆ ಬೆಂಕಿ ಹಚ್ಚಿಬಿಡುವಷ್ಟು ಕೋಪ. ಬ್ಯಾನೆಟ್ ಎತ್ತಿ ಎಲ್ಲಾ ಪರೀಕ್ಷಿಸಿದ. ಎಲ್ಲಾ ಸುಸ್ಥಿತಿಯಲ್ಲೇ ಇತ್ತು. ಮೇಲ್ನೋಟಕ್ಕೆ ಕೋಪದಿಂದ ಶಬ್ದ ಬರುವಂತೆ ಹಾಕಿದ.

ಬಾಲ್ಕನಿಯಲ್ಲಿ ನಿಂತು ಅವನ ಚಟುವಟಿಕೆಗಳನ್ನ ಗಮನಿಸುತ್ತಿದ್ದ ವಿಜಯೇಂದ್ರ ನಿಧಾನವಾಗಿ ಬಂದ.

"ಏನಾಗಿದೆ....?" ಕೇಳಿದ.

"ಗೊತ್ತಿಲ್ಲ...." ಜಗದೀಶನ ಮುಖದ ಮೇಲೆ ಕಾಠಿಣ್ಯ ಮಿನುಗಿತು. ಕೈಯ್ಯಲ್ಲಿದ್ದ ಟಾರ್ಚನ್ನ ಇನ್ನಷ್ಟು ಒತ್ತಿ ಹಿಡಿದ.

"ಹೋಗಿ ರೆಸ್ಟ್ ತಗೊಳ್ಳಿ. ಬೆಳಿಗ್ಗೆ ಹೊತ್ಗೆ ರಿಪೇರಿ ಆಗಿರುತ್ತೆ" ಎಂದಾಗ ವಿಜಯೇಂದ್ರ, ಅವನ ಮುಖ ಮತ್ತಷ್ಟು ಬಿಗಿದುಕೊಂಡಿತು. "ಥ್ಯಾಂಕ್ಯೂ ಸರ್, ನಂಗೇನು ತೊಂದರೆ ಇಲ್ಲ," ಡೋರ್ ತೆರೆದು ಒಳಗೆ ಕೂತು ಹಾಕಿಕೊಂಡ. ವಿಜಯೇಂದ್ರ ತುಟಿಕಚ್ಚಿದ. ಮನಸ್ಸು ಮಾಡಿದರೆ ಕಾರಿನ ಸಮೇತ ಅವನನ್ನ ಎಸೆಯಬಲ್ಲ. ಯಾಕೋ ಅವನ ಮನ ಸ್ವಲ್ಪ ಮೃದುವಾಗಿತ್ತು.

"ಮಿಸ್ಟರ್ ಜಗದೀಶ್, ನಿಮ್ಗೆ ಬ್ಲಾಕ್‌ಮೇಲ್ ಮಾಡೋ ಉದ್ದೇಶವಿದ್ರೆ... ಇಲ್ಲಿಗೆ ಕೈಬಿಡಿ" ಎಂದ ಕೂಡಲೇ ಜಗದೀಶ್ ಕಾರಿನಿಂದ ಇಳಿದ. ಅವನ ಸ್ವಾಭಿಮಾನ, ಆತ್ಮಾಭಿಮಾನಕ್ಕೆ ಪೆಟ್ಟುಬಿದ್ದಿತ್ತು.

"ಪ್ಲೀಸ್, ಇನ್ನು ನನ್ನ ಹುಚ್ಚಿಗೆ ಎಬ್ಬಿಸ್ಬೇಡಿ. ನಂಗೆ ಕೋಪ ಬರೋದು ಅಪರೂಪ, ಕೋಪ ಬಂದಾಗ ನಾನು ಮನುಷ್ಯನಾಗಿ ಉಳ್ಯೋದು ಅಪರೂಪ. ಛೀ, ಎಂಥ ಒಳ್ಳೆ ಮನಸ್ಸಿನ ಹೆಣ್ಣಿನ ಬಗ್ಗೆ ಈ ತರಹ ಮಾತಾಡೋದು ಸರಿಯಲ್ಲ. ಪ್ಲೀಸ್... ಹೋಗಿ." ಸಹನೆ ಕಳೆದುಕೊಂಡು ಅಬ್ಬರಿಸಿದ. ವಿಜಯೇಂದ್ರ ಮಾಡಬಹುದಾದ ತಪ್ಪನ್ನ ನಿಗ್ರಹಿಸಿದ.

ಅವನು ಕೋಣೆಗೆ ಬಂದ ಮಲಗಿದಾಗ ರಾಯಲ್ ಸೆಲ್ಯೂಟ್ ಬಾಟಲು, ಗ್ಲಾಸ್‌ಗಳನ್ನ ಹಿಡಿದು ಬಂದ ದತ್ತನತ್ತ ನೋಡದೆಯೆ ಸ್ವಿಚ್ ಆಫ್ ಮಾಡಿದ. ದೊಡ್ಡ ಲೈಟು ನಂದಿದ ಕೂಡಲೇ ಮಂಕಾದ ಸಣ್ಣ ನೀಲಿ ದೀಪ ಹತ್ತಿಕೊಂಡಿತು.

"ಹೊರ್ಗೆ ಇರೋ ಕಾರನ್ನ ರಿಪೇರಿಮಾಡೋಕೆ ಗೋವಿಂದನಿಗೆ ಹೇಳು" ಎಂದವನು ಹಣೆಯ ಮೇಲೆ ಕೈಯಿಟ್ಟುಕೊಂಡು ಕಣ್ಮುಚ್ಚಿದ.

ಬಂಡವಾಳ ಹಾಕಿದ ಉದ್ಯಮಗಳೆಲ್ಲ ಹೆಚ್ಚು ಲಾಭ ತರುತ್ತಿದ್ದವು. ಅವುಗಳ ಬಗ್ಗೆ ಯೋಚಿಸಬೇಕಾದ ಅಗತ್ಯವಿರಲಿಲ್ಲ. ಆದರೆ... ಕೂದಲಲ್ಲಿ ಕೈ ಹಾಕಿ ಕಿತ್ತ. ಭಾಮಿನಿ ಈಗ ಮಹೇಂದ್ರರ ಫ್ರೆಂಡ್ ಜಾನ್ ಜೊತೆ ಇದ್ದಳು. ಈಗ ಬಂಧನ ಕಳಚಿದ

ಹಕ್ಕಿಯಂತೆ ಓಡಾಡಿಕೊಂಡಿದ್ದಳು. ಎಂದಾದರೂ ಎದುರಾದರೂ ಅವನಿಗೆ ತಾಯಿಯೆಂಬ ಭಾವನೆ ಮೂಡುತ್ತಿರಲಿಲ್ಲ. ರೀತಾ ಒಂದಿಷ್ಟು ಹೆರಾಯಿನ್‌ಗಾಗಿ ಜೊತೆಗಾರನನ್ನ ಮುಗಿಸಿ ಜೈಲು ಸೇರಿದ್ದಳು.

ಹೊರಳಾಡಿ ಮೇಲೆದ್ದ ವಿಜಯೇಂದ್ರ ಬಂದು ಹಿಂದಿನ ಬಾಲ್ಕನಿಯಲ್ಲಿ ನಿಂತ. ಅನಂತರಾಮಯ್ಯನವರ ಮನೆಯ ದೀಪ ಇನ್ನು ಉರಿಯುತ್ತಿತ್ತು. ಆ ಬೆಳಕಿನಲ್ಲಿ ಶಾರದಳು ಕಂಡಂತಾಯಿತು.

"ಹಾಯ್... ಶಾರದ" – ಮೆಲ್ಲಗೆ ಉಸುರಿದ. ತಣ್ಣನೆಯ ಗಾಳಿಯಲ್ಲಿ ಆ ಸ್ವರ ಹಾರಿಹೋಯಿತು. ಆದರೆ ಅವಳ ಶಾಂತ ನಗು ಎಲ್ಲೆಡೆ ಹರಡಿತು. "ನಾನು ನಿಮ್ಮ ಮಗುವಿಗೆ ತಾಯಿ." ಆ ನಗು ಅವನ ಕಿವಿಯಲ್ಲಿ ಉಸುರಿದಾಗ ಜೋರಾಗಿ ನಕ್ಕ. "ಯೂ ಆರ್ ಎ ಫೂಲ್." ಕೊಟ್ಟ ಏಟಿಗೆ ಪ್ರತೀಕಾರ ಎಲ್ಲೆಡೆ ಧ್ವನಿಸಿ ಶಾಂತವಾಯಿತು.

"ಡ್ಯಾಮ್ ಇಟ್..." ಕೈಗೆ ಸಿಕ್ಕದನ್ನೆಲ್ಲ ಎಸೆದಾಡಿದ. ಅವನ ಮನದ ಉದ್ವೇಗ ಶಾಂತವಾಗದೆ ಹೋಯಿತು.

ವಾರ್ಡ್‌ರೋಬ್ ಮುಂದೆ ನಿಂತ. ತಟ್ಟನೆ ಹಿಂದಕ್ಕೆ ಬಂದು ಷೋಕೇಸ್ ಬಳಿ ನಿಂತ. ಆ ಒಣಗಿದ ಮಲ್ಲಿಗೆಯ ದಂಡೆ ಇನ್ನ ಗಾಜಿನ ಹೂಜಿಯಲ್ಲಿತ್ತು. ಕೈಗೆತ್ತಿಕೊಂಡ. ಯಾಕೋ ಎಸೆಯಲು ಮನಸ್ಸಾಗಲಿಲ್ಲ. ಅದರ ಜಾಗದಲ್ಲೇ ಇಟ್ಟ.

"ಶಾರದ, ನೀನಲ್ಲ ಫೂಲ್, ನಾನು" ಎಂದ.

ಪ್ರೇಮ, ಪ್ರೀತಿ ಎನ್ನುವುದು ಅವನ ದೃಷ್ಟಿಯಲ್ಲಿ ಅರ್ಥವಿಲ್ಲದ ಪದ. ಆಕರ್ಷಣೆ, ಬಯಕೆಗೆ ಈ ಹೆಸರುಗಳ ಲೇಬಲ್.

"ವಾಟ್, ನಾನ್‌ಸೆನ್ಸ್.... ನಾನು ಇಲ್ಲಿ ಇರ್ಬೇಕಾ? ಇಂಪಾಸಿಬಲ್. ನಂಗೆ ಲೈಫ್ ಬೇಕು, ಸುಖ ಪಡ್ಬೇಕು" – ಹೊರಡುವ ಮುನ್ನ ಭಾಮಿನಿ ಹೇಳಿದ್ದಳು.

ಕೈಹಿಡಿದ ಗಂಡನಿಗೆ ವಿಷಹಾಕಿದ್ದಳು. ಮಕ್ಕಳ ಬಗ್ಗೆ ಆಕೆಗೆ ಯಾವುದೇ ಮಮಕಾರವಿಲ್ಲ.

ಎರಡು ಕೈಗಳಿಂದ ವಿಜಯೇಂದ್ರ ತಲೆಯನ್ನು ಬಿಗಿಯಾಗಿ ಹಿಡಿದುಕೊಂಡ.

"ನಾನು ಶಾರದನ ಈಗ್ಲೂ ಮದ್ವೆ ಆಗೋಕೆ ಸಿದ್ಧ. ಅವ್ಳು ಒಪ್ತಾ ಇಲ್ಲ." ಜಗದೀಶ ನೋವಿನ ದನಿಯಲ್ಲಂದಿದ್ದ. "ತನ್ನನ್ನ ಆರಾಧಿಸೋ ಹೆಣ್ಣನ್ನ ಪಡ್ಯೋದು ಅದೃಷ್ಟ. ನೀವು ಆ ವಿಷ್ಯದಲ್ಲಿ ಲಕ್ಕಿ." ಈ ಮಾತುಗಳು ಯಾವುವೂ ವಿಜಯೇಂದ್ರನನ್ನ ವಿಚಲಿತನನ್ನಾಗಿ ಮಾಡಲಿಲ್ಲ. ಆಗ ಕೇಳುವುದಕ್ಕೆ ಖುಷಿಕೊಟ್ಟವು.

ಎರಡು ಪೆಗ್ ಹಾಕಿಯೇ ಮಂಚ ಸೇರಿದ್ದು.

* * * *

ಅಂದು ಭಾನುವಾರ ಶಾರದ, ಸ್ನಾನ ಮುಗಿಸಿ ಒದ್ದೆಯ ಕೂದಲನ್ನ ಹಾಗೆಯೇ ಕಟ್ಟಿಕೊಂಡು ಕೈಗೆ ಪರ್ಸ್ ಎತ್ತಿಕೊಂಡಳು.

"ಗುಡ್ ಮಾರ್ನಿಂಗ್, ಮಿಸ್, ಸಿಟಿಗೆ ಹೊರಟ್ರಾ"

ರೇಣುಕ ಬಾಗಿಲಿಗೆ ಬಂದಳು. ಭುಜದವರೆಗೂ ಕತ್ತರಿಸಿದ ಕೂದಲು ಅವಳ ಕೆನ್ನೆಗಳಿಗೆ ಮುತ್ತಿಡುತ್ತಿದ್ದವು. "ಹೌದು, ನೀನೆಲ್ಲು ಹೋಗಿಲ್ವಾ?" ಚಪ್ಪಲಿಮೆಟ್ಟಿ ಬೀಗದ ಕೈ ಕೈಗೆ ತಗೊಂಡಳು. ಅವಳು 'ಉಫ್' ಎಂದು ಭಾರವಾದ ಉಸಿರು ದಬ್ಬಿದಳು. "ಎಲ್ಲಾ ಬೋರ್! ಈಗ ಎಲ್ಲಾ ಮುಗ್ದುಹೋಯ್ತುಂತ ಅನ್ನಿಸ್ತಾ ಇದೆ ಮಿಸ್. ಯಾವುದರಲ್ಲೂ ಚಾರ್ಮ್ ಇಲ್ಲ. ಮಗುನ ಆಡಿಸ್ತಾ ಕೂತ್ಕೋಬೇಕೂಂತ ಅನ್ನಿಸುತ್ತೆ. ಅದೆಂಥ.... ಥ್ರಿಲ್!" ಹಾಯಾಗಿ ಹೇಳಿದಾಗ ಶಾರದ ಬೆವತುಹೋದಳು. ಇಂಥ ಮಾತುಗಳೇ ಪದೇಪದೇ ಅವಳಿಗೆ ಎದುರಾಗುತ್ತಿತ್ತು. ಕಾಣದ ಮಗುವಿನ ಮೇಲೆ ಎಲ್ಲಿಲ್ಲದ ಆಸಕ್ತಿ.

ನಿಂತಲ್ಲಿಯೇ ಶಿಲೆಯಾದಳು. ಎಲ್ಲಾ ಮರೆಯಾಗಿ ನವಜಾತ ಶಿಶು ಕಣ್ಮುಂದೆ ತೇಲಿತು. ಪುಟ್ಟಬಾಯಿ, ಪಿಳಿಪಿಳಿ ಕಣ್ಣುಗಳು, ಕೆಂಪಿನ ಮುದ್ದೆ - ತೀರಾ ಮೃದುವಾಗಿಬಿಟ್ಟಳು. ಬಾಗಿಲು ಮುಚ್ಚಿ ದಿಂಬಿನಲ್ಲಿ ಮುಖ ಹುದುಗಿಸಿ ಬಿಕ್ಕಿ ಬಿಕ್ಕಿ ಅತ್ತಳು.

ಹೊಸದಾಗಿ ಸಿಕ್ಕ ಪ್ರೈವೇಟ್ ಕಾಲೇಜಿನ ಕೆಲಸ ತನ್ನನ್ನ ಸ್ವಾವಲಂಬಿಯಾಗಿಸಲು ಸಾಧ್ಯವೇ? ಒಂದೆರಡು ತಿಂಗಳಾದ ನಂತರ ತನ್ನ ಶರೀರದಲ್ಲಿ ಆಗುವ ಬದಲಾವಣೆಗೆ ಚಿಕ್ಕಮ್ಮ ತಂದೆ ಹೇಗೆ ಪ್ರತಿಕ್ರಿಯಿಸಬಹುದು? ಅವರುಗಳು ಜಗದೀಶನ ಮೇಲೆ ಗೂಬೆ ಕೂರಿಸಬಹುದು.

ಬಾಗಿಲಿನ ಮೇಲೆ ಸದ್ದಾಯಿತು. ಲಗುಬಗನೆ ಎದ್ದು ಸಿಂಕ್‌ನಲ್ಲಿ ಮುಖವನ್ನ ತೊಳೆದಳು. ಆ ಹಾಸ್ಟಲ್‌ನಲ್ಲಿ ವಿದ್ಯಾರ್ಥಿಗಳನ್ನ ಬಿಟ್ಟರೆ ಇವಳೊಬ್ಬಳೇ ಲೆಕ್ಚರರ್ ಇದ್ದಿದ್ದು. ಎಲ್ಲರಿಗೂ ಸಲಿಗೆ. ಆಗಾಗ ಬಂದುಕೂಡುತ್ತಿದ್ದರು.

ಮತ್ತೊಂದು ಸಲ ಸದ್ದಾದಾಗ ಹೋಗಿ ತೆಗೆದಳು. ಕುಳ್ಳಿ ಮೋನಿಷಾ ನಿಂತಿದ್ದಳು. "ನಿಮ್ಮನ್ನ ನೋಡೋಕೆ ಯಾರೋ ಬಂದಿದ್ದಾರೆ, ಮಿಸ್" ಎಂದವಳು ಕಣ್ಣು ಮಿಟುಕಿಸಿ "ನಿಮ್ಮ ಬಾಯ್ ಫ್ರೆಂಡಾ? ಹ್ಯಾಂಡ್‌ಸಮ್ ಆಗಿದ್ದಾರೆ" ಎಂದವಳು ಪರಾರಿಯಾದಳು. ಈಗ ಅವಳಿಗೆ ಬಂದಿರೋದು ಜಗದೀಶನೇ ಎಂದು ದಿಟವಾಯಿತು.

ಹಣೆಗಿಟ್ಟು, ಬೀಗ ಹಾಕಿ ಕೆಳಗೆ ಬಂದಳು. ವಾರ್ಡನ್ ಕೋಣೆಯ ಮುಂಭಾಗದಲ್ಲೇ ನಿಂತಿದ್ದ ಜಗದೀಶ ನಸುನಕ್ಕ. ಅತ್ತ ಗುರುತುಗಳಿನ್ನು ಅವಳ ಕೆನ್ನೆಯ ಮೇಲೆ ಕಂಡಾಗ ನೋವಿನಿಂದ ಅವನ ಮನ ತಹತಹಿಸಿತು.

"ಹಲೋ... ಶಾರದ! ಹೌ ಆರ್ ಯು?" ಪ್ಯಾಂಟ್ ಜೇಬಿನೊಳಕ್ಕೆ

ಕೈತೂರಿಸಿದ. "ಹಲೋ..." ಅಂದಳಷ್ಟೆ. ಅವಳು ಹೇಗಿದ್ದಾಳೆಂದು ಬಾಯಿಬಿಟ್ಟು ಹೇಳುವುದು ಬೇಕಿರಲಿಲ್ಲ.

ಅವನ ಕೈಯಲ್ಲಿದ್ದ ಹೆಲ್ಮೆಟ್ ನೋಡಿ ಅವಳ ಕಣ್ಣಲ್ಲಿ ಅಚ್ಚರಿ ಮೂಡಿತು. "ಇದೇನು ಹೆಲ್ಮೆಟ್? ಕಾರಿನಲ್ಲಿ ಕೂತವ್ರು ಹೆಲ್ಮೆಟ್ ಹಾಕ್ಬೇಕೂಂತ ರೂಲ್ಸು ಮಾಡಿದ್ದಾರ?" ತಮಾಷೆ ಮಾಡಿದಳು. ಅವನು ಬರೀ ನಸುನಕ್ಕ.

ಹೊರಗೆ ನಡೆದ ಮೇಲೆಯೇ ವಿವರಿಸಿದ್ದು: "ಗ್ಯಾರೇಜ್‌ಗೆ ಬಿಟ್ಟಿದ್ದೀನಿ. ಅದ್ಕೇ ದೀರ್ಘ ಚಿಕಿತ್ಸೆನೇ ಬೇಕಂತೆ. ಅದ್ವರ್ಗೂ ಈ ಕಿಂಗ್‌ನೇ ಗತಿ" – ಬೈಕನ್ನ ಮೃದುವಾಗಿ ಸವರಿದ.

"ಒಂದು ಗುಡ್ ನ್ಯೂಸ್, ನನ್ನ ಫ್ಯಾಕ್ಟರಿಗೆ ಬೇಕಾದ ಪ್ಲಾಟ್‌ನ ಖರೀದಿ ಮಾಡ್ದೆ. ಗೌರ್ನಮೆಂಟ್ ಕೊಡೋ ಸೈಟಿಗೆ ಕಾದ್ರೆ... ನಂಗೆ ಇನ್ನ ನೂರ್ವರ್ಷ ಆಯುಸ್ಸು ಬೇಕಾಗುತ್ತೆ." ನಗುತ್ತಾ ಹೇಳಿದ. ಆದರೆ ಅವನ ಮುಖದ ಆಯಾಸವನ್ನ ಶಾರದ ಗುರ್ತಿಸಿದಳು. ಹಿಂದೆ ಒಮ್ಮೆ ಈ ವಿಷಯ ಪ್ರಸ್ತಾಪಿಸಿದ್ದ. "ತುಂಬ ಟಯರ್ಡ್ ಆದ ಹಾಗೆ ಕಾಣಿಸ್ತೀರಾ, ಇರೋ ಆಯುಸ್ಸನ್ನೇ ಆರೋಗ್ಯವಾಗಿ ಕಳ್ಯೋದು ಬೇಡ್ವೆ!" ಅವಳ ಕಳಕಳಿಯನ್ನ ಅರ್ಥಮಾಡಿಕೊಂಡ. ಅವನ ಜೀವನದಲ್ಲಿ ಶಾರದಳಂಥ ಹೆಣ್ಣನ್ನ ಕಳೆದುಕೊಂಡಿದ್ದ. ಇನ್ನು ಉಳಿದ 'ಮಹತ್ವಾಕಾಂಕ್ಷೆಯನ್ನ' ಪೂರೈಸಿಕೊಳ್ಳದೆ ಬಿಡಲಾರ.

ಮದುವೆಗೆ ಮೂರು ದಿನದ ಹಿಂದೆ 70 ಕೆ.ಜಿ. ಇದ್ದವನು ಈಗ 60ಕ್ಕೆ ಇಳಿದಿದ್ದ. ಇದನ್ನ ಅವನಾಗಿಯೇ ಶಾರದಳ ಮುಂದೆ ಹೇಳಿಕೊಂಡು ನಕ್ಕಿದ್ದ.

"ನಿಮ್ಮನ್ನ ಕರ್ಕೊಂಡ್ಹೋಗಿ ತೋರ್ಸೋಣಾಂತ್ಲೇ ಬಂದೆ." ಅವಳ ಮಾತುಗಳನ್ನ ಅನಾಯಾಸವಾಗಿ ತಳ್ಳಿಬಂದ ವಿಷಯ ವಿವರಿಸಿದ. "ಸಾರಿ, ಜಗದೀಶ್. ಈಗಂತೂ ನನ್ನ ಎಲ್ಲಿಗೂ ಕರೀಬೇಡಿ." ಅವಳ ಕಣ್ಣಂಚಿನಲ್ಲಿ ಹನಿಗಳೇ ಇದ್ದವು. ಬಸ್ಸು ಸ್ಟಾಪಿನತ್ತ ನಡೆದಳು.

ಜಗದೀಶನ ಒಳ್ಳೆಯತನ, ಸಭ್ಯ ವ್ಯಕ್ತಿತ್ವ ಈಚೆಗೆ ಅರ್ಥವಾಗಿತ್ತು. ಅದರಿಂದ ಅವಳಿಗೆ ಮಾತ್ರವಲ್ಲ ಅವನಿಗೂ ಲಾಭವಿರಲಿಲ್ಲ.

ಬೈಕ್ ಅವಳ ಮುಂದೆಯೇ ಮುಂದಕ್ಕೆ ಹೋಗಿ ಕಣ್ಮರೆಯಾಯಿತು. ಈಗ ಅವಳ ಕಣ್ಮುಂದೆ ಇರುವುದೆಲ್ಲ ಮಂಜು. ದಾರಿ ಸ್ಪಷ್ಟವಾಗದಷ್ಟು ದಟ್ಟವಾಗಿತ್ತು.

"ಹಲೋ... ಮಿಸ್..." ರೋಹಿಣಿ ಬಂದು ಅವಳ ಪಕ್ಕದಲ್ಲಿ ನಿಂತಳು. ಅವಳು ಸದಾ ಸಮಾಜಶಾಸ್ತ್ರದ ಬಗ್ಗೆಯೇ ಮಾತಾಡುತ್ತಿದ್ದಳು. ಆದರ್ಶದ ಗುಂಗು ಬೇರೆ. "ಈ ಬಸ್ಸು ಓಡಾಟ ಸಾಕಾಗಿದೆ. ಹಾಸ್ಟಲ್‌ನಲ್ಲಿ ಇರೋಕೆ ನನ್ನ ಪೇರೆಂಟ್ಸ್ ಒಪ್ಪೋಲ್ಲ." ಏನೋ ಹೇಳಲು ಮುಂದಾದಳು. ಅಷ್ಟರಲ್ಲಿ ಬಸ್ಸು ಬಂತು. ನಿಶ್ಚಿಂತೆಯಿಂದ ಉಸಿರಾಡಿದಳು.

ಈಚೆಗೆ ಯಾರ ಬಳಿಯಲ್ಲಿ ಮಾತಾಡಬೇಕೆಂದರೂ ಹೆದರುತ್ತಿದ್ದಳು. ತನ್ನ

ಬಗ್ಗೆಯೇ ಮಾತಾಡುವರೆಂಬ ಸಂಕೋಚ, ಭಯ. ಸತ್ಯ ಏನಿದ್ದರೂ ಸಮಾಜದ ಮುಂದೆ ತಪ್ಪಿತಸ್ಥಳು.

ಬಸ್ಸು ನಿಂತಾಗ ಯಾಕೋ ಇಳಿದುಬಿಟ್ಟಳು. ತಕ್ಷಣ ಅವಳ ನಿರ್ಧಾರ ಬದಲಾಗಿತ್ತು. ಇಂಥ ದ್ವಂದ್ವ ಮನಸ್ಥಿತಿಯಲ್ಲಿ ಅವಳ ವಿವೇಕವೆ ಮಂಕಾಗಿಹೋಗಿತ್ತು.

"ಬಾ.... ಶಾರದ.... ಇಂಥ ಸ್ಥಿತಿ ಒಳ್ಳೇದಲ್ಲ". ಬೈಕ್ ನಿಲ್ಲಿಸಿಕೊಂಡು ನಿಂತಿದ್ದ ಜಗದೀಶ ಅವಳತ್ತ ಬಂದ. "ನಿನ್ಹತ್ರ ಸ್ವಲ್ಪ ಮಾತಾಡ್ಬೇಕು" ಎಂದಾಗ ಅವಳೆ ಬೈಕಿನತ್ತ ನಡೆದಳು. ಮಾತಾಡಲು ಯಾರಾದರೂ ಆತ್ಮೀಯರು ಆ ಕ್ಷಣ ಅವಳಿಗೆ ಬೇಕಾಗಿದ್ದರು.

ಇಬ್ಬರನ್ನ ಹೊತ್ತ ಬೈಕ್ ಒಂದು ನಿರ್ಜನ ಪ್ರದೇಶದಲ್ಲಿ ನಿಂತಿತು. ಜಗದೀಶನ ಬಗ್ಗೆ ಅವಳಿಗೆ ಯಾವುದೇ ಭಯವಿಲ್ಲ. ಅವಳಿಗೆ ಅವನ ಬಗ್ಗೆ ಪ್ರೀತಿ, ನಂಬಿಕೆ ಎಲ್ಲಾ ಇತ್ತು. ಒಬ್ಬ ಸ್ನೇಹಿತನನ್ನ ಪ್ರೀತಿಸುವಂತೆ, ಒಡಹುಟ್ಟಿದವನಲ್ಲಿ ತೋರುವ ಅನುರಾಗದಂತೆ, ತೀರಾ ನೆರವಾಗುವ ವ್ಯಕ್ತಿಯನ್ನ ಗೌರವಿಸುವಂತೆ.

ಇಳಿದ ಶಾರದ ಮರಕ್ಕೆ ಒರಗಿ ಗಂಭೀರವಾಗಿ ಕೂತಳು.

"ಯಾವ ತೀರ್ಮಾನಕ್ಕೆ ಬಂದೆ. ಬಿ ಡೇರಿಂಗ್" ಹೆಲ್ಮೆಟ್‌ನ ಪಕ್ಕದಲ್ಲಿಟ್ಟ. "ಯಾವ ತೀರ್ಮಾನಕ್ಕೆ ಬರ್ಲಿ? ಸಮಾಜಕ್ಕೆ, ಪರಿಸ್ಥಿತಿಗೆ ಹೆದ್ರಿಕೊಂಡು ಹುಟ್ಟಬಹುದಾದ ಮಗುನ ಕೊಂದುಬಿಡ್ಲೆ? ನನ್ನನ್ನ ನಾನು ಅರ್ಪಿಸಿಕೊಂಡಿದ್ದು ಪ್ರೇಮದಿಂದ್ಲೇ, ಅದೇನು ಶಾಪಗ್ರಸ್ತ ಸಂತಾನವಲ್ಲ."

ಅವಳ ಮಾತುಗಳಿಗೆ ಜಗದೀಶ ತಲೆದೂಗಿದರೂ ತಾನು ಕಳೆದುಕೊಂಡುದರ ಬಗ್ಗೆ ನೊಂದುಕೊಂಡ. ವಿಜಯೇಂದ್ರನ ಬಗ್ಗೆ ಅಸೂಯೆಯಿಂದ ಒದ್ದಾಡಿದ.

"ಓ.ಕೆ. ಆದ್ರೆ ಪರಿಸ್ಥಿತಿಯ ಬಗ್ಗೆ ಯೋಚ್ಸು. ವಿಷ್ಯ ಗೊತ್ತಾದ್ರೆ.... ಮನೆಮಾತ್ರ ನಿನ್ನ ಪಾಲಿಗೆ ನರ್ಕವಾಗೋಲ್ಲ, ಸುತ್ತಲ ಜಗತ್ತು ಕೂಡ, ಕೆಲ್ಸದ ಬಗ್ಗೆ ಕೂಡ ಗ್ಯಾರಂಟಿ ಇರೋಲ್ಲ. ಆರ್ಥಿಕ ಸ್ವಾವಲಂಬನೆ ಇಲ್ದ ನೀನೇನು ಮಾಡ್ತೀಯಾ? ಸಮಾಜದಲ್ಲಿ ಆ ಮಗುವಿನ ಭವಿಷ್ಯವೇನು?" ಅವನ ಪ್ರಶ್ನೆ, ಮಾತುಗಳಿಗೆ ನಿರ್ಲಿಪ್ತವಾಗಿದ್ದಳು. ಇದೆಲ್ಲದರ ಬಗ್ಗೆ ಅವಳಿಗೆ ಅರಿವಿತ್ತು. ಆದರೆ ಏನೂ ಮಾಡುವ ಹಾಗಿರಲಿಲ್ಲ.

"ಎರ್ಡು ದಾರಿ ಹುಡುಕ್ಕೋ." ಅವನೆ ಹೇಳಿದ: "ಒಂದು ನಿನ್ನ ಹೊಟ್ಟೆಯಲ್ಲಿನ ಗರ್ಭ ತೆಗೆಸೋದು. ಇನ್ನೊಂದು ಯಾರ್ಗೂ ಗೊತ್ತಾಗದ ಹಾಗೆ ಮದ್ವೆ ಮಾಡ್ಕೋ. ಗಂಡು ಹುಡ್ಕೊ ಕೆಲ್ಸ ನಾನೇ ಮಾಡ್ತೀನಿ." ಅವನ ಮಾತಿಗೆ ನೋವಿನ ನಗೆ ನಕ್ಕಳು. ಕಣ್ಣಲ್ಲಿ ಚಿಮ್ಮಿದ್ದ ನೀರು ಕೆನ್ನೆಯ ಮೇಲೆ ಹರಿಯಿತು.

ಈ ಪರಿಸ್ಥಿತಿಯಲ್ಲಿ ಹೆಣ್ಣು ಎಷ್ಟು ಅಸಹಾಯಕಳಾಗಿಬಿಡುತ್ತಾಳೆಂಬುದು ಅನುಭವಿಸಿದ ಮೇಲೆಯೇ ತಿಳಿಯಬೇಕಿತ್ತು. ಲೇಖನಗಳು, ಭಾಷಣಗಳು, ಚರ್ಚೆಗಳು ಎಷ್ಟು ನಿರರ್ಥಕವೆನಿಸಿತು ಆ ಕ್ಷಣ.

ಎರಡು ಕೈಯಲ್ಲೂ ಮುಖ ಮುಚ್ಚಿ ಬಿಕ್ಕಿದಳು. ಕತ್ತಿನ ಮಟ್ಟ ನೀರು ಆವರಿಸಿದ ಮೇಲೆ ರೋದಿಸುವಂತಿತ್ತು ಅವಳ ಪರಿಸ್ಥಿತಿ.

ಕರ್ಚಿಫ್‌ನಿಂದ ಅವಳ ಕಣ್ಣೀರು ತೊಡೆದ. "ನೋ.... ನೋ....

ಅಳೋಕೇನಾಯ್ತು! ನಾನು ಇದ್ದೀನಿ ನಿನ್ನ ಜೊತೆಯಲ್ಲಿ. ನಿನ್ನ ಮಗುನ ನಂಗೆ ಕೊಟ್ಟುಬಿಡ್ತೀಯಾ?" ಮುಖ ಮೇಲೆತ್ತಿ ಅವನತ್ತ ನೋಡಿದಳು. ಕಣ್ಣುಗಳಲ್ಲಿ ದೃಢತೆ ಇತ್ತು. "ಇನ್ನ, ಅನುಮಾನಾನ? ಎಲ್ಲಾ ವ್ಯವಸ್ಥೆ ನಾನು ಮಾಡ್ತೀನಿ. ಆ ಮಗುನ ನಂಗೆ ಕೊಡ್ತೀಯಾ?"

ಶಾರದ ಅವನಿಗೆ ಬೆನ್ನು ತಿರುಗಿಸಿ ನಿಂತಳು. ಅವಳೆದೆಯಲ್ಲಿ ದೊಡ್ಡ ದೊಡ್ಡ ತುಫಾನು. ಅದರ ನಡುವೆ ತಾನು ಕೊಚ್ಚಿಹೋಗುವುದು ಖಂಡಿತವೆನಿಸಿತು.

"ಯಾಕೆ ಸುಮ್ಮನಾದೆ? ಹೀಗೆ ನಿಂತ್ರೆ ನಂಗೆ ಹೇಗೆ ಅರ್ಥವಾಗುತ್ತೆ! ಇಟ್ಸ್ ನಾಟ್ ದಿ ಆನ್ಸರ್ ಟು ಮೈ ಕೊಶ್ಚನ್." ತುಟಿಕಚ್ಚಿ ನಿಂತಳು. ಸಹಾನುಭೂತಿಯಿಂದ ಅವಳ ಮನ ಹೊಯ್ದಾಡಿತು.

"ನಂಗೆ ಅರ್ಥ ಆಗುತ್ತೆ ಶಾರದ. ಮತ್ತೇನು ಮಾಡ್ತೀಯಾ? ನಾನೇನು ಮಾಡ್ಲಿ? ವಿಜಯೇಂದ್ರನ ಮಗುವಂತು ಸಾಯ್ಬಾರ್ದು." ಅವನ ಸ್ವರದಲ್ಲಿನ ದೃಢತೆಗೆ ವಿಸ್ಮಿತಳಾದಳು. 'ವಿಜಯೇಂದ್ರ' ಅವಳ ಹಣೆಯ ಮೇಲೆ ಮುತ್ತಿನ ಬಿಂದುಗಳಂತೆ ಬೆವರೊಡೆಯಿತು. ತನ್ನ ತಪ್ಪನ್ನ ಅರಿತುಕೊಂಡ.

"ರಜತಾದ್ರಿಯ ಓನರ್ ಹೆಸರು ವಿಜಯೇಂದ್ರ ಅಂತ ನೀನೇ ತಾನೇ ಹೇಳಿದ್ದು! ಒಂದ್ಸಲ ಆ ಅದೃಷ್ಟವಂತನನ್ನ ನೋಡೋ ಅವಕಾಶ ಸಿಕ್ಕಿತ್ತು. ರಾಜ ದರ್ಬಾರಿನ ಕಾಲ ಮುಗ್ದುಹೋದ್ರೂ... ಕುದುರೆ ಸವಾರಿಯ ಗೀಳು ಹೋಗಿಲ್ಲ!" ಸ್ವಲ್ಪ ಹಗುರ ಮಾಡಲು ಯತ್ನಿಸಿದ.

ಅರಳುಗಣ್ಣುಗಳಲ್ಲಿ ಕಂಬನಿ ತುಂಬಿ ಅವನತ್ತ ನೋಡಿದಳು. "ನಂಗೆ ಎರ್ಡು ದಿನ ಅವಕಾಶ ಕೊಡು ಜಗದೀಶ್, ಈಗ ಮನೆಗೆ ಹೋಗೋಣ."

ಬೈಕ್ ಇಬ್ಬರನ್ನು ಹೊತ್ತು ಹಾರಿತು, ಈಗ ಜಗದೀಶ್ ಯೋಚಿಸುತ್ತಿದ್ದುದು ಶಾರದ ಬಗ್ಗೆ ಮಾತ್ರವಲ್ಲ, ಮುಂದೆ ಹುಟ್ಟಬಹುದಾದ ಶಿಶುವಿನ ಬಗ್ಗೆ. ಸರಳವಾಗಿ ಪರಿಹಾರವಾಗುವ ಮಾರ್ಗವೊಂದಿತ್ತು. ಅದು ಅವಳಿಗೆ ಇಷ್ಟವಿಲ್ಲ.

ತಿರುವಿಗೆ ಬಂದ ಕೂಡಲೇ ಹೇಳಿದಳು. "ಇಲ್ಲೇ ನಿಲ್ಸಿಬಿಡು, ಜಗದೀಶ್." ಬೈಕ್ ನಿಲ್ಲಿಸಿದ ಅವನು ತುಟಿಗಳ ಮೇಲೆ ನಗು ತುಳುಕಿಸಿದ. ಮುಂದೆ ಉಂಟಾಗಬಹುದಾದ ಸಂದಿಗ್ಧತೆಯ ನಡುವೆ ಅವನನ್ನ ಸಿಕ್ಕಿಸಲು ಅವಳಿಗಿಷ್ಟವಿಲ್ಲ.

ಇಳಿದು ಕೈಬೀಸಿದಾಗ ಬೈಕ್ ಮುಂದಕ್ಕೆ ಹೋಯಿತು. ಅವನ ಮನೆಯಲ್ಲಿ ಆಸ್ಫೋಟವಾಗಿಬಿಡುವಷ್ಟು ರಾಮಾಯಣ. ಬಂದ ಹೆಣ್ಣುಗಳ ಪಟ್ಟಿಯನ್ನ ಮುಂದೆ ಇರಿಸುವ ಜೊತೆಗೆ ಶಾರದಾಳ ಜೊತೆ ಅವನ ಓಡಾಟವನ್ನ ಪ್ರಶ್ನಿಸುತ್ತಿದ್ದರು.

"ಮದ್ವೆ ಮಾಡ್ಕೋ. ಈ ಸುತ್ತಾಟಕ್ಕೆ ಅರ್ಥವೇನು? ಅವ್ಳುನ ಮೀರಿಸೋ ಅಂಥ ಹೆಣ್ಣುಗಳು ಬಂದಿವೆ. ನೀನು ಮನಸ್ಸು ಮಾಡು. ಅಥ್ವಾ ಶಾರದ ಜೊತೆ ಮದ್ವೆ ಆಗು."

ಇಂಥ ಮಾತುಕತೆಗಳಿಗೆ ಯಾವುದೇ ಪ್ರತಿಕ್ರಿಯೆ ವ್ಯಕ್ತಪಡಿಸಲು ಅವನಿಗಿಷ್ಟವಿಲ್ಲ.

* * * *

ಫ್ರಾನ್ಸ್‌ಗೆ ಹೋದ ವಿಜಯೇಂದ್ರ ಎರಡು ದಿನಗಳಲ್ಲಿ ಹಿಂದಿರುಗಿ ಬಂದಾಗ ರಜತಾದ್ರಿಯ ಜನಕ್ಕೆ ಆಶ್ಚರ್ಯ. ದತ್ತ ಬಾಯಿಬಿಟ್ಟು ಅಂದೇಬಿಟ್ಟ.

"ಆ ಹಣದ ಆಕರ್ಷಣೆಗಿಂತ ರಜತಾದ್ರಿಯ ಸೆಳೆತಾನೇ ಜೋರಾಗಿ ಇರ್ಬೇಕು." ಕಣ್ಣನಿಗೆ ಕಣ್ಣು ಮಿಟುಕಿಸಿದ್ದ. ಅವನು ತಲೆ ಕೆರೆದುಕೊಂಡ. ವಿಜಯೇಂದ್ರನಿಗೆ ಕಣ್ಣನಷ್ಟೇ ವಯಸ್ಸು. ಅವನಿಗೆ ಇಪ್ಪತ್ತಕ್ಕೆ ಮದುವೆ ಆಗಿ ಈಗ ಮೂರು ಮಕ್ಕಳು ಇದ್ದರು. ಅಂಥದ್ದರಲ್ಲಿ ತಮ್ಮ ಯಜಮಾನನಿಗೆ ಇನ್ನು ಮದುವೆಯಾಗಿಲ್ಲವೆ? ಅವನಿಗಂತೂ ಅನುಮಾನ. ಒಮ್ಮೆ ದತ್ತ ಅವನ ಮಾತಿಗೆ ನಕ್ಕಿದ್ದ.

"ಯಾಕೆ ಬೇಕು ಮದ್ವೆ? ಅಕಸ್ಮಾತ್ ಆಗಿದ್ರೂ ಹಿಂದಿಟ್ಟುಕೊಂಡು ಬರೋ ತೊಂದರೆ ಯಾಕೆ ತಗೋತಾರೆ. ಅಲ್ಲಿ ಒಂದು ತರಹ ಅಡ್ಜಸ್ಟ್‌ಮೆಂಟ್ ಇರುತ್ತೆ."

ಕಣ್ಣನಿಗೆ ಅರ್ಥವಾಗದಿದ್ದರೂ ಮಹೇಂದ್ರರ ಹಿಂದಿನ ರಾಸಲೀಲೆಗಳನ್ನು ಕೇಳಿದ್ದ. ಇವರ ಬಗ್ಗೆ ಅಂಥ ಸುಳಿವೇನೂ ಅವನಿಗೆ ಸಿಕ್ಕಿರಲಿಲ್ಲ.

ಕಾಫಿಯ ಟ್ರೇ ಹಿಡಿದು ಬಂದ ದತ್ತನಿಗೆ ಹೇಳಿದ.

"ನೀನ್ಹೋಗಿ ಅನಂತರಾಮಯ್ಯನವ್ರ ರೂಮಿನಲ್ಲಿ ಕೂತಿದ್ದು ಅವ್ರನ್ನ ಕಳ್ಸು." ಡಿಕಾಕ್ಷನ್ ಕಪ್‌ಗೆ ಬಗ್ಗಿಸಿ ಅರ್ಧ ಸ್ಪೂನ್ ಸಕ್ಕರೆ, ಹಾಲು ಬೆರೆಸಿದ. ಬಹಳಷ್ಟು ಯೋಚಿಸಿ ನಿರ್ಧಾರಕ್ಕೆ ಬಂದಿದ್ದ. 'ಮಗು' ಎಂದ ಕೂಡಲೇ ಅವನಲ್ಲಿ ಮೃದುವಾದ ಭಾವನೆಗಳು ಏಳುತ್ತಿದ್ದವು. ಅವ್ಯಕ್ತವಾದ ಆನಂದ.

ಕುಡಿದು ಕಪ್ ಕೆಳಗಿಡುವ ವೇಳೆಗೆ ಅನಂತರಾಮಯ್ಯನವರು ಒಳಗೆ ಬಂದರು. ಅವರನ್ನ ಮೇಲಕ್ಕೆ ಕರೆದು ಎಂದೂ ತೊಂದರೆ ಕೊಡುತ್ತಿರಲಿಲ್ಲ.

"ಕೂತ್ಕೊಳ್ಳಿ....." ಎಂದ. ಅವರಿಗೂ ಆಶ್ಚರ್ಯವಾಯಿತು. ವಿಜಯೇಂದ್ರ ಭರವಸೆ ಕೊಟ್ಟಿದ್ದರೂ ಎಂದಾದರೂ ತಮ್ಮನ್ನ ಕೆಲಸದಿಂದ ಕೈಬಿಡುವರೆಂಬ ಭಯವಿತ್ತು. "ಕರೆದ್ರಂತಲ್ಲ..." ತಮ್ಮ ಪೇಟಾ ಸರಿಮಾಡಿಕೊಂಡರು. ಕೋಟು, ಪೇಟಾ ಇಲ್ಲದೆ ಅವರು ಕೆಲಸಕ್ಕೆ ಬರುತ್ತಿರಲಿಲ್ಲ. "ರಜತಾದ್ರಿಯ ದಿವಾನರು" ಎಂದು ಹಾಸ್ಯ ಮಾಡುತ್ತ ವಿಜಯೇಂದ್ರನೇ ಎಷ್ಟೋ ಸಲ ನಕ್ಕಿದ್ದ.

"ಈಗ ಶಾರದ ಎಲ್ಲಿದ್ದಾಳೆ? ಗಂಭೀರವಾಗಿ ಕೇಳಿದ. ಗಂಟಲಲ್ಲಿ ಉಗುಳು ಸಿಕ್ಕಿಕೊಂಡಂತಾಯಿತು ಅವರಿಗೆ. "ಯಾವ ಶಾರದ?" ತೊದಲಿದರು. ಅವನ ಮುಖ ಮತ್ತಷ್ಟು ಬಿಗಿದುಕೊಂಡಿತು. "ನಿಮ್ಮ ಮೊಮ್ಮಗಳು ಶಾರದ" ಎಂದ ಕೂಡಲೇ ಎದ್ದೇಬಿಟ್ಟರು. ಅವಳ ಪ್ರಸ್ತಾಪ ಇಲ್ಲಿ ಬರುವುದು ಅವರಿಗಿಷ್ಟವಿಲ್ಲವೆಂದುಗೊತ್ತು.

"ನನ್ನ ವೈಯಕ್ತಿಕ ವಿಷ್ಯಗಳಿಗೂ, ವ್ಯಕ್ತಿಗೂ ಸಂಬಂಧ ಇಟ್ಟುಕೊಳ್ಳೋಕೆ ನಾನು ಇಷ್ಟಪಡೋಲ್ಲ. ಆ ಹುಡ್ಗೀ ಒಂದ್ಸಲ ಈ ಬಂಗ್ಲೆಯೊಳಕ್ಕೆ ಬರೋ ತಪ್ಪು ಮಾಡಿರ್ಬಹ್ದು. ಕ್ಷಮ್ಸಿಬಿಡಿ." ಕಹಿ ನುಂಗಿದಂತಿತ್ತು ಅನಂತರಾಮಯ್ಯನವರ ಮುಖ. ದೂರ ಇರುವ ಮೊಮ್ಮಗಳನ್ನ ಕೊಂದು ಹಾಕಿಬಿಡುವಷ್ಟು ರೋಷ ಅವರಿಗೆ.

ಒಂದು ಕ್ಷಣ ಅವನಿಗೆ ರೇಗಿತು. "ಕೂತ್ಕೊಳ್ಳಿ. ನಾನು ನಿಮ್ಮ ಮೊಮ್ಮಗಳನ್ನ ಮದ್ವೆ

ಮಾಡ್ಕೊಳ್ಳೋಕೆ ನಿಶ್ಚಯ ಮಾಡಿದ್ದೀನಿ. ಮುಂದಿನ ತಯಾರಿ ನಿಮ್ದು. ಸಿಂಪಲ್ ಮದ್ವೆಯಾದ್ರೆ... ಸಾಕು."

ಅನಂತರಾಮಯ್ಯನವರ ಜೀವಸತ್ವವೇ ಉಡುಗಿಹೋಯಿತು. ಇಂಥದೊಂದು ಕನಸು ಕಾಣೋಕೆ ಕೂಡ ಅವರಿಗೆ ಇಷ್ಟವಿಲ್ಲ. ಮಹೇಂದ್ರರ ಕಾಮಜೀವನ, ಭಾಮಿನಿಯವರ 'ಫ್ರೀ ಸೆಕ್ಸ್' ಅವರು ಬಲ್ಲವರೆ. ಇಂಥ ಜೀವನಕ್ಕೆ ಮೊಮ್ಮಗಳನ್ನ ದೂಡಲು ಅವರಿಗಿಷ್ಟವಿಲ್ಲ.

"ಕ್ಷಮ್ಸಬೇಕು, ಎಲ್ಲಾದ್ರೂ ಉಂಟಾ?" ತಲೆ ತಗ್ಗಿಸಿದರು.

ವಿಜಯೇಂದ್ರ ಹಲ್ಮುಡಿ ಕಚ್ಚಿಡಿದು ಮುಷ್ಟಿ ಬಿಗಿಹಿಡಿದು ಮುಂದಿದ್ದ ಟೀಪಾಯಿ ಮೇಲೆ ಗುದ್ದಿದ. ಅದರ ಮೇಲಿನ ವಾಜ್ ಅಷ್ಟು ದೂರಕ್ಕೆ ಚಿಮ್ಮಿ 'ಫಳ್' ಎಂದಿತು.

"ಏನು ನಿಮ್ಮ ಮಾತಿನ ಅರ್ಥ?" ಹುಬ್ಬು ಗಂಟಿಕ್ಕಿ ಕೇಳಿದ. ಅನಂತರಾಮಯ್ಯನವರ ಮುಖದ ಗೆರೆಗಳು ಮತ್ತಷ್ಟು ಆಳವಾದವು. "ಇಂಥ ಮದ್ವೆಗಳು ಸಾಧ್ಯವಿಲ್ಲ. ನಿಮ್ಗೆ ಹೆಣ್ಣು ಗೊತ್ತುಮಾಡೋ ಕೆಲ್ಸ ನಾನು ವಹಿಸ್ಕೊತೀನಿ. ರಜತಾದ್ರಿ ಬದ್ಕು, ಐಶ್ವರ್ಯಕ್ಕೆ ಬೇಕಾದ ಜನಾನ ಹುಡ್ಕಬೇಕು" ಎಂದು ಉಸುರಿದಾಗ ವಿಜಯೇಂದ್ರನ ಕೋಪ ನೆತ್ತಿಗೇರಿತು.

"ಷಟಪ್, ಅಸಂಬದ್ಧವಾಗಿ ಮಾತಾಡ್ಬೇಡಿ. ಹೇಳಿದಷ್ಟು ಕೆಲ್ಸಮಾಡಿ." ಎಂದೂ ರೇಗದಿದ್ದವನು ರೇಗಿದ. ಅನಂತರಾಮಯ್ಯನವರು ಬಿಳಚಿಕೊಂಡರೂ ಚಲಿಸಲಿಲ್ಲ. "ಕ್ಷಮ್ಸ... ಬೇಕು. ಅಪ್ಪಿಗೆ ಈಗಾಗ್ಲೇ ಮದ್ವೆ ಗೊತ್ತಾಗಿದೆ." ನಡೆದೇಬಿಟ್ಟರು.

"ಡೋಂಟ್ ವರಿ ಮಿಸ್ಟರ್ ವಿಜಯೇಂದ್ರ. ನಿಮ್ಮ ಮಗೂನ ನಾನು ಸಾಕ್ತೀನಿ" ಜಗದೀಶನ ಮಾತು. ತಲೆ ಕೆಟ್ಟಂತಾಯಿತು. "ಇಂಪಾಸಿಬಲ್..." ಮುಂದಿದ್ದ ಟೀಪಾಯಿನ ಜಾಡಿಸಿ ಒದ್ದ. ಕಣ್ಣ ಬಂದು ಪ್ರತ್ಯಕ್ಷನಾದ. ಅವನ ಬೆದರುಗಣ್ಣುಗಳಲ್ಲಿ ಭಯವಿತ್ತು. "ನಾನು ಕರ್ಯೋವರ್ಗೂ ಯಾರು ಬರ್ಬೇಡಿ." ಸಿಡಿದ. ಅವನು ತೆಪ್ಪಗೆ ಹೊರಗೆ ಹೋದ.

ಮಾನಸಿಕ ಹಿಂಸೆಯಿಂದ ಸೋತುಹೋಗಿದ್ದ ಭಾಮಿನಿ, ರೀತಾ ದೆವ್ವಗಳಂತೆ ಅವನಿಗೆ ಭಾಸವಾಗುತ್ತಿದ್ದರೆ, "ಮಗು" ಎನ್ನುವ ಪದ ಅವನಲ್ಲಿ ನವಿರಾದ ಭಾವನೆಗಳನ್ನ ಉಕ್ಕಿಸುವುದರ ಜೊತೆಗೆ ಕೆಟ್ಟ ಹಟ ವಿಜೃಂಭಿಸುತ್ತಿತ್ತು.

ಮನೆಗೆ ಬಂದ ಅನಂತರಾಮಯ್ಯ ಕೂಡಲೇ ಕಾರ್ಯತತ್ಪರರಾದರು. ಹೆಂಡತಿಯನ್ನ ಬಸ್ಸು ಹತ್ತಿಸಿದರು.

"ಮೊದ್ಲು ಎಚ್ಚರಿಕೆ ಕೊಟ್ಟು, ಆ ಹುಡ್ಗಿ ಕುತ್ತಿಗೆಯಲ್ಲಿ ಒಂದು ತಾಳಿ ಹಾಕ್ಸು. ಮದ್ವೆ ನಿಶ್ಚಯವಾಗಿಬಿಡ್ಲಿ. ಈ ಪತ್ರ ಸುಬ್ರಮಣ್ಯಂ ಕೈಗೆ ಕೊಡು." ಒಂದಿಷ್ಟು ವಿವರವಾಗಿ ಪತ್ರವನ್ನ ಬರೆದುಕೊಟ್ಟರು. ಆಕೆಗೆ ಪೂರ್ತಿ ಏನು ಅರ್ಥವಾಗದಿದ್ದರೂ ಮುಂದೇನೋ ಕಾದಿದೆಯೆನ್ನುವ ಭಯಕ್ಕೆ ಒಳಗಾದರು.

ಆಕೆ ಬಂದಾಗ ಪದ್ದಮ್ಮನಿಗೆ ಆಶ್ಚರ್ಯವೇ ಆಯಿತು. ಮಗಳನ್ನ ಕಳೆದುಕೊಂಡ

ಮೇಲೆ ಮೊದಲ ಬಾರಿ ಮೊಮ್ಮಗಳ ಮದುವೆಗೆ ಬಂದಿದ್ದರು. ಅದರ ಮುಕ್ತಾಯವೂ ಸರಿಹೋಗಿರಲಿಲ್ಲ.

"ಹೇಗಿದ್ದೀ, ತಾಯಿ?" ಸೋತವರಂತೆ ಕೂತುಬಿಟ್ಟರು. ಪದ್ದಮ್ಮ ಮುಖವನ್ನ ಮೊರದಗಲ ಮಾಡಿದರು. "ಚೆನ್ನಾಗಿದ್ದೀನಿ. ಒಂದು ಪತ್ರ ಬರೆದಿದ್ರೆ ನಾವೇ ಯಾರಾದ್ರೂ ಬಂದು ಕರ್ಕೊಂಡ್ ಬರ್ತಾ ಇದ್ವಿ" – ಆತ್ಮೀಯತೆ ತೋರಿಸಿದರು.

"ಪರ್ವಾಗಿಲ್ಲ...." ಎಂದವರು ಸುತ್ತಲೂ ನೋಟ ಹರಿಸಿದರು. ಇಡೀ ಮನೆಯಲ್ಲಿ ಮತ್ತೆ ಯಾರೂ ಇದ್ದ ಹಾಗೆ ಕಾಣಲಿಲ್ಲ. "ಶಾರ್ದ.... ಎಲ್ಲಿ?" ಸೀರೆಯ ನೆರಿಗೆಗಳನ್ನ ಕೊಡುವುತ್ತ ಪದ್ದಮ್ಮ ಅಡಿಗೆಯ ಮನೆಗೆ ಹೋದರು. ಈಚೆಗೆ ಶಾರದ ಮಾತುಕತೆ ಅಷ್ಟಕ್ಕಷ್ಟೆ. ಶನಿವಾರ, ಭಾನುವಾರ ಇಲ್ಲೇ ಬಂದು ಉಳಿಯುತ್ತಿದ್ದವಳು, ಈಗ ಬಂದರೂ ಮುಖ ತೋರಿಸಿದ ಶಾಸ್ತ್ರ ಮಾಡಿ ಹೋಗಿಬಿಡುತ್ತಿದ್ದಳು. ಅವರಿಗೆ ವಿಪರೀತ ಕಳವಳ.

"ಈಚೆಗೆ ಯಾಕೋ ಒಂದು ತರಹ ಇದ್ದೀಯಾ! ಜಗದೀಶನ ಮನೆಯಲ್ಲಿ ಮದುವೆಯ ತರಾತುರಿಯಲ್ಲಿದ್ದಾರೆ. ನಾವು ಎಚ್ಚರ ತಪ್ಪಿದ್ರೆ ಕೈಬಿಟ್ಟು ಜಾರಿಹೋಗ್ತಾನೆ. ಈಗ್ಲೇ ಜನ ಆಡಿಕೋತಾ ಇದ್ದಾರೆ. ನಾಳೆ ತಲೆ ಮೇಲೆ ಗೂಬೆ ಕೂರಿಸ್ತಾರೆ." ಈಕೆಯ ಬಡಬಡಿಕೆಗೆ ಶಾರದ ಕಣ್ತಗ್ಗಿಸಿದ್ದಳು.

ಇದನ್ನೇ ಇನ್ನೊಂದು ತರಹ ಗಂಡನ ಮುಂದೆ ಹೇಳಿದ್ದರು. "ಸುಮ್ನೆ ತೆಪ್ಪಗಿದ್ದೀರಲ್ಲ; ಜಗದೀಶ, ಶಾರದ ಒಟ್ಟಿಗೆ ಓಡಾಡೋದು ಜಾಸ್ತಿ ಆಗಿದೆ. ಹಾಸ್ಟೆಲ್ ಒಂದು ನೆವವೇನೋ, ನಂಗ್ಯಾಕೋ ಅನುಮಾನ! ಎಲ್ಲಾ ಮುಗಿದುಹೋಗಿದೆಯೇನೋ!"

ಸುಬ್ರಮಣ್ಯಂ ಮುಖದಲ್ಲಿ ಗಾಬರಿಯೊಡೆದರೂ ಮಗಳ ಬಗ್ಗೆ ಆ ರೀತಿ ಯೋಚಿಸಲಾರರು. ಈಚೆಗೆ ಜಗದೀಶನ ವ್ಯಕ್ತಿತ್ವದ ಬಗ್ಗೆ ಅವರಿಗೂ ಅಭಿಮಾನ ಮೂಡಿತ್ತು.

"ಅಂಥದ್ದೇನಿಲ್ಲ!" ಎಂದುಬಿಟ್ಟಿದ್ದರು. ಆದರೂ ಆಕೆಯಲ್ಲೊಡೆದ ಅನುಮಾನದ ಸಸಿ ಹಂತಹಂತವಾಗಿ ಬೆಳವಣಿಗೆ ಕಂಡಿತೇ ವಿನಃ ಒಣಗಿಹೋಗಲಿಲ್ಲ. 'ಶಾರದ ಶರೀರದಲ್ಲಿ ಏನೋ ಬದಲಾವಣೆ ಕಾಣತೊಡಗಿದೆ.' ಹೀಗೆಯೇ ಯೋಚಿಸತೊಡಗಿದ್ದರು.

ಕಾಫಿ ತಂದುಕೊಟ್ಟರು. ಬಾಯಿತುಂಬ ಉಪಚರಿಸಿದರು. ಆದರೆ ಶಾರದಳ ಸುದ್ದಿ ಎತ್ತದಿದ್ದಾಗ ಸೀತಮ್ಮನಿಗೆ ಭಯವಾಯಿತು.

"ಶಾರದ ಎಲ್ಲಮ್ಮ?" ಆಕೆ ಧ್ವನಿ ನಡುಗಿತು. "ಕೆಲ್ಸ ಸಿಕ್ಕಿದೆ. ದೂರಾಂತ ಹಾಸ್ಟೆಲ್‌ನಲ್ಲಿದ್ದಾಳೆ. ಎರ್ಡು ಮೂರು ದಿನಕ್ಕೆ ಒಂದ್ಸಲ ಬರ್ತಾಳೆ". ಏನೋ ಒಂದು ರೀತಿಯಲ್ಲಿ ಹೇಳಿದರು. ಸೀತಮ್ಮನ ಮನ ಹಗುರಾಯಿತು.

"ಅವ್ಳ ಮದ್ವೆ ಬಗ್ಗೆ ಏನ್ಮಾಡ್ತಿದ್ರಿ?" ಪ್ರಸ್ತಾಪವೆತ್ತಿದರು.

"ನಮ್ಮ ಪ್ರಯತ್ನ ನಡೆದೇ ಇದೆ. ಓಡಾಡಿ ಅವ್ನಿಗೆ ಕೆಲ್ಸ ಕೊಡ್ಸಿದೋನು ಜಗದೀಶನೆ. ಅವನನ್ನೇ ಮದ್ವೆ ಆಗ್ಬಹ್ದು. ಏನಾದ್ರೂ ಹೇಳಿದ್ರೆ ತಾನೇ ಗೊತ್ತಾಗೋದು." ತೀವ್ರತರನಾದ ಅಸಮಾಧಾನವಿತ್ತು ಆಕೆಯ ಮಾತುಗಳಲ್ಲಿ.

"ಸುಬ್ರಮಣ್ಯಂ ಎಷ್ಟೊತ್ತಿಗೆ ಬರ್ತಾನೆ?" ಸೀತಮ್ಮ ಚಡಪಡಿಸಿದರು. ಮೊಮ್ಮಗ್ಳಿಗೆ ಏನೋ ವಿಪತ್ತು ಕಾದಿದೆಯೆನ್ನುವ ಭ್ರಮೆ ಆಕೆಗೆ. "ನನ್ಹತ್ರ ಇರೋ ಒಂದಿಷ್ಟು ಒಡ್ವೆ, ಹಣ ಕೊಡ್ತೀನಿ; ಮದ್ವೆ ಮುಗ್ಸಿಬಿಡಿ."

ಪದ್ದಮ್ಮನ ಕಣ್ಣುಗಳಲ್ಲಿ ಅಚ್ಚರಿ ಇಣಕಿತು. ಅಷ್ಟು ರಾದ್ಧಾಂತದಲ್ಲೂ ಒಂದೂ ಮಾತನಾಡದೆ ಮೌನವಹಿಸಿದ ಜನ ಈ ದಿನ ಮೊಮ್ಮಗ್ಳ ಮದುವೆಯ ಬಗ್ಗೆ ಇಷ್ಟೊಂದು ಆಸಕ್ತಿ ವಹಿಸಲು ಕಾರಣವೇನು? ಅರ್ಥವಾಗಲಿಲ್ಲ.

"ನಿಮ್ಮ ಅಳಿಯಂದಿರು ಬಂದ್ಮೇಲೆ ಮಾತಾಡಿ" – ಎದ್ದು ಹೋದರು.

ಆದರೆ ಸುಬ್ರಮಣ್ಯಂ ಬಂದಮೇಲೆ ಸೀತಮ್ಮನವರು ಏನು ವಿವರಿಸದಿದ್ದರೂ ಶಾರದಳ ಮದುವೆ ಕೂಡಲೇ ಮುಗಿಸುವಂತೆ ಆತುರಪಡಿಸಿದರು.

ತಮ್ಮ ಬ್ಯಾಗ್‌ನಲ್ಲಿದ್ದ ಗಂಧದ ಪೆಟ್ಟಿಗೆಯನ್ನ ತೆರೆದಿಟ್ಟರು. "ನಾನು ಕೂಡಿಟ್ಟ ಹಣ, ಒಂದಿಷ್ಟು ಸಣ್ಣ, ಪುಟ್ಟ ಒಡ್ವೆ ಇದೆ. ಇದ್ನ ಶಾರದಗೋಸ್ಕರ ಉಪಯೋಗಿಸಿಕೊಳ್ಳಿ." ಆಕೆಯ ಕಂಠ ಗದ್ಗದವಾಯಿತು. ಈಗ ಆಕೆ ಮೊಮ್ಮಗಳನ್ನ ಪ್ರೀತಿಸುವ ಒಬ್ಬ ಅಜ್ಜಿ ಮಾತ್ರ ಆಗಿದ್ದರು. ಕಣ್ಮುಂದಿನಿಂದ ತಣ್ಣಗೆ ಕರಗಿಹೋದ ಕಮಲಳ ಬದುಕಿನಂತೆ ಅವಳದು ಆಗಬಾರದೆಂದು ಆಕೆಯ ಎಣಿಕೆ. ಅನಂತರಾಮಯ್ಯ ಕಳಿಸಿದ್ದ ಚೀಟಿ ಓದಿಕೊಂಡರು.

ಸುಬ್ರಮಣ್ಯಂ ತಲೆ ಕೆರೆದುಕೊಂಡರು. ಜಗದೀಶನನ್ನ ಮದುವೆಯಾಗಲಾರೆನೆಂದು ಸ್ಪಷ್ಟವಾಗಿ ಶಾರದ ಉಸುರಿದ್ದಳು. ಹೇಗೆ ಬಲವಂತಪಡಿಸುವುದು? ಇನ್ನ ಗಂಡನ್ನ ಆತುರದಲ್ಲಿ ನಿಶ್ಚಯಿಸಲು ಸಾಧ್ಯವೇ?

"ಪ್ರಯತ್ನಪಡ್ತೀನಿ." ನಿಧಾನವಾಗಿ ಉಸುರಿದರು. ಸೀತಮ್ಮನಿಗೆ ತಲೆಯ ಮೇಲೆ ಕೈಯೊತ್ತುಕೊಳ್ಳುವಂತಾಯಿತು. 'ಬೇಗ ಶಾರದ ಮದ್ವೆ ಆಗಿಹೋಗ್ಬೇಕು. ನಿಧಾನ ಆಗೋದ್ಬೇಡ' ಅನಂತರಾಮಯ್ಯನವರು ಹೇಳಿಕಳಿಸಿದ್ದರು. ಇವರಿಗೆಲ್ಲ ಅರ್ಥವಾಗೋ ಹಾಗೆ ಹೇಳುವುದು ಹೇಗೆಂದು ಯೋಚಿಸತೊಡಗಿದರು.

ಅಷ್ಟರಲ್ಲಿ ಜಗದೀಶನೆ ಬಂದ. ಬಹುಶಃ ಅವನು ಮಾಧುವಿನ ಬಲವಂತಕ್ಕೆ ಬಂದಿರಬೇಕು.

"ಅಮ್ಮ, ಯಾರು ಬಂದಿದ್ದಾರೆ ನೋಡು" ಎಂದು ಒಳಗೆ ಬಂದವನು ಗಕ್ಕನೆ ನಿಂತ ಮಾಧು, "ಓ, ಅಜ್ಜಿ.... ಯಾವಾಗ್ಬಂದಿದ್ದು?" ಹತ್ತಿರಕ್ಕೆ ಬಂದ. ಅವನದು ನಿರ್ಮಲ ಮನಸ್ಸು. "ಬಂದೇ... ಕಣಪ್ಪ" ಎಂದವರು ಜಗದೀಶನ ಕಡೆ ನೋಡಿದರು. "ಚೆನ್ನಾಗಿದ್ದೀಯೇನಪ್ಪ?" ಎಂದಾಗ ಸಣ್ಣಗೆ ತುಟಿಯ ಮೇಲೆ ನಗು ಅರಳಿಸಿ ತಲೆದೂಗಿದ.

ಈಗ ಪದ್ದಮ್ಮ ಕೂಡ ಮುತುವರ್ಜಿ ವಹಿಸಿದರು. ಅವಳ ಮದುವೆ ಮುಗಿದು ಜವಾಬ್ದಾರಿ ಕಳೆದುಕೊಳ್ಳುವುದು ಆಕೆಗೆ ಬೇಕಿತ್ತು.

"ಈಗ ನಾವೇ ನಿಮ್ಮ ಮನೆಗೆ ಹೊರಡೋ ಪ್ರಯತ್ನದಲ್ಲಿ ಇದ್ವಿ" ಎಂದು ಬಲವಂತದಿಂದ ಕೂಡಿಸಿದರು. ತಿಂಡಿ ಕಾಫಿ ಕೊಟ್ಟು ಉಪಚರಿಸಿದರು.

"ಮೊಮ್ಮಗ್ಳ ಮದ್ವೆ ಮುಗ್ಸಿಕೊಂಡೇ ಹೋಗ್ಬೇಕೂಂತ ಶಾರದ ಅಜ್ಜಿ ಬಂದಿದ್ದಾಳೆ. ನೀನೇನು ಹೇಳ್ತೀಯಾ?" ಜಗದೀಶನ ತಲೆ ತಗ್ಗಿತು. ನೋಟ ನೆಲದ ಮೇಲಾಡಿತು. ಕೆಳತುಟಿಯನ್ನ ಒಮ್ಮೆ ನಾಲಿಗೆಯಿಂದ ಒದ್ದೆ ಮಾಡಿದ. ಕೆಮ್ಮಿ ಗಂಟಲು ಸರಿಪಡಿಸಿಕೊಂಡ.

ಇದು ಅವನಿಗೆ ಖುಷಿಯಾಗುವಂಥ ಮಾತೇ. ಆದರೆ ಅಸಾಧ್ಯ? ಶಾರದಳಿಗಾಗಿ ಅವಳ ಹೊಟ್ಟೆಯಲ್ಲಿರುವ ಮಗುವನ್ನ ತನ್ನದೆಂದು ಹೇಳಲು ಅವನು ಸಿದ್ಧ. ಅದನ್ನ ಶಾರದ ಒಪ್ಪಲಾರಳು.

"ಬೇಡ ಜಗದೀಶ್, ಅಂಥ ಯೋಚನೇನೆ ಮಾಡ್ಬೇಡ. ನಿನ್ನಿಂದ ಅಂಥ ತ್ಯಾಗ ನಿರೀಕ್ಷಿಸ್ಲಾರೆ. ಅದು ನನಗೆ ನಾನೇ ಮಾಡಿಕೊಳ್ಳಬಹುದಾದ ಮೋಸ, ಜೀವವಿರೋವರ್ಗೂ ದಹಿಸಿಬಿಡುತ್ತೆ" – ಶಾರದ ಮುಖ ತಿರುಗಿಸಿದ್ದಳು. ಅವಳು ಚಂಚಲ ಮನಸ್ಸಿನ ಹೆಣ್ಣಲ್ಲವೆಂದು ಅವನಿಗೆ ಗೊತ್ತು. ಬೇರೆಯವರಾಗಿದ್ದರೆ ಕೆಲವು ಸುಮುಖ ದಾರಿಗಳನ್ನ ಆಯ್ದುಕೊಳ್ಳುತ್ತಿದ್ದರು. ಸತ್ಯ ಎಲ್ಲೋ ಹುದುಗಿಹೋಗುತ್ತಿತ್ತು.

"ಇವತ್ತೊಂದು ದಿನ ಕಾಲಾವಕಾಶ ಕೊಡಿ" ಎಂದವನು ಹೊರಟೇಬಿಟ್ಟ.

ಅವನ ಕಾರು ಹೊರಟಿದ್ದು ಉಲ್ಲಾಸ್ ಕಾಲೇಜ್‌ನತ್ತ. ಒಂದು ರೀತಿಯ ತುಮುಲದಲ್ಲಿದ್ದ. ಅವಳು ಸ್ಪಷ್ಟವಾಗಿ ಏನನ್ನ ತಿಳಿಸದಿದ್ದರೂ ಹೊಟ್ಟೆಯಲ್ಲಿನ ಗರ್ಭವನ್ನ ಕಿತ್ತೆಸೆಯುವ ಸ್ಥಿತಿಯಲ್ಲಿಲ್ಲವೆಂದು ಅವನಿಗೆ ಗೊತ್ತು. ಆದರೆ.... ಅವಳ ಮುಂದಿನ ಬದುಕು ಕಡುಕಷ್ಟವೆಂದು ಅವನಿಗೆ ಗೊತ್ತು. ಕೆಲಸದ ಬಗ್ಗೆ ಭರವಸೆ ಇಲ್ಲ. ಆರ್ಥಿಕ ಸ್ವಾವಲಂಬನೆ ಇಲ್ಲದ ಅವಳು ಬೇರೆಯವರ ನೆರಳಿನಲ್ಲಿ ಬದುಕಬೇಕು. ತಾನು ಆಶ್ರಯ ನೀಡಬಲ್ಲೆ. ಅವಳು ಪುರಸ್ಕರಿಸುವಳೇ?

ಕಾರು ನಿಲ್ಲಿಸಿ ಪ್ರಿನ್ಸಿಪಾಲ್ ಕೋಣೆಯ ಕಡೆ ನಡೆದ. ಪಿಸಿಪಿಸಿ ಗುಸುಗುಸು ತಪ್ಪಿಸಿಕೊಳ್ಳಬೇಕೆಂದರೆ 'ಡೇರಿಂಗ್' ಆಗಿ ವರ್ತಿಸಬೇಕೆಂದು ಅವನಿಗೆ ಗೊತ್ತು.

"ಹಲೋ.... ಜಗದೀಶ್" – ನಗುಮುಖದಿಂದಲೇ ಸ್ವಾಗತಿಸಿದರು. "ಮಿಸ್ ಶಾರದಾನ ನೋಡೋಕೆ ಬಂದ್ರಾ? ಯಾಕೆ ಈ ಕಷ್ಟ? ಬೇಗ ಲಾಡು ಊಟ ಹಾಕ್ಸಿ." ನಗೆಯಾಡಿದರು. ತಣ್ಣಗಿದ್ದ. ಅವರೇ ಸ್ಟಾಫ್ ರೂಮಿನಲ್ಲಿದ್ದ ಶಾರದಾಗೆ ಹೇಳಿಕಳಿಸಿದರು.

"ಮಧ್ಯಾಹ್ನ ಮೀಟಿಂಗಿದೆ. ಟೆನ್ಷನ್ ಜಾಸ್ತಿ" ಎಂದಾಗ ಮೇಲೆದ್ದ. "ಎಕ್ಸ್‌ಕ್ಯೂಜ್ ಮಿ, ಸೀ ಯು ಎಗೇನ್" – ಬೀಳ್ಕೊಟ್ಟು ಹೊರಬರುವ ವೇಳೆಗೆ ಶಾರದ

ಕಾರಿಡಾರ್‌ನಲ್ಲಿ ನಿಧಾನವಾಗಿ ನಡೆದುಬರುತ್ತಿದ್ದಳು. ಮುಖದಲ್ಲಿ ತೀವ್ರವಾದ ಬಳಲಿಕೆ. ನಡೆಯಲು ಕೂಡ ಪ್ರಯಾಸಪಡುವಂತೆ ಕಂಡಳು.

"ಹಲೋ....." ಎಂದ. ಅವಳ ತುಟಿಯಂಚಿನಲ್ಲಿ ಬಲವಂತದ ಕಿರುನಗೆ ಅರಳಿತು. "ಹಲೋ... ಜಗದೀಶ್, ಯಾವಾಗ್ಬಂದ್ರಿ?" ಅವನತ್ತ ಕಾಲುಗಳನ್ನು ಎಳೆದು ಹಾಕಿದಳು. ಅವಳು ಅನ್ನದ ಮುಖ ಸರಿಯಾಗಿ ಕಂಡು ಕೆಲವು ದಿನಗಳೇ ಆಗಿಹೋಗಿತ್ತು. ಊಟದ ವಾಸನೆ ಕಂಡರೆ ವಾಕರಿಸಿಕೊಂಡು ಬರುತ್ತಿತ್ತು.

"ಇನ್ನೆರಡು ದಿನ ನಿನ್ನ ಹೀಗೆ ಬಿಟ್ರೆ... ಬಹುಶಃ ಆಸ್ಪತ್ರೆಯಲ್ಲಿ ಅಡ್ಮಿಟ್ ಮಾಡ್ಸಿ ಡ್ರಿಪ್ಸ್ ಹಾಕ್ಸಬೇಕಾಗುತ್ತೆ. ಅದ್ಕೆ ಅವಕಾಶ ಮಾಡಿಕೊಡ್ಬೇಡ" – ಅವಳ ಮುಖವನ್ನೇ ನೋಡುತ್ತ ಕರುಣೆಯಿಂದ ಉಸುರಿದ.

ಈ ದಿನಗಳಲ್ಲಿ ಓಲೈಸುವ ಗಂಡ, ಉಪಚರಿಸುವ ತವರಿನವರು ಇರಬೇಕು. ಅವೆರಡೂ ಇಲ್ಲದ ಹೆಣ್ಣು ಹೇಗೆ ಝರ್ಜರಿತಳಾಗುತ್ತಾಳೆಂದು ಅವನ ಅನುಭವಕ್ಕೆ ಬಂತು.

ಮೆಟ್ಟಲು ಇಳಿದು ಹಾಸ್ಟೆಲ್ ಕಡೆ ಹೆಜ್ಜೆ ಹಾಕತೊಡಗಿದಾಗ ಜಗದೀಶ ತಡೆದ.

"ಒಂದಿಷ್ಟು ಟ್ರೀಟ್‌ಮೆಂಟ್ ಅಗತ್ಯ. ಒಂದ್ಸಲ ಡಾ|| ಸುನೀತಾನ ಮೀಟ್ ಮಾಡಿಬರೋಣ."

ಶಾರದ ಮೌನವಾಗಿ ನಿಂತಳು. ಎಷ್ಟೇ ದಿಟ್ಟತನ ಮೈಗೂಡಿಸಿಕೊಂಡರೂ, ಬೇರೆಯವರ ಮುಂದೆ ಸಂಕೋಚದಿಂದ ಹಿಡಿಯಾಗಿ ಹೋಗುತ್ತಿದ್ದಳು.

"ನರ್ವಸ್‌ನೆಸ್ ಒಳ್ಳೇದಲ್ಲ. ನಿಂಗೆ ಈಗ ಬೇಕಾಗಿರೋದು ಆತ್ಮಸ್ಥೈರ್ಯ, ನಾನು ಇದ್ದೀನಿ ಶಾರದ ನಿನ್ನ ಜೊತೆಗೆ. ಸ್ನೇಹಕ್ಕಾಗಿ ಇಷ್ಟು ಸಹಾಯ ಮಾಡಲಾರೆನಾ?" ಅವನ ಕಂಠ ಭಾರವಾಯಿತು. ಅವನ ಕಣ್ಣುಗಳಲ್ಲಿ ಕಂಬನಿಯೊಡೆಯಿತು.

"ಇನ್ನೊಂದು ವಿಷ್ಯ. ರಜತಾದ್ರಿಯಿಂದ ನಿಮ್ಮಜ್ಜಿ ಬಂದಿದ್ದಾರೆ. ಅದ್ರ ಬಗ್ಗೆ ಸ್ವಲ್ಪ ಮಾತಾಡೋದಿದೆ. ಈ ಸ್ಥಿತಿಯಲ್ಲಿ ಅವ್ರ ನೆರವಾದ್ರೂ ನಿಂಗೆ ಬೇಕಾಗುತ್ತೆ. ಇನ್ನು ನಿನ್ನ ಚಿಕ್ಕಮ್ಮನಿಂದ ಏನು ನಿರೀಕ್ಷಿಸೋಕಾಗೋಲ್ಲ". ಅವಳಲ್ಲಿ ಧೈರ್ಯ ತುಂಬಿದ.

ಕಾರು ಹತ್ತಿದ ಶಾರದ ಹಿಂದಿನ ಸೀಟಿನಲ್ಲಿ ಕಣ್ಮುಚ್ಚಿ ಒರಗಿದಳು. ಪರೀಕ್ಷೆಗಳು ಮುಗಿದು ರಜಾ ಬಂದ ಕೂಡಲೆ ಹಾಸ್ಟೆಲ್ ಖಾಲಿ ಮಾಡಬೇಕು. ಮುಂದೆ ಆ ಕೆಲಸ ಸಿಗುವ ಪೂರ್ತಿ ಭರವಸೆ ಇಲ್ಲ. ತನ್ನ ದೇಹದಲ್ಲಿನ ಬದಲಾವಣೆ ಕಂಡಾಗ ನಡೆಯಬಹುದಾದ ಘಟಸ್ಫೋಟ ಕಲ್ಪಿಸಿಕೊಂಡರೆ ಅವಳೆದೆ ಹಾರುತ್ತಿತ್ತು.

"ಶಾರದ ಒಂದು ವಿಷ್ಯ" ಎಂದ ಕಾರಿನ ವೇಗ ನಿಯಂತ್ರಿಸುತ್ತ. "ನಿನ್ನ ವಿಜಯೇಂದ್ರನ ಬಗ್ಗೆ ನಿಮ್ಮಜ್ಜಿಗೆ ಏನಾದ್ರೂ ಗೊತ್ತಾ?" ಪ್ರಶ್ನಿಸಿದ. ಅರೆಗಣ್ಣು ತೆರೆದಳು ಶಾರದ. ಸಿಟ್ಟಿಂಗ್ ಲಾನ್‌ನಲ್ಲಿ ತಾವಿಬ್ಬರೂ ಸೇರಿ ಮಾತಾಡುತ್ತಿದ್ದುದು ಆಕೆಗೆ ಗೊತ್ತು. ಆದರೆ ಇಷ್ಟು ದೂರದವರೆಗೆ ಯೋಚಿಸಿರಲಾರರು. "ನಮ್ಮಿಬ್ಬರಿಗೆ ಪರಿಚಯವಿದ್ದುದು ಆಕೆಗೆ ಗೊತ್ತು, ಆದರೆ ರಜತಾದ್ರಿಯ ಜನರ ಬಗ್ಗೆ ಒಂದು ರೀತಿಯ ಭಯವಿತ್ತು

ಅನ್ನಿಸುತ್ತೆ. ಅರಮನೆಯಂಥ ಕಲಾತ್ಮಕ ಬಂಗ್ಲೆ ಯಾರಿಗಾದ್ರೂ ನೋಡ್ಬೇಕೂಂತ ಅನ್ನಿಸೋದು ಸಹಜವೆ. ಆದರೆ ಆಕೆ ನೋಡಿರಲಿಲ್ಲ! ತಿಂಗಳುಗಟ್ಲೇ ಯಜಮಾನರಿಲ್ಲದಿದ್ರೂ ಎಂದೂ ಒಳಗೆ ಹೋಗಿ ನೋಡುವ ಇಚ್ಛೆ ಆಕೆಗೆ ಉಂಟಾಗಿರ್ಲಿಲ್ಲ. ಏನೋ ಗೂಢವಿದೆಯೆನಿಸಿತು."

ಜಗದೀಶ ಯಾವುದೇ ತೀರ್ಮಾನಕ್ಕೆ ಬರದಾದ. ವಿಜಯೇಂದ್ರನನ್ನ ಭೇಟಿಯಾದಮೇಲೆ ನಿರಾಸೆ ಕವಿದುಕೊಂಡಿತ್ತು. ಅವನಿದ್ದ ಸ್ಥಿತಿಯಲ್ಲಿ ಶಾರದಳನ್ನ ಬರಮಾಡಿಕೊಳ್ಳುವುದು ಅಸಾಧ್ಯ!

ಕಾರನ್ನ ಒಂದು ಪಕ್ಕಕ್ಕೆ ನಿಲ್ಲಿಸಿ ಸ್ವಲ್ಪ ಹಿಂದಕ್ಕೆ ತಿರುಗಿದ. "ಆಕೆ ನಿನ್ನ ಮದ್ವೆ ಮಾಡೋ ನಿರ್ಧಾರದಿಂದ ಬಂದಿದ್ದಾರೆ. ನನ್ನ ಬಳಿಯಲ್ಲು ಪ್ರಸ್ತಾಪಿಸಿದ್ರು. ಈಗ ಸತ್ಯ ಹೇಳೋದೋ ಬೇಡ್ವೋ ಅನ್ನೋ ತೀರ್ಮಾನಕ್ಕೆ ಬಾ. ಇಷ್ಟಪಟ್ರೆ ಮುಂಬಯಿಯಲ್ಲಿ ನನ್ನ ಚಿಕ್ಕಮ್ಮ ಇದ್ದಾರೆ. ಅಲ್ಲಿಗೆ ನಿನ್ನ ಕರ್ಕಂಡ್ಹೋಗ್ತೀನಿ. ಹೆರಿಗೆಯಾದ್ಮೇಲೆ ನೀನು ಇಲ್ಲಿಗೆ ಬರ್ಬಹ್ದು. ನಿಮ್ಮಪ್ಪ, ಚಿಕ್ಕಮ್ಮನ್ನ ಒಪ್ಪಿಸೋ ಜವಾಬ್ದಾರಿ ನಂದು. ನೀನು ಮಗೂನ ಕೊಟ್ರೆ.... ನಾನು ನಿನ್ನ ಕಣ್ಮುಂದೇನೇ ಬೆಳಿಸ್ತೀನಿ. ತಂದೆ ಇಲ್ಲ ಅನ್ನೋ ಕೊರಗು ಮಗುಗೆ ತಪ್ಪಿಹೋಗುತ್ತೆ. ಸಮಾಜದ ಕೆಟ್ಟ ಕಣ್ಣುಗಳು ಅದ್ರ ಮೇಲೆ ಬೀಳೋಲ್ಲ." ಅರ್ಥಪೂರ್ಣವಾಗಿ ಹೇಳಿದ. ಗಾಳಿಯ ಮಧ್ಯೆ ಬಿದ್ದ ತರಗೆಲೆಯ ಸ್ಥಿತಿಯಾಗಿತ್ತು ಶಾರದಳದು–ನಿರ್ಧಾರ, ನಿರ್ಣಯಗಳು ಪದೇ ಪದೇ ಬದಲಾಗಿ ದಿಕ್ಕುತೋಚದ ಸ್ಥಿತಿಯಾಗಿತ್ತು. ಇಲ್ಲಿ ಅವಳ ವಿದ್ಯೆ, ವಿಚಾರವಂತಿಕೆ ಕೊಚ್ಚಿಹೋಗಿ ತಾಯ್ತನ ಮಾತ್ರ ಉಳಿದಿತ್ತು.

"ನಾಳೆವರ್ಗೂ ನಂಗೆ ಅವಕಾಶ ಕೊಡು ಜಗದೀಶ್." ಕಣ್ಣುಗಳನ್ನ ಬಲವಾಗಿ ಮುಚ್ಚಿಕೊಂಡಾಗ ಮುಂದಕ್ಕೆ ತಿರುಗಿದ ಜಗದೀಶ ಕಾರು ಸ್ಟಾರ್ಟ್ ಮಾಡಿದ. ನಾಳೆ ಕೂಡ ಅವಳು ಯಾವುದೇ ನಿರ್ಧಾರಕ್ಕೆ ಬರಲಾರಳೆಂದು ಅವನಿಗೆ ಗೊತ್ತು, ಕಾಲ ಮಾತ್ರ ನಿರ್ಣಯಿಸಬಲ್ಲದು.

ಮನೆಯ ಮುಂದೆ ಕಾರು ನಿಂತಾಗ ಶಾರದ ಡೋರ್ ತೆರೆದು ಇಳಿದಾಗ ಉಸುರಿದ – "ಡೋಂಟ್ ಬಾದರ್, ಬಿ ಡೇರಿಂಗ್."

ಕೆಳಗೆ ನಿಂತವಳ ಕಾಲುಗಳು ಕುಸಿಯುವಂತಾಯಿತು. "ಜಗದೀಶ್, ಡೋಂಟ್ ವರಿ ಅಬೌಟ್ ಮಿ. ನಿಮ್ಮ ಫ್ಯೂಚರ್, ಆಂಬಿಷನ್ ಬಗ್ಗೆ ಯೋಚ್ಸಿ." ನಿಲ್ಲದೆ ಒಳಗೆ ನಡೆದಳು.

ಅವಳನ್ನ ನೋಡಿದ ಸೀತಮ್ಮ ಗಾಬರಿಯಾದರು. ಕನಿಷ್ಟ ಹತ್ತು ಕೆ.ಜಿ.ಯಾದರೂ ತೂಕದಲ್ಲಿ ಇಳಿದಿದ್ದಳು. ಉದಾಸ ಸೂಸುವ ಕಣ್ಣುಗಳು, ಬೆವರಿನಿಂದ ತೊಯ್ದ ಕಣ್ಣುಗಳು, ಮುಖ.

"ಯಾಕೆ ತಾಯಿ ಹೀಗಾಗಿದ್ದೀಯಾ?" ಆಕೆಯ ಸ್ವರ ಒದ್ದೆಯಾಯಿತು. ಒತ್ತರಿಸಿಕೊಂಡು ಬಂದ ದುಃಖ ಹತ್ತಿಕ್ಕಲಾರದೆ ಅವರ ಮಡಿಲಲ್ಲಿ ಮುಖವಿಟ್ಟು

ಭೋರೆಂದು ಅತ್ತುಬಿಟ್ಟಳು. ಮಾನಸಿಕ, ದೈಹಿಕ ಹಿಂಸೆಯಿಂದ ಅವಳಿಗೆ ಸೋಲುವಂತಾಯಿತು. ಇಲ್ಲಿ ಅವಳು ತೀರಾ ಸಾಧಾರಣ ಹೆಣ್ಣು.

ಮೊಮ್ಮಗಳ ಕೂದಲಲ್ಲಿ ಕೈಯಾಡಿಸುತ್ತಿದ್ದ ಸೀತಮ್ಮನಿಗೆ ಆತಂಕವಾಗಿತ್ತು. ಮಲತಾಯಿಯ ಚಿತ್ರಹಿಂಸೆ.... ಆಕೆಯ ಮನ ತಳ್ಳಿಹಾಕಿತ್ತು. ಆಕೆಗೆ ಒಡವೆಯ ಬಗ್ಗೆ ಆಸೆ ಇದ್ದರೂ ಶಾರದನ ಹೊಡೆದು, ಬಯ್ದು ದಂಡಿಸುವ ಮನಸ್ಕಳಲ್ಲವೆಂದು ಎಂದೋ ಮನದಟ್ಟಾಗಿತ್ತು.

ಅತ್ತು ಸಮಾಧಾನಗೊಂಡ ಶಾರದ ತನ್ನ ತಪ್ಪಿಗೆ ಬೆಚ್ಚಿದಳು. ಇದೆಷ್ಟು ಕಲ್ಪನೆಗೆ ಎಡೆ ಕೊಡಬಹುದು? ಈಗ ಸುಬ್ರಮಣ್ಯಂ ಅಸಾಹಯಕ ಮುಖ ಕಣ್ಮುಂದೆ ತೇಲಿತು. ನೊಂದು ನೊಂದು ಸವೆದುಹೋದ ವ್ಯಕ್ತಿ.

"ಓ, ಛೆ.... ಎಂಥಾ ಕೆಲಸವಾಯ್ತು!" ಮುಖ ತೊಳೆಯಲು ಬಚ್ಚಲು ಮನೆಗೆ ಹೋದಳು. ಸೀತಮ್ಮ ವಿಗ್ರಹದಂತೆ ಕೂತರು. ಹಿಂದೆ, ಬಹಳ ಹಿಂದೆ ಕಮಲ ಒಮ್ಮೆ ಹೀಗೆಯೇ ಅತ್ತಿದ್ದಳು. "ನಂಗೆ ಈ ಮದ್ವೆ ಬೇಡ. ಮಹೇಂದ್ರರು ನನ್ನದ್ವೆ ಆಗದಿದ್ರೂ ಪರ್ವಾಗಿಲ್ಲ. ಕಲ್ಪನೆಯಲ್ಲಿ ಅವ್ರ ಹೆಂಡ್ತಿಯಾಗೆ ಬದ್ಕಿಬಿಡ್ತೀನಿ." ಆ ಮಾತುಗಳು ಈಗಲೂ ಅತ್ಯಂತ ಸ್ಪಷ್ಟವಾಗಿ ನೆನಪಿದ್ದವು. ಅದೆಲ್ಲಿ ಪುನಃ ಮರುಕಳಿಸಿತೋ! ಗಂಟಲು, ನಾಲಿಗೆಯೆಲ್ಲ ಒಣಗಿಹೋಯಿತು.

ಸುಮ್ಮನೆ ಕೂತಿದ್ದ ಪದ್ದಮ್ಮನನ್ನ ಕೇಳಿದರು. "ಏನಾಗಿದೆ ಈ ಹುಡ್ಗೀಗೆ? ಅಷ್ಟೊಂದು ಲವಲವಿಕೆಯಾಗಿದ್ದಳಲ್ಲ. ಎಂಥಾ ಧೈರ್ಯಸ್ಥೆ! ಜಗದೀಶನನ್ನ ಮದ್ವೆನೇ ಆಗೋಲ್ಲ ಅಂತ ಅಷ್ಟು ಜನರ ಎದುರು ಹೇಳಿದೋಳು."

ಹಣೆಗಟ್ಟಿಸಿಕೊಂಡರು ಪದ್ದಮ್ಮ.

"ನನ್ನ ಹಣೆಬರಹ ಅಷ್ಟೆ. ರಜತಾದ್ರಿಯಿಂದ ಬಂದ್ಮೇಲೆ ಯಾವಾಗ್ಲೂ ಗೆಲುವಾಗಿ ಇರಲೇ ಇಲ್ಲ. ಮಾತುಕತೆ ಬಿಟ್ಲು. ಊಟ, ತಿಂಡಿ ಬೇಕಿಲ್ಲ. ಇಷ್ಟು ವರ್ಷ ಸಾಕಿದೋಳಿಗೆ ಅವ್ಳು ಭಾರವಾಗಿದ್ಲ. ನಾನು ಯಾಕಾದ್ರೂ ಕಳಿಸಿದ್ನೋ!" – ಒಂದೇ ಸಮ ಗೋಳಾಡಲು ಶುರುಮಾಡಿಬಿಟ್ಟಾಗ ಸೀತಮ್ಮನ ತಲೆಯ ಮೇಲೆ ಸಿಡಿಲು ಅಪ್ಪಳಿಸಿದಂತಾಯಿತು.

"ಅಂದರೆ..." ಆಕೆಯ ಧ್ವನಿ ಉಡುಗಿತು.

"ಅವ್ಳಿಗೆ ರಜತಾದ್ರಿಗೆ ಬಂದಾಗ ಏನೋ ಆಗಿಹೋಗಿದೆ. ಆವೊತ್ತಿನಿಂದ ಸುಧಾರಿಸ್ಲಿಲ್ಲ. ಅಲ್ಲಿಗೆ ಹೆರಿಗೆಗೆ ಕಳ್ಸಿ ಹೆಂಡ್ತಿನ ಕಳ್ದುಕೊಂಡ್ರು. ಈಗ ಮಗಳ ಸರದಿ." ಗಂಡನನ್ನು ಉದ್ದೇಶಿಸಿ ಹೇಳಿದರು. ಇಲ್ಲಿ ಕೂಡ ಸುಬ್ರಮಣ್ಯಂ ನತದೃಷ್ಟ!

ಅವಮಾನದಿಂದ, ನೋವಿನಿಂದ ಸೀತಮ್ಮ ಕುಗ್ಗಿಹೋದರು. ತಾವುಗಳು ಅಪರಾಧಿಗಳು! ಮಗಳು ಹೆತ್ತ ಮಗುನ ಒಂದು ದಿನ ಮುದ್ದು ಮಾಡಲಿಲ್ಲ, ಸಾಕಲಿಲ್ಲ. ಈಗ ತಮ್ಮ ಕಾಳಜಿ ಅಪಹಾಸ್ಯವೆ, ಕಣ್ಣೀರು ಮಿಡಿದರು.

"ಕ್ಷಮ್ಸಿಬಿಡು ಪದ್ದಮ್ಮ." ಮೇಲಕ್ಕೆದ್ದರು.

ಆಕೆಯ ಕ್ಷಮಾಪಣೆಯನ್ನ ಲಕ್ಷಿಸುವಂತಿರಲಿಲ್ಲ ಪದ್ದಮ್ಮ. ತಾವು ಸಾಕಿ ಸಲಹಿದ ಮಗು ದಿಢೀರೆಂದು ಪ್ರತ್ಯಕ್ಷರಾದ ಅಜ್ಜಿಯನ್ನ ತಬ್ಬಿಕೊಂಡು ಅತ್ತಿದ್ದು ಅವರಲ್ಲಿ ಜ್ವಾಲಾಮುಖಿಯನ್ನ ಸಿಡಿದಂತಾಗಿತ್ತು.

"ಅವ್ಳಿಗೆ ಚಿಕ್ಕಮ್ಮನಾಗಿ ಬಂದಿದ್ದು ನನ್ನಕರ್ಮ. ಹೆತ್ತ ತಾಯಿಯಾಗಿದ್ರೆ... ಕಷ್ಟಸುಖ ಹೇಳಿಕೊಳ್ಳೋಳು, ನಾನು ಯಾರು?" ಮೂಗು, ಕಣ್ಣು ಉಜ್ಜತೊಡಗಿದರು ಪದ್ದಮ್ಮ. ಸೀತಮ್ಮನಿಗೆ ದಿಕ್ಕೇ ತೋಚದಂತಾಯಿತು. ತಾನು ಏಕಾದರೂ ಬಂದೆನೋ ಅನ್ನಿಸಿಬಿಟ್ಟಿತು.

ಸುಬ್ರಮಣ್ಯಂ ಸಮಾಧಾನಿಸಲಾರದೆಹೋದರು. ಶಾರದ ತೆಪ್ಪಗೆ ಕೋಣೆಯಲ್ಲಿ ಕೂತಳು. ಕಡೆಗೆ ಮಾಧುನೇ ಬರಬೇಕಾಯಿತು.

"ಹೀಗೆ ಅಳು ಮುಂದುವರಿಸಿದ್ರೆ.... ನಾನು ಸೂಸೈಡ್ ಮಾಡ್ಕೊಂಡ್ಬಿಡ್ತೀನಿ." ಹುಸಿ ಬೆದರಿಕೆಯೊಡ್ಡಿದ. ಇದು ಮೊದಲ ಸಲವಲ್ಲ. ಆಗಾಗ ಇಂಥ ಮಾತುಗಳನ್ನ ಆಡೋದು ಸಹಜ ಪ್ರವೃತ್ತಿಯನ್ನಾಗಿ ಬೆಳೆಸಿಕೊಂಡಿದ್ದ ಈಚೆಗೆ.

ಕಣ್ಣು ಮೂಗೊರಸಿಕೊಂಡು ಪದ್ದಮ್ಮ ಎದ್ದು ಒಳಗೆ ಹೊರಟಾಗ ಮಾಧು ಫಕ್ಕನೆ ನಕ್ಕ. "ಇನ್ನು ನಾಲ್ಕೈದು ದಿನ ಅಳೋದಿಲ್ಲ. ಅಜ್ಜಿ, ನೀವು ನಿಶ್ಚಿಂತೆಯಾಗಿರಿ." ಸೀತಮ್ಮನಿಗೆ ಹೇಳಿದ. ಆಕೆಯ ಮುಖವೇನು ಅರಳಲಿಲ್ಲ. ದಟ್ಟವಾಗಿ ಕಾರ್ಮೋಡಗಳು ಕವಿದುಕೊಂಡ ಆಕಾಶದಂತಿತ್ತು. ಅಪರಾಧಭಾವ ಅವರನ್ನ ಸುಡುತ್ತಿತ್ತು. ಶಾರದಳ ಬಗ್ಗೆ ಹೇಳಲು, ಕೇಳಲು ತಮಗೇನೂ ಹಕ್ಕಿಲ್ಲವೆಂಬ ನಿರ್ಧಾರಕ್ಕೆ ಬಂದಿದ್ದರು.

"ನನ್ನ ಸ್ವಲ್ಪ ರಜತಾದ್ರಿ ಕಡೆಗೆ ಹೋಗೋ ಬಸ್ಸಿನಲ್ಲಿ ಕೂಡಿಸಪ್ಪ." ಮಾಧು ಮುಂದೆ ಅಂಗಲಾಚಿದರು. "ಈಗ ಹೋಗೋಕೆ ಅದೆಲ್ಲ ಆಗೋಲ್ಲ. ತಾತನೇ ಬಂದು ಕರ್ಕೊಂಡ್ಹೋಗ್ಲಿ. ಅಮ್ಮನ ಮಾತುಗಳಿಗೆ ಯಾಕೆ ಬೇಜಾರು ಮಾಡ್ಕೋತೀಯಾ. ಅವ್ಳಿಗೆ ಅಕ್ಕ ಮೇಲೆ ತುಂಬ ಪ್ರೀತಿ." ಗುಟ್ಟು ಹೇಳುವಂತೆ ಪಿಸುದನಿಯಲ್ಲಿ ಉಸುರಿದ.

ಆದರೂ ಇಲ್ಲಿ ಉಳಿದುಕೊಳ್ಳಲು ಆಕೆಗೆ ಇಷ್ಟವಾಗಲಿಲ್ಲ. ಕರ್ತವ್ಯ ಮಾಡದಿದ್ದವರಿಗೆ ಖಂಡಿತ ಹಕ್ಕಿಲ್ಲ!

ಆದರೆ ರಾತ್ರಿ ಸುಬ್ರಮಣ್ಯಂ ಕೂತು ಕೂಲಂಕಷವಾಗಿ ಮಾತಾಡಿದವರು ಒಂದು ಸೂಚನೆ ಕೊಟ್ಟರು.

"ನೀವೇ ನಿಮ್ಮ ಮೊಮ್ಮಗಳನ್ನ ಒಂದ್ಮಾತು ಕೇಳ್ಬಿಡಿ. ಅವ್ಳು 'ಹ್ಞೂ' ಅಂದರೆ ಜಗದೀಶನನ್ನ ಒಪ್ಪಿಸೋದು ಕಷ್ಟವಾಗೋಲ್ಲ."

ಸೀತಮ್ಮ ಅನುಮಾನಿಸುತ್ತಲೇ ಆ ಕೆಲಸ ವಹಿಸಿಕೊಂಡರು. ಪದ್ದಮ್ಮ ನಿಶ್ಚಿಂತೆಯಿಂದ ಎದ್ದುಹೋದರು.

ಅವರು ಕೋಣೆಗೆ ಬಂದಾಗ ಮೊದಲು ಅವಳೇ ಪ್ರಶ್ನೆಯೆತ್ತಿದಳು. "ಯಾಕಜ್ಜಿ, ಮದ್ವೆಗೆ ಇಷ್ಟೊಂದು ತರಾತುರಿ ಮಾಡ್ತಾ ಇದ್ದೀರಾ?" ಸೀತಮ್ಮ ನಕ್ಕುಬಿಟ್ಟರು.

"ಇನ್ನೇನು ಓದು ಮುಗಿದಿದೆ. ಕೆಲ್ಸ ಸಿಕ್ಕಿದೆ. ಕೈಯಲ್ಲಿ ಬಂಗಾರದಂಥ ಹುಡ್ಗ. ಇನ್ಯಾಕೆ ಮದ್ವೆಗೆ ತಡ? ಒಂದೇ ಊರು, ತಾಳಿ ಬಿದ್ಮೇಲೂ ಎರ್ಡು ಕಡೆ ಇರ್ಬಹ್ದು." ಮೊಮ್ಮಗ್ಳ ಕೈಯನ್ನ ತಮ್ಮ ಕೈಯೊಳಗೆ ತಗೊಂಡರು.

"ನಮ್ಮ ವಂಶಕ್ಕೆ ಕುಡಿ ನೀನೊಬ್ಳೆ. ನೀನು ಸುಖವಾಗಿರ್ಬೇಕೂಂತ ನಮ್ಮಿಷ್ಟ." ಪ್ರೀತಿಯಿಂದ ಅವಳ ಬೆನ್ನನ್ನ ಸವರಿದರು. ಗುಂಡು ಹೇರಿದಂಥ ಭಾರ ಅವಳೆದೆಯಲ್ಲಿ. ತಾನು ನಿಂತ ಗುಡ್ಡ ತೀರಾ ಜೀರ್ಣವಾದದ್ದು. ಯಾವ ಕ್ಷಣದಲ್ಲಿ ಬೇಕಾದರೂ ಕುಸಿಯಬಹುದು.

ನಿಜಾಂಶ ಹೇಳಿಬಿಡಬೇಕೆಂದು ಎಷ್ಟೇ ಪ್ರಯತ್ನಿಸಿದರೂ ಅವಳಿಂದಾಗಲಿಲ್ಲ. ಅಂಥ ಸಂದರ್ಭ ಬಂದಾಗ ಅವಳು ಎದುರಿಸಬೇಕಾದ್ದು ಘಟಸ್ಫೋಟ.

ಕಣ್ಮುಚ್ಚಿ ದೀರ್ಘವಾಗಿ ಉಸಿರೆಳೆದುಕೊಂಡಳು. ಹೊಟ್ಟೆಯೊಳಗಿನ ಕರುಳಿನಲ್ಲಿ ಕೈಯಿಟ್ಟು ತೊಳಿಸಿದ ಅನುಭವ, ಒಂದು ರೀತಿಯ ಚಿತ್ರಹಿಂಸೆ.

ಡಾ|| ಚಂದ್ರಮತಿಯನ್ನ ಮೀಟ್ ಮಾಡಿದಾಗ ನಕ್ಕುಬಿಟ್ಟಿದ್ದರು. ಇದೊಂದು ತಿಂಗ್ಳು ಇಂಥದ್ದು ಸಹಜವೆ. ಕೊಟ್ಟ ಪಿಲ್ಸ್ ತಗೊಳ್ಳಿ. ನಿಮ್ಮ ತಾಯಿ ಈ ಸ್ಥಿತಿಯಲ್ಲಿ ಹೇಗೆ ಸುಧಾರಿಸ್ಬೇಕೂಂತ ತಿಳ್ದುಕೊಂಡಿರ್ತಾರೆ ಎಂದಿದ್ದರು.

"ಅಜ್ಜಿ, ನಿಮ್ಗೆ ನಮ್ಮಮ್ಮ ಒಬ್ಳೇ ಮಗಳಾ?" ಬೇರೆ ಪ್ರಸ್ತಾಪವೆತ್ತಿದಳು. ಸೀತಮ್ಮನ ಮುಖದ ಗೆಲುವು ಅಳಿದುಹೋಯಿತು. "ಇನ್ನೊಂದು ಮಗು ಇದ್ದಿದ್ರೆ.... ನಾವು ಈ ಸ್ಥಿತಿಗೆ ಬರ್ತಾ ಇರ್ಲಿಲ್ಲ. ಈಗ ಯಾರು ದಿಕ್ಕು?" ನಿರಾಸೆಯ ಅಂಚಿನಲ್ಲಿದ್ದವರಂತೆ ನುಡಿದರು.

ಅಷ್ಟರಲ್ಲಿ ಸುಬ್ರಮಣ್ಯಂ ಬಂದು ಕೂತಿದ್ದರಿಂದ ಆ ವಿಷಯಕ್ಕೆ ತೆರೆಬಿತ್ತು.

"ಜಗದೀಶ್ ಮನೆಗೆ ಹೋಗ್ಬರೋಣ. ದಿನಾನು ಚೆನ್ನಾಗಿದೆಯಂತೆ" ಎಂದಾಗ ಸೀತಮ್ಮ ಎದ್ದೇಬಿಟ್ಟರು. ಅನಂತರಾಮಯ್ಯನವರ ಧಾವಂತ ನೋಡಿಯೇ ಶಾರದಳಿಗೆ ಏನೋ ಕಾದಿದೆಯೆಂಬ ಅರಿವು ಅವರಿಗೆ ಉಂಟಾಗಿತ್ತು. ಮಾನ, ಮರ್ಯಾದೆಯನ್ನ ಒತ್ತೆ ಇಟ್ಟಾದರೂ ಈ ಕೆಲಸ ಮಾಡಬೇಕೆಂಬ ನಿರ್ಧಾರಕ್ಕೆ ಬಂದಿದ್ದರು. ಆದರೆ ಇಡೀ ಪ್ರಕರಣ ತಮ್ಮ ವಿರುದ್ಧ ತಿರುಗಿಬೀಳಬಹುದೆಂಬ ಅರಿವಿರಲಿಲ್ಲ.

* * * *

ಅಡ್ವೊಕೇಟ್ ಚಂದ್ರಶೇಖರಯ್ಯನವರ ಕಾರು ಬಂದು ಇವರ ಮುಂದೆ ನಿಂತಾಗ ಸುಬ್ರಮಣ್ಯಂಗೆ ಕೈಕಾಲಾಡಲಿಲ್ಲ. ಅವರಿಗೆ ಮೊದಲಿನಿಂದಲೂ ಕೋರ್ಟು, ಫಿರ್ಯಾದು ಸಾಕ್ಷಿಗಳು ಎಂದರೆ ಭಯವೇ. ಸಿಟಿಗೆ ಹೆಸರಾಂತ ಅಡ್ವೊಕೇಟ್–ಅವರ ಹಣೆಯ ಮೇಲೆ ಬೆವರೊಡೆಯಿತು.

"ಬರ್ಬೇಕು..." ಕೈಗಳನ್ನ ಜೋಡಿಸಿ ಒಳಗೆ ಬರಮಾಡಿಕೊಂಡರು. ತೊಡೆಗಳು ಗಡಗಡ ನಡುಗುತ್ತಿದ್ದವು. ನೀವೆಲ್ಲೋ ಅಡ್ರಸ್ ತಪ್ಪಿರಬೇಕು. ಇದು..." ಉಗುಳು ನುಂಗಿದರು.

ಚಂದ್ರಶೇಖರಯ್ಯನವರು ಈ ಮಾತುಗಳನ್ನ ಲಕ್ಷ್ಯಮಾಡದೆ ಸೋಫಾ ಮೇಲೆ ಕಾಲು ಮೇಲೆ ಕಾಲುಹಾಕಿ ಕೂತರು. ಅದು ಅವರ ಅಭ್ಯಾಸ.

ಹಿಂದೆ ಬಂದ ಗುಮಾಸ್ತರು ವಿನಯದಿಂದ ನಿಂತರು.

"ಇದು ಸುಬ್ರಮಣ್ಯಂ ಮನೆ ತಾನೆ?" ಗುಮಾಸ್ತರೆ ಪ್ರಶ್ನಿಸಿದಾಗ ಸುಬ್ರಮಣ್ಯಂ ಗಂಟಲಲ್ಲಿ ಉಗುಳು ಸಿಕ್ಕಿಕೊಂಡಂತಾಯಿತು. 'ಹ್ಞೂ' ಗುಟ್ಟಿದರು. "ನಿಮ್ಮನ್ನ ನೋಡ್ಬೋಕೇಂತ್ಲೆ ಬಂದಿದ್ದು. ತಮ್ಮ ಕೈಯಲ್ಲಿನ ಕಡತದಲ್ಲಿನ ಒಂದು ಪೇಪರ್‌ನ ತೆಗೆದು ಒಮ್ಮೆ ನೋಡಿ ಮತ್ತೆ ಮುಚ್ಚಿದರು.

"ಸುಬ್ರಮಣ್ಯಂ ಎಲೆಕ್ಟ್ರಿಕಲ್ಸ್ ನಿಮ್ದು ತಾನೆ?" ತಮ್ಮ ಟೈ ಗಂಟನ್ನ ಸ್ವಲ್ಪ ಸಡಿಲಿಸಿದರು ಚಂದ್ರಶೇಖರಯ್ಯ. ಹಿಡಿದ ಕೆಲಸ ಮುಗಿಸುವ ಚತುರರು. "ಡೋಂಟ್ ವರಿ ಮೈ ಬಾಯ್. ಈ ಕೆಲ್ಸಕ್ಕಾಗಿ ಇಷ್ಟು ದೂರ ನನ್ನ ಹುಡ್ಕಿಕೊಂಡು ಬಂದ್ಯಲ್ಲ. ಐ ಯಾಮ್ ವೆರಿ ಹ್ಯಾಪಿ. ಇನ್ನೆರಡು ದಿನದಲ್ಲಿ ಶಾರದ ರಜತಾದ್ರಿಯಲ್ಲಿ ಇರ್ತಾಳೆ." ಮಹೇಂದ್ರರ ಗೆಳೆಯರಾಗಿ ವಿಜಯೇಂದ್ರನಿಗೆ ಭರವಸೆ ಕೊಟ್ಟಿದ್ದರು. ಅದೆಂದೂ ಸುಳ್ಳಾಗಲಿಕ್ಕೆ ಬಿಡಲು ಸಾಧ್ಯವಿರಲಿಲ್ಲ.

ಪದ್ಮಮ್ಮ ಬಾಗಿಲಲ್ಲಿ ಬಂದು ಇಣುಕಿ ಹಿಂದಕ್ಕೆ ಹೋದರು. ಅವರಿಗೆ ಈಗ ನೆನಪಾದದ್ದು ಮಾಧು. ಅವನು ಯದ್ವಾತದ್ವಾ ತನ್ನ ವೆಹಿಕಲ್ ಓಡಿಸುತ್ತಿದ್ದ.

"ದೇವರೆ.... ಏನೂ ಆಗದಿರಲಿ." ನಿಂತಲ್ಲಿಯೇ ನೂರು ದೇವರಿಗೆ ಮುಡುವು ಹೊತ್ತರು. ಅವರೆದೆ 'ಢವಢವ' ಎನ್ನುತ್ತಿತ್ತು.

"ಕೂತ್ಕೊಳ್ಳಿ ಸುಬ್ರಮಣ್ಯಂ. ನಾನೇ ಕರ್ಸಿಕೊಳ್ಳೊಬದ್ಲು ಬಂದಿದ್ದೀನಿ: ಹೇಗೆ ನಡೆಯುತ್ತೆ ನಿಮ್ಮ ವ್ಯಾಪಾರ?" ನವಿರಾಗಿ ಮಾತಾಡಿದರೂ ಆ ಗತ್ತಿಗೆ ಸುಬ್ರಮಣ್ಯಂ ಕರಗಿಹೋದರು. ಇನ್‌ಕಮ್ ಟ್ಯಾಕ್ಸ್, ಸೇಲ್ಸ್‌ಟ್ಯಾಕ್ಸ್, ವೆಲ್ತ್‌ಟ್ಯಾಕ್ಸ್.... ಇತ್ಯಾದಿ ಇತ್ಯಾದಿ–ಬೆವತುಬಿಟ್ಟರು.

"ಸುಮಾರಾಗಿ ಅಷ್ಟೆ." ತೊದಲಿದರು ಚಂದ್ರಶೇಖರ್. ತುಟಿಯಂಚಿನಲ್ಲಿ ಕಿರುನಗೆ ಮೂಡಿತು. "ಹೆದರೋ ಕಾರಣವಿಲ್ಲ, ಕೂತ್ಕೊಳ್ಳಿ." ಈಗ ಸೀತಮ್ಮ ಕೂಡ ಪದ್ಮಮ್ಮನ ಪಕ್ಕದಲ್ಲಿ ಬಂದುನಿಂತರು.

"ಗಂಡನ ಮನೆಯಲ್ಲಿದ್ದ ಮಗಳನ್ನ ನೀವ್ಯಾಕೆ ತಂದು ಮನೆಯಲ್ಲಿಟ್ಕೊಂಡ್ರಿ?" ಮುಖ ಬಿಗಿದು ಕ್ರಾಸ್ ಕೊಶ್ಚನ್ ಶುರು ಮಾಡಿದಾಗ ಪದ್ಮಮ್ಮ ಹೊರಗೆ ಬಂದರು. "ನೀವು ಯಾರ ಮನೆಗೋ ಬಂದಿದ್ದೀರಾ? ನಮ್ಗೆ ಮದ್ವೆ ಆದ ಮಗ್ಳೇ ಇಲ್ಲ." ನಿಷ್ಠುರವಾಗಿ ಹೇಳಿದರು.

ನಿಂತಿದ್ದ ಗುಮಾಸ್ತ ಫೋಟೋ ತಂದು ಅವರುಗಳ ಮುಂದಿಡಿದ. "ಈಕೆ ನಿಮ್ಮ ಮಗ್ಳು ಅಲ್ವಾ?" ಶಾರದ ಫೋಟೋ! ಗಂಡ ಹೆಂಡತಿ ಮುಖ ಮುಖ ನೋಡಿಕೊಂಡರು. ವಿಸ್ಮಯದಿಂದ ಜೊತೆ ಅವರುಗಳ ಕಣ್ಣುಗಳಲ್ಲಿ ಭೀತಿಯು ಇಣುಕಿತು. ಗಂಟಲೊಣಗಿ ಮಾತಾಡಲು ಕಷ್ಟವಾಯಿತು.

"ನಮ್ಮ ಮಗ್ಳಿಗೆ ಮದ್ವೆನೇ ಆಗಿಲ್ಲ." ಪದ್ದಮ್ಮ ಧೈರ್ಯವಹಿಸಿ ಹೇಳಿದಾಗ ಚಂದ್ರಶೇಖರ್ ನಕ್ಕುಬಿಟ್ಟರು. "ಯಾವ ರೀತಿ ಹೇಳ್ತೀರಾ? ಆ ಕಾಲದಲ್ಲೇ ತಾಯ್ತಂದೆಯರಿಗೆ ಗೊತ್ತಾಗ್ದಂತೆ ಗಂಧರ್ವ ರೀತಿಯ ಮದ್ವೆಗಳು ನಡೀತಾ ಇದ್ವು. ಈಗ್ಲೂ ಇಲ್ಲಿ ಅಂಥದ್ದೇ ಆಗಿರೋದು." ಮೇಲೆದ್ದರು. "ಕೂಡ್ಲೇ ನಿಮ್ಮ ಮಗಳನ್ನ ರಜತಾದ್ರಿಗೆ ಕಳ್ಸಿಕೊಡೋ ಏರ್ಪಾಟು ಮಾಡಿ." ಎಚ್ಚರಿಸಿದರು. ಹಿಂದೂ ವಿವಾಹ ಕಾಯಿದೆಯ ಒಂಬತ್ತನೆ (9) ವಿಧಿಯ ಪ್ರಕಾರ 'ರೆಸ್ಟೋರೇಷನ್ ಆಫ್ ಕಂಜುಗೆಟ್ ರೈಟ್ಸ್' (ದಾಂಪತ್ಯಾಧಿಕಾರದ ಪುನರ್ಸ್ಥಾಪನೆ) ಬಗ್ಗೆ ಕೋರ್ಟಿನ ಆಜ್ಞೆ ಪಡೆಯಬೇಕಾಗುತ್ತದೆಯೆಂದು ಹೇಳಿಹೋದರು.

ಈಗ ಸೀತಮ್ಮನಿಗೆ ಎಲ್ಲಾ ಸ್ಪಷ್ಟವಾಗಿ ಅರ್ಥವಾಯಿತು. ಆದರೆ ರಜತಾದ್ರಿಯ ಮಾಲೀಕರು ತೀರಾ ಸಾಧಾರಣ ಮನೆತನದ ಹುಡುಗಿಯನ್ನ ಮದುವೆಯಾಗಿದ್ದೆನೆಂದು ಕೋರ್ಟಿನಲ್ಲಿಯೇ ಹೇಳಲು ಯತ್ನಿಸಿರುವುದು ಅತ್ಯಂತ ಸೋಜಿಗದ ಸಂಗತಿಯೆನಿಸಿತು. ಅದರ ಹಿಂದೆ ಯಾವ ಅಪಾಯವಿದೆಯೋ, ಅವರ ಮನ ಶಂಕಿಸಿತು.

"ಇದೆಲ್ಲ.... ಏನು?" ಸುಬ್ರಮಣ್ಯಂ ಸೀತಮ್ಮನ ಮುಂದೆ ಬಂದು ಕೂತರು. "ನಂಗೇನೂ ಅರ್ಥವಾಗ್ತ ಇಲ್ಲ. ಯಾವಾಗ ಆಯ್ತು ಮದ್ವೆ?" ಅವರ ಕಂಠ ಕಂಪಿಸಿತು. ಸೀತಮ್ಮನ ಮುಖ ತಗ್ಗಿತು. ತಪ್ಪುಗಳ ಮಹಾಪೂರವೇ ಅವರತ್ತ ಹರಿದು ಬಂದಿತ್ತು. ಇಲ್ಲವೆಂದು ಹಿಂದೆಗೆಯಲು ಸಾಧ್ಯವಿಲ್ಲ. "ಗೊತ್ತಿಲ್ಲ. ಇದ್ರಲ್ಲಿ ಏನೋ ಮೋಸವಿದೆ. ಶಾರದ, ಆ ಪುಣ್ಯಾತ್ಮನ ಮುಖ ಕೂಡ ನೋಡಿದ್ದಾಳೋ, ಇಲ್ಲವೊ." ಸತ್ಯವಲ್ಲದ್ದು ಹೇಳಿದರು.

ಈಗಾಗಲೇ ಪದ್ದಮ್ಮ ಮಾಧುನ ಹಾಸ್ಟೆಲ್ ಬಳಿಗೆ ಅಟ್ಟಿಬಿಟ್ಟಿದ್ದರು. "ಹೋಗಿ ಮೊದ್ಲು ಕರ್ಕೊಂಡ್ಬಾ. ಸತ್ಯಾಸತ್ಯಗಳ ಸಾಬೀತು ನಡ್ದುಹೋಗ್ಲಿ." ಹಾರುವ ಎದೆಯನ್ನ ಕೈಯಲ್ಲಿ ಹಿಡಿದಿದ್ದರು.

ಮಾಧು ಜೊತೆ ಶಾರದ ಮನೆಗೆ ಬಂದಾಗ ಭಯಂಕರ ನೀರವತೆ ಬಿದ್ದುಕೊಂಡಿತ್ತು. ಯಾರೊಬ್ಬರ ಮುಖದಲ್ಲೂ ಗೆಲುವಿರಲಿಲ್ಲ. ಮನೆಯಲ್ಲಿನ ಪ್ರತಿಯೊಂದು ವಸ್ತು ಮೌನವಾಗಿ ರೋದಿಸುವಂತೆ ಕಂಡಿತು.

"ಹುಷಾರಿಲ್ಲಾಂತ ಹೇಳಿ ಕರ್ಕೊಂಡ್ಬಾ. ಮತ್ತೇನಾದ್ರೂ ಉಸುರೀಯಾ!" ಎಚ್ಚರಿಸಿ ಕಳಿಸಿದ್ದರು ಪದ್ದಮ್ಮ. ಬೇರೆಯ ಸಂದರ್ಭದಲ್ಲಿ ಹೇಗೆ ನಡೆದುಕೊಳ್ಳುತ್ತಿದ್ದನೋ ಈಗಂತೂ ಅಷ್ಟೇ ಮಾಡಿದ್ದ.

ಸೊಂಟ ನೀವಿಕೊಳ್ಳುತ್ತ ಪದ್ದಮ್ಮ ಮೇಲೆದ್ದರು. "ಕೈಕಾಲು ತೊಳ್ಕೊಂಡ್ಬಾ. ಇನ್ನು ಯಾರು ಊಟ ಮಾಡಿಲ್ಲ." ಅಡಿಗೆಯ ಮನೆ ಕಡೆ ನಡೆದರು. ಮನೆಯ ಗಂಭೀರ ಸ್ಥಿತಿ ನೋಡಿ ಶಂಕೆ ಬಾಧಿಸಿತು. ಕಾರ್ಮೋಡಗಳು ಕವಿದುಕೊಂಡು ಮುಂದೆ ಭಯಂಕರವಾದ ಮಳೆ ಸುರಿಯುವ ಆಕಾಶದಂತಿತ್ತು ಮನೆ.

ಕೋಣೆಗೆ ಬಂದವಳು ಗಂಭೀರವಾಗಿ ಕೂತಳು. ತಾನಾಗಿ ಹೇಳಲಾರದೆ ಹೋದ

ಸುದ್ದಿ ತಾನಾಗಿ ತಿಳಿದು ಪ್ರಕಟವಾಗುವುದು ಅವಳಿಗೆ ಅತ್ಯಂತ ನೆಮ್ಮದಿ. ಆದರೆ ಆ ಕ್ಷಣ.... ಮೈಯಲ್ಲಿನ ಬಲವೆಲ್ಲ ಕಾಲಬುಡದಲ್ಲಿ ಹರಿದುಹೋದ ಅನುಭವವಾಯಿತು.

ಎಲ್ಲರ ಎದುರಿಗೆ ತಾನೊಬ್ಬ ದುರ್ಬಲ ಹೆಣ್ಣು? ತಾನು ಕೊಚ್ಚಿ ಹೋದದ್ದು ಪ್ರೇಮದ ಮಹಾಪೂರದಲ್ಲಿ ಎಂದರೆ ಯಾರು ನಂಬಬೇಕು?

ಅವಳೆದೆಯ ರಾಗಗಳು ಸಪ್ತಸಮುದ್ರಗಳನ್ನು ಜಿಗಿದು ಹಾಡಿದ್ದು ಅವನ ಸಾಮೀಪ್ಯದಲ್ಲಿಯೇ. ಅವಳ ತೋಳ ಹಾರವೇ ಮಲ್ಲಿಗೆಯ ಮಾಲೆಯಾಗಿತ್ತು. ಅವನ ಕಣ್ಣಿನ ಹೊಳಪೇ ಆ ಕ್ಷಣವನ್ನು ಶುಭ ಸಮಯವಾಗಿರಿಸಿತ್ತು.

ಪದ್ದಮ್ಮನ ಬಲವಂತಕ್ಕೆ ಎಲ್ಲಾ ಬಂದು ತಟ್ಟೆಯ ಮುಂದೆ ಕೂತರು. ಅನ್ನಕ್ಕೆ ಒಂದಿಷ್ಟು ಮಜ್ಜಿಗೆ ಮಾತ್ರ ಹಾಕಿಸಿಕೊಂಡಳು ಶಾರದ. ಪದ್ದಮ್ಮನ ಕಣ್ಣುಗಳಲ್ಲಿನ ಹೊಳಪು, ಚುರುಕುತನ ಹೆಚ್ಚಿತ್ತು. ಆಕೆಯ ನೋಟದಿಂದ ತಪ್ಪಿಸಿಕೊಳ್ಳಲು ಸಾಹಸ ಪಡಬೇಕಿತ್ತು.

ಸುಬ್ರಮಣ್ಯಂ ಗಬಗಬನೆ ನಾಲ್ಕು ತುತ್ತು ತಿಂದು ಎದ್ದುಹೋದರು. 'ಕಬ್ಬಿಣದಂತೆ ಕುಲುಮೆಯಲ್ಲಿ ಬೆಂದಿದ್ದೇ ಆಯಿತು. ಆದರೆ ಇಂದಿಗೂ ಸ್ಪಷ್ಟವಾದ ಆಕಾರ ಸಿಗಲಿಲ್ಲ'. ಅವರ ಮನ ತೀರಾ ನೋಯುತ್ತಿತ್ತು.

"ಯಾಕೆ ಪಪ್ಪ, ಒಂದು ತರಹ ಇದ್ದೀರಾ?". ಅವರ ಮುಂದೆ ಬಂದು ಕೂತಳು. ಯಾವ ಕ್ಷಣದಲ್ಲಿಯಾದರೂ ಬಾಂಬ್ ಸ್ಫೋಟಿಸಬಹುದು. ಆ ಕ್ಷಣದಲ್ಲಿ ಅವರನ್ನು ಉಳಿಸಿಕೊಳ್ಳುವ ಅಗತ್ಯವಿತ್ತು. ಆದರೆ ಇಲ್ಲಿನ ಸ್ಥಿತಿಯ ಅರಿವು ಇರಲಿಲ್ಲ ಅವಳಿಗೆ.

"ವಿಜಯೇಂದ್ರ ಅಂದ್ರೆ ಯಾರಮ್ಮ?" ಮೆಲ್ಲಗೆ ಪ್ರಶ್ನಿಸಿದರು. ಸಪ್ತಸಾಗರಗಳು ಒಮ್ಮೆಲೇ ಭೋರ್ಗರೆದು ಅವಳ ಮಿದುಳಿನಲ್ಲಿ ಸ್ತಬ್ಧವಾಯಿತು. 'ಹಾಯ್... ಶಾರದ' ಸವಿಯಾದ ಸಿಹಿದನಿಯ ಹಿಂದೆ ಅವನ ಆಕಾರ ತೂರಿಬಂತು. 'ರಜತಾದ್ರಿಯ ಪ್ರಿನ್ಸ್' ಕೆಲವರು ಕರೆಯುತ್ತಿದ್ದುದು ಅವನ ವಿಷಯದಲ್ಲಿ ನಿಜವಾಗಿತ್ತು. ನೀಳವಾದ ನಾಸಿಕ, ಅಗಲವಾದ ಹಣೆ, ಮೂಗಿನ ಕೆಳಗೆ ತೆಳುವಾದ ಮೀಸೆ. ಅದರಡಿಯಲ್ಲಿ ಮಿನುಗುವ ತುಟಿಗಳು.

"ರಜತಾದ್ರಿಯ ಯಜಮಾನರನ್ನ ನೀನು ಮದ್ವೆ ಆಗಿದ್ದು ನಿಜವೇ?" ಅವರ ದನಿ ಒದ್ದೆಯಾಯಿತು. ಅವಳ ತಲೆ ತಿರುಗತೊಡಗಿತು. "ಆ ಸಂದರ್ಭದಲ್ಲೂ ಈ ನಿನ್ನ ಬಡಪಾಯಿ ತಂದೆಯ ನೆನಪು ಬರಲಿಲ್ವಾ?" ಆ ಮಾತುಗಳು ಅವಳಿಗೆ ಕೇಳಿಸಲೇ ಇಲ್ಲ. ವಿಜಯೇಂದ್ರ, ಅವಳ ನಡುವೆ ಹೋದ ಪ್ರೇಮ, ಪ್ರೀತಿ, ಸಂಬಂಧವನ್ನ ಅವಳು ಅತ್ಯಂತ ಪವಿತ್ರವೆಂದೇ ತಿಳಿದಿದ್ದಳು.

ಈಗ ಸೀತಮ್ಮ, ಪದ್ದಮ್ಮ ಕೂಡ ಬಂದು ಕೂತರು, ಕುತೂಹಲದ ಜೊತೆ ಅವರಿಬ್ಬರಿಗೂ ಆತಂಕ, ಭಯಂಕರ ಯುದ್ಧದ ಮಧ್ಯೆ ನಿಂತವರ ಸ್ಥಿತಿ.

ಎಲ್ಲಾ ಪೂರ್ತಿ ಕೇಳಿದ ಶಾರದ ಕೂತಲ್ಲಿಯೇ ವಿಗ್ರಹವಾದಳು. ಬರೀ ಪ್ರೀತಿಯ

ಮಧ್ಯೆ ನಿಂತು ನಲಿಯುತ್ತಿದ್ದ ವಿಜಯೇಂದ್ರ ಅವಳ ಅಭಿಮಾನದ ಉದ್ದಗಲಕ್ಕೂ ಬೆಳೆಯತೊಡಗಿದ.

"ಇದೆಲ್ಲ ಮೋಸ, ಆ ಜನ ತುಂಬ ವಂಚಕರು." ಮಧ್ಯೆ ಸೀತಮ್ಮ ಬಾಯಿಬಿಟ್ಟವರು ನಾಲಿಗೆ ಕಚ್ಚಿಕೊಂಡರು. "ಅವ್ರು ಏನಾದ್ರಾಗ್ಲಿ.... ಇವ್ರು ಮದ್ವೆ ಆಗಿದ್ದೂ ಉಂಟೋ, ಇಲ್ಲವೋ ಮೊದ್ಲು ತಿಳ್ಕೋಬೇಕು. ಆಮೇಲೆ ಹೈಕೋರ್ಟುಗಲ್ಲದಿದ್ರೆ.... ಸುಪ್ರೀಮ್ ಕೋರ್ಟಿಗೆ ಹೋಗ್ಲಿ. ನಾವೇನು ಭಯಪಡೋದ್ಬೇಡ." ವಾದಕ್ಕೆ ಕೂತರು ಪದ್ಮಮ್ಮ.

ಮೆಲ್ಲಗೆ ಮೇಲೆದ್ದ ಶಾರದ ನಿಲ್ಲಲಾರದೆ ತೂಗಾಡಿದಳು. "ಮದ್ವೆ ಆಗಿದ್ದು ನಿಜ." ಕೋಣೆಗೆ ಹೋಗಿಬಿಟ್ಟಳು. ಮೂವರು ನಿಬ್ಬೆರಗಾದರು. ಯಾರಿಗೂ ಬಾಯಿಂದ ಮಾತೇ ಹೊರಡಲಿಲ್ಲ.

ಸೀತಮ್ಮನಿಗೆ ಉಸಿರು ಎದೆಯಲ್ಲಿ ಸಿಕ್ಕಿಕೊಂಡಂತಾಯಿತು. ಆಕೆಗೆ ವಿಜಯೇಂದ್ರನ ಬಗ್ಗೆ ಏನು ಗೊತ್ತಿಲ್ಲದಿದ್ದರೂ ಮಹೇಂದ್ರರ ವಿಲಾಸ ಜೀವನ ಮಾತ್ರವಲ್ಲ, ಭಾಮಿನಿಯವರ ರೋಮ್ಯಾಂಟಿಕ್ ಲೈಫ್‌ನ ಬಗ್ಗೆ ಏನು ಗೊತ್ತು. ಅಂಥವರ ಮಗು. ಕೈಗೆ ಎಟುಕುವಂಥ ಹಣ ಸೌಕರ್ಯಗಳು - ಇನ್ನು ಹೇಗೆ ಬದುಕಬಹುದು?

ಅಷ್ಟೊತ್ತಿಗೆ ಮಾಧು ಹೋಗಿ ಸುದ್ದಿ ಮುಟ್ಟಿಸಿ ಜಗದೀಶನನ್ನ ಕರೆತಂದ. ಅವನಿಂದು ಹೆಚ್ಚು ಗಂಭೀರವಾಗಿದ್ದ, ಸುಬ್ರಮಣ್ಯಂನಿಂದ ವಿಷಯ ತಿಳಿದ ಮೇಲೆ ಅವನೆದೆ ಭಾರವಾದದ್ದು ಮಾತ್ರವಲ್ಲ, ಶಾರದಳ ಭವಿಷ್ಯದ ಬಗ್ಗೆ ಚಿಂತಿತನಾದ.

"ಆ ಮನುಷ್ಯ ಶಾರದನ ಹೆದರಿಸೋ ಹಾಗೇ ಕಾಣಿಸುತ್ತೆ. ನೀನು ಸ್ವಲ್ಪ ಧೈರ್ಯ ಹೇಳು." ಸೀತಮ್ಮ ಜಗದೀಶನ ಮೊರೆ ಹೊಕ್ಕರು. ಪ್ರಬಲ ಹೋರಾಟದ ನಂತರ ಶಾಂತ ಸ್ಥಿತಿಗೆ ಮರಳಿದಂತೆ ಅಚಲವಾಗಿದ್ದ. "ವಿಚಾರಿಸೋಣ." ಅವಳ ಕೋಣೆಗೆ ಬಂದ.

"ಶಾರದ..." ಅವನ ಸ್ವರ ಅತ್ಯಂತ ಮೃದುವಾಗಿತ್ತು. ನಿಧಾನವಾಗಿ ನೋಟ ಮೇಲಕ್ಕೆತ್ತಿದಳು. ನೂತನ ಬೆಳಕು ಸಂಚಾರವಾಗಿತ್ತು. ಬಿರುಗಾಳಿಯ ನಂತರ ಏರ್ಪಡುವ ಪ್ರಶಾಂತ ಸ್ಥಿತಿಯಂತೆ. "ವಿಷಯ ತಿಳಿದಿರಬೇಕಲ್ಲ. ನಾನೀಗ ಮುಂದೆ ಹುಟ್ಟಬಹುದಾದ ಮಗುವಿನ ಬಗ್ಗೆ ಮಾತ್ರ ಯೋಚಿಸುತ್ತಾ ಇದ್ದೀನಿ. ತಂದೆಯ ಪ್ರೀತಿ, ಆಶಯದಿಂದ ಮಗುವನ್ನು ದೂರ ಮಾಡುವ ಹಕ್ಕು ಯಾವ್ದೇ ತಾಯಿಗೆ ಇಲ್ಲ." ಮೌನವಾಗಿ ತಲೆದೂಗಿದ ಜಗದೀಶ. ಏನಾದರೂ ಹೇಳಬೇಕೆಂದರೂ ಅವನಿಂದ ಹೇಳಲಾಗಲಿಲ್ಲ. ವಿಜಯೇಂದ್ರರಂಥ ನಂಬರ್ ವನ್ ಶ್ರೀಮಂತರ ಬಗ್ಗೆ ಅವನು ಯಾವುದೇ ನಿರ್ಣಯಕ್ಕೆ ಬರಲಾರ.

"ವಿಶ್ ಯು ಬೆಸ್ಟ್ ಆಫ್ ಲಕ್, ಗಾಡ್ ಬ್ಲೆಸ್ ಯು." ಹೊರಗೆ ಬಂದ. ಮೂವರೂ ಒಂದೊಂದು ಕಡೆ ಕೂತಿದ್ದರು. ವಿಚಿತ್ರ ಪರಿಸ್ಥಿತಿಯ ಮಧ್ಯದ ತೊಳಲಾಟ.

ಗೆಲುವಿನ ಮುಖವಾಡ ಧರಿಸಿ ಸೋಫಾ ಮೇಲೆ ಕೂತ. "ನಿಮ್ದು ತುಂಬ ಅದೃಷ್ಟ. ರಜತಾದ್ರಿ ಮನೆತನ ಸಾಮಾನ್ಯ ಜನಕ್ಕೆ ಸಿಕ್ಕುವಂಥದ್ದಲ್ಲ. ಮದ್ವೆ ಮುಗಿದಿದೆ ಅಂದ್ಮೇಲೆ ಯೋಚ್ನೋಕ್ಕೇನಿದೆ! ಮುಂದಿನ ಮಾರ್ಪಾಟು ಮಾಡಿ." ಪದಗಳು ಹೊರಗೆ ಬರುವಾಗ ಹೊರಳಿ ಹೊರಳಿ ನರಳಿದರೂ ಅತ್ಯಂತ ಸ್ಪಷ್ಟವಾಗಿ ಹೇಳುವಲ್ಲಿ ಸಮರ್ಥನಾದ.

"ಆಗಿಹೋದ ಮದ್ವೆನ ನಾವು ಒಪ್ಪೋಲ್ಲ. ಮದ್ವೆ ಅಂದ್ರೆ ಹುಡ್ಗಾಟದ ಮಾತೇ! ಆ ಸಂಬಂಧಕ್ಕೆ ಭದ್ರತೆ ಬೇಡ್ವಾ, ರಕ್ಷಣೆ ಬೇಡ್ವಾ?" ಪದ್ದಮ್ಮ ಮೊಂಡುವಾದಕ್ಕೆ ಕೂತಳು. ಸುಬ್ರಮಣ್ಯಂ ಪಿಳಿಪಿಳಿ ಕಣ್ಣುಗಳನ್ನು ಬಿಟ್ಟರು. ಜಗದೀಶ ಹಣೆಗೆ ಕೈಯೊತ್ತಿದ.

"ಮೆಜಾರಿಟಿಗೆ ಬಂದ ಅಪ್ರೆ ಮದ್ವೆ ಆಗಿದೆ ಅನ್ನುವಾಗ.... ಬೇರೆಯವ್ರ ಒಪ್ಪಿಗೆಯ ಪ್ರಶ್ನೆ ಇಲ್ಲಿ ಬರೋಲ್ಲ. ಈ ವಿಷ್ಯದಲ್ಲಿ ಫೈಟ್ ಮಾಡೋದ್ರಲ್ಲಿ ಅರ್ಥವಿಲ್ಲ." ಜಗದೀಶ ಕೈಚೆಲ್ಲಿದ. ಅವನಿಗೆ ಶಾರದಳ ಭವಿಷ್ಯದ ಬಗ್ಗೆ ಆತಂಕವಿದ್ದರೂ ಏನು ಮಾಡಲಾರ. ತನ್ನ ಮಗು ಬೇರೆಯ ಕಡೆ ಬೆಳೆಯಬಾರದೆನ್ನುವ ಕೆಟ್ಟ ಹಟಕ್ಕಾಗಿ ಈ ನಿರ್ಣಯಕ್ಕೆ ಬಂದಿದ್ದಾನೆನ್ನುವುದು ಅವನಿಗೆ ಅರ್ಥವಾಗಿತ್ತು.

ಪದ್ದಮ್ಮ ಸಿರಸಿರ ಎಂದು ಮೂಗು, ಕಣ್ಣೊರೆಸುತ್ತಿದ್ದವರು ಅಳಲೇ ಶುರುಮಾಡಿದರು. ಆಕೆಯ ರೋಷ ಸೀತಮ್ಮನ ಕಡೆ ತಿರುಗಿತು.

"ನಾನೇನೊ ಅಂದ್ಕೊಂಡಿದ್ದೆ. ಈ ಮದ್ವೆ ವಿಷ್ಯ ನೀವೇ ತಿಳ್ಸಿದ್ರೆ ಆಗ್ತಾ ಇರಲಿಲ್ವಾ! ಇಂಥ ನಾಟ್ಕ ಯಾಕೆ ಆಡ್ತೀರಾ!" ಬಾಯಿಗೆ ಬಂದಿದ್ದೆ ಷುರು ಹಚ್ಚಿದಾಗ ಅದನ್ನ ನಿಲ್ಲಿಸಲು ಶಾರದಳೇ ಹೊರಗೆ ಬರಬೇಕಾಯಿತು. "ಪ್ಲೀಸ್, ಚಿಕ್ಕಮ್ಮ ಸುಮ್ಮನಿರಿ. ಅವ್ರುಗಳಿಗೆ ಈ ವಿಷ್ಯ ಖಂಡಿತ ತಿಳ್ದಿಲ್ಲ." ಏನೇನೋ ಸಮಜಾಯಿಷಿ ಹೇಳಿದಳು. ಪದ್ದಮ್ಮನಂತು ತೆಪ್ಪಗಾಗಲಿಲ್ಲ.

"ಜಗದೀಶ, ನಂಗೆ ಒಂದು ಉಪಕಾರ ಮಾಡು, ಈಗ್ಲೇ ನಾವಿಬ್ರೂ ಅಡ್ವೊಕೇಟ್ ಚಂದ್ರಶೇಖರಯ್ಯನವ್ರ ಮನೆಗೆ ಹೋಗ್ಬರೋಣ." ಉಟ್ಟ ಸೀರೆಯಲ್ಲಿಯೇ ಹೊರಟರು. ಜಗದೀಶನಿಗೂ ಸರಿಯೆನಿಸಿತು.

ಯಾವುದೋ ಕೇಸ್ ಫೈಲ್ ನೋಡುತ್ತಿದ್ದ ಚಂದ್ರಶೇಖರಯ್ಯ ನಗುಮುಖದಿಂದಲೇ ಬರಮಾಡಿಕೊಂಡರು. ಆಕೆಯ ಅಹವಾಲನ್ನ ಬಹಳವಾಗಿ ಗಮನವಿಟ್ಟು ಕೇಳಿದರು.

"ಯಾವ ರೀತಿ ಮದ್ವೆ ಆದ್ರೋ... ಯಾರ್ಗೆ ಗೊತ್ತು. ಕೋರ್ಟು, ಕಛೇರಿ ನಮ್ಗೂ ಬೇಕಿಲ್ಲ. ನಿಮ್ಗೂ ಹೆಣ್ಣುಮಕ್ಳು ಇರ್ಬಹುದ್ದು. ಹೆತ್ತವರ ಸಂಕ್ಟ ಅರ್ಥವಾಗುತ್ತೆ. ನಮ್ಗೇ ಧಾರೆಯೆರೆದು ಕೊಡೋ ಅವಕಾಶ ಮಾಡ್ಕೊಡಿ." ಪದ್ದಮ್ಮ ಕಣ್ಣುತುಂಬಿ ಹೇಳಿದಾಗ ಚಂದ್ರಶೇಖರ್ ಗಾಢವಾಗಿ ಯೋಚಿಸಿದರು.

ಮಹೇಂದ್ರ ಆತ್ಮೀಯ ಗೆಳೆಯ. ಅವರ ಬದುಕು ಯಾವ ರೀತಿ ಇತ್ತು ಎಂಬುದು ಚೆನ್ನಾಗಿ ತಿಳಿದಿತ್ತು. ಅದಕ್ಕೆ ಹೆಚ್ಚಿನ ಮಟ್ಟಿಗೆ ಕಾರಣಳು ಭಾಮಿನಿ. ಹೆಣ್ಣಿನ ಬಗ್ಗೆ ರಸಿಕತೆ,

ಭೋಗಾಪೇಕ್ಷೆ ರೂಢಿಸಿಕೊಂಡಿದ್ದನೆ ವಿನಹ ಆದರ, ವಿಶ್ವಾಸ, ಅಭಿಮಾನ ಅವನಲ್ಲಿ ಮೂಡಿರಲಿಲ್ಲವೆಂದು ಅವರಿಗೆ ಗೊತ್ತಿತ್ತು.

"ಆಯ್ತು, ನೀವೇನು ಯೋಚ್ಚಬೇಡಿ. ಯಾವ ಕ್ಷಣದಲ್ಲಿಯಾದ್ರೂ ನೀವು ಧಾರೆಯೆರೆಯಲು ಸಿದ್ಧರಾಗಿ. ಓಲಗ, ಊಟ, ಸಂಭ್ರಮ-ಅವಕ್ಕೆಲ್ಲ ಕಾಯೋಕ್ಕಾಗೋಲ್ಲ!" ಒಂದು ನಿರ್ಧಾರಕ್ಕೆ ಬಂದವರು ಹೇಳಿದರು.

ಪದ್ದಮ್ಮ ಹೊರಟಾಗ ಜಗದೀಶ ಒಬ್ಬನೇ ಉಳಿದ.

"ಶಾರದ ತುಂಬ ಸೆನ್ಸಿಟಿವ್. ಕಲಿತ ಹೆಣ್ಣಾದ್ರೂ ಕೆಲವು ವಿಷ್ಯಗಳಲ್ಲಿ ತೀರಾ ಸೆಂಟಿಮೆಂಟಲ್ ಗರ್ಲ್. ರಜತಾದ್ರಿ ಅನ್ನೋ ಗೊಂಡಾರಣ್ಯದಲ್ಲಿ ಅವಳನ್ನ ದೂಡುತ್ತ ಇದ್ದೀವೋ, ಅನ್ನೋ ಭಯ." ಗೂಢವಾಗಿ ಹೇಳಿದಾಗ ಚಂದ್ರಶೇಖರ್ ಕನ್ನಡಕ ತೆಗೆದು ಪಕ್ಕಕ್ಕಿಟ್ಟು ಅವನನ್ನೇ ನೇರವಾಗಿ ನೋಡಿದರು. ಅವರ ನೋಟದಲ್ಲಿದ್ದ ಪ್ರಶ್ನೆಯನ್ನ ಅರಿತ.

"ನಾನು ಶಾರದ ಫ್ರೆಂಡ್, ವೆಲ್‌ವಿಷರ್, ಅವ್ಳ ಭವಿಷ್ಯ ಸುಂದರವಾಗಿರಲಿ ಎಂದು ಹಾರೈಸೋ ಬಂಧು, ಅಷ್ಟೆ." ವಿವರಿಸಿದ.

ಮುಂದಿದ್ದ ಫೈಲನ್ನು ಚಂದ್ರಶೇಖರ್ ಪಕ್ಕಕ್ಕೆ ಸರಿಸಿದರು. ಅವನ ಮಾತುಗಳನ್ನಾಗಲಿ, ಕಣ್ಣುಗಳಲ್ಲಾಗಲಿ ಕಪಟವಿದ್ದಂತೆ ಕಾಣಲಿಲ್ಲ.

"ಗುಡ್, ಶಾರದ ಲಕ್ಕೀ. ಇಂಥ ಬಂಧು, ಫ್ರೆಂಡ್ ಎಲ್ಲರಿಗೂ ಸಿಗೋಲ್ಲ. ವಿಜಯೇಂದ್ರ, ಮಹೇಂದ್ರರ ಹಿಂದಿನ ಜನರ ಬದ್ಕನ್ನ ಕಂಡಿದ್ದೀನಿ. ಅಂದು ದೇವಾಲಯವಾಗಿದ್ದ ರಜತಾದ್ರಿ ಗೊಂಡಾರಣ್ಯವಾಗಿರೋದು ಈಚೆಗೆ. ಮುಂದೆ ಬದಲಾಗೋ ಸೂಚನೆಗಳು ಇವೆ. ಡೋಂಟ್ ವರಿ." ಕೈಕುಲುಕಿ ಬೀಳ್ಕೊಟ್ಟರು. ಇದರಿಂದ ಜಗದೀಶನ ಮನಸ್ಸಿಗೆ ಎಷ್ಟು ಸಮಾಧಾನ ಸಿಕ್ಕಿತೋ ಕಾಣೆ.

* * * *

ವಿಜಯೇಂದ್ರ, ಶಾರದ ಮದುವೆ ಅತ್ಯಂತ ಸರಳವಾಗಿ ನಡೆದು ಹೋಯಿತು. ನಾಲ್ಕು ಹೆಣ್ಣು ಮಕ್ಕಳ ತಂದೆ ಅಡ್ವೊಕೇಟ್ ಚಂದ್ರಶೇಖರ್ ತಮ್ಮ ತೀಕ್ಷ್ಣಬುದ್ಧಿ ಉಪಯೋಗಿಸಿ ಪೂರ್ತಿ ಜಯ ಗೆಳೆಯನ ಮಗನಿಗೆ ಸಂಪಾದಿಸಿಕೊಟ್ಟನೆಂಬ ಭ್ರಮೆ ಮೂಡಿಸಿದರೂ ಆ ಹೆಣ್ಣಿನ ಪಕ್ಷಪಾತಿಯೇ ಆಗಿದ್ದರು.

"ಥ್ಯಾಂಕ್ಯೂ ವೆರಿ ಮಚ್, ಬರ್ತೀವಿ." ವಿಜಯೇಂದ್ರ ಕೈಕುಲುಕಿದ. ಇನ್ನು ಒಂದು ನಿಮಿಷ ಇಲ್ಲಿ ಇರುವುದಕ್ಕೆ ಅವನು ಇಷ್ಟಪಡಲಾರ. ಚಂದ್ರಶೇಖರ್ ಅರ್ಥಮಾಡಿಕೊಂಡರು. "ನಮ್ಮ ಮನೆಯಲ್ಲಾದ್ರೂ ಊಟ ಮುಗ್ಸಿಕೊಂಡ್ಹೋಗ್ಬಹುದಲ್ಲ" ಎಂದಾಗ ನಿರಾಕರಿಸಿದ "ಎಕ್ಸ್‌ಕ್ಯೂಜ್ ಮಿ ಏರ್ ಟಿಕೆಟ್ ಬುಕ್ ಆಗಿದೆ. ನಾಳೆನೇ ನಾನು ಫ್ರಾನ್ಸ್‌ಗೆ ಹೋಗ್ಬೇಕು."

ಸುಬ್ರಹ್ಮಣ್ಯಂಗೆ ಎದೆಯೊಡೆದಂತಾಯಿತು. ಅಂದುಕೊಂಡ ಅರ್ಧ ಗಂಟೆಯಲ್ಲಿ ಮದುವೆ ಮುಗಿದುಹೋಗಿತ್ತು. ವಿಜಯೇಂದ್ರ ಒಂಟಿಯಾಗಿಯೇ ಬಂದಿದ್ದು.

ಅವನವರಾಗಿ ನಿಂತು ಧಾರೆಯೆರಿಸಿಕೊಟ್ಟಿದ್ದು ಚಂದ್ರಶೇಖರ್ ದಂಪತಿಗಳೇ. ಊಟ, ಸಂಭ್ರಮ, ಸಡಗರ, ಗದ್ದಲ – ಯಾವುದೂ ಇಲ್ಲ.

ಪದ್ದಮ್ಮನ ಕಣ್ಣಂಚಿನಲ್ಲಿ ಕಂಬನಿ ಇಣುಕಿತು. ಅವಳು ಸ್ವಂತ ಮಗಳಲ್ಲದಿದ್ದರೂ ಬೇಕಾಬಿಟ್ಟಿ ಸಾಕಿರಲಿಲ್ಲ. ಮುಂದೆ ಬಂದರು.

"ಈ ರೀತಿ ಹೇಗೆ ಕಳಿಸೋಕಾಗುತ್ತೆ?" ಎಂದಾಗ ವಿಜಯೇಂದ್ರನ ಹುಬ್ಬುಗಳು ಬೆಸೆದುಕೊಂಡವು. "ನಿಮ್ಗೆ ಆಗದಿರ್ಬಹ್ದು. ನಂಗೆ ಕರ್ಕೊಂಡ್ಹೋಗೋಕೆ ಆಗುತ್ತೆ. ನಡೀ ಶಾರದ." ಮುಂದೆ ನಡೆದೇಬಿಟ್ಟ. ನೆರೆದವರೆಲ್ಲ ಬೆಪ್ಪಾದರು.

ಡ್ರಯವರ್ ವಿನಯದಿಂದ ಡೋರ್ ತೆಗೆದಾಗ ಹತ್ತಿಕೂತವನು ಪಕ್ಕಕ್ಕೆ ನೋಟ ಎಸೆದ. ಪದ್ದಮ್ಮ ಶಾರದಾನ ಅಪ್ಪಿಕೊಂಡು ಅಳುತ್ತಿದ್ದರು. ಅದೊಂದು ಅಪರೂಪ ದೃಶ್ಯವೆನ್ನುವಂತೆ ನೋಡಿದ.

ಆದರೆ ಚಂದ್ರಶೇಖರ್ ಅವಸರಿಸಿದರು. "ಇದೇ ಬಿಗಿ ಮುಂದೇನು ಇರೋಲ್ಲ, ದಯವಿಟ್ಟು ಕಳ್ಸಿಕೊಡಿ." ಪದ್ದಮ್ಮ ಹಿಂದಕ್ಕೆ ಸರಿದರು. ಶಾರದ ಬಂದು ಕೂತಳು. ಎಲ್ಲರ ಕಣ್ಣಿಗೆ ಅವಳು ತೀರಾ ಅಮಾಯಕಳಾಗಿ ಕಂಡಿರಬಹುದು.

ಕಾರಿನ ಚಕ್ರಗಳು ಮುಂದಕ್ಕೆ ಸರಿದಾಗ ಎದುರಿನಿಂದ ವೇಗವಾಗಿ ಬಂದ ಕಾರು ಡಿಕ್ಕಿ ಹೊಡೆಯುವಂತೆ ನಿಂತಾಗ, ಡ್ರಯ್‌ವರ್‌ಗೆ ಬ್ರೇಕ್ ಹಾಕುವುದು ಅನಿವಾರ್ಯವಾಯಿತು.

ತಟ್ಟನೆ ಜಗದೀಶ್ ಇಳಿದು ಬಂದ. ಹಣೆಯಲ್ಲಿ ಶ್ವೇತ ಬಿಂದುಗಳು, ತುಟಿಗಳ ನಡುವೆ ಏನೋ ಹೇಳಬೇಕೆಂಬ ತವಕ.

"ಥ್ಯಾಂಕ್ಯೂ ವೆರಿ ಮಚ್..." ವಿಜಯೇಂದ್ರನ ಕಡೆ ನೋಡಿದ. "ಡ್ರಯ್‌ವರ್..." ಸಿಡಿದ. ಕಾರು ಸ್ಟಾರ್ಟಾಯಿತು. ಜಗದೀಶ ಹಿಂದೆ ಉಳಿದ. ಪುಟ್ಟ ಮಣಿಗಳಂತೆ ಅವಳ ಕಣ್ಣಿಂದ ಜಾರಿದ ಕಂಬನಿಯ ಬಿಂದುಗಳು ಕೆಳಗೆ ಉರುಳಿ ಮರೆಯಾದವು. ವಿಜಯೇಂದ್ರನ ಅವುಡುಗಳು ಬಿಗಿದುಕೊಂಡವು. ಜಗದೀಶನ ಕೊರಳಪಟ್ಟಿ ಹಿಡಿದು ಎರಡು ಬಾರಿಸಬೇಕೆನ್ನುವಷ್ಟು ಕೋಪ.

ಹೊಸ ಬೆಂಜ್ ನಾಗಾಲೋಟದಿಂದ ಓಡತೊಡಗಿತು. ಕಣ್ಮುಚ್ಚಿ ಪಕ್ಕಕ್ಕೆ ಹೊರಳಿ ಸೀಟಿಗೆ ಒರಗಿದಳು. ಯಾವುದೂ ಯೋಚಿಸಲಾರದಂಥ ಸ್ಥಿತಿ ಅವಳದು. ಕರುಳಿನಲ್ಲಿ ಕೈಯಾಡಿಸಿದಂಥ ಸಂಕಟ.

ರಜತಾದ್ರಿಯ ಬಂಗ್ಲೆ ತಲುಪುವವರೆಗೂ ಅವಳು ಕಣ್ಣು ತೆರೆಯಲಿಲ್ಲ. ಅಷ್ಟು ಸ್ನೇಹವಾಗಿ ಮಾತಾಡುತ್ತಿದ್ದ ವಿಜಯೇಂದ್ರ ಅವಳ ಬಳಿ ತುಟಿ ಬಿಚ್ಚುವುದೇನು, ಒಂದು ಕಿರುನಗೆ ಕೂಡ ಬೀರಿರಲಿಲ್ಲ.

ಅಷ್ಟೋ ಇಷ್ಟೋ ವಿಷಯ ತಿಳಿದಿದ್ದ ಅನಂತರಾಮಯ್ಯ ಮಂಕಾಗಿ ಹೋಗಿದ್ದರು. ಅವರಲ್ಲಿನ ಅಲ್ಪಸ್ವಲ್ಪ ಉತ್ಸಾಹವೇ ಸತ್ತುಹೋಗಿತ್ತು. ಏನಾಗಿಹೋಯಿತು? ಕಮಲಳ ನಗುವೇ ಎಲ್ಲಾ ದಿಕ್ಕುಗಳಿಂದ ಕೇಳಿಸುತ್ತಿತ್ತು.

ಭುಜವಿಡಿದು ವಿಜಯೇಂದ್ರ ಅಲುಗಿಸಿದಾಗ ತಟ್ಟನೆ ಕಣ್ಣುಬಿಟ್ಟಳು. "ಇಳೀ..." ಎಂದ. ಅಷ್ಟರಲ್ಲಿ ಡ್ರೈವರ್ ವಿನಯದಿಂದ ಡೋರ್ ಓಪನ್ ಮಾಡಿದ. ಪ್ರಯಾಸದಿಂದ ಇಳಿದಳು. ರಜತಾದ್ರಿಯೇ ಅವಳ ಸುತ್ತ ಸುತ್ತುವಂತೆ ಅನುಭವವಾಯಿತು. ಅರ್ಥಮಾಡಿಕೊಂಡವನಂತೆ ಕೈಯಾಸರೆ ನೀಡಿ ಅವಳನ್ನ ಮೇಲಕ್ಕೆ ನಡೆಸಿಕೊಂಡು ಹೋದ. ಹೂನಂತೆ ಕಂಡಳು.

ಕಣ್ಣ ಸಂಭ್ರಮದಿಂದ ಓಡಿಯಾಡಿದ. ಎಲ್ಲರಿಗೂ ಸಂತೋಷವೇ. ಎಲ್ಲಿನ ಹೆಣ್ಣೋ ಬಂದು ಇಲ್ಲಿ ದವಲತ್ತುಮಾಡುವ ಬದಲು ತೀರಾ ಸರಳವಾಗಿ, ಸೌಮ್ಯವಾಗಿ ಕಾಣುವ ಅನಂತರಾಮಯ್ಯನವರ ಮೊಮ್ಮಗಳು ಯಜಮಾನಿಯಾಗಿ ಬಂದಿದ್ದು ಅವರಿಗೆಲ್ಲ ಸಂತೋಷವೇ.

ದತ್ತ ದಡಬಡಿಸಿಕೊಂಡು ಮೇಲಕ್ಕೆ ಬಂದ.

"ಗುಡ್ ಈವ್ನಿಂಗ್, ಗುಡ್ ನೈಟ್" ಸೆಲ್ಯೂಟ್ ಹೊಡೆದ. ಹೌಸ್ ಕೋಟ್‌ನ ಬೆಲ್ಟ್ ಕಟ್ಟುತ್ತಿದ್ದವನು ತುಸು ಮುಖವೆತ್ತಿ ನೋಡಿದ ವಿಜಯೇಂದ್ರ "ಅನಂತರಾಮಯ್ಯನವ್ರು ಬಂದಿರಲಿಲ್ವಾ?" ಅವರ ಸ್ವರದಲ್ಲಿನ ಕಠಿಣತೆಗೆ ಉಗುಳು ನುಂಗುವಂತಾಯಿತು ದತ್ತನಿಗೆ. ಕೈಗಳು ಕೆಳಗಿಳಿದವು. "ಬೆಳಿಗ್ಗೆ ಬಂದಿದ್ರು. ಮಾತೇ ಆಡ್ಲಿಲ್ಲ."

"ಫ್ರೂಟ್ ಜ್ಯೂಸ್ ತಗೊಂಡ್ಬಾ" ಎಂದವನು ಹಿಂದಕ್ಕೆ ತಿರುಗಿದ. ಗೋಡೆಗೊರಗಿ ನಿಂತ ಶಾರದ ಬಾಲ್ಕನಿಯಿಂದ ದೂರಕ್ಕೆ... ಬಹುದೂರಕ್ಕೆ ನೋಟ ಹಾಯಿಸಿ ನಿಂತಿದ್ದಳು. ಅವನ ಮೈಮನಕ್ಕೆ ಅಪೂರ್ವವಾದ ಸುಖದ ಅನುಭವ ತಂದ ಹೆಣ್ಣು, "ನಿಂತೇ ಕಾಲು ನೋಯಿಸ್ಕೋತೀಯಾ! ಧಾರಾಳವಾಗಿ ಕೂತ್ಕೋಬಹುದು." ಅವನ ಸ್ವರದಲ್ಲಿನ ನವಿರಾದ ವ್ಯಂಗ್ಯಕ್ಕೆ ಬೆಚ್ಚಿದಳು. ಅವಳ ನೋಟ ನೆಲದಲ್ಲಿ ಏನನ್ನೋ ಹುಡುಕಾಡಿತು.

"ಶಾರದ, ಅವ್ರ ಗೊಡ್ಡು ಬೆದರಿಕೆಗೆ ಬಗ್ಗಬೇಡ. ಶ್ರೀಮಂತರ ಸಂಬಂಧ ಖಂಡಿತ ಹಿತವಲ್ಲ. ರಜತಾದ್ರಿಯ ಜನರ ಬಗ್ಗೆ ನಿಂಗೇನೂ ಗೊತ್ತಿಲ್ಲ." ಕಣ್ತುಂಬಿ ಸೀತಮ್ಮ ಕಡೆಯ ಸಲ ಅವಳನ್ನು ಎಚ್ಚರಿಸಿದ್ದರು. ಆದರೆ, ಅವಳು ಸ್ವಲ್ಪ ಕೂಡ ವಿಚಲಿತಳಾಗಲಿಲ್ಲ.

ನಿಧಾನವಾಗಿ ಹಿಂದಿನ ಬಾಲ್ಕನಿಗೆ ಬಂದಳು. ಮನೆಯ ಹೊರಗಿನ ಚಿತ್ರ ಸ್ಪಷ್ಟವಾಗಿ ಕಂಡಿತು. ರಜತಾದ್ರಿಯ ಮಾಲಿ ಹೊರಗೆ ನಿಂತು ಕೈ ತಿರುಗಿಸಿಕೊಂಡು ಹೇಳುತ್ತಿದ್ದ. ಅನಂತರಾಮಯ್ಯ ಗೊಂಬೆಯಂತೆ ನಿಂತಿದ್ದರು.

"ತಾತ...." ಸ್ವರವೆತ್ತಿ ಕೂಗಬೇಕೆನಿಸಿದರೂ ದನಿ ಅಲ್ಲಿಯೇ ಉಡುಗಿಹೋಯಿತು. ಕೋಣೆಯಿಂದ ಪಸರಿಸಿದ ನವಿರಾದ ಕಂಪು ಅವಳ ಮೂಗನ್ನು ತಲುಪುವ ವೇಳೆಗೆ ಅವಳ ಕಣ್ಣುಗಳು ಕತ್ತಲಿಟ್ಟಿತು. ನಿಂತಂತೆ ಕುಸಿದಾಗ ಬಲವಾದ ತೋಳುಗಳು ಆಸರೆ ನೀಡಿ ಅವಳನ್ನ ಬಳಸಿದವು.

ಎತ್ತಿ ಒಯ್ದು ಮಂಚದ ಮೇಲೆ ಮಲಗಿಸಿದ ವಿಜಯೇಂದ್ರ ಡಾಕ್ಟರಿಗೆ ಫೋನ್ ಹಚ್ಚಿದ. ಒಂದು ರಾತ್ರಿ, ಒಂದು ಹಗಲು ಅವಳು ಡ್ರಿಪ್‌ನಲ್ಲಿಯೇ ಇದ್ದಳು. ಅವಳ ಸೇವೆಗೆ ನರ್ಸು ನೇಮಿತವಾಗಿದ್ದಳು.

"ತುಂಬ ವೀಕಾಗಿದ್ದಾರೆ. ಸರ್ಯಾಗಿ ನೋಡಿಕೊಳ್ಳದಿದ್ರೆ.... ನಾರ್ಮಲ್ ಡೆಲಿವರಿ ಆಗೋಲ್ಲ. ಟೇಕ್ ರಿಸ್ಕ್..." ಲೇಡಿ ಡಾಕ್ಟರ್ ಕೋಮಲ ಎಚ್ಚರಿಸಿದಳು. ಆದರೆ ಜಗದೀಶ ಸುಳ್ಳು ಹೇಳಿಲ್ಲ. ಒಂದು ಮಾತನ್ನು ಮುಚ್ಚಿಡದೆ ಎಲ್ಲವನ್ನು ಬಿಚ್ಚಿಟ್ಟಿದ್ದ. "ನಾನು ಅನ್ ಲಕ್ಕಿ. ಆ ಒಡ್ವೆಗಳಿಗಾಗಿ ಶಾರದ ಅಂಥ ಹೆಣ್ಣನ್ನ ಕಳ್ದುಕೊಂಡೆ. ಒಂದ್ಸಲ ಸ್ಲಿಪ್ ಆದದ್ದು ಮತ್ತೆ ಕೈಗೆ ಬರೋದು ಕಷ್ಟ." ಜಗದೀಶನ ನಿರಾಸೆಯ ಉಸಿರು ಅವನನ್ನು ಸೋಕಿತ್ತು.

"ನೀವು ಶಾರದಾನ ಒಪ್ಪಿಸೋ ಹಾಗಿದ್ರೆ... ನಾನು ಆ ಮಗುವಿನ ತಂದೆ ಆಗೋಕೆ ಸಿದ್ಧ" – ಛಾಲೆಂಜ್ ಎಸೆದಿದ್ದ. ಅವನ ಮುಖದಲ್ಲಿ ಮಿನುಗಿದ ಕ್ರೋಧದ ಜೊತೆ ದೃಢತೆಯು ಇತ್ತು. ಅಂದೇ ಗುರ್ತಿಸಿದ್ದ ವಿಜಯೇಂದ್ರ.

"ಎರಡು ದಿನ ಬರದ ಅನಂತರಾಮಯ್ಯ ಮೂರನೆ ದಿನ ಬಂದಾಗ ವಿಜಯೇಂದ್ರ ಸಿಟ್ಟಿಂಗ್ ರೂಮಿನಲ್ಲಿ ಕೂತು ಪೇಪರ್ ನೋಡುತ್ತಿದ್ದ.

"ನಮಸ್ಕಾರ..." ಸ್ವರಕ್ಕೆ ಎಚ್ಚೆತ್ತವನು ಪೇಪರ್ ಪಕ್ಕಕ್ಕಿಟ್ಟು ಅವರತ್ತ ನೋಡಿದ. ಮೊನ್ನೆಮೊನ್ನೆ ಹುರುಪಾಗಿ ಓಡಾಡುತ್ತಿದ್ದ ವ್ಯಕ್ತಿ ತೀರಾ ಬಸವಳಿದುಹೋದಂತೆ ಕಂಡರು. "ಕೂತ್ಕೊಳ್ಳಿ, ಮೈಯಲ್ಲಿ ಹುಷಾರಿಲ್ವಾ?" ಎರಡು ಕೈಬೆರಳುಗಳನ್ನ ಬೆಸೆದು ತಲೆಯ ಹಿಂದಕ್ಕೆ ಇಟ್ಟುಕೊಂಡು ಸೋಫಾಗೆ ಪೂರ್ತಿಯಾಗಿ ಒರಗಿದ.

"ಸ್ವಲ್ಪ ಮಾತಾಡೋದಿತ್ತು." ತೊದಲಿದರು. ಅವರ ವ್ಯಕ್ತಿತ್ವ ಇಲ್ಲಿ ಪೂರ್ತಿ ಕರಗಿಹೋಗಿತ್ತು. "ಕೂತ್ಕೊಂಡ್... ಮಾತಾಡಿ." ಜೋರಾಗಿ ಹೇಳಿದ. ಇಲ್ಲಿ ಅವರ ವಯಸ್ಸು, ಪರಿಸ್ಥಿತಿ ಅವನನ್ನ ಮೃದುಮಾಡದಿದ್ದರೆ ರಜತಾದ್ರಿಯ ಗೇಟಿನಿಂದ ಹೊರಗೆ ದಬ್ಬಿಸಿಬಿಡುತ್ತಿದ್ದ.

"ವಯಸ್ಸಾಯ್ತು. ನಂಗೆ ಕೆಲ್ಸ ಮಾಡೋಕಾಗೋಲ್ಲ." ಸೋತ ಸ್ವರದಲ್ಲಿ ಅಂದರು. ವಿಜಯೇಂದ್ರನ ಹುಬ್ಬುಗಳೇರಿದವು. ಕಣ್ಣಗಲಿಸಿ ಕಿರುನಕ್ಕ. "ಈಗ್ಲೇನಾ ಆ ವಿಷ್ಯ ನಿಮ್ಮ ಅರಿವಿಗೆ ಬಂದಿದ್ದು. ನೋಡಿ ಅನಂತರಾಮಯ್ಯ, ನೀವು ಹೋಗೋ ತಯಾರಿಯಲ್ಲಿದ್ರೆ.... ನಾನೇನು ಬೇಡ ಅನ್ನೋಲ್ಲ. ರಾತ್ರಿ ಯೋಚ್ಸಿ ನಾಳೆ ಬಂದು ನಿಮ್ಮ ನಿರ್ಧಾರ ತಿಳ್ಸಿ." ಎದ್ದುಹೋದ. ಅವನಿಗೆ ಈಗ ಖಂಡಿತ ಅವರ ಬಗ್ಗೆ ಯಾವುದೇ ಗೌರವಾಭಿಮಾನಗಳಿಲ್ಲ.

ಅನಂತರಾಮಯ್ಯನವರು ಹೊರಗೆ ಬಂದರು. ನಡೆಯಲು ಅವರ ಕಾಲುಗಳಲ್ಲಿ ಶಕ್ತಿಯೇ ಇರಲಿಲ್ಲ. ಕಾಲೆಳೆಯುತ್ತ ಬಂಗ್ಲೆಯ ಬಾಲ್ಕನಿ ಇಳಿದರು.

ವಿಜಯೇಂದ್ರನ ತಾತ ಬದುಕಿದ್ದ ದಿನಗಳಲ್ಲಿ ರಜತಾದ್ರಿಗೆ ಬಂದು ಸೇರಿದ್ದರು. ಮೂರು ತಲೆಮಾರಿನವರು ಅವರನ್ನೇನು ನೋಯಿಸಿರಲಿಲ್ಲ. ಕಾಲಕಾಲಕ್ಕೆ ಅವರ

ಸಂಬಳ, ಸಾರಿಗೆಗಳನ್ನ ಹೆಚ್ಚಿಸುವುದರ ಜೊತೆಗೆ ಸಾಕಷ್ಟು ಅನುಕೂಲಗಳನ್ನ ಮಾಡಿಕೊಟ್ಟಿದ್ದರು. ಬರೀ ರಜತಾದ್ರಿಯ ಯೋಗಕ್ಷೇಮ ನೋಡುವುದಷ್ಟೇ ಅವರ ಕೆಲಸ. ಪೂರ್ತಿ ನಂಬಿಕೆಯಿಂದ ಇವರ ಕೈಯಲ್ಲಿ ಇಟ್ಟಿದ್ದರು. ಬೇಸರ, ಕಹಿ ಕೆಲವೊಮ್ಮೆ ಇಣಕಿದರೂ ಪ್ರಾಮಾಣಿಕತೆ, ಶಿಸ್ತಿನಿಂದಲೇ ನೋಡಿಕೊಂಡಿದ್ದರು. ಅದರ ಬಗ್ಗೆ ಎರಡು ಮಾತು ಇರಲಿಲ್ಲ.

ಮನೆಯೊಳಕ್ಕೆ ಬಂದವರೆ ಒಂದು ಕಡೆ ಕುಕ್ಕರುಬಡಿದರು ಅನಂತರಾಮಯ್ಯ. ಬಟ್ಟೆಬರೆ, ಒಂದಿಷ್ಟು ಪಾತ್ರೆಪಡಗ ಬಿಟ್ಟರೆ ಮಿಕ್ಕದೆಲ್ಲ ರಜತಾದ್ರಿಗೆ ಸೇರಿದ್ದೇ.

ಸೀತಮ್ಮ ಬಂದು ಅವರ ಬಳಿಯಲ್ಲಿ ಕೂತರು. "ಶಾರದಾನ.... ನೋಡಿದ್ರಾ?" ಇಲ್ಲವೆನ್ನುವಂತೆ ಮೌನದಿಂದ ತಲೆಯಾಡಿಸಿದರು. "ಏನೇನು ಬೇಕೋ, ಅದ್ನೆಲ್ಲ ತೆಗೆದಿಟ್ಕೋ, ಬೆಳಿಗ್ಗೆ ಹೊರಡೋಣ." ಭಾರವಾದ ನಿಟ್ಟುಸಿರುದಬ್ಬಿದರು. ಆಕೆ ಅಳುವ ಸ್ಥಿತಿಗೆ ಇಳಿದರು.

"ಎಲ್ಲಿಗೆ ಹೋಗೋದು?" ಕೇಳಿದಾಗ ಗೊತ್ತಿಲ್ಲವೆನ್ನುವಂತೆ ತಲೆಯಾಡಿಸಿದರು. ಸೀತಮ್ಮನ ಕಣ್ಣುಗಳ ಬೆಳಕು ಎಲ್ಲಿಯೋ ಹುದುಗಿಹೋಯಿತು. ಬರೀ ಕತ್ತಲು.... ಕತ್ತಲು....

"ಅಪ್ರೆ... ಹೋಗೂಂದ್ರಾ?" ಸೀತಮ್ಮ ಮತ್ತೆ ಪ್ರಶ್ನಿಸಿದರು. "ಇಲ್ಲ, ನಾನೇ ಇರೋಲ್ಲಾಂದೆ. ಇಂದಿಗೆ ಮುಗಿಯಿತು ರಜತಾದ್ರಿಯ ಋಣ." ಎಂದಿನ ಗತ್ತು ಅಳಿದು ನಿಸ್ಸಹಾಯಕತೆ ಅಲೆಅಲೆಯಾಗಿ ನುಗ್ಗಿತು. ಸೀತಮ್ಮ ಮಂಕುಬಡಿದಂತೆ ಕೂತುಬಿಟ್ಟರು.

ತಾವು ಎಲ್ಲಿಗೆ ಹೋಗುವುದು? ಎರಡು ದಿನ ಅನಂತರಾಮಯ್ಯನವರು ತಮ್ಮ ಬಂಧುಬಳಗದವರನ್ನ ನೆನೆಸಿಕೊಂಡು ಸುತ್ತಿ ಬಂದಿದ್ದರು. ಅಂಥ ಆದರ-ವಿಶ್ವಾಸ ಎಲ್ಲಿಯು ಸಿಕ್ಕಿರಲಿಲ್ಲ. ಉಳಿತಾಯದ ಬಗ್ಗೆ ಎಂದೂ ಯೋಚಿಸಿಲ್ಲದ ಕಾರಣ ಅವರ ಬಳಿಯಲ್ಲೇನು ಪುಟ್ಟ ಗಂಟು ಇರಲಿಲ್ಲ.

ಗಂಡ, ಹೆಂಡತಿ ಅದೇ ಸ್ಥಿತಿಯಲ್ಲಿ ಬಹಳ ಹೊತ್ತು ಕೂತಿದ್ದರು. ದತ್ತ ಬಂದಾಗಲೆ ಅವರು ಎಚ್ಚೆತ್ತಿದ್ದು.

"ಯಾಕೆ, ಹೀಗೆ ಕೂತಿರಿ? ನಿಮ್ಗೆ ಸ್ವಲ್ಪವಾದ್ರೂ ಬುದ್ಧಿ ಬೇಡ್ವಾ? ಎಲ್ಲಿಗೆ ಹೋಗ್ತೀರಾ? ಏನು ಮಾಡ್ತೀರಾ? ಸುಮ್ನೆ ಇಲ್ಲೇ ಇದ್ಬಿಡಿ. ಅಪ್ರೇನು ನಿಮ್ಮನ್ನ ಹೋಗು ಅನ್ನಿಲ್ವಲ್ಲ." ಸಲಿಗೆಯಿಂದ ನಿಷ್ಠೂರ ಮಾಡಿದ. ಅನಂತರಾಮಯ್ಯನವರು ಬಾಯಿಬಿಟ್ಟು ಏನು ಹೇಳದಿದ್ದರೂ ಸೀತಮ್ಮ ಎಲ್ಲವನ್ನ ಹೇಳಿಕೊಂಡು ಕಣ್ಣೀರು ಸುರಿಸಿದ್ದರು.

"ಶಾರದ ಹೇಗಿದ್ದಾಳೆ?" ಸೀತಮ್ಮ ನೆನಪಿಸಿಕೊಂಡರು. "ಇವತ್ತು ಪರ್ವಾಗಿಲ್ಲ. ನಾಳೆಯಿಂದ ಆರಾಮಾಗಿ ಎದ್ದು ಓಡಾಡ್ತಾರೆ. ಅಪ್ರಿಗೇನು! ರಜತಾದ್ರಿಯ ಯಜಮಾನಿ." ಹೆಮ್ಮೆಯಿಂದ ಹೇಳಿದ. ಈಗ ಇನ್ನಷ್ಟು ಮೃದುವಾಗಿ, ಸೌಮ್ಯವಾಗಿ, ಒಳ್ಳೆಯವಳಾಗಿ ಕಾಣುವ ಶಾರದ ಅವನಿಗೆ ಇಷ್ಟವಾಗಿದ್ದಳು.

"ನಂಗೆ ಎಂದೋ ಈ ಅನುಮಾನ ಇದ್ದೇ ಇತ್ತು. ಯಜಮಾನ್ರು ಒಣಗಿದ ಮಲ್ಲಿಗೆ ದಂಡೇನ ಎತ್ತಿಟ್ಟಾಗ್ಲೆ.... ಗುಮಾನಿ." ಈ ವಿಷಯ ಮರೆತು ದತ್ತ ಬೇರೆ ವಿಷಯದಲ್ಲಿ ಸೇರಿಹೋದ. ಅದು ಅವನ ಸ್ವಭಾವ.

ದತ್ತನನ್ನ ದುರುದುರು ನೋಡುತ್ತ ಅನಂತರಾಮಯ್ಯ ಎದ್ದು ಹೋದರು. ಇಷ್ಟಕ್ಕೆಲ್ಲ ಕಾರಣ ಅವನೇ ಎನ್ನುವಷ್ಟು ಕೋಪ.

"ಬಂದ್ಕೆಲ್ಸ ಮುಗೀತಲ್ಲ. ನಿನ್ನ ಪಾಡಿಗೆ ನೀನು ನಡೀ." ರೇಗಿಕೊಂಡರು. ದತ್ತ ಮೇಲೆದ್ದ. "ನೀವು ಇಲ್ಲಿಂದ ಹೋದ್ರಿ ಅಂದ್ರೆ ಕೆಟ್ರಿ. ಅನಾಥ ಶವಗಳಾಗಿ ಬೀದಿಗೆ ಬೀಳಬೇಕಾಗುತ್ತೆ. ಅವ್ರ ಮದ್ವೆಗೂ ನಿಮ್ಗೂ ಏನ್ರಿ ಸಂಬಂಧ? ಕೊಟ್ಟ ಮರ್ಯಾದೇನ ಉಳ್ಸಿಕೊಂಡು ನೀವೇ ನಿಂತು ಮದ್ವೆ ಮಾಡ್ಸಿದ್ರೆ.... ನಿಮ್ಮ ದಿವಾನಗಿರಿಯ ಪೇಟಾಕ್ಕೆ ಇನ್ನೊಂದು ಕೋಡು ಮೂಡ್ತಾ ಇತ್ತು. ಅದು ಹಾಳಾಗ್ಲಿ ಅಂದ್ರೆ.... ಇರೋ ಕೆಲ್ಸಕ್ಕೂ ಮಣ್ಣು ಹಾಕ್ಕೊಂಡ್ ಹೋಗ್ತಾ ಇದ್ದೀರಾ!" ಪಟಪಟ ಎಂದು ಮಾತಾಡಿಬಿಟ್ಟ. ಇಂದೆ ಅಷ್ಟು ಧೈರ್ಯದಿಂದ ಅವರ ಮುಂದೆ ಮಾತಾಡಿದ್ದು.

ಅವನು ಹೋದ ಎಷ್ಟೋ ಹೊತ್ತಿನವರೆಗೂ ದಂಪತಿಗಳು ಹಾಗೆಯೇ ಕೂತಿದ್ದರು. ಈಗ ಅವರ ಕಿವಿಗಳಿಗೆ ಅಪ್ಪಳಿಸಿದ್ದು ಕಮಲಳ ನಗು, ಅಳು.

"ಅವ್ಳಿಗೆ ಮದ್ವೆ ಮಾಡಿದ್ದಕ್ಕೆ ನಮ್ಮಮೇಲೆ ಸೇಡು ತೀರ್ಸಿಕೊಂಡುಬಿಟ್ಳು." ಎತ್ತಲೋ ನೋಡುತ್ತಾ ಅನಂತರಾಮಯ್ಯ ನುಡಿದರು. ಸೀತಮ್ಮ ಎದ್ದುಹೋದರು. ಆಕೆಯ ಮೈಯ ತ್ರಾಣ ಪೂರ್ತಿ ಹಿಂಗಿಹೋಗಿತ್ತು. ರಜತಾದ್ರಿಯ ಗೇಟಿನವರೆಗೂ ನಡೆಯುವ ಶಕ್ತಿ ಕೂಡ ತಮ್ಮ ಮೈಯಲ್ಲಿ ಇಲ್ಲವೆನಿಸಿತು ಆಕೆಗೆ.

ಹಾಸಿಗೆಯ ಮೇಲೆ ಮಲಗಿದವರೆ ಕಾಲು ಚಾಚಿದರು. "ನಾ ಎಲ್ಲೂ ಬರೋಲ್ಲ. ಬದ್ಕಿರೋವರ್ಗು ಇಲ್ಲೇ ಇರ್ತೀನಿ. ಬೀದಿಗೆ ಬಿದ್ದು ಸಾಯೋಕೆ ಇಷ್ಟವಿಲ್ಲ" ಎಂದ ಸೀತಮ್ಮ ಹೊದ್ದಿಕೆಯನ್ನ ಕತ್ತಿನವರೆಗೂ ಎಳೆದುಕೊಂಡರು. ಸಿಹಿಗಿಂತ ಅವರ ಬಾಳಲ್ಲಿ ಕಹಿ ಉಂಡದ್ದೇ ಜಾಸ್ತಿ. ಯೌವನದ ದಿನಗಳಲ್ಲಿ ದರ್ಪ, ಶಿಸ್ತಿನಿಂದ ಅನಂತರಾಮಯ್ಯ ಗೋಳು ಹೊಯ್ದುಕೊಂಡು ಬಿಟ್ಟಿದ್ದರು.

'ರಜತಾದ್ರಿಯ ದಿವಾನರು' ಅನ್ನುವ ಜನಕ್ಕೆ ಸರಿಯಾಗಿ ಮನೆಯಲ್ಲಿ ನಡೆದುಕೊಳ್ಳುತ್ತಿದ್ದರು. ಸದಾ ಉರಿಯುವ ಮನುಷ್ಯ. ಹೆಂಡತಿಯನ್ನು ತವರು ಮನೆಗೂ ಕಳಿಸದ ದರ್ಪದ ಗಂಡು. ಮಗಳ ಮಗುವನ್ನ ಹೊಸಲಿನಿಂದಾಚೆ ಇಟ್ಟ ಭೂಪ.

ದತ್ತ ವದರಾಡಿಕೊಂಡು ಬಂದಿದ್ದನ್ನ ಬಾಲ್ಕನಿಯಿಂದ ನೋಡಿದ ವಿಜಯೇಂದ್ರ ಕೆಳಗಿಳಿದು ಬಂದ.

"ದತ್ತ...." ಮರೆಸಿ ಪಕ್ಕಕ್ಕೆ ಹೊರಟವನನ್ನ ವಿಜಯೇಂದ್ರನ ಕೂಗು ಹಿಡಿದು ನಿಲ್ಲಿಸಿತು. ನಮ್ರನಾಗಿ ಬಂದು ತಲೆತಗ್ಗಿಸಿ ನಿಂತ. "ಎಲ್ಲಿಗೆ ಹೋಗಿದ್ದೆ?" ಪ್ರಶ್ನಿಸಿದಾಗ ತಲೆಯೆತ್ತಲಿಲ್ಲ. "ಮ್ಯಾನೇಜರ್ ಮನೆಗೆ." ದುಃಖತಪ್ತವಾಗಿತ್ತು ಅವನ ದನಿ.

"ಏನಂತೆ ಅಪ್ರ ತೀರ್ಮಾನ?" ಎಂದು ಪ್ರಶ್ನಿಸಬೇಕೆಂದುಕೊಂಡವನು ಸುಮ್ಮನಾದ. "ಹೋಗಿ ನಿನ್ಕೆಲ್ಸ ನೋಡ್ಕೊ...." ಎಂದವನು ಬಾಲ್ಕನಿ ಇಳಿದು ಪಕ್ಕದ ಲಾಯದ ಕಡೆ ಬಂದ. ಬಿಳಿ ಅಶ್ವ ಅವನನ್ನ ನೋಡಿ ಕೆನೆಯಿತು. ಹತ್ತಿರಕ್ಕೆ ಹೋಗಿ ಅದರ ಬೆನ್ನ ಮೇಲೆ ಪ್ರೀತಿಯಿಂದ ಕೈಯಾಡಿಸಿದ.

ಮಹೇಂದ್ರ ತಮ್ಮ ಸಾವಿನ ದಿನಗಳಲ್ಲಿ ತಮ್ಮ ಪ್ರೀತಿಯ ಕುದುರೆ, ಕಾರುಗಳ ಬಗ್ಗೆ ಮಾತ್ರ ಪ್ರಲಾಪಿಸುತ್ತಿದ್ದರು.

"ಭಾಮಿನಿನ ಕಟ್ಕೊಂಡ್ ನಾನು ಸುಖಪಡದಿದ್ರೂ ನಿನ್ನಂತ ಮಗನನ್ನು ಕೊಟ್ಟಿದ್ದಕ್ಕೆ ಜನ್ಮಪೂರ್ತಿ ಅವ್ಳಿಗೆ ಕೃತಜ್ಞ." ಒಂದೆರಡು ಬಾರಿ ಕುಡಿದ ಅಮಲಿನಲ್ಲಿ ಮಗನ ಮುಂದೆ ತೋಡಿಕೊಂಡಿದ್ದರು.

ಕತ್ತಲಾದ ಮೇಲೆಯೇ ಅವನು ಹಿಂದಿರುಗಿ ಮೇಲಕ್ಕೆ ಬಂದಿದ್ದು. ಇಂದು ಬೆಳಿಗ್ಗೆಯೇ ನರ್ಸು ಹಿಂದಿರುಗಿದ್ದು. ಶಾರದ ಅವಳ ಕೆಲಸಗಳನ್ನು ಅವಳು ಮಾಡಿಕೊಳ್ಳುವಷ್ಟು ಸುಧಾರಿಸಿದ್ದಳು. ಅವರಿಬ್ಬರ ನಡುವೆ ನೋಟಗಳ ವಿನಿಮಯವೆ ಹೊರತು ಅಂಥ ಮಾತುಕತೆಯೇನು ನಡೆದಿರಲಿಲ್ಲ.

ಹಿಂದಿನ ಬಾಲ್ಕನಿಯಲ್ಲಿ ಕೂತು ಆಗತಾನೇ ಮಿನುಗತೊಡಗಿದ ನಕ್ಷತ್ರಗಳನ್ನ ನೋಡುತ್ತಿದ್ದಳು. ಮೋಡಗಳಿಲ್ಲದ ಆಕಾಶ ಅತ್ಯಂತ ಶುಭ್ರವಾಗಿತ್ತು.

ಫೋನ್ ಸದ್ದಾಗತೊಡಗಿದಾಗ ಮೇಲೆದ್ದವಳು ಸುಮ್ಮನೆ ಕೂತಳು. ಸದ್ಯಕ್ಕೆ ಅವಳಿಗೆ ಯಾವುದೇ ವಿಷಯಗಳು ಗೊತ್ತಿಲ್ಲ.

"ಒಂದೆರಡು ದಿನಗಳಲ್ಲಿ ಬರ್ತೀನಿ." ಹಿಂದಿನ ರಾತ್ರಿ ವಿಜಯೇಂದ್ರ ಫೋನ್‌ನಲ್ಲಿ ಹೇಳುತ್ತಿದ್ದುದು ಅವಳಿಗೆ ಕೇಳಿಸಿತ್ತು. 'ಈ....' ಅವಳ ಗಂಟಲು ಕಟ್ಟಿತು. ಕಾತರದಿಂದ ಕಾಯುವ ಹೆಣ್ಣಿಗಿರಬಹುದು.

ಅವಳಿಗೆ ಬರೀ ಗೊಂದಲವೇ. ಸದ್ಯಕ್ಕೆ ಸ್ಪಷ್ಟವಾದ ದಾರಿ ಬೇಕಿತ್ತು. ಹಿಂದೂಮುಂದು ಯೋಚಿಸದೆ ತಾಳಿ ಬಿಗಿಸಿಕೊಂಡು ವಿಜಯೇಂದ್ರನ ಜೊತೆ ಬಂದಿದ್ದಳು.

ಒಂದೆರಡು ನಿಮಿಷಗಳು ಫೋನ್‌ನಲ್ಲಿ ಮಾತಾಡುತ್ತಿದ್ದ ವಿಜಯೇಂದ್ರ ತಟ್ಟನೆ ಹೇಳಿದ.

"ಶಾರದ ಒಳ್ಗಡೆ... ಬಾ" ಸ್ವರದಲ್ಲಿ ಅಧಿಕಾರವಿತ್ತು. ಅದಕ್ಕೂ ಮೀರಿದ ಕಾಳಜಿ ಇತ್ತು. 'ಆರೋಗ್ಯವಂತ ಮಗು ಜನಿಸಬೇಕಾದ್ರೆ ತಾಯಿ ಆರೋಗ್ಯವಷ್ಟೇ ಅವಳ ಮನಸ್ಸಿನ ಸಂತೋಷ, ನೆಮ್ಮದಿ ಮುಖ್ಯ' ಡಾಕ್ಟರ್ ಹೇಳಿದ್ದು ಅವನಿಗೆ ನೆನಪಿತ್ತು.

"ತುಂಬ ಓಡಾಟ ಬೇಡ, ಫುಲ್ ಬೆಡ್ ರೆಸ್ಟ್" ಎಂದಾಗ ಅವಳ ಕಣ್ಣುಗಳು ಕಿರಿದಾದವು. "ನಾನು ಆರೋಗ್ಯವಾಗಿದ್ದೀನಿ" ತುಟಿಜಾರಿ ಹೊರಬಂತು ಮಾತು. ಅರಿವಾಗದಂತೆ ಅವನ ಕಣ್ಣುಗಳಲ್ಲಿ ಆಪ್ಯಾಯಮಾನತೆ ಮಿನುಗಿತು. "ಷ್ಯೂರ್..." ನೋಟ ನೇರವಾಗಿತ್ತು. ಶಾರದ ತಲೆ ತಗ್ಗಿತು. ತಾನು ಪ್ರಗ್ನೆಂಟ್ ಎನ್ನುವ ವಿಷಯ

ವಿಜಯೇಂದ್ರನಿಗೆ ಗೊತ್ತಿರಬಹುದೆ? ಕ್ಷಣ ಅವಳ ಮೈ ಕಂಪಿಸಿಬಂದಂತಾಯಿತು. ನಿಂತಲ್ಲಿಯೇ ಜೋಲಿಹೊಡೆದಳು.

ವಿಜಯೇಂದ್ರ ಅತ್ಯಂತ ಮೃದುವಾಗಿ ಎತ್ತಿಕೊಂಡು ಬಂದು ಮಂಚದ ಮೇಲೆ ಮಲಗಿಸಿದ. ಮುಗ್ಧವಾದ ಮುಖವನ್ನ ಅತ್ಯಂತ ಸನಿಹದಿಂದ ನೋಡಿದ. ಆ ಹೆಣ್ಣಿನ ಬಗ್ಗೆ ಇನ್ನೊಂದು ಯೋಚಿಸಲು ಅವನಿಂದ ಸಾಧ್ಯವಿಲ್ಲ. ಪ್ರೀತಿಯಿಂದ ಅವಳ ಮುಂಗೂದಲಲ್ಲಿ ಕೈಯಾಡಿಸಿದವನು ದಿಗ್ಗನೆದ್ದ. ಭಾಮಿನಿ, ರೀತಾ ಅವನ ಕಣ್ಮುಂದೆ ನುಸುಳಿ ಗಹಗಹಿಸಿ ನಕ್ಕರು.

"ಷಟಪ್! ಬ್ಲಡಿ ಬ್ಯಾಸ್ಟರ್ಡ್...." ಕೈಗೆ ಸಿಕ್ಕ ದಿಂಬನ್ನ ದೂರಕ್ಕೆಸೆದ. ಅವನ ಕಣ್ಣುಗಳಲ್ಲಿ ಕೆಂಡಗಳು ಉರುಳಿದವು. 'ಹೆಣ್ಣಿನ ಭ್ರಮೆಯಲ್ಲಿ ಸಿಲುಕಿ ಸಾಯ್ಬಾರ್ದು. ಬೇಕೂಂದಾಗ ಉಪಯೋಗ್ಸಿಕೊಂಡು ಬಿಸಾಕಿ ಬಿಡ್ಬೇಕು' ತುಟಿಕಚ್ಚಿ ಅಸಹನೆಯನ್ನ ನುಂಗಿ ಹೊರಗೆ ಹೋದ.

ಕಣ್ಣುತೆರೆದ ಶಾರದಳ ನೋಟ ಸುತ್ತಮುತ್ತಲೂ ಆಡಿ ಒಂದೆಡೆ ನಿಂತಿತು. ವಿಜಯೇಂದ್ರನ ಮುದ್ದಾದ ಫೋಟೋ. ಅದರಲ್ಲಿ ಪುಟ್ಟ ಮಗು ನಕ್ಕಂತಾಯಿತು. ಅವಳೆದೆಯಲ್ಲಿ ಮಮತೆಯ ರಾಗಗಳು ಉಕ್ಕಿ ಹರಿದವು.

ಮಂಚದಿಂದ ಕೆಳಗಿಳಿದಳು "ಬರಬಹುದಾ ಮೇಮ್ ಸಾಬ್?" ದತ್ತ ಹೊರಗಿನಿಂದಲೇ ಕೇಳಿದ. ರಜತಾದ್ರಿಯ ಯಜಮಾನಿಯ ಗೌರವಾದರಗಳು ಅವಳಿಗೆ ಲಭಿಸಿದ್ದವು. "ಬಾ...." ಎಂದವಳು ಛೇರ್‌ನಲ್ಲಿ ಕೂತಳು.

ಬಿಸಿಯಾದ ಹಾರ್ಲಿಕ್ಸ್ ತಂದಿಟ್ಟು ನಿಂತ. ಅವನಿಗೆ ಒಂದೆರಡು ಮಾತುಗಳನ್ನು ಹೇಳುವ ಇಚ್ಛೆ, ಕತ್ತು ತುರಿಸಿದ.

"ಅಮ್ಮ ಎಂಥ ಕೆಟ್ಟಹಟ ನಿಮ್ಮ ತಾತನದು." ಅತ್ತಿತ್ತ ಭೀತಿಯ ನೋಟ ಹರಿಸಿದ. "ಅವ್ರುಗಳು ರಜತಾದ್ರಿ ಬಿಟ್ಟುಹೋಗೋಕೆ ಸಿದ್ಧವಾಗಿದ್ದಾರೆ." ಮೆಲ್ಲನುಸುರಿದ.

"ದತ್ತ...." ವಿಜಯೇಂದ್ರನ ಧ್ವನಿ ಸಿಡಿಯಿತು. ಅವನ ಕಾಲು ಕೆಳಗಿನ ನೆಲ ಸೀಳುಬಿಟ್ಟಂತಾಯಿತು. "ಗೆಟ್‌ಔಟ್..." ಬಂದವನು ಗದರಿದ. ಇದನ್ನ ನಿರೀಕ್ಷಿಸಿಯೇ ಇದ್ದ. "ಇನ್ಮೇಲೆ ನೀನು ಮೇಲಕ್ಕೆ ಬರ್ಬೇಡ." ಆಜ್ಞಾಪಿಸಿದ. ದತ್ತ ನಡುಗುತ್ತ ಹೊರಗೆ ಹೋದ.

ಅನಂತರಾಮಯ್ಯನವರದು ಕಟುವಾದ ವ್ಯಕ್ತಿತ್ವವೆಂದು ಅವಳಿಗೆ ಗೊತ್ತು. ಮೊಮ್ಮಗಳ ಮುಖವನ್ನು ನೋಡಲಾರದಷ್ಟು ಮನಸ್ಸನ್ನ ಕಲ್ಲು ಮಾಡಿಕೊಂಡ ಜನ.

ಅವಳ ಮುಂದೆನೇ ಕೂತು ಹಾರ್ಲಿಕ್ಸ್ ಕಪ್‌ನ ಇನ್ನಷ್ಟು ಅವಳತ್ತ ಸರಿಸಿದ. "ಕುಡೀ, ಇಲ್ದ ವಿಷ್ಯಗಳ್ನ ತಲೆಗೆ ಹಚ್ಚಿಕೊಳ್ಳೋದ್ಬೇಡ." ಬೇಸರದಿಂದ ಕೆನ್ನೆಯುಜ್ಜಿದ. ಕಪ್ ಎತ್ತಿಕೊಂಡ ಅವಳ ಕೈ ನಡುಗಿತು. ಕರುಳಿನಲ್ಲಿ ಎಂತಹುದೋ ಸಂಕಟ... ಅರ್ಥವಾಗದು.

"ನಾನೊಂದ್ಸಲ ನಮ್ಮ ತಾತ ಅಜ್ಜಿನ ನೋಡ್ಬರ್ಲಾ." ದಿಗ್ಗನೆ ಎದ್ದು ನಿಂತ. "ಸದ್ಯಕ್ಕಂತೂ ಸಾಧ್ಯವಿಲ್ಲ." ಅವಳ ಕೈಯಲ್ಲಿನ ಕಪ್ ಕೆಳಗೆ ಜಾರಿತು. ಹಾರ್ಲಿಕ್ಸ್ ಸೀರೆಯ ನೆರಿಗೆಗಳನ್ನು ತೋಯಿಸಿತು. ಅಲಕ್ಷಿಸಿ ನಡೆದ.

ಅವನ ಮಿದುಳು, ಮನಸ್ಸುಗಳ ನಡುವೆ ಭಯಂಕರ ಹೋರಾಟ. ಗಳಿಗೆ ಗಳಿಗೆಗೂ ಹಾರಿಹೋಗುವ ನಿರ್ಧಾರಗಳು. ಪದೇ ಪದೇ ಅವನ ಮಸ್ತಿಷ್ಕದಲ್ಲಿ ನುಸುಳಿ ಚಿತ್ತ ಕ್ಷೋಭೆಗೊಳಿಸುವ ರೀತಾ, ಭಾಮಿನಿ.

ಕೆಳಗಿಳಿದು ಬಂದವನು ದತ್ತನನ್ನ ಕರೆದು ಹೇಳಿದ – "ಅನಂತರಾಮಯ್ಯನವ್ರಿಗೆ ಏನಾದ್ರೂ ಸಹಾಯ ಬೇಕಾದ್ರೆ ಮಾಡ್ಹೋಗು. ಹೋಗೋಕೆ ಮೊದ್ಲು ಬಂದು ನನ್ನ ನೋಡೋಕೆ ಹೇಳು."

ಮೌನವಾಗಿ ನಿಂತ ದತ್ತ ಅಡ್ಡಡ್ಡ ತಲೆಯಾಡಿಸಿದ. "ನಾನು ಹೋಗೋಲ್ಲ. ಎಲ್ಲಿಗೆ ಹೋಗ್ತಾರೆ. ಫುಟ್‌ಪಾತ್ ಮೇಲೆ ಬೀಳ್ಬೇಕು. ಈ ಹಟವಾದಿ ಮನುಷ್ಯನಿಂದ ಆಕೆ ಕಷ್ಟಪಡ್ಬೇಕು." ಕಣ್ಣೊರೆಸಿಕೊಂಡ. ದುಗುಡದಿಂದ ತುಂಬಿಹೋಗಿತ್ತು ಅವನ ಮನ.

ಕ್ಷಣ ಯೋಚಿಸಿದ ವಿಜಯೇಂದ್ರ. ತೀರಾ ಕೆಡುಕೆನಿಸಿತು. ಆದರೆ ಅನಂತರಾಮಯ್ಯನವರ ಅಹಂಕಾರಕ್ಕೆ ದೊಡ್ಡ ಪೆಟ್ಟು ಕೊಡಬೇಕೆಂಬ ಹಟ.

"ಹೇಳಿದಷ್ಟು ಮಾಡು. ಪುರಾಣ ಬೇಡ." ರೇಗಿ ಕಳಿಸಿದ.

ದತ್ತ ಕಾಲೆಳೆಯುತ್ತಲೇ ಅವವ ಮನೆಯ ಬಾಗಿಲಿಗೆ ಬಂದ. ಅನಂತ ರಾಮಯ್ಯನವರು ಒಂದೆರಡು ಚೀಲಗಳಿಗೆ ಪಾತ್ರೆ, ಪಡಗಗಳನ್ನ ತುಂಬಿಟ್ಟಿದ್ದರು. ಸೀತಮ್ಮ ಕಣ್ಣೀರು ಸುರಿಸುತ್ತ ಕೂತಿದ್ದರು.

"ಯಜಮಾನ್ರು ಕಳ್ಸಿದ್ರು, ಏನಾದ್ರೂ ಸಹಾಯ ಬೇಕಾದ್ರೆ ಮಾಡ್ತೀನಿ." ಚೀಲಗಳನ್ನ ಪಕ್ಕಕ್ಕಿಟ್ಟ. ಟೇಬಲ್ಲು ಮೇಲಿದ್ದ ಮೈಸೂರು ಜರಿಪೇಟಾ ಅವನ ಗಮನ ಸೆಳೆಯಿತು. 'ರಜತಾದ್ರಿ ದಿವಾನರು' – ಅವನ ತುಟಿಯಂಚಿನಲ್ಲಿ ನಗು ಇಣುಕಿ ಮರೆಯಾಯಿತು.

ಅನಂತರಾಮಯ್ಯನವರು ಮುಖದ ಬೆವರನ್ನು ಹೆಗಲ ಮೇಲಿನ ವಸ್ತ್ರದಿಂದ ತೊಡೆದುಕೊಂಡರು. "ಎಂಥ ಸಹಾಯವೂ ಬೇಡ. ಎಲ್ಲಾ ತಗೊಂಡ್ಹೋಗಿ ನಾವೇನು ಮಾಡೋಣ? ನಮ್ಮದಾಗಿ ಇರೋವೆಲ್ಲ ನೀವುಗಳು ಹಂಚ್ಕೊಂಡ್ಬಿಡಿ." ಬಟ್ಟೆಬರೆ ಜೋಡಿಸಿಟ್ಟ ಒಂದು ಸೂಟುಕೇಸನ್ನ ತಂದು ಚೀಲಗಳ ಪಕ್ಕದಲ್ಲಿಟ್ಟರು. "ಇದಿಷ್ಟೇ ಸಾಮಾನು..." ದತ್ತ ಬೆರಗುಗಣ್ಣಿನಿಂದ ನೋಡಿದ.

"ಹಾಸ್ಗೆಗಳು ಬೇಡ್ವಾ?" ಪೇಟಾದತ್ತಲೆ ನೋಡುತ್ತ ಪ್ರಶ್ನಿಸಿದ. "ಬೇಡ...." ಕೂತ. ಅವರು ಬಗ್ಗಿ ಮೊಣಕಾಲನ್ನ ನೀವಿಕೊಂಡರು. ಬೆಳಗಿನಿಂದ ಹೆಚ್ಚು ನೋವು ಕೊಡುತ್ತಿತ್ತು. ಅಲ್ಲಲ್ಲಿ ಓಡಾಡಿದ ಫಲವಿರಬೇಕು. ಇನ್ನ ಮುಂದೆ ಅಲೆಮಾರಿಯ ಜೀವನವೇ.

ದತ್ತ ತಲೆಯ ಮೇಲೆ ಕೈಯೊತ್ತು ಕೂತ. ರೇಗಾಡಿಕೊಂಡು ಹೋಗಿದ್ದ.

ಮೊದಲಾಗಿದ್ದರೆ ಅವರಿಗೆ ಮುಖ ತೋರಿಸಲು ಹೆದರುತ್ತಿದ್ದ. ಈಗ ಅಂಥ ಪರಿಸ್ಥಿತಿ ಇಲ್ಲ.

ಸೀತಮ್ಮ ಒಂದು ಹಿತ್ತಾಳೆಯ ಪೆಟ್ಟಿಗೆ ತಂದು ಅವನ ಮುಂದಿಟ್ಟರು – "ಇದ್ನ ನೀನು ಇಟ್ಕೊ. ಮಕ್ಕುಮರಿ ಇಲ್ದ ನಮ್ಮಂಥರರನ್ನ ಆಗಾಗ ವಿಚಾರ್ಸಿ ಪ್ರೀತಿ, ವಿಶ್ವಾಸ ತೋರ್ಸಿದ್ದೀಯಾ. ನಮ್ಹತ್ರ ಕೊಡೋಂಥ ಅಮೂಲ್ಯವಾದ ವಸ್ತುಗಳೇನೂ ಇಲ್ಲ." ಆಕೆಯ ಕಣ್ಣಿಂದ ಕಂಬನಿ ಇಣಕಿತು. ತಾನು ಉಳಿಸಿಟ್ಟ ಒಂದಿಷ್ಟು ಹಣ, ಒಡವೆಗಳನ್ನ ಕೊಂಡೊಯ್ದು ಪದ್ದಮ್ಮನ ವಶಕ್ಕೆ ಕೊಟ್ಟಿದ್ದರು. ಈಗ ಅವರದು ಪೂರ್ತಿ ಬರಿಗೈ.

ಆ ಪೆಟ್ಟಿಗೆಯ ಮೇಲೆ ದತ್ತ ಮೃದುವಾಗಿ ಕೈಯಾಡಿಸಿದ. ಅವನು ತಾಂಬೂಲ ಮೆಲ್ಲುವ ಆಸೆಯಿಂದ ಓಡಿಬಂದಾಗಲೆಲ್ಲ ಇದರಿಂದಲೆ ಅಡಿಕೆ, ಲವಂಗ, ಏಲಕ್ಕಿ ತೆಗೆದುಕೊಡುತ್ತಿದ್ದುದು.

"ಚಿಕ್ಕಮ್ಮ, ನೀವು ಎಲ್ಲೂ ಹೋಗ್ಬೇಡಿ, ನಾನು ಸಾಕ್ತೀನಿ. ನಂಗೆ ತಾನೆ ಯಾರಿದ್ದಾರೆ? ಈ ಮನೆ ನಂಗೋಸ್ಕರ ಪಡ್ಕೊತೀನಿ." ಅಂಗಲಾಚಿದ. ಆದರೆ ಅನಂತರಾಮಯ್ಯನವರ ನಿರ್ಧಾರ ಅಚಲವಾಗಿತ್ತು. "ಬೇರೆಯವ್ರ ಋಣದಲ್ಲಿ ಯಾಕೆ ಇರ್ಬೇಕು. ನಮ್ಮ ಪಾಡು ನಮ್ದು." ವಾಕಿಂಗ್ ಸ್ಟಿಕ್ ಮತ್ತು ಕೊಡೆ ತಂದು ಸಾಮಾನುಗಳ ಪಕ್ಕ ಇಡುತ್ತ ನುಡಿದರು ಅನಂತರಾಮಯ್ಯ.

ಸೀತಮ್ಮ ಎದೆಯೊಡೆದುಕೊಂಡು ಅತ್ತರು. ಆರ್ಥಿಕ ಮುಗ್ಗಟ್ಟು ಇಲ್ಲದೆ ಇಷ್ಟು ವರ್ಷ ಕಳೆದಿದ್ದರು; ಮುಂದೇನು?

"ಯಾವುದಾದ್ರೂ ಪುಣ್ಯಕ್ಷೇತ್ರದಲ್ಲಿ ಹೋಗಿ ಇದ್ಬಿಡೋಣ" ಎಂದು ಹೆಂಡತಿಯನ್ನ ಸಂತೈಸಿದರು. "ಭಿಕ್ಷೆ ಬೇಡಿಯಾ?" ಆಕೆ ಕೇಳಿದ್ದಕ್ಕೆ ಸುಮ್ಮನಾಗಿದ್ದರು. ಅದು ಬಿಟ್ಟು ಅವರಿಗೆ ಬೇರೆ ದಾರಿ ಕಂಡಿರಲಿಲ್ಲ. "ಹೇಗೋ ಆಗುತ್ತೆ."

ಕೈತುಂಬ ಸಂಬಳ, ಬೇಕಾದಷ್ಟು ಅನುಕೂಲ, ಇಬ್ಬರೇ ಇದ್ದಿದ್ದು. ಆದರೆ ಒಂದು ಪೈಸ ಉಳಿಸುವುದಕ್ಕೆ ಅವರಿಂದಾಗಿರಲಿಲ್ಲ.

ದತ್ತನಿಗೆ ಬೇರೆ ದಾರಿ ತೋರಲಿಲ್ಲ. "ಒಂದ್ಸಲ ಯಜಮಾನ್ರು ಬಂದ್ಹೋಗೀಂದ್ರು. ಇಬ್ರೂ ಬನ್ನಿ. ಇಷ್ಟು ದಿನ ಚೆನ್ನಾಗೆ ನಿಮ್ಮನ್ನ ನಡ್ಸಿಕೊಂಡಿದ್ದಾರೆ." ಮೇಲೆದ್ದ.

"ಇನ್ನೇನಿದೆ, ಹೇಳಿ ಕೇಳೋಕೆ. ನಂಗೆ ವಹಿಸಿದ ಕೆಲ್ಸ ಯಾವಾಗ್ಲೂ ಅಚ್ಚುಕಟ್ಟೆ." ಉದಾಸೀನ ತೋರಿದರು ಅನಂತರಾಮಯ್ಯ. ದತ್ತನ ಅವುಡುಗಳು ಬಿಗಿದುಕೊಂಡವು. ವಯಸ್ಸು ಅನ್ನೋದು ಅಡ್ಡ ಬರದಿದ್ದರೆ ನಾಲ್ಕು ಏರಿಸುವಷ್ಟು ಕೋಪ ಅವನಿಗೆ.

ಸೀತಮ್ಮ ಅವನ ಜೊತೆ ಹೊರಟರು. "ನಡಿಯೋ ದತ್ತ. ನಂಗೆ ನನ್ನ ಮೊಮ್ಮಗಳನ್ನ ನೋಡೋ ಆಸೆ." ಅನಂತರಾಮಯ್ಯ ಅಡ್ಡ ಬಂದು ನಿಂತರು. "ನೀನು ಹೋಗಕೂಡ್ದು. ಹೋದ್ರೆ ನನ್ನೆಂಡ್ತಿನೇ ಅಲ್ಲ." ಆಕೆ ಅಲ್ಲಿಯೋ ಕೂತು ಬಿಕ್ಕಿದರು.

ಒಂಟಿಯಾಗಿಯೇ ದತ್ತ ಬಂಗ್ಲೆಗೆ ಹಿಂದಿರುಗಿದ್ದು. ಯಾವುದೋ ಫೈಲ್

ನೋಡುತ್ತಿದ್ದ ವಿಜಯೇಂದ್ರ ತಲೆಯೆತ್ತಿದ. "ಅವ್ವುಗಳು ಹೊರಟಿದ್ದಾರೆ." ವಿನಯದಿಂದ ನುಡಿದ. ಹೋಗುವಂತೆ ಕಣ್ಣಲ್ಲಿಯೇ ಸನ್ನೆ ಮಾಡಿದ.

ಮತ್ತೆ ಫೈಲಿನಲ್ಲಿ ಮಗ್ನನಾದ.

"ನಮಸ್ಕಾರ...." ಅನಂತರಾಮಯ್ಯನವರ ದನಿಗೆ ತಲೆಯೆತ್ತಿದ. ಮುಖ ಬಿಗಿದರೂ ತುಟಿಯ ಮೇಲೆ ಕಿರುನಗೆ ತುಳುಕಿಸಿದ. "ಕೂತ್ಕೊಳ್ಳಿ..." ಫೈಲನ್ನು ಪಕ್ಕಕ್ಕಿಟ್ಟು ಕಾಲುಮೇಲೆ ಕಾಲುಹಾಕಿದ "ಬೆಳಿಗ್ಗೆ ಬರಬಹುದಿತ್ತು!" ಬಾಲ್ ಪೆನ್ನಿನಿಂದ ಟೀಪಾಯಿ ಮೇಲೆ ಒಂದು ಗೆರೆ ಎಳೆದ.

"ಹೊರಡೋಕೆ ಅಪ್ಪಣೆಬೇಕು." ಬಾವಿಯಾಳದಿಂದ ಬಂದಂತಿತ್ತು ಸ್ವರ. "ಕೂತ್ಕೊಳ್ಳಿ...." ಮತ್ತೆ ಹೇಳಿದವನು ಮೆಟ್ಟಲು ಹತ್ತಿ ತನ್ನ ಕೋಣೆಗೆ ಹೋದ. ಚೆಕ್ ತುಂಬಿಸಿ ಸಹಿ ಹಾಕಿ ತಾನೇ ತಂದ.

ಚೆಕ್ ಅವರಿಗೆ ಕೊಟ್ಟ "ನೀವು ಸರ್ಕಾರಿ ಹುದ್ದೆಯಲ್ಲಿದ್ದಿದ್ದರೆ..... ಪೆನ್‌ಷನ್ ಸಿಕ್ತಾ ಇತ್ತು. ನಾನು ಕೊಡ್ತೀನಿ. ನೀವು ಇರೋ ವಿಳಾಸ ಬರ್ದು ತಿಳ್ಸಿ." ಕೂತವನು ನೋಟ ಮೇಲಕ್ಕೆಸೆದ.

ಸದಾ ಪೇಟಾ, ಕರೀ ಉದ್ದನೆಯ ಕೋಟು ತೊಟ್ಟಿರುತ್ತಿದ್ದ ಅನಂತರಾಮಯ್ಯನವರ ಇಂದಿನ ಸಾಧಾರಣ ವೇಷ ಅವರ ಪೂರ್ಣ ವರ್ಚಸ್ಸನ್ನೇ ನುಂಗಿಹಾಕಿತ್ತು.

ಒಂದು ಲಕ್ಷದಷ್ಟು ಹಣದ ಮೊತ್ತದ ಚೆಕ್. ಇದು ಅವರ ಊಹೆಗೂ ಮೀರಿದ್ದು. ಬರಿಗೈಯಲ್ಲಿ ಹೊರಟವನಿಗೆ ಊರುಗೋಲು ನೀಡಿದಂತಾಯಿತು.

"ನಾನು ಮಾಡ್ದ ಕೆಲಸಕ್ಕೆ ಇದು ದೊಡ್ಡದೇ!" ಅದೇ ದಾಟಿಯಲ್ಲಿ ಮಾತಾಡಿದಾಗ ವಿಜಯೇಂದ್ರನಿಗೆ ಸ್ವಲ್ಪ ರೇಗಿತು. "ಅದ್ನ ನಿರ್ಧರಿಸೋನು ನಾನು, ನೀವಲ್ಲ. ನಿಮ್ಗೆ ಅಷ್ಟು ಸ್ವಾಭಿಮಾನವಾದ್ರೆ.... ಯಾವುದಾದ್ರೂ ಅನಾಥಾಶ್ರಮಕ್ಕೆ ದಾನಮಾಡಿ, ಇನ್ನ ನೀವು ಹೋಗ್ಬಹ್ದು." ಸಹನೆ ಕಳೆದುಕೊಂಡ.

ಬಾಗಿಲವರೆಗೂ ಹೋದ ಅನಂತರಾಮಯ್ಯನವರು ಹಿಂದಕ್ಕೆ ಬಂದರು.

"ಒಂದೇ ಒಂದು ಪ್ರಶ್ನೆ...." ನಿಂತರು.

"ಅದೇನು ಕೇಳಿ". ಅಲಕ್ಷ್ಯ ತೋರಿದ. ಅವರೇನು ಕೇಳಬಹುದೆಂದು ಅವನಿಗೆ ಗೊತ್ತು. "ನಾನೇನು ತಪ್ಪು ಮಾಡಿದ್ದೆ? ರಜತಾದ್ರಿಯವರ ಚಾಕರಿ ಮಾಡಿದ್ದಕ್ಕೆ...." ಉದ್ವೇಗದಿಂದ ಅವರ ಗಂಟಲು ನಡುಗಿತು.

"ಸಂಬಳ ತಗೊಂಡಿದ್ದೀರಾ!" ತಣ್ಣಗೆ ಉಸುರಿದ. "ನೀವಿನ್ನ ಹೋಗ್ಬಹ್ದು. ನನ್ನ ವೈಯಕ್ತಿಕ ವಿಷ್ಯಗಳನ್ನ ಪ್ರಶ್ನಿಸೋ ಹಕ್ಕು ನಿಮಗಿಲ್ಲ. ರಜತಾದ್ರಿಯನ್ನ ನೋಡಿಕೊಂಡಿದ್ದಕ್ಕೆ ನಿಮ್ಗೆ ಸಂಬಳ ಕೊಟ್ಟಿದ್ದೇ ವಿನಃ ಯಜಮಾನರ ಸ್ವಂತ ವಿಷಯಗಳನ್ನ ಮಾತನಾಡೋಕ್ಕಲ್ಲ." ಸ್ವರವೇರಿಸಲಿಲ್ಲ.

ಅನಂತರಾಮಯ್ಯನವರು ಅಲ್ಲಿಂದ ಕದಲಲಿಲ್ಲ. ಬೆಂಕಿ, ನೀರಿನ ಮಧ್ಯೆ ಅವರ

ಕಣ್ಣುಗುಡ್ಡೆಗಳು ತೇಲುತ್ತಿತ್ತು. ಸರ್ರನೆ ಮುಂದಿದ್ದ ಟೀಪಾಯಿ ಎತ್ತಿ ವಿಜಯೇಂದ್ರನ ತಲೆಗೆ ಎತ್ತಿಹಾಕಿಬಿಟ್ಟರು. ಕ್ಷಣದಲ್ಲಿ ನಡೆದುಹೋಯಿತು. 'ಹಾ....' ಎನ್ನುವುದರೊಳಗಾಗಿ ದತ್ತ ಓಡಿಬಂದ. ಕಣ್ಣ ಉಳಿದವರು ಬಂದು ಅನಂತರಾಮಯ್ಯನವರನ್ನ ಹಿಡಿದುಕೊಂಡರು.

"ಬಿಟ್ಟುಬಿಡಿ. ಇವತ್ತು ರಜತಾದ್ರಿ ವಂಶನ ನಿರ್ವಂಶ ಮಾಡ್ಬಿಡ್ತೀನಿ." ಕೊಸರಿಕೊಳ್ಳತೊಡಗಿದರು ಅನಂತರಾಮಯ್ಯ.

"ಅವ್ರನ್ನ ಕರ್ಕೊಂಡ್ಹೋಗಿ". ನೋವಿನಿಂದ ಉಸುರಿದ ವಿಜಯೇಂದ್ರ. "ದತ್ತ ಡಾಕ್ಟ್ರಿಗೆ ಫೋನ್ ಮಾಡು." ಹಣೆಯನ್ನೆತ್ತಿ ಹಿಡಿದ. ಬಲವಾದ ಪೆಟ್ಟೇ ಬಿದ್ದಿತ್ತು.

ಕೆಳಗಿನ ಗಲಾಟೆಗೆ ಶಾರದ ಓಡಿಬಂದವಳು ದಿಗ್ಭ್ರಮೆಗೊಂಡಳು. ರಕ್ತ ವಿಜಯೇಂದ್ರನ ಕೆನ್ನೆ, ಮೂಗನ್ನು ತೋಯಿಸಿಬಿಟ್ಟಿತ್ತು.

"ಮೈ ಗಾಡ್...." ಕೈನಿಂದ ಅವನ ಹಣೆಯನ್ನು ಒತ್ತಿ ಹಿಡಿದಳು. "ಬೇಗ ಡಾಕ್ಟ್ರಿಗೆ ಫೋನ್ ಮಾಡಿ." ಅವಳೆದೆಯ ಬಡಿತ ಏರಿತು.

ಕರ್ಚೀಫ್ ಬಿಗಿದರು ಹಣೆಯಿಂದ ಹರಿಯುತ್ತಿದ್ದ ರಕ್ತವನ್ನ ನಿಲ್ಲಿಸಲಾಗಲಿಲ್ಲ. ಶಾರದಳ ಕಣ್ಣಿಂದ ಕಂಬನಿ ಧಾರೆಯಾಗಿ ಇಳಿಯತೊಡಗಿತು.

ಅಷ್ಟರಲ್ಲಿ ಬಂದ ಡಾಕ್ಟರ್ ನಾಲ್ಕು ಸೂಚರ್ ಹಾಕಿ ಬ್ಯಾಂಡೇಜ್ ಮಾಡಿದರು.

"ಇದು ಹೇಗಾಯ್ತು?" ಡಾಕ್ಟರರ ಪ್ರಶ್ನೆಗೆ ಯಾರೂ ಉತ್ತರಿಸಲಿಲ್ಲ. ಇಂಜಕ್ಷನ್ ಕೊಟ್ಟು ಅವರ ಕೆಲಸ ಮುಗಿಸಿ ಮೇಲೆದ್ದರು. "ನಾನು ಬೆಳಿಗ್ಗೆ ಬರ್ತೀನಿ. ಜೋಪಾನವಾಗಿ ನೋಡ್ಕೊಳ್ಳಿ." ಹೊರಟರು.

ಬಿದ್ದ ಪೆಟ್ಟು ಸ್ವಲ್ಪ ಬಲವಾಗಿಯೇ ಇತ್ತು. ಅನಂತರಾಮಯ್ಯನವರು ಎಂದೂ ಅವನ ಮುಂದೆ ಸಿಟ್ಟಿಗೆದ್ದವರೇ ಅಲ್ಲ. ಅಥವಾ ವಿಜಯೇಂದ್ರ ಅವರ ಕೋಪ ಕಂಡವನೇ ಅಲ್ಲ.

ಕೋಣೆಯ ತುಂಬ ನೀರವತೆ. ಶಾರದ ಬಂದು ಮಂಚದ ತುದಿಯಲ್ಲಿ ಕೂತಳು. ವಿಜಯೇಂದ್ರನ ಮುಖದಲ್ಲಿ ನೋವಿನ ಛಾಯೆ ಇದ್ದರೂ ಒಂದು ರೀತಿಯ ಗತ್ತಿನಿಂದ ವಿಮುಕ್ತವಾಗಿರಲಿಲ್ಲ.

'ರಜತಾದ್ರಿಯ ಜನಕ್ಕೆ ತಾವು ರಾಜಮಹಾರಾಜರ ವಂಶಸ್ಥರು ಅನ್ನೋ ದುರಹಂಕಾರ.' ಸೀತಮ್ಮ ಒಮ್ಮೆ ಅಂದಿದ್ದು ಇನ್ನೂ ಅವಳ ನೆನಪಿನಲ್ಲಿತ್ತು. ವಿವರಗಳು ಗೊತ್ತಿಲ್ಲದಿದ್ದರೂ ವಿಜಯೇಂದ್ರನಲ್ಲಿ ಅಂಥ ಠೀವಿ ಕಂಡಿದ್ದಳು.

ತೀರಾ ಸನಿಹಕ್ಕೆ ಸರಿದು ಬಹಳ ಮೃದುವಾಗಿ ಅವನ ಹಣೆಯ ಮೇಲೆ ಕೈಯಾಡಿಸಿದಳು. ಬಿಸಿಯ ಸ್ಪರ್ಶ, ಗಾಬರಿಯಿಂದ ಕತ್ತು, ಕೈ ಮುಟ್ಟಿ ನೋಡಿದಳು. ಜ್ವರ ಕಾಯುತ್ತಿತ್ತು. ಅವಳೆದೆ ಸ್ತಬ್ಧವಾದಂತಾಯಿತು.

ಡಯಲ್ ತಿರುಗಿಸಿ ರಿಂಗ್ ಮಾಡಿದ್ದಳು. ಡಾಕ್ಟರ್ ಫೋನೆತ್ತಲು ತಡಮಾಡಿಬಿಟ್ಟಿದ್ದರು. "ಡೋಂಟ್ ವರಿ. ಫೀವರ್ ಸಹಜವೆ, ಬೆಳಿಗ್ಗೆ

ಬಂದ್ನೋಡ್ತೀನಿ." ಆ ಮನುಷ್ಯ ತೊದಲಿದ. ಸಹಜ ಸ್ಥಿತಿಯಲ್ಲಿಲ್ಲವೆಂದುಕೊಂಡು ಫೋನಿಟ್ಟಳು.

ದತ್ತ, ಕಣ್ಣ ಬಂದು ಮೃದುವಾಗಿ ಬಾಗಿಲಿನ ಮೇಲೆ ಸದ್ದು ಮಾಡಿದರು. ಕೂತವಳು ಅತ್ತ ನಡೆದಳು.

"ಅಮ್ಮ, ನಾವು ಯಜಮಾನರನ್ನ ನೋಡ್ಕೋತೀವಿ. ನೀವು ಮಲಕ್ಕೊಳ್ಳಿ." ದತ್ತ ಒದ್ದೆಯಾದ ಸ್ವರದಲ್ಲಿ ಹೇಳಿದ. ಬೇಡ. ಅಂಥದ್ದೇನಿಲ್ಲ. ನೀವ್ಹೋಗಿ ಮಲಕ್ಕೊಳ್ಳಿ." ಅವರುಗಳನ್ನ ಕಳಿಸಿ ಬಾಗಿಲು ಮುಚ್ಚಿದಳು.

ವಿಜಯೇಂದ್ರ ಮೆಲ್ಲಗೆ ನರಳಿದ.

"ತುಂಬ.... ನೋವಿದ್ಯಾ?" ಅವನ ಕೈಯನ್ನು ತನ್ನ ಕೈಯೊಳಗೆ ತಗೊಂಡಳು. ವಿಜಯೇಂದ್ರ ಮೆಲ್ಲಗೆ ಕಣ್ತೆರೆದ. "ಶಾರದ... ನೀನು. ಡಾಕ್ಟು ನರ್ಸ್‌ನ್ನ ಯಾಕೆ ಕಳ್ಸಿಕೊಡ್ಲಿಲ್ಲ." ಅಸಮಾಧಾನ ವ್ಯಕ್ತಪಡಿಸಿದ. "ನಾನೇ ಬೇಡಾಂದೆ. ಏನಾದ್ರೂ ಕುಡಿಸ್ಲಾ?" ಮೋಸಂಬಿ ರಸ ಗ್ಲಾಸಿಗೆ ಬಗ್ಗಿಸಿಕೊಂಡು ಬಂದಳು. ಈಗ ಅವನು ಮಾತಾಡುವ ಸ್ಥಿತಿಯಲ್ಲಿರಲಿಲ್ಲ. ನಿಧಾನವಾಗಿ ಕಣ್ಮುಚ್ಚಿ ಗುಟುಕರಿಸಿದ.

ಟವಲಿನಿಂದ ಅವನ ತುಟಿಗಳನ್ನ ಮೃದುವಾಗಿ ಒರೆಸಿದಳು. "ಮಲಕ್ಕೋ.... ಶಾರದ." ಕಣ್ತೆರೆಯದೆಯೇ ಹೇಳಿದ. ಅವನ ಮುಖದಲ್ಲಿ ನೋವು ಹಂತಹಂತವಾಗಿ ಮಿನುಗಿತು. ಇಡೀ ರಾತ್ರಿ ಅವನ ತಲೆಯನ್ನ ಮಡಿಲಿನಲ್ಲಿರಿಸಿಕೊಂಡು ಸಂತೈಸಿದಳು. ಅಲೌಕಿಕವಾದ ಆನಂದ ಅನುಭವಿಸಿದ.

ಬೆಳಕು ಹರಿದ ಮೇಲೆಯೇ ಶಾರದ ಎದ್ದಿದ್ದು. ತಲೆ ನೋವಿದ್ದರೂ. ಮಾನಸಿಕ ಹಾರಾಟವಿದ್ದರೂ ವಿಜಯೇಂದ್ರನ ಸನಿಹ ಅವಳನ್ನು ಪ್ರಸನ್ನಚಿತ್ತಳನ್ನಾಗಿರಿಸಿತ್ತು. ಆದರೆ ತಾತ ಹಾಗೆ ವರ್ತಿಸಿದ್ದೇಕೆ? ಆ ಪ್ರಶ್ನೆಗೆ ಅವರು ಕೂಡ ಸ್ಪಷ್ಟವಾಗಿ ಉತ್ತರಿಸಲಾರರೇನೋ!

ಶಾರದ ಸ್ನಾನ ಮಾಡಿ ಬರುವ ವೇಳೆಗೆ ಡಾಕ್ಟರ್ ಬಂದಿದ್ದರು. "ಮಿಸಸ್ ವಿಜಯೇಂದ್ರ ರಾತ್ರಿ ಪೂರಾ ನಿದ್ರಿಸಿರಲಾರರು. ಎರ್ಡು ಸಲ ಫೋನ್ ಮಾಡಿದ್ರು. ಒಂದೆರಡು ಪೆಗ್ ಹಾಕಿ ಮಲಗೋದು ಅಭ್ಯಾಸ. ಅದೇನು ಹೇಳಿದ್ನೋ." ವಿಜಯೇಂದ್ರನ ಮುಂದೆ ಹೇಳುತ್ತಿದ್ದರು. ಅವನ ಮುಖ ಗಂಭೀರವಾಯಿತು. ರಾತ್ರಿ ತಾನು ಅನುಭವಿಸಿದ ಆನಂದ, ಸುಖದ ಸ್ಪಷ್ಟವಾದ ಕಲ್ಪನೆ ಅವನಿಗಿರಲಿಲ್ಲ.

ಅವಳು ಬಂದು ನಿಂತಾಗ ಒದ್ದೆ ಕೂದಲಿನಿಂದ ನೀರು ಇನ್ನೂ ತೊಟ್ಟಿಕ್ಕುತ್ತಿತ್ತು.

"ಸಾರಿ, ಮಿಸಸ್ ವಿಜಯೇಂದ್ರ. ನಂಗೆ ನಾಚ್ಕೆ ಆಯ್ತು." ಕ್ಷಮೆಯಾಚಿಸಿದರು. "ಕುಡಿತ ನನ್ನ ಪ್ರೊಫೆಷನ್‌ಗೆ ಬ್ಯಾಡ್ ಅಂತ ಗೊತ್ತು." ಮುಖ ಸಣ್ಣಗೆ ಮಾಡಿದರು. "ದೇರ್ ಈಸ್ ನೋ ವೇಔಟ್. ಅದ್ರಲ್ಲೇ ಬಿದ್ದು ಒದ್ದಾಟ." ನಿಟ್ಟುಸಿರು ದಬ್ಬಿದರು.

ಹೋಗುವ ಮುನ್ನ ಹಿಂದಕ್ಕೆ ಬಂದು "ಈಗ ನರ್ಸ್‌ನ್ನ ಕಳಿಸ್ತೀನಿ." ತಲೆದೂಗಿ ಕಣ್ಮುಚ್ಚಿದ ವಿಜಯೇಂದ್ರ.

ಶಾರದ ಬಂದು ಮಂಚದ ಬದಿಯಲ್ಲಿ ನಿಂತಳು. "ಮುಖ ತೊಳಿತೀರಾ?" ಮೆಲ್ಲಗೆ ಕಣ್ತೆರೆದ. ಆಗತಾನೆ ಬಿರಿದ ಹೂವಿನಂತೆ ಕಂಡಳು. "ನರ್ಸ್ ಬರಲಿ" ಎಂದ. ಅವಳ ಕಣ್ಣುಗಳಲ್ಲಿನ ಆಪ್ಯಾಯಮಾನ ಬೆಳಕು ಅವನ ನೋಟವನ್ನ ಹಿಡಿದು ನಿಲ್ಲಿಸಿತು." "ಯು ಟೇಕ್ ರೆಸ್ಟ್". ಅವನ ಒಣಗಿದ ತುಟಿಗಳ ನಡುವೆಯಿಂದ ತೂರಿಬಂತು. ಬಾಯಿಂದ ಹಾಗೆ ಅಂದರೂ ಆ ಕ್ಷಣ ಶಾರದ ಅವನ ಸಮೀಪವೇ ಇರಬೇಕೆಂದು ಬಯಸಿತು.

ಆದರೆ ನರ್ಸ್ ಬರಲಿಲ್ಲ. ಶಾರದಾನೆ ಸ್ಪಂಜ್ ಬಾತ್ ಮಾಡಿಸಿದಳು. ಅವನ ಊಟ, ತಿಂಡಿಯನ್ನ ಅವಳೇ ನೋಡಿಕೊಂಡಳು. ಎದುರಿಗಿದ್ದ ಕ್ಷಣ ಅವನ ಮನ ಮುದಗೊಂಡರೂ ಕ್ರೋಧದಿಂದ ಕುದಿಯುತ್ತಿತ್ತು ಮರುಕ್ಷಣ.

ಮೂರು ನಾಲ್ಕು ದಿನಗಳಲ್ಲಿ ಹೊರಟು ನಿಂತ.

ಸಹಿ ಹಾಕಿದ ಚೆಕ್ ಬುಕ್ಕನ್ನ ಶಾರದಳ ಮುಂದೆ ಹಾಕಿದ. "ಎಷ್ಟು ಬೇಕೋ ಅಷ್ಟು ಹಣಾನ ತರಿಸ್ಕೋ. ಆಗಾಗ ಡಾ|| ಪಾರ್ಥಸಾರಥಿ, ಡಾ|| ಮಧು ಬಂದು ನೋಡ್ತಾರೆ. ಕಣ್ಣನ ಹೆಂಡ್ತಿ ಇಲ್ಲೇ ಇರ್ತಾಳೆ. ರಜತಾದ್ರಿಯಲ್ಲಿ ಯಾವ್ದೇ ಅನಾನ್ಕೂಲಗಳಿಲ್ಲ. ಹುಟ್ಟೋ ಮಗು ಮಾತ್ರ ಆರೋಗ್ಯವಾಗಿರ್ಬೇಕು" ಎಂದಾಗ ಅವಳ ತಲೆಯ ಮೇಲೆ ಸುತ್ತಿಗೆಯ ಪೆಟ್ಟು ಬಿದ್ದಂತಾಯಿತು. ತಾನು ತಾಯಿಯಾಗಲಿರುವ ಸಂಗತಿ ಗೊತ್ತಿದ್ದೇ ವಿಜಯೇಂದ್ರ ಮದುವೆಯಾಗಿದ್ದು! ಅವಳ ಬಾಯಿಂದ ಮಾತುಗಳೇ ಹೊರಡಲಿಲ್ಲ.

"ಓ.ಕೆ...." ಹೊರನಡೆದ.

ಅವಳಲ್ಲಿ ಆಂದೋಳನ ಶುರುವಾಯಿತು. ಪ್ರೀತಿ, ಪ್ರೇಮಕ್ಕಾಗಿ ತನ್ನ ಅಂತಸ್ತನ್ನ ಮರೆತು ಮದುವೆಯಾದನೆಂಬುದನ್ನ ಅವನು ಆ ದಿನವೇ ಸುಳ್ಳು ಮಾಡಿದ್ದ. ಮಾತಿರಲಿ, ಪ್ರೀತಿಯ ನೋಟವನ್ನ ಕೂಡ ಅವಳತ್ತ ಹರಿಸಿರಲಿಲ್ಲ. ಇಲ್ಲಿ ಮೋಸ ಹೋದದ್ದು ತಾನು! ಅದಕ್ಕಿಂತ ಅವಳ ಮಗುವಿನ ತಂದೆ ತಾನೆಂದು ಒಪ್ಪಿಕೊಂಡ ವಿಜಯೇಂದ್ರನ ಬಗ್ಗೆ ಅಭಿಮಾನ ಮೂಡಿತು.

ಸಂಜೆ ಶಾರದ ಕೆಳಗಿಳಿದು ಬಂದಾಗ ಕಣ್ಣ ತನ್ನ ಹೆಂಡತಿಯೊಂದಿಗೆ ಎದುರಾದ "ಅಮ್ಮ ಇವ್ಳು ನನ್ನೆಂಡ್ತಿ ಪಾರು. ನಿಮ್ಕೆಲ್ಸ ಕಾರ್ಯ ಮಾಡ್ಕೊಂಡ್ ಇಲ್ಲೆ ಇರ್ತಾಳೆ." ಅವಳತ್ತ ನೋಡಿದಳು. ದಷ್ಟಪುಷ್ಟವಾದ ಹೆಣ್ಣು. ಕಿರುನಕ್ಕು ತಲೆಯಾಡಿಸಿದಳು.

ಬಾಲ್ಕನಿ ಇಳಿದಾಗ ಕಣ್ಣ, ಅವನ ಹೆಂಡತಿ ಅವಳ ಹಿಂದೆಯೇ ಬಂದರು. "ನಿಮ್ಮ ಜೊತೆಯಲ್ಲಿ ಬೇಕಾದ್ರೆ ಬರ್ತಾಳೆ." ಕ್ಷಣ ನಿಂತ ಶಾರದ ಯೋಚಿಸಿದಳು. ತನ್ನ ಮೇಲೆ ಪಹರೆ ಕೆಲಸವೇ!

"ಬೇಡ...." ಮುಂದಕ್ಕೆ ನಡೆದಳು.

ಹಿಂದೆ ನೋಡಿದ ರಜತಾದ್ರಿಯ ಬೆಡಗಿಗಿಂತ ಈಗ ವಿಭಿನ್ನವಾಗಿ ಕಂಡಿತು. ಹಚ್ಚಹಸುರಿನ ಮಧ್ಯೆ ಎದ್ದು ನಿಂತ ಬಂಗ್ಲೆ ಈ ವಾತಾವರಣಕ್ಕೆ ಹೊನ್ನ ಕಲಶದಂತೆ ಕಂಗೊಳಿಸುತ್ತಿತ್ತು.

ಎದುರು ಕಡೆಯಿಂದ ಬರುತ್ತಿದ್ದ ದತ್ತ ಮೈಯನ್ನ ಹಿಡಿ ಮಾಡಿಕೊಂಡು ನಿಂತ. "ಅಮ್ಮಾ ವಾಕ್ ಹೊರಟ್ರಾ?" ತಲೆಯೆತ್ತಲಿಲ್ಲ. ಹಿಂದೆ ಅವಳ ಬಳಿ ಸಾಕಷ್ಟು ಹರಟುತ್ತಿದ್ದ. ತನ್ನ ಅನುಭವಗಳನ್ನ ಹೇಳಿ ನಗಿಸಿದ್ದ. ಈಗ ಆಡೋ ಮಾತಲ್ಲೂ ಮಿತಿ.

"ಹೌದು!" ನಿಲ್ಲದೆ ಮುಂದಕ್ಕೆ ನಡೆದಳು. ಬಂಗ್ಲೆಯ ಹಿಂಭಾಗಕ್ಕೆ ಬಂದಾಗ ಅವಳ ಕಾಲುಗಳು ಕುಸಿಯುವಂತಾಯಿತು. 'ಅಜ್ಜಿ...' ತುಟಿಯವರೆಗೂ ಬಂದಿದ್ದು ನಿಂತಿತು. ಮನೆಗೆ ಬೀಗ ಬಡಿದಿದ್ದರೂ ಮಲ್ಲಿಗೆಯ ಬಳ್ಳಿ ಹಚ್ಚಹಸುರಾಗಿಯೇ ಇತ್ತು. ತುಟಿಕಚ್ಚಿ ನಿಂತಳು. ಎಲ್ಲಿಗೆ ಹೋಗಿರಬಹುದು?

ಕಸ ತೆಗೆಯುತ್ತಿದ್ದ ಪಳನಿ ಓಡಿಬಂದಳು.

"ಅಡ್ಡಬಿದ್ದೆ ತಾಯಿ" – ಕೈಗಳನ್ನ ಜೋಡಿಸಿದಳು.

"ಧಣಿಗಳ ಮುಂದೆ ಬಾಯ್ತೆರೆಯೋಕೆ ನಮ್ಗೆ ಭಯ. ಇನ್ಮೇಲೆ ಆ ಚಿಂತೆ ಇಲ್ಲ." ಅಭಿಮಾನ, ಕೃತಜ್ಞತೆಗಳ ಸಮ್ಮಿಲನವಿತ್ತು. ವಿಜಯೇಂದ್ರನ ಉದ್ದೇಶ ಏನೇ ಇರಬಹುದು. ಅನಾಯಾಸವಾಗಿ ಯಜಮಾನಿತಿಯ ಪಟ್ಟದ ಜೊತೆ ಸಮಾಜದಲ್ಲಿ ಗೌರವ, ಸ್ಥಾನಮಾನಗಳು ತಾನಾಗಿ ಲಭಿಸಿದ್ದವು.

ಏನೇನೋ ಬಡಬಡಿಸಿದಳೆ ವಿನಃ ಅನಂತರಾಮಯ್ಯನವರ ಕುಟುಂಬ ಇಲ್ಲಿಂದ ಹೋಗಿದ್ದಕ್ಕೆ ಯಾವುದೇ ಸಂತಾಪ ಅವಳು ವ್ಯಕ್ತಪಡಿಸಲಿಲ್ಲ. ಅಂದರೆ.... ಅವರುಗಳ ಮೇಲೆ ಈ ಜನಕ್ಕೆ ಗೌರವ, ಅಭಿಮಾನಗಳು ಇರಲಿಲ್ಲವಾ? ಇವಳೆ ಸೀತಮ್ಮನವರ ಬಳಿ ಬಂದು ಗಂಟೆಗಟ್ಟಲೇ ಮಾತಿಗೆ ಕೂಡುತ್ತಿದ್ದಳು.

"ನೀನಿನ್ನ... ಹೋಗು." ಶಾರದಾನೆ ಅವಳನ್ನ ಕಳಿಸಿದಳು. ದತ್ತ ಪ್ರತ್ಯಕ್ಷವಾದ. "ಅಮ್ಮ ನಡೆದಿದ್ದು ಸಾಕು. ಲಾನ್‌ನಲ್ಲಿ ಬೇಕಾದ್ರೆ.... ಕೂತ್ಕೊಳ್ಳಿ." ವಿನಯ ತೋರಿಸಿದ. ಸ್ವಲ್ಪ ಬದಲಾಯಿಸಿದ್ದ ಅನಂತರಾಮಯ್ಯನವರು ಹೋದಮೇಲೆ.

"ತಾತ, ಅಜ್ಜಿ ಎಲ್ಹೋಗಿದ್ದಾರೆ, ಗೊತ್ತಾ?" ಕಷ್ಟದಿಂದಲೇ ಪ್ರಶ್ನಿಸಿದಳು. ಗೊತ್ತಿಲ್ಲವೆನ್ನುವಂತೆ ತಲೆಯಾಡಿಸಿದ. "ಅವ್ರ ಕರ್ಮ ನೆಟ್ಟಗಿರಲಿಕ್ಕಿಲ್ಲ. ಇಲ್ದಿದ್ರೆ ಅನ್ನ ಇಟ್ಟು ಸಾಕ್ದ ಧಣಿನ ಕೊಲ್ಲೋಕೆ ಹೋಗ್ತಾ ಇದ್ರಾ?" ದುಃಖದ ಜೊತೆ ಅವರ ಮೇಲೆ ಕೋಪವನ್ನ ಪ್ರಕಟಿಸಿದ. ಕಹಿಯಾದ ಉಗುಳನ್ನ ಪ್ರಯಾಸದಿಂದ ನುಂಗಿದಳು. ಬದುಕೇ ಒಂದು ರೀತಿಯ ಸುಳಿಯ ಮಧ್ಯೆ ಇದೆಯೆನಿಸಿತು.

"ಇಂಥ ಕಡೆ ಹೋಗ್ತೀವೀಂತ ಹೇಳಿದ್ರಾ?" ಅವಳ ಕಂಠ ಬಿಗಿಯಿತು. "ಇಲ್ಲ ಅಮ್ಮ ಅನಂತರಾಮಯ್ಯನವರದು ಒಂದು ರೀತಿಯ ಕೆಟ್ಟ ಹಟ. ಅದಕ್ಕೆ ಒಂದೂ ಸರಿಹೋಗ್ಲಿಲ್ಲ. ಒಂದು ದಿನ ನಮ್ಹತ್ರ ನಗ್ತಾ ಮಾತಾಡಿದ್ರಾ! ಸದಾ ಬಿಗಿದಮುಖ. ಘನ ಗಾಂಭೀರ್ಯ, ದೌಲತ್ತು." ಜಿಗುಪ್ಸೆ ಅವನ ಮಾತುಗಳಲ್ಲಿ ತೇಲಿತು. ಅವರ ಬಗ್ಗೆ ಅವನಿಗೆ ಕನಿಕರ, ಸಹಾನುಭೂತಿಯೇ ವಿನಃ ಗೌರವವಿಲ್ಲವೆನಿಸಿತು.

ನಿಧಾನವಾಗಿ ಕಾಲೆಳೆಯುತ್ತ ಹಳೆಯ ಲಾನ್‌ನತ್ತ ನಡೆದಳು. ಆ ಸ್ಥಳ ಅವಳಿಗೆ

ಅತ್ಯಂತ ಪ್ರಿಯವಾದದ್ದು. ವಿಜಯೇಂದ್ರ ಅವಳನ್ನ ಅಲ್ಲಿಯೇ ಸಂಧಿಸಿ ಮಾತಾಡುತ್ತಿದ್ದುದು. ಎಂತಹ ರಸಗಳಿಗೆಗಳವು. ಅವಳ ಮನ ಉಲ್ಲಾಸಗೊಂಡಿತ್ತು.

"ದತ್ತ, ನಾನು ಇಲ್ಲಿ ಸ್ವಲ್ಪ ಹೊತ್ತು ಕೂತಿರ್ತೀನಿ. ನೀನ್ಹೋಗು" ಎಂದಳು. ದತ್ತ ಅನುಮಾನಿಸಿದ. ಈ ಕಡೆ ನಿರ್ಜನವಾಗಿತ್ತು. "ಬೇಕಾದ್ರೆ ಕೂತಿರಿ. ನಾನು ಹೊರ್ಗಡೆ ಓಡಾಡಿಕೊಂಡಿರ್ತೀನಿ. ಒಬ್ರೇ ಮಾತ್ರ ಬೇಡ." ಅರೆ ಮನಸ್ಸಿನಿಂದಲೇ ನುಡಿದ.

'ಹಾಯ್ ಶಾರದ...' ಎಲ್ಲೆಡೆ ಅದೇ ಸ್ವರ, ಪ್ರತಿಯೊಂದು ಮರ, ಗಿಡ, ಹೂ, ಹಣ್ಣು ಕೂಗಿ ಹೇಳಿದಂತಾಯಿತು. ಹರ್ಷದಿಂದ ಅವಳ ಮನ ಉಕ್ಕಿ ಉಕ್ಕಿ ಹರಿಯಿತು.

ಅಷ್ಟರಲ್ಲಿ ಕಣ್ಣ ಓಡುತ್ತಾ ಬಂದು ಅನಂತರಾಮಯ್ಯನವರು ಬಂದಿದ್ದ ವಿಷಯ ತಿಳಿಸಿದ. ಸಂತೋಷದ ಜೊತೆ ಅವಳಿಗೆ ಭಯವೂ ಆಯಿತು.

"ಒಬ್ಬರೇನಾ... ಬಂದಿರೋದು?" ಅವಳ ಸ್ವರ ಉಡುಗಿತು. ಅದರ ಹಿಂದೆಯೇ ಅನಂತರಾಮಯನನವರು ಬರುವುದು ಕಂಡಿತು. ಕಚ್ಚೆ ಪಂಚೆ, ಬಿಳಿಯ ತುಂಬು ತೋಳಿನ ಷರಟು. ಮುಖದಲ್ಲಿ ಕಠಿಣತೆ. "ಹೇಗಿದ್ದಿ...?" ಅವಳ ಮುಂದೆ ನಿಂತರು. ತರತರ ಅವಳ ಶರೀರ ನಡುಗಿತು. "ಚೆನ್ನಾಗಿದೆಯಲ್ಲ ರಜತಾದ್ರಿ! ಶ್ರೀಮಂತರ ಸಂಬಂಧ ಯಾರ್ಗೆ ಬೇಡ!" ಕೆಟ್ಟ ನಗು ನಕ್ಕರು. ಅಲೆಅಲೆಯಾಗಿ ಎಲ್ಲೆಡೆ ಪ್ರತಿಧ್ವನಿಸಿತು. ಎರಡ್ಹೆಜ್ಜೆ ಅವಳ ಕಾಲುಗಳು ಹಿಂದಕ್ಕೆ ಸರಿದವು.

"ನಡೀರಿ ತಾತ, ಬಂಗ್ಲೆಗೆ". ಉಗುಳು ನುಂಗಿದಳು. ಅನಂತರಾಮಯ್ಯನವರು ದುರುಗುಟ್ಟಿಕೊಂಡು ನೋಡಿದರು. 'ಮಗಳು ತಮ್ಮ ಮಾತು ಕೇಳದೇ ಪ್ರಾಣ ತೆತ್ತಳು. ಮೊಮ್ಮಗಳು ಕೂ ಅದೇ ಹಾದಿಯಲ್ಲಿ...' ಆತನ ತಲೆ ಪೂರ್ತಿ ಕೆಟ್ಟುಹೋಗಿತ್ತು.

"ನಡೀ, ಹೊರಟುಹೋಗೋಣ". ಅವಳ ಕೈ ಹಿಡಿದುಕೊಂಡರು. ದೂರದಲ್ಲಿದ್ದ ದತ್ತ ಓಡಿಬಂದ. "ಬಿಡಿ ಚಿಕ್ಕಪ್ಪ, ಅಮ್ಮಾವ್ರ ಕೈನಾ! ಗಂಭೀರವಾಗಿರಬೇಕಾದ ವಯಸ್ಸಿನಲ್ಲಿ ಹುಡ್ಗಾಟ ಆಡ್ತೀರ!" ಬುದ್ಧಿ ಹೇಳಿದ.

ಇನ್ನಷ್ಟು ಬಿಗಿಯಾಗಿ ಅವಳ ಕೈನ ಹಿಡಿದುಕೊಂಡರು. "ಇವತ್ತು ನಿನ್ನ ಕರ್ಕೊಂಡ್ಹೋಗೇಕೆ ಬಂದಿರೋದು. ನಾನು ಬಿಟ್ಟು ಹೋಗೋಲ್ಲ." ಅವಳ ಕೈಯನ್ನ ಜಗ್ಗುತ್ತ ಮುಂದಕ್ಕೆ ಹೊರಟಾಗ ಶಾರದಳ ಕಣ್ಣಿಗೆ ಕತ್ತಲಿಟ್ಟಿತು. ದತ್ತನಿಗೆ ಕೈಕಾಲು ಆಡದಂತಾಯಿತು.

"ಬಿಡಿ, ನನ್ನ, ನಾನು ಎಲ್ಲಿಗೂ ಬರೋಲ್ಲ. ಪ್ಲೀಸ್ ಬಿಟ್ಬಿಡಿ, ತಾತ." ಅವರ ಕೈಯನ್ನು ಬಿಡಿಸಿಕೊಳ್ಳಲು ನೋಡಿದಳು. ಕಬ್ಬಿಣದ ಹಿಡಿತ. ಆ ಮುದುಕನ ಕೈಗಳಲ್ಲಿ ದೈತ್ಯ ಸಂಚಾರವಾದಂತಿತ್ತು. "ಬಿಡೋದಿಲ್ಲ, ಈ ರಜತಾದ್ರಿ ನನ್ವಂಶನ ನುಂಗಿದೆ. ಇಲ್ಲಿದ್ರೆ ನಿಂಗೂ ಅಪಾಯ. ಬೇಕಾದ್ರೆ ನಾನೇ ಕೈಯಾರ ಕೊಂದುಬಿಡ್ತೀನಿ. ಆದರೆ ವಿಜಯೇಂದ್ರ ಕೊಲ್ಲೋಕೆ ಬಿಡೋಲ್ಲ." ಗರ್ಜಿಸಿದರು. ದತ್ತನಿಗೆ ಗಾಬರಿಯಾಯಿತು. ತಾನು ಈಗ ಏನ್ಮಾಡಬೇಕು?

ಹಿಂದಿನಿಂದ ಬಂದ ಕಣ್ಣ ಅವರನ್ನ ಹಿಡಿದುಕೊಂಡ. "ಬಿಡಿ, ಅಮ್ಮಾವರ ಕೈ,

ಈಗ ಆಕೆ ರಜತಾದ್ರಿಯ ಒಡತಿ. ಅವ್ರ ಅನ್ನನೇ ತಿಂದು... ಕೈ ಮುಟ್ಟೋ ಅಷ್ಟು ಧೈರ್ಯನಾ" ಎಂದಕೂಡಲೇ ಅನಂತರಾಮಯ್ಯ 'ಥೂ' ಎಂದು ಮುಖದ ಮೇಲೆ ಉಗಿದರು.

ದತ್ತ ಅವರ ತೋಳು ಹಿಡಿದ. "ಬಿಡಿ, ಇಲ್ಲಿದ್ರೆ ಅನಾಮತ್ತಾಗಿ ರಜತಾದ್ರಿಯಿಂದ ಎತ್ತಿ ಎಸೆಯಬೇಕಾದೀತು." ಆ ವಯಸ್ಸಿನಲ್ಲೂ ಅನಂತರಾಮಯ್ಯನವರ ಮೈಯಲ್ಲಿ ಭೀಮಬಲ.

"ಮಿಸ್ಟರ್ ಅನಂತರಾಮಯ್ಯ" ಗರ್ಜನೆ ಬಂದು ಅಪ್ಪಳಿಸಿದಾಗ ಎಲ್ಲರೂ ನಿಂತಲ್ಲಿಯೇ ನೀರಾದರು. ವಿಜಯೇಂದ್ರನನ್ನ ನೋಡಿದ ಕೂಡಲೇ ಅವರ ಮೈಯಲ್ಲಿನ ಶಕ್ತಿ ಸತ್ತುಹೋಯಿತು. ಹಿಡಿತ ಸಡಿಲವಾಗಿ ಅವಳ ಕೈ ಸ್ವತಂತ್ರವಾದಾಗ ಓಡಿಬಂದು ಅವನ ಎದೆಯಲ್ಲಿ ತಲೆಇಟ್ಟು ಬಿಕ್ಕಳಿಸಿದಳು. "ರಿಲ್ಯಾಕ್ಸ್..." ಅವನ ಕೈ ಶಾರದಳ ಬೆನ್ನ ಮೇಲಾಡಿತು.

"ದತ್ತ, ಕಣ್ಣ ನೀವು ಅಮ್ಮಾವರನ್ನ ಕರ್ಕೊಂಡ್ಹೋಗಿ." ಆಜ್ಞಾಪಿಸಿದ. ಅವರ ಕಣ್ಣುಗಳಲ್ಲಿ ಭಯ ಇಣಕಿತು. "ಸರ್..." ಅರ್ಥಮಾಡಿಕೊಂಡವನಂತೆ ಹೋಗಲು ಸನ್ನೆ ಮಾಡಿದವನು ಅನಂತರಾಮಯ್ಯನವರತ್ತ ಬಂದ. ಗಂಭೀರವಾಗಿ ಕಾಣುತ್ತಿದ್ದ ವ್ಯಕ್ತಿ ಬುದ್ಧಿಗೆಟ್ಟವನಂತೆ ಕಂಡ.

"ಏನು... ಬಂದಿದ್ದು?" ಎರಡು ಕೈಗಳನ್ನು ಪ್ಯಾಂಟ್ ಜೇಬಿನೊಳಕ್ಕೆ ತುರುಕಿದ. "ನನ್ನ ಮೊಮ್ಮಗಳನ್ನ ಕಳ್ಸಿಬಿಡಿ. ಆಮೇಲೆ ನಾನು ಈ ಕಡೆ ಬರೋಲ್ಲ." ಹಟ ಮಿನುಗಿತು.

"ಅವ್ಳು ನನ್ನ ಹೆಂಡ್ತಿ." ಕೋಪದಿಂದ ಸಿಡಿದ.

"ಶ್ರೀಮಂತರಿಗೆ ಒಬ್ಬರಿಬ್ರು ಹೆಂಡ್ತಿಯರು ಇರೋಲ್ಲ. ಮೊದ್ಲು ನನ್ನ ಮೊಮ್ಮಗಳನ್ನ ಕಳ್ಸಿಕೊಡಿ." ಅನಾಯಾಸವಾಗಿ ವಿಜಯೇಂದ್ರನ ಕೈ ಅವರ ಕುತ್ತಿಗೆಯ ಪಟ್ಟಿ ಹಿಡಿಯಿತು. "ಯೂ ಬ್ರೂಟ್! ಇನ್ನ ಮರ್ಯಾದೆ ಕೊಡೋದ್ರಲ್ಲಿ ಅರ್ಥವಿಲ್ಲ. ಗೆಟ್‌ಔಟ್..." ಕೈ ಹಿಂದಕ್ಕೆ ತಗೊಂಡ. ಅನಂತರಾಮಯ್ಯ ದುರುದುರ ಅವನತ್ತ ನೋಡಿದವರು, "ಅವಳನ್ನ ನೀನು ಕೊಲ್ತೀಯಾ. ಅದ್ಕೆ ಮೊದ್ಲು ನಾನೇ ಕೊಂದುಬಿಡ್ತೀನಿ. ನೀನ್ಯಾಕೆ ಮಧ್ಯೆ ಆದೇ ಹೇಳು." ಏದುಸಿರು ದಬ್ಬುತ್ತ ಕೂಗಿದರು.

ನಿಂತಲ್ಲಿಯೇ ಚಪ್ಪಾಳೆ ಹೊಡೆದ ವಿಜಯೇಂದ್ರ. ಕಾಣದಂತೆ ನಿಂತು ನೋಡುತ್ತಿದ್ದ ಮಾಲಿಗಳಿಬ್ಬರು ಓಡಿಬಂದರು.

"ಗೇಟ್‌ನಿಂದ ಹೊರ್ಗಡೆ ತಗೊಂಡ್ಹೋಗ್ಬಿಡಿ. ಈ ಮನುಷ್ಯ ಬಂದ್ರೆ ಬಿಡ್ಬೇಡಾಂತ ವಾಚ್‌ಮನ್‌ಗೆ ಹೇಳಿ" ಎಂದವನು ಅನಂತರಾಮಯ್ಯನವರನ್ನ ತಣ್ಣಗೆ ನೋಡಿದ. "ಮತ್ತೊಂದು ಸಲ ಇಲ್ಲಿಗೆ ಬಂದ್ರೆ ಪೊಲೀಸ್‌ಗೆ ಒಪ್ಪಬೇಕಾಗುತ್ತೆ ನನ್ನ ಪೇಷನ್ಸ್‌ನ ಪರೀಕ್ಷೆ ಮಾಡ್ಬೇಡಿ."

ಆದರೆ ಅನಂತರಾಮಯ್ಯ ಬಡಬಡಿಸಿಕೊಂಡು ಹೋಗುತ್ತಿರುವುದು ಅವನಿಗೆ

ಅಸ್ಪಷ್ಟವಾಗಿ ಕೇಳಿಸಿತು. ಬಂಗ್ಲೆಯ ಕಡೆ ಹೆಜ್ಜೆ ಹಾಕಿದ. ಅವನು ಬಂದಿದ್ದು ಕೂಡ ಅನಿರೀಕ್ಷಿತವೇ.

ಎರಡು ದಿನದ ಹಿಂದೆ ಭೇಟಿಯಾದ ಭಾಮಿನಿ, "ನಿಮ್ಮಪ್ಪ ನನ್ನ ಚೀಟ್ ಮಾಡ್ದ. ಇಲ್ಲಿರೋ ಪ್ರಾಪರ್ಟಿಯೆಲ್ಲ ನಿನ್ನ ಹೆಸರಿಗೆ ಬರ್ದು ಹೋಗಿದ್ದಾನೆ. ನನ್ನ ಬ್ಯಾಂಕ್ ಬ್ಯಾಲೆನ್ಸ್ ನಿಲ್ ಆಗಿದೆ. ನಂಗೆ ಹಣ ಬೇಕು." ವ್ಯಾವಹಾರಿಕವಾಗಿ ಮಾತಾಡಿದ್ದರು.

'ಫ್ರೀಸೆಕ್ಸ್'ನ ಹಾರಾಟವೋ, ಕುಡಿತದ ಫಲವೋ ಆಕೆಯ ಮೈ ಜೀರ್ಣವಾಗಿತ್ತು. ಮುಖದಲ್ಲಿ ಎಲುಬುಗಳು ಕಾಣುತ್ತಿದ್ದವು. ಆದರೆ ಕಣ್ಣುಗಳಲ್ಲಿ ಹದಿನಾರರ ಹೆಣ್ಣಿನ ಮಿಂಚು, ಮೈಯಲ್ಲಿ ಹರೆಯದ ತರುಣಿಯ ಬಳುಕು. ಗಂಡನ ಮೇಲೆ ಸೇಡು ತೀರಿಸಿಕೊಂಡ ಫಲ!

"ಎಷ್ಟು ಬೇಕು? ಈಗಿನ ಗಂಡನ ಆಸ್ತಿ ಬೇಕಾದಷ್ಟು ಇರಬಹುದಲ್ಲ!" ತಾಯಿಯೆನ್ನುವುದು ಆ ಕ್ಷಣದಲ್ಲಿ ಮರೆತ. ಭಾಮಿನಿಯ ಮೂಗಿನ ಹೊಳ್ಳೆಗಳು ಅಗಲವಾದವು. "ಯು ಸನ್ ಆಫ್ ಎ ಬಿಚ್." ಕೈಯಲ್ಲಿದ್ದ ವ್ಯಾನಿಟಿ ಬ್ಯಾಗನ್ನ ಅವನ ಮೇಲೆ ಎಸೆದಿದ್ದರು. ಅವನ ತಾಯಿ ತಾನೆಂಬುದು ಆಕೆಯ ನೆನಪಿನಲ್ಲಿದ್ದ ಹಾಗೆ ಕಾಣಲಿಲ್ಲ.

"ಆಗ ನನ್ನ ತಾಯಿ ಪವಿತ್ರವಾಗೆ ಇದ್ಳು. ಇದು ನನ್ನ ನಂಬ್ಕೆ." ಹ್ಯಾಂಡ್ ಬ್ಯಾಗನ್ನು ಪಕ್ಕಕ್ಕೆಸೆದು ಬಂದಿದ್ದ. ಆದರೆ ಮರುದಿನ ಬಂದು ಹಣವನ್ನು ಪಡೆಯಲು ಆಕೆ ಮರೆತಿರಲಿಲ್ಲ.

"ಭಾರತಕ್ಕೆ ಫ್ಲೈಟ್ ಟಿಕೆಟ್ ರಿಸರ್ವ್ ಮಾಡ್ಸು." ಅವನ ಪಿ.ಎ. ಜೋನ್ಸ್‌ಗೆ ಹೇಳಿದ್ದ.

ಅವನ ಕಣ್ಣುಗಳಲ್ಲಿ ಅಚ್ಚರಿ ಇಣಕಿತು. ವರ್ಷಕ್ಕೆ ಒಂದೆರಡು ಬಾರಿ ಅತಿಥಿಯಂತೆ ಹೋಗಿಬರುತ್ತಿದ್ದ ಬಾಸ್ ಈಗ ಪದೇ ಪದೇ ಹೋಗುವುದು ಬಹಳಷ್ಟು ದಿನ ನಿಲ್ಲುವುದು ಅಷ್ಟು ಶುಭಸೂಚನೆಯಾಗಿ ಕಾಣಲಿಲ್ಲ.

"ಓ.ಕೆ. ಸರ್" ಎಂದಿದ್ದ.

ಬಂಗ್ಲೆಗೆ ಬಂದಾಗ ಕಣ್ಣ, ದತ್ತ ಮಿಕ್ಕವರು ತಲೆತಗ್ಗಿಸಿಕೊಂಡು ನಿಂತಿದ್ದರು. ಭಾಮಿನಿ ಇಲ್ಲಿಂದ ಹೊರಟಮೇಲೆ ಶಾಂತವಾಗಿದ್ದ ಸರೋವರದಲ್ಲಿ ಅನಂತರಾಮಯ್ಯನವರ ನಡವಳಿಕೆಯಿಂದ ಕಲ್ಲೆಸೆದಂತಿತ್ತು.

"ಏನಾಗಿದೆ ನಿಮ್ಗೆಲ್ಲ?" ಕಣ್ಣು ಕಿರಿದು ಮಾಡಿ ರೇಗಿದ. "ಹೋಗಿ ನಿಮ್ಮ ಡ್ಯೂಟಿಗಳ್ನ ನೋಡಿ" ಅಲ್ಲಿದ್ದವರೆಲ್ಲ ಚದುರಿಹೋದರು.

ಕೋಣೆಯೊಳಕ್ಕೆ ಬಂದವನು ನಿಂತ. ಹೊಸ ಸೊಬಗು, ಸಂಭ್ರಮ ಇಲ್ಲಿ ಅಡಗಿದೆಯೆನಿಸಿತು. ಹೊಚ್ಚಹೊಸ ಹೂಗಳು ವಾಸ್‌ನಲ್ಲಿ ಅರಳಿ ನಿಂತಿದ್ದವು. ಅದನ್ನು ಜೋಡಿಸಿದ ರೀತಿಯು ಕಲಾತ್ಮಕವಾಗಿತ್ತು. ಕಿಟಕಿಗೆ ಹಾಕಿದ ತಿಳಿ ಹಳದಿ ಪರದೆಗಳು ತಂಗಾಳಿಗೆ ನರ್ತಿಸುವಂತೆ ಕಂಡಿತು. ನೂತನ ಸಂಚಾರವನ್ನ ಅವನ ಮನ ಗುರ್ತಿಸಿತು.

ಬಟ್ಟೆ ಬದಲಾಯಿಸಿದವನು ಲಾಂಗ್ ಛೇರ್ ಮೇಲೆ ಒರಗಿ ಕಣ್ಮುಚ್ಚಿದ. ಅವನಿಗೆ ಹೆಣ್ಣುಗಳು ಬೇಕೆಂದರೆ ಸಾಲಾಗಿ ನಿಲ್ಲಬಲ್ಲವರಿದ್ದರು. ಯೌವನದ ಬಯಕೆ, ಕಾತರಗಳಿಗೆ ತನ್ನನ್ನ ಒಡ್ಡಿಕೊಂಡಿರಲಿಲ್ಲ. ಅದಕ್ಕೆ ಕಾರಣ ರೀತಾ, ಭಾಮಿನಿಯವರ ಸ್ವಚ್ಛಂದ ಬದುಕು ಇರಬಹುದು.

"ತಗೊಳ್ಳಿ...." ನವಿರಾದ ಸ್ವರಕ್ಕೆ ಹಣೆಯ ಮೇಲಿನ ಕೈಸರಿಸಿದ. "ಇದ್ನೆಲ್ಲ ಮಾಡೋಕೆ ಬೇರೆಯವ್ರು ಇದ್ದಾರೆ." ಬಿಗಿದ ಸ್ವರದಲ್ಲಿ ಹೇಳಿದರೂ ಕಪ್ ಕೈಗೆ ತೆಗೆದುಕೊಂಡ.

ತುಟಿಯ ಬಳಿಗೆ ಒಯ್ದವನು ತುಸು ತಡೆದ. "ಡಾಕ್ಟ್ರು... ಬಂದಿದ್ರಾ?" ಹೌದೆನ್ನುವಂತೆ ತಲೆಯಾಡಿಸಿದಳು. ಸರಳವಾಗಿ ನಗುವಿನೊಂದಿಗೆ ತುಂಬಿರುತ್ತಿದ್ದ ವಿಜಯೇಂದ್ರನ ಮಾತುಗಳು ಮಂಜಿನ ಮಧ್ಯೆ ಹುದುಗಿಹೋಗಿದೆಯೇನೋ ಅನ್ನಿಸುತ್ತಿತ್ತು.

ಹೊರಬಂದು ಬಾಲ್ಕನಿಯಲ್ಲಿ ತಂಗಾಳಿಗೆ ಮೈಯೊಡ್ಡಿ ನಿಂತಳು. ಈಗ ಅವಳ ಕಲ್ಪಿತ ಸುಂದರ ಪ್ರಪಂಚದ ಪಳಕೆಗಳು ಮಾತ್ರ ಕಾಣಿಸುತ್ತಿತ್ತು. ಅದು ಕೂಡ ಒಂದು ದಿನ ಮರೆಯಾಗಿ ಹೋಗಬಹುದು. ಆಗ ಉಳಿಯುವುದು ಶೂನ್ಯವೊಂದೆ.

ಮೇಲೆ ಬಂದು ಕಣ್ಣ ಉಸುರುತ್ತಿದ್ದ ಮಾತುಗಳು ಅವಳಿಗೆ ಕೇಳಿಸಿದವು. "ಅನಂತರಾಮಯ್ಯನವ್ರಿಗೆ ತಲೆಕೆಟ್ಟಿದೆ. ಏನೇನೋ ಮಾತಾಡ್ತಾರೆ. ಫ್ರಂಟ್ ಗೇಟ್ ಮುಂದೆ ಕೂತುಬಿಟ್ಟಿದ್ದಾರೆ."

ಹಿಂದೆಯೇ ನಡೆದುಹೋದ ಸಪ್ಪಳ ಅವಳಿಗೆ ಕೇಳಿಸಿತು. ಬಹುಶಃ ವಿಜಯೇಂದ್ರ ಹೋಗಿಬರಬಹುದೆಂದುಕೊಂಡಳು. ಬಂದ ಅಳುವನ್ನ ತುಟಿ ಕಚ್ಚಿ ನುಂಗಿದಳು.

"ನಿಮ್ಮನ್ನ ನಾನು ಕರ್ಕೊಂಡ್ಹೋಗಿ ಇಟ್ಕೊಂಡ್ ಸಾಕ್ತೀನಿ" ಭರವಸೆ ಮಾತು ಆಡಿದ್ದಳು. ಈಗ... ರಜತಾದ್ರಿ ದಾಟಿಸಲೇ ವಿಜಯೇಂದ್ರ ಒಪ್ಪದಿರಬಹುದು. ಇದರಲ್ಲಿ ಯಾರದು ಹೆಚ್ಚಿನಪಾಲು? ತನ್ನದೇಯೆನಿಸಿತು ಅವಳಿಗೆ.

ಮಾತಿನಲ್ಲಿ, ಭಾಷೆಯಲ್ಲಿ ತಿಳಿಸಲಾಗದ ಮಧುರವಾದ ಭಾವ ವಿಜಯೇಂದ್ರನ ಮೇಲೆ. ಹೆಣ್ಣಿನ ಜೀವನದಲ್ಲಿ ಇಂಥ ಪ್ರೇಮ ಮೂಡುವುದು ಒಬ್ಬರ ಮೇಲೆ ಮಾತ್ರ.

ಬಹಳ ಹೊತ್ತಿನ ಮೇಲೆ ವಿಜಯೇಂದ್ರ ಹಿಂದಿರುಗಿದ. "ನಿಮ್ಮ ತಾತನನ್ನ ನೋಡಿಕೊಳ್ಳುವಂಥ ಜನ ಯಾರಾದ್ರೂ ಇದ್ದಾರ?" ಕೂತಿದ್ದವಳು ಮೇಲೆದ್ದಳು. "ಬಹುಶಃ ಯಾರಿಲ್ಲ; ನಾನೇ ಆ ಕೆಲ್ಸ ಮಾಡ್ಬೇಕು."

ವಿಜಯೇಂದ್ರನ ಮುಖ ಬಿಗಿದುಕೊಂಡಿತು. "ಸ್ಟುಪಿಡ್, ಏನೇನೋ ಮಾತಾಡ್ಬೇಡ. ಸಾಧಾರಣ ಮನುಷ್ಯರು ನೋಡಿಕೊಳ್ಳೋ ಸ್ಥಿತಿ ಮೀರಿಬಿಟ್ಟಿದ್ದಾರೆ. ಇಂಥ ಕೆಟ್ಟ ಹುಳು ಅಂತ ಗೊತ್ತಿದ್ರೆ... ಯಾವಾಗ್ಲೋ ಒದ್ದು ಹೊರ್ಗೆ ಹಾಕ್ತಾ ಇದ್ದೆ." ಅವನೆದೆಯಲ್ಲಿ ಬೆಂಕಿ ಪ್ರಜ್ವಲಿಸುತ್ತಿತ್ತು. ಬಂದ ವಿಜಯೇಂದ್ರನ ಎದೆಗೆ ಚಾಕು ಎಸೆದಿದ್ದರು ಅನಂತರಾಮಯ್ಯನವರು. ಫಳಫಳ ಹೊಳೆಯುವ ಚೂಪಾದ ಅಲಗು

ಅವನೆದೆಯಲ್ಲಿ ಸ್ವಲ್ಪ ಎಚ್ಚರ ತಪ್ಪಿದರೂ ಇಳಿಯುತ್ತಿತ್ತು. ಸ್ವಲ್ಪದರಲ್ಲಿ ತಪ್ಪಿಸಿಕೊಂಡಿದ್ದ. ಅಷ್ಟೊಂದು ನಿಷ್ಠೆಯಿಂದಿದ್ದ ವ್ಯಕ್ತಿಯ ಹೃದಯದಲ್ಲಿ ದ್ವೇಷ ಸ್ಫೋಟಿಸಲು ಕಾರಣವೇನು?

* * * *

ದಾರಿಯಲ್ಲಿ ಸಿಕ್ಕ ಮಾಧು ಬಹಳ ಬಲವಂತದಿಂದಲೇ ಜಗದೀಶನನ್ನು ಮನೆಗೆ ಕರೆದೊಯ್ದ. ಈಗಾಗಲೇ ಅವನು ಪ್ಲಾಟ್ ಕೊಂಡಿದ್ದರಿಂದ ಲೋನ್ ಸಾಂಕ್ಷನ್ ಆಗುವ ಮಟ್ಟದಲ್ಲಿತ್ತು.

ಕೂತಿದ್ದ ಸುಬ್ರಮಣ್ಯಂ ಎದ್ದು ಸ್ವಾಗತಿಸಿದರು. "ತುಂಬ ಸಂತೋಷ. ಈ ಕಡೆ ಬಂದೇ ತುಂಬ ದಿನಗಳಾಗಿಹೋಯ್ತು!" ಅವರ ಹೃದಯದಾಳದಿಂದ ಬಂದ ಮಾತಿಗೆ ಚುಟುಕಾಗಿ ಉತ್ತರ ಹೇಳಿದ – "ಪುರುಸತ್ತಿಲ್ಲ!"

ಪದ್ದಮ್ಮ ನೆಲಕ್ಕೆ ಕೈಯೂರಿ ಮೇಲಕ್ಕೆದ್ದರು. "ಸಂಬಂಧ ತಪ್ಪಿಹೋದ್ರೂ... ಪ್ರೀತಿ ವಿಶ್ವಾಸಗಳು ಉಳಿದಿವೆ. ಆಗಾಗ... ಬರ್ಬೇಕು." ಅಡಿಗೆಯ ಮನೆ ಕಡೆ ನಡೆದರು.

ಆಕೆಗೆ ತಾವು ಮಾಡಿದ ದೊಡ್ಡ ತಪ್ಪಿನ ಅರಿವಾಗಿತ್ತು. ಅದೆಂದೂ ತಿದ್ದಲಾರದಂಥದ್ದು. ಅದು ಶಾರದಳ ಭವಿಷ್ಯಕ್ಕೆ ಕುತ್ತಾಯಿತು.

ಟೀಪಾಯಿನ ಅಂಚಿಗೆ ಇದ್ದ ಪತ್ರಿಕೆಯನ್ನ ಬಗ್ಗಿ ಎತ್ತಿಕೊಂಡ ಜಗದೀಶ. ಹಳೆಯಪತ್ರಿಕೆ, ಶಾರದ ಮುದ್ದಾದ ಕೈ ಬರಹದಲ್ಲಿ ಮೂಡಿಸಿದ್ದ ಅಕ್ಷರಗಳ ಮೇಲೆ ಬೆರಳಾಡಿಸಿದ ತಂಪೆನಿಸಿತು.

"ಶಾರದ ಪತ್ರ ಬರೆದಿದ್ಲಾ?" ಸುಬ್ರಮಣ್ಯಂ ತಲೆಯಾಡಿಸಿದರು. "ಒಂದೂ ಇಲ್ಲ. ಸಿನಿಮಾದಲ್ಲಿ ನಡೆದ್ಹಂಗೆ ಅವ್ಳ ಮದ್ವೆ ಮುಗ್ದುಹೋಯ್ತು. ನಮಗೊಂದೂ ಅರ್ಥವಾಗ್ಲಿಲ್ಲ. ಅಂಥ ಶ್ರೀಮಂತರಿಗೆ ಹೆಣ್ಣಿಗೆ ಬರವೇ? ಮದ್ವೆ ಆಗಿದೇಂತ ಹೆದರ್ಸಿದ್ರು, ಮದ್ವೆ ಮಾಡ್ಕೊಂಡ್ರು." ಭಾರವಾದ ನಿಟ್ಟುಸಿರು ದಬ್ಬಿದರು. ಇದುವರೆಗೂ ಯಾವುದೇ ನಿರ್ಣಯಕ್ಕೆ ಬರಲಾರದ ಸ್ಥಿತಿ ಅವರದು.

ಷರಟಿಗೆ ಸಿಕ್ಕಿಬಿದ್ದ ಬಾಲ್ ಪೆನ್ನಿನಿಂದ ಜಗದೀಶ ಸಣ್ಣಗೆ ಗೆರೆಗಳನ್ನ ಎಳೆಯತೊಡಗಿದ, ತಲೆ ಬಗ್ಗಿಸಿಕೊಂಡು.

ಮಾಧು ಬಂದು ಅವನ ಪಕ್ಕ ಕೂತ. "ನಂಗೆ ಅಕ್ಕನನ್ನ ನೋಡ್ಬೇಕೂಂತ ಆಸೆ. ಇವರ್ಯಾರು ಕಳ್ಸೋಲ್ಲ. ಪ್ಲೀಸ್ ನೀವು ಹೇಳಿ." ದುಂಬಾಲು ಬಿದ್ದ. ಈ ರೆಕಮಂಡೇಷನ್‌ಗೆ ಅವನನ್ನ ಬಲವಂತಪಡಿಸಿ ಕರೆತಂದಿದ್ದ.

ಜಗದೀಶ ತನ್ನ ಬಾಲ್‌ಪೆನ್ನು ಷರಟಿಗೆ ಸಿಕ್ಕಿಸಿ ಎರಡು ಕೈಬೆರಳುಗಳನ್ನ ಸೇರಿಸಿ ಮುರಿದ. "ಈ ವಿಷ್ಯದಲ್ಲಿ ನನ್ನ ಇನ್‌ವಾಲ್ವ್ ಮಾಡ್ಬೇಡ. ಮಾಧು, ಅವ್ರೇ ಕರ್ಕೊಂಡ್ಹೋಗ್ತಾರೆ." ಸಮಾಧಾನಿಸುವ ಪ್ರಯತ್ನ ಮಾಡಿದ. ಮಾಧು ಉತ್ಸಾಹ ಜರ್ರನೇ ಇಳಿದುಹೋಯಿತು. "ಛೆ..." ಮುಖ ಸಿಂಡರಿಸಿಕೊಂಡು ಎದ್ದುಹೋದ.

ಅಷ್ಟರಲ್ಲಿ ಪದ್ದಮ್ಮ ನಿಂಬೆಹಣ್ಣಿನ ಪಾನಕ ತಂದಿಟ್ಟರು. "ಸೀತಮ್ಮ

ಅನಂತರಾಮಯ್ಯನನ್ನ ರಜತಾದ್ರಿಯಿಂದ ಹೊರ್ಗೆ ಹಾಕಿದ್ದಾರಂತೆ. ಇನ್ನ ಆ ಹುಡ್ಗಿಗೆ ದೇವರೇ ದಿಕ್ಕು." ಕೈಗಳನ್ನ ಮೇಲಕ್ಕೆತ್ತಿದರು. ಆಕೆಯ ಹೃದಯದಲ್ಲಿ ಶಾರದಳ ಭವಿಷ್ಯದ ಬಗ್ಗೆ ತಳಮಳವಿತ್ತು.

"ಜಗದೀಶ, ಒಂದ್ಕೆಲ್ಸ ಮಾಡಪ್ಪ." ಅವನೆದುರಿನಲ್ಲಿ ಬಂದು ಕೂತರು. "ಹೇಗೂ ರಜತಾದ್ರಿ ಮಗ್ನ ಮನೆ. ನನ್ನ ಒಂದ್ಸಲ ಕರ್ಕೊಂಡ್ಹೋಗು. ಹೇಗಿದ್ದಾಳೋ ನೋಡ್ಕೊಂಡ್ಬರ್ತೀನಿ." ಕಣ್ಣಂಚಿನ ಕಂಬನಿ ಕೆನ್ನೆಯ ಮೇಲೆ ಜಾರಿಯೇಬಿಟ್ಟಿತು. ಒಳಗೆಲ್ಲೋ ಇದ್ದ ನೋವು ಒಮ್ಮೆಲೇ ಜಗದೀಶನ ಎದೆಯೊಳಕ್ಕೆ ನುಗ್ಗಿದಂತಾಯಿತು. ಹಲ್ಲು ಕಚ್ಚಿ ನುಂಗಿದ. ಶಾರದಳನ್ನ ಕಳೆದುಕೊಂಡ ಅವನ ಹೃದಯ ಅವಳಿಗಾಗಿಯೇ ಹಂಬಲಿಸುತ್ತಿತ್ತು. ಅವಳು ಯಾವ ಸ್ಥಿತಿಯಿಂದ ಬಂದರೂ ತೆರೆದ ಬಾಹುಗಳಿಂದ ಸ್ವಾಗತಿಸಬಲ್ಲ. ಈಗಲೂ ಅವಳ ಭವಿಷ್ಯ, ಸುಖಕ್ಕಾಗಿ ಅವನ ಹೃದಯ ಮಿಡಿಯುತ್ತಿತ್ತು.

ಮೇಲೆದ್ದು ನಿಂತವನು ಕ್ಷಣ ಮೌನವಹಿಸಿದ. "ಇಡೀ ಕುಟುಂಬನೇ ಹೋಗ್ಬನ್ನಿ" ಎಂದಾಗ ಸುಬ್ರಮಣ್ಯಂ ನಿರಾಕರಿಸಿಬಿಟ್ಟರು. "ನನ್ನ ಹೃದಯ ಗಟ್ಟಿ ಇಲ್ಲ. ಏನಾದ್ರೂ ಮಾಡ್ಕೊಳ್ಳಿ." ಕೋಣೆಗೆ ಹೋಗಿ ಬಾಗಿಲು ಹಾಕಿಕೊಂಡರು.

ಬಹಳ ಯೋಚಿಸಿದ ಮೇಲೆ ಜಗದೀಶ್ ಒಂದು ತೀರ್ಮಾನಕ್ಕೆ ಬಂದ. "ನಾನೇ ಹೋಗ್ಬರ್ತೀನಿ. ಅದ್ರ ಅಗತ್ಯ ಕೂಡ ಇದೆ." ಅವನ ಸ್ವರದಲ್ಲಿ ನಿಶ್ಚಯವಿತ್ತು. ಶಾರದಳ ಬಗ್ಗೆ ಏನು ತಿಳಿಯದೇ ವ್ಯಾಕುಲಗೊಂಡಿದ್ದ.

"ಹಾಗೇ ಮಾಡಪ್ಪ". ನೆಮ್ಮದಿಯ ಉಸಿರು ಬಿಟ್ಟರು. ಆದರೆ ಮನೆಗೆ ಹೋದ ಕೂಡಲೇ ರಜತಾದ್ರಿಗೆ ರಿಂಗ್ ಮಾಡಿದ, "ಹಲೋ.... ಎಯ್ಟ್ ಸೆವನ್ ಟೂ ಸೆವನ್ ರಜತಾದ್ರಿ...". ಎರಡು ಕ್ಷಣದ ನಂತರ ಗತ್ತಿನ ಸ್ವರ ತೂರಿ ಬಂತು. "ಯೆಸ್, ವಿಜಯೇಂದ್ರ ಹಿಯರ್...." ಕ್ಷಣ ಜಗದೀಶನ ದನಿ ಉಡುಗಿದಂತಾಯಿತು. ಗಂಟಲಲ್ಲಿ ಏನೋ ಸಿಕ್ಕಿಕೊಂಡ ಅನುಭವ. "ನಾನು ಜಗದೀಶ ಮಾತಾಡ್ತಾ ಇರೋದು. ಹೌ ಡೂ ಯು ಡೂ? ನೆನಪಿರಬೇಕಲ್ಲ..." ಸಣ್ಣನೆಯ ನಗು ತೂರಿ ಬಂತು.

"ಹೇಗೆ ಮರ್ಯೋಕೆ ಸಾಧ್ಯ? ಶಾರದ ಕೈಗೆ ಫೋನ್... ಕೊಡ್ಲಾ?" ಎರಡು ನಿಮಿಷಗಳ ನಿಶ್ಶಬ್ದದ ನಂತರ ಅತ್ಯಂತ ಮೃದುವಾದ ಇಂಚರ. "ಹಲೋ, ಹೇಗಿದ್ದೀರಾ, ಜಗದೀಶ್?" ಅವನ ನರನಾಡಿಗಳಲ್ಲಿ ನೂತನ ರಕ್ತದ ಸಂಚಾರವಾದಂತಾಯಿತು. "ಓ.ಕೆ. ಫೈನ್... ಫೈನ್..." ಉದ್ವಿಗ್ನನಾದ. "ನೀನು ಹೇಗಿದ್ದೀಯಾ?" ಫೋನಿಡಿದವಳ ಮುಖವನ್ನ ಸೂಕ್ಷ್ಮವಾಗಿ ಗಮನಿಸಿದ. ವೆರಿ ಫೈನ್..." ಮತ್ತೇನೋ ಹೇಳಿದ ನಂತರ ಫೋನಿಟ್ಟಳು.

ಭಾರತದಲ್ಲಿ ರಜತಾದ್ರಿಯನ್ನ ಬಿಟ್ಟರೇ ವಿಜಯೇಂದ್ರನಿಗೆ ಯಾವ ಕೆಲಸಗಳೂ ಇರಲಿಲ್ಲ. ಮೊದಲು ಬೇಗ ಹಿಂದಿರುಗುತ್ತಿದ್ದವನು ಈಗ ಕಟ್ಟಿಹಾಕಿದಂತೆ ಇರುತ್ತಿದ್ದ. ಈಗ ಅನಂತರಾಮಯ್ಯನವರ ಬದಲು ಹೊಸ ಮ್ಯಾನೇಜರ್ ಗೌತಮ್ ಘೋಷ್

ನೇಮಕಗೊಂಡಿದ್ದ. ಮೂಲ ಬೆಂಗಾಳಿ ಕಮ್ಯುನಿಸ್ಟ್ ಸಿದ್ಧಾಂತಗಳ ಬಗ್ಗೆ ಒಲವಿಸಿಕೊಂಡಿದ್ದ ವ್ಯಕ್ತಿ. ಸಂಸಾರ ಬಂಧನಗಳಿಲ್ಲದ ಐವತ್ತೈದು ವರ್ಷ ದಾಟಿದ ಮನುಷ್ಯ.

"ಕಣ್ಣ.... ನೀರು." ಮೈ ಮುರಿಯುತ್ತ ಕೂಗಿದಾಗ ಶಾರದ ಅವನ ಮುಂದೆ ನೀರಿನ ಗ್ಲಾಸ್ ಹಿಡಿದಳು. "ಅವನೆಲ್ಲಿ ಹೋದ?" ವಾರೆಗಣ್ಣಿಂದ ನೋಡಿ ನೋಡದಂತೆ ನೋಡಿದ. "ನಾನು ಇಲ್ಲಿರೋದ್ರಿಂದ ಅವ್ನು ಸದಾ ಇಲ್ಲಿರೋಲ್ಲ." ಕಣ್ಣಂಚಿನ ಕಂಬನಿಯೊರೆಸಿಕೊಳ್ಳುತ್ತ ನಡೆದಳು.

ಶಾರದಳ ಬದುಕಿನಲ್ಲಿ ನಿಶ್ಚಿಂತೆ ಇತ್ತು. ಎಂದೋ, ಎಲ್ಲೋ ಕವಿಯಬಹುದಾದ ಕಾರ್ಮೋಡಕ್ಕೆ ಅವಳು ಅಂಜಲಾರಳು. ಆದರೆ ವಿಜಯೇಂದ್ರನ ವಿಮುಖತೆ ಮಾತ್ರ ಅವಳಿಗೆ ಅತ್ಯಂತ ನೋವುಂಟು ಮಾಡುತ್ತಿತ್ತು.

"ಡಿನ್ನರ್ ರೆಡಿ." ದತ್ತ ಬಂದು ರಾಗ ಹಾಡಿದ. "ನಂಗೆ ಹಸಿವಿಲ್ಲ. ಸಾಹೇಬರು ಬರ್ತಾರೆ." ಒಂದಿಷ್ಟು ಮ್ಯಾಗಝೀನ್‌ಗಳನ್ನ ಒಂದೆಡೆ ಹಾಕಿಕೊಂಡು ಕೂತಳು. ದತ್ತ ತಾರಸಿ ಕಡೆ ನೋಡಿ ಯಜಮಾನರ ಬಳಿಗೆ ನಡೆದ. "ಡಿನ್ನರ್.... ರೆಡಿ." ಕೈಯಲ್ಲಿನ ಪತ್ರಿಕೆಯನ್ನು ಟೀಪಾಯಿ ಮೇಲೆಸೆದು ಎದ್ದ. "ಅಮ್ಮಾವರಿಗೆ ಹಸಿವಿಲ್ವಂತೆ." ಹೇಳುವುದರ ಜೊತೆಗೆ ಮತ್ತೊಂದು ಸೇರಿಸಿದ. "ಸರ್ಯಾದ ಆಹಾರ ಸೇವನೆ ಇಲ್ದಿದ್ರೆ... ಕಷ್ಟವಾಗುತ್ತೇಂತ ಡಾಕ್ಟ್ರು.... ಹೇಳಿದ್ರು." ವಿಜಯೇಂದ್ರ ದುರುಗುಟ್ಟಿ ನೋಡಿದಾಗ ಸ್ವಲ್ಪ ಬದಲಾಯಿಸಿದ. "ಡಾಕ್ಟ್ರು ಹೇಳ್ತಾ ಇದ್ದಿದ್ದು ಕೇಳ್ಸಿಕೊಂಡೆ." ಹೋಗುವಂತೆ ಸನ್ನೆ ಮಾಡಿ ಶಾರದಳತ್ತ ನಡೆದು ಬಂದ. ಎಷ್ಟೇ ನಿರ್ಲಿಪ್ತವಾಗಿರಬೇಕೆಂದುಕೊಂಡರೂ ಮನ ಸದಾ ಅವಳ ಬಗ್ಗೆಯೇ ಯೋಚಿಸುತ್ತಿತ್ತು. ಅಂದಿನ ನಲಿವು, ಸುಖ ನೆನಪಾದರೆ ಈಗತಾನೇ ಅನುಭವಿಸಿದಂತೆ ಅವನ ಮನ ಬೀಗುತ್ತಿತ್ತು.

"ಡಿನ್ನರ್‌ಗೆ..." ಮೆಲ್ಲನೆ ಉಸುರಿದ. "ಹಸಿವಿಲ್ಲ..." ಅವಳ ಕಂಠ ಕಟ್ಟಿತು. ಬಗ್ಗಿ ರಟ್ಟೆ ಹಿಡಿದುಕೊಂಡ. "ಕಮಾನ್, ನಂಗೆ ಕೋಪ ಬರುತ್ತೆ." ಮೆಲ್ಲಗೆ ಕೊಸರಿಕೊಂಡು ಬಾಲ್ಕನಿಗೆ ನಡೆದಳು. ದಿಗ್ಭ್ರಮೆಗೊಂಡ.

ನಿರ್ಲಕ್ಷ್ಯದಿಂದ ಬಂದು ಊಟ ಮುಗಿಸಿ ವಿಡಿಯೋ ಆನ್ ಮಾಡಿದ. ಹಿಂದೀ ಭಾಷೆಯ ಸಾಂಸಾರಿಕ ಚಿತ್ರ. ಕೆಲವು ಪಾಪ್ಯುಲರ್ ಹಿಟ್ ಕ್ಯಾಸೆಟ್‌ಗಳನ್ನು ಈ ಸಲ ಬರುವಾಗ ಕೊಂಡಿದ್ದ. ಬರೀ ಪ್ರೇಮ, ಪ್ರೀತಿ, ಪ್ರಣಯ, ವಿರಹ–ಎದ್ದು ಆಫ್ ಮಾಡಿದವನು ಬಾಲ್ಕನಿಗೆ ಬಂದ.

ಅಷ್ಟರಲ್ಲಿ ಹಾರ್ಲಿಕ್ಸ್‌ನೊಂದಿಗೆ ಬಂದ ದತ್ತ ಮಾತ್ರೆ, ಟಾನಿಕ್... ನೆನಪಿಸಿ ಲೋಟ ಇಟ್ಟುಹೋದ. ಮೇಲೆದ್ದವಳು ಅದರತ್ತ ನೋಡದೆಯೇ ಹೋಗಿ ಮಲಗಿಬಿಟ್ಟಳು. ಕೆನ್ನೆಗೆ ನಾಲ್ಕು ಬಾರಿಸುವಷ್ಟು ಕೋಪ ವಿಜಯೇಂದ್ರನಿಗೆ. ಯಾಕೋ ಶಾರದಳ ಮುಖ ನೋಡಿದ ಕೂಡಲೇ ಅವನಲ್ಲಿ ಮೃದುತ್ವದ ಸಂಚಾರವಾಗಿ ಎಲ್ಲೂ ಕಾಣದ ಪವಿತ್ರತೆಯನ್ನ ಅವಳ ಕಣ್ಣುಗಳಲ್ಲಿ ನೋಡುತ್ತಿದ್ದ.

ಜಗದೀಶ್ ಹೇಳಿದಾಗ ಹಾಸ್ಯ ಮಾಡಿದರೂ ಅನುಮಾನ ಅವನೆದೆಯಲ್ಲಿ ಬೇಕೋ, ಬೇಡವೋ ಎನ್ನುವಂತೆ ಬೇರುಬಿಟ್ಟರೂ ಸುರುಟಿಹೋಯಿತು.

ಅವಳ ಪಕ್ಕದಲ್ಲಿ ಹೋಗಿ ಕೂತವನು ತೋಳ ಮೇಲೆ ಕೈಯಿಟ್ಟ. "ಎದ್ದು ಕುಡಿ....". ಅವಳ ಕಣ್ಣಿಂದ ಜಾರಿದ ಬಿಸಿಯ ಕಂಬನಿ ದಿಂಬಿನಲ್ಲಿ ಇಂಗಿಹೋಯಿತು. ಕೈಯನ್ನ ಬಾಯಿಗೆ ಅಡ್ಡವಾಗಿಟ್ಟು ಬಿಕ್ಕಳಿಸಿದಳು.

ಅವನ ಮನ ಬೆಣ್ಣೆಯಾಯಿತು. ಮಧುರವಾದ ಭಾವನೆಗಳು ಅವನಲ್ಲಿ ಸಂಚಾರವಾದವು. ಜಡೆಯ ಅಡಿಯಿಂದ ಕೈತೂರಿಸಿ ಶಾರದನ ಅನಾಮತ್ತಾಗಿ ತನ್ನೆಡೆಗೆ ತಿರುಗಿಸಿಕೊಂಡ. ಬಲವಾಗಿ ರೆಪ್ಪೆಗಳನ್ನ ಮುಚ್ಚಿಕೊಂಡಳು.

ತೊಯ್ದು ದುಂಡು ಕೆನ್ನೆಗಳು, ಕಂಪಿಸುವ ತುಟಿಗಳು, ಮಲಗಿದ ನೀಳೆವೆಗಳು, ಅವನಲ್ಲಿನ ಸಪ್ತಸ್ವರಗಳು ಚಲಿಸಿದಂತಾಯಿತು. ಕೈಯ್ಯ ಬಿಗಿಬಲವಾಯಿತು. ರಭಸದಿಂದ ಅವಳ ತುಟಿಗಳನ್ನು ಚುಂಬಿಸಿದ. ದುಂಬಿಯ ಝೇಂಕಾರಕ್ಕೆ ಸೋತ ಹೂವಿನಂತೆ ಅವನಲ್ಲಿ ಐಕ್ಯವಾದಳು.

"ಶಾರದ, ನಿಮ್ಮನ್ನ ಪ್ರೀತಿಸಿದ್ದು. ಪ್ರೇಮಿಸಿದ್ದು. ಆರಾಧಿಸಿದ್ದು. ಆ ಕ್ಷಣ ಸಪ್ತಪದಿಗಳನ್ನು ತುಳಿದ ವಧುವಾಗಿಯೇ ನಿಮ್ಮಲ್ಲಿ ಕರಗಿಹೋಗಿದ್ದು." ಉದ್ವಿಗ್ನಗೊಂಡು ಹೇಳಿದ ಜಗದೀಶನ ಮಾತುಗಳು ನೆನಪಾಯಿತು. 'ಪ್ರೇಮ-ಪ್ರೀತಿ' – ಕ್ಷಣ ಅವನ ತಲೆ ಸಿಡಿಯತೊಡಗಿತು. ಬಾಹುಗಳನ್ನು ಸಡಿಲಿಸಿ ಪಕ್ಕಕ್ಕೆ ತಿರುಗಿ ಮಲಗಿದ.

ಭಾಮಿನಿ, ರೀತಾ ನಗು ಎಲ್ಲೆಡೆ ಹರಡಿಕೊಂಡಿತು. 'ಪ್ರೀತಿ, ಪ್ರೇಮ, ಮದುವೆ' ಅವರ ನಗು ಕರ್ಕಶಕ್ಕೆ ತಿರುಗಿ ಪೈಶಾಚಿಕ ನಗುವಿನಂತೆ ಕೇಳಿಸಿತು. ತಟ್ಟನೆ ಎದ್ದು ಕೂತ. ಅವನಲ್ಲಿನ ಹೋರಾಟ ಕುಸಿಯಬೇಕಾದರೆ ಕ್ಷಣಗಳೇ ಬೇಕಾಯಿತು.

ಮಲಗಿ ಸೀಲಿಂಗ್ ದಿಟ್ಟಿಸುತ್ತಿದ್ದವನು ಪಕ್ಕಕ್ಕೆ ಹೊರಳಿದ. ಶಾರದ ಶಾಂತವಾಗಿ ನಿದ್ರಿಸುತ್ತಿದ್ದಳು. ನಿಶ್ಚಿಂತೆಯ ಜೊತೆ ಅವಳ ಮುಖ ನಿರಭ್ರವಾಗಿತ್ತು. ನೋಟದಿಂದ ಅವಳ ಇಡೀ ಶರೀರವನ್ನು ಸವರಿದ.

ತುಂಬಿಕೊಂಡ ಮುಖ, ಉಬ್ಬಿದ ವಕ್ಷಗಳು, ಅರೆಸರಿದ ಸೆರಗು, ಸಿಂಹಕಟಿ, ಉಬ್ಬಿದ ಹೊಟ್ಟೆ. ಅವನ ನೋಟ ಅಲ್ಲಿಂದ ಚಲಿಸಲಿಲ್ಲ. ಪುಟ್ಟ ಮಗುವಿನ ರೂಪುರೇಷೆಗಳು ಅವನಲ್ಲಿ ತುಂಬಿಕೊಂಡವು. ತನಗಾಗಿ ತನ್ನ ತಂದೆ ಭಾಮಿನಿಯನ್ನು ಕ್ಷಮಿಸಿಬಿಟ್ಟಿದ್ದು ಮಾತ್ರವಲ್ಲದೆ ಜೀವನಪೂರ್ತಿ ಕೃತಜ್ಞರಾಗಿದ್ದರು.

ಅವಳ ಹಣೆಯ ಮೇಲಿನ ಮುಂಗುರುಳುಗಳನ್ನು ಮೃದುವಾಗಿ ಸರಿಸಿ ಹಣೆಗೆ ಹೂಮುತ್ತನ್ನು ಇತ್ತ.

ಈ ಹರುಷ ಬಹಳ ಹೊತ್ತು ಉಳಿಯಲಿಲ್ಲ. ಬೆಳಗಿನ ಜಾವವೇ ವಾಚ್‌ಮನ್ ಬಂದು ಅನಂತರಾಮಯ್ಯನವರು ಮೈನ್ ಗೇಟ್ ಬಳಿ ಬಂದು ಗಲಾಟೆ ಮಾಡುತ್ತಿದ್ದಾರೆಂದು ತಿಳಿಸಿದ.

"ಏನಾಗಿದೆ ಈ ಮುದ್ಕನಿಗೆ?" ಹಲ್ಲುಗಳನ್ನು ಕಚ್ಚಿಡಿದ. ರೋಷದಿಂದ ಅವನೆದೆ ಕುದಿಯುತ್ತಿತ್ತು. "ಪೊಲೀಸ್‌ಗೆ ಫೋನ್... ಮಾಡ್ತೀನಿ." ರಿಸೀವರ್ ಎತ್ತಿಕೊಂಡವನು ಇಟ್ಟ. ಅವರ ಅಸಹಾಯಕತೆ ನೆನಪಾದಾಗ ಕರಗಿಹೋದ.

ಕೆಳಗಿಳಿದು ಬಂದವನು ದತ್ತನಿಗೆ ಹೇಳಿದ. "ಹೋಗಿ ಕರ್ಕೊಂಡ್ಬಾ. ಅದೇನೋ ಈವತ್ತು ತೀರ್ಮಾನವಾಗಿಬಿಡ್ಲಿ." ಅಟ್ಟಿದವನು ಶತಪಥ ಹಾಕತೊಡಗಿದ. ತಲೆಬಗ್ಗಿಸಿ ನಿಲ್ಲುತ್ತಿದ್ದ ಮನುಷ್ಯ ಇಂಥ ಹಟಕ್ಕೆ ನಿಲ್ಲಬೇಕಾದರೆ ಅರ್ಥವಾಗದ ಹೋರಾಟ ಶುರುವಾಗುತ್ತಿತ್ತು ಅವನಲ್ಲಿ.

ದತ್ತ, ಜಾವೇದ್‌ನ ಜೊತೆ ಅನಂತರಾಮಯ್ಯನವರು ಬಂದರು. ಸ್ವಚ್ಛವಾದ ಉಡುಪು ತೊಟ್ಟಿದ್ದರೂ ಮುಖದಲ್ಲಿ ಸೌಮ್ಯತೆ ಇರಲಿಲ್ಲ.

"ಹೇಗಿದ್ದೀರಾ?" ಹುಬ್ಬೆತ್ತಿ ಪ್ರಶ್ನಿಸಿದ.

ಅವರ ತಲೆ ತಗ್ಗಿತು. ಮಾತಾಡಲಿಲ್ಲ. ನೆಲದಲ್ಲೇ ಏನೋ ಹುಡುಕವಂತೆ ಕಂಡರು.

"ಕಿವಿ ಕೇಳಿಸೋಲ್ವಾ?" ವಿಜಯೇಂದ್ರನ ದನಿ ಕಟುವಾಯಿತು. "ನಾಲ್ಕು ದಿನ ಲಾಪಕ್‌ಗೆ ಹಾಕಿ ಮೈ ಚರ್ಮ ಸುಲಿಸಿದ್ರೆ... ಕಿವಿ ಜೊತೆ ಬುದ್ಧಿ ಕೂಡ ಚುರುಕಾಗುತ್ತ ಇತ್ತು." ಅವರ ಮೇಲಿನ ಗೌರವ, ಅಭಿಮಾನ ಗಾಳಿಗೆ ತೂರಿ ಹೋಗಿತ್ತು. ಆದರೂ ಮಾತಾಡಲಿಲ್ಲ, ಭಂಗಿ ಬದಲಿಸಲಿಲ್ಲ.

ವಿಜಯೇಂದ್ರ ಕೂತು ಅವರತ್ತಲೇ ನೋಡುತ್ತಿದ್ದ. ಅನಂತರಾಮಯ್ಯ ನಿಂತೇ ಇದ್ದರು.

"ಕೂತ್ಕೊಳ್ಳಿ..." ಕೂಡುವಂತೆ ಕೈಸನ್ನೆ ಮಾಡಿದ. ಅಡ್ಡಡ್ಡ ತಲೆಯಾಡಿಸಿದರು. "ಕೂತ್ಕೊಳ್ಳೋಲ್ಲ. ನನ್ನ ಮೊಮ್ಮಗ್ಳನ್ನ ಕಳ್ಸಿಕೊಡಿ." ಅದೇ ಮಾತು. ಕೋಪದಿಂದ ಕುದಿದರೂ ವಿಜಯೇಂದ್ರ ಚಿಂತಿತನಾದ.

ಇಂಥ ಶ್ರೀಮಂತ ಸಂಬಂಧ ಸಿಗುವುದು ಸಾಧಾರಣ ವಿಷಯವಲ್ಲ. ಅನಾಯಾಸವಾಗಿ ಸಿಕ್ಕ ರಜತಾದ್ರಿಯ ಬಾಂಧವ್ಯವನ್ನು ಬೇಡವೆನ್ನುವಂಥ ಮೂರ್ಖತೆಯೆ!

"ಎಲ್ಲಿಗೆ ಕರ್ಕೊಂಡ್ಹೋಗ್ತೀರಾ?" ಮೃದುವಾಗಿಯೇ ಕೇಳಿದ. "ಬಹಳ ದೂರ... ಬಹಳ ದೂರ..." ಅವರ ಮುಖದಲ್ಲಿ ಗೆಲುವು ಮೂಡಿತು. "ಮತ್ತೆ ಅವ್ಳ ಮುಖನ ನೀನು ನೋಡ್ಬಾರ್ದು." ಗಹಗಹಿಸಿದರು.

ದತ್ತ ಓಡಿ ಬಂದು ಅವನ ಮುಂದೆ ನಿಂತ. "ಯಜಮಾನ್ರೆ, ಅವ್ರಿಗೆ ಹುಚ್ಚು ಹಿಡಿದಿದೆ. ಅನಂತರಾಮಯ್ಯನವರ ಮಾತಿಗೆ ಬೆಲೆ ಕೊಡೋದ್ಬೇಡ." ಪ್ರಾರ್ಥಿಸಿದ. ಅದು ನಿಜವೆನಿಸಿದರೂ ಅದರ ಹಿಂದಿನ ಸತ್ಯವಾವುದು? ಸಂಬಳಕ್ಕೆ ಅಂಟಿಕೊಂಡು ಅನಂತರಾಮಯ್ಯ ಕೆಲಸ ಮಾಡಿದರೂ ರಜತಾದ್ರಿಯ ಜನರ ಬಗ್ಗೆ ದ್ವೇಷವಿದೆ!

ಕಣ್ಣನನ್ನು ಹತ್ತಿರಕ್ಕೆ ಕರೆದು ಉಸುರಿದ. "ಇವ್ರನ್ನ ಅವ್ರ ಹಿಂದಿನ ಮನೆಗೆ

ಕರ್ಕೊಂಡ್ಹೋಗು. ಅನಂತರಾಮಯ್ಯನವರ ಹೆಂಡ್ತಿ ಎಲ್ಲಿದ್ದಾರೋ ತಿಳ್ಕೋ" ಅವನೇನೋ ತಲೆಯಾಡಿಸಿದ. ಆದರೆ ಕರೆದೊಯ್ಯುವುದು ಅಷ್ಟು ಸುಲಭವೆನಿಸಲಿಲ್ಲ.

"ಬಿಡ್ರೋ... ನನ್ನ ನಾನು ಹೋಗೋಲ್ಲ." ಕೊಡವಿದ ಅನಂತರಾಮಯ್ಯನವರನ್ನು ಮೂವರು ಹೊತ್ತುಕೊಂಡೇ ಹೋದರು. ವಿಜಯೇಂದ್ರ ಚಿಂತಿತನಾದ.

ಕೋಣೆಯ ಬಾಗಿಲಲ್ಲಿ ಒದ್ದೆಯ ಮುಖದಿಂದ ಎದುರಾದ ಶಾರದ ಗಾಬರಿಗೊಂಡಿದ್ದಳು.

"ಸ್ವಲ್ಪ ನಿನ್ಹತ್ರ ಮಾತಾಡ್ಬೇಕು" ಎಂದ ಗಂಭೀರರಾಗಿ. ಅವಳ ಅರಳು ಕಣ್ಣುಗಳು ಕಿರಿದಾದವು. 'ಹ್ಲೂಂ....' ಎಂದಳು.

ಆದರೆ ಅವನೇನು ಮಾತಾಡಲೂ ಇಚ್ಚಿಸಲಿಲ್ಲ. ಶಾರದನ ನೋಡಿದಾಗಲೇ ಅವನೆದೆಯಲ್ಲಿ ಮಧುರವಾದ ಭಾವನೆಗಳು ಮಿಡಿಯುತ್ತಿತ್ತು. ಅದಕ್ಕೆ ಕಹಿ ಬೆರೆಸಲು ಇಷ್ಟಪಡಲಿಲ್ಲ.

"ಏನಿಲ್ಲ!" ಬಾತ್‌ರೂಂಗೆ ನಡೆದ. ಸೋತವಳಂತೆ ಕೂತುಬಿಟ್ಟಳು. ಏದುಸಿರುಬಿಡುತ್ತಾ ಬಂದ ಕಣ್ಣ, "ಅಮ್ಮ ಅವ್ರನ್ನ ರಜತಾದ್ರಿಯಲ್ಲಿ ಇಟ್ಕೋಳ್ಳೋದು ಅಪಾಯ. ಬಾಯಿಗೆ ಬಂದಿದ್ದು ಮಾತಾಡ್ತಾ ಇದ್ದಾರೆ." ಎಲ್ಲವನ್ನು ಉಸುರಿದ.

ಇಪ್ಪತ್ತೆರಡು ವರ್ಷ ಮೊಮ್ಮಗಳ ಮುಖವನ್ನೇ ನೋಡಲು ಇಷ್ಟಪಡದ ವ್ಯಕ್ತಿ ಅವಳಿಗಾಗಿ ಇಷ್ಟು ಹುಚ್ಚು ಆಗಿದ್ದೇಕೆ? 'ನೀನು ನನ್ನ ಮೊಮ್ಮಗಳನ್ನ ಕೊಲ್ತೀಯಾ' – ಅವರ ಆರ್ಭಟವನ್ನು ಕಿವಿಯಾರೆ ಕೇಳಿದ್ದಳು. ಅಂಥ ಅಗತ್ಯವಿದೆಯೇ, ವಿಜಯೇಂದ್ರನಿಗೆ? ನಂಬಲು ಶಕ್ಯವಾಗಲಿಲ್ಲ.

ಆದರೆ ಪೂರ್ತಿ ಬೆವತುಹೋದಳು. ಬಾತ್‌ರೂಂನಿಂದ ಬಂದ ವಿಜಯೇಂದ್ರ ಮಾತ್ರ ಅತ್ಯಂತ ಶಾಂತದಿಂದಿದ್ದ.

"ನಿಮ್ಮ ತಾತ ನಿನ್ನ ಕರ್ಕೊಂಡ್ಹೋಗೋಕೆ ಬಂದಿದ್ದಾರೆ. ಬೇಗ ರೆಡಿಯಾಗು." ಉಸುರಿ ಹೊರಹೋದ. ಅವಳ ಉಸಿರು ನಿಂತಂತಾಯಿತು.

ಈಗ ಅವನಿಗೆ ಸ್ಪಷ್ಟವಾಗುತ್ತಿದ್ದುದು ಜಗದೀಶನ ಹಿನ್ನೆಲೆ. ಅನಂತರಾಮಯ್ಯನನ್ನ ತನ್ನ ಬೊಂಬೆಯಾಗಿರಿಸಿಕೊಂಡಿದ್ದಾನೆ–ಆಟ ಆಡಲೂ ಕೂಡ ಸುಲಭವಾಗಿದೆ. ಪಗಡೆಯಾಡಿದ್ದು ಆಗಿದೆ. ಜಯಾಪಜಯಗಳು ಯಾರ ಪಾಲಾದರೂ ಪರವಾಗಿಲ್ಲ. ತಪ್ಪಿತಸ್ಥರಿಗೆ ಶಿಕ್ಷೆಯಾಗಲೇಬೇಕು.

ಮೆಟ್ಟಿಲುಗಳನ್ನ ಇಳಿದು ಕೆಳಗೆ ಬಂದ. ಮಹೇಂದ್ರರ ತಂದೆ, ವಿಜಯೇಂದ್ರನ ತಾತನ ಭಾವಚಿತ್ರ ಕ್ಷಣ ಅವನನ್ನ ಹಿಡಿದು ನಿಲ್ಲಿಸಿತು.

"ಬಹಳ ಪವಿತ್ರವಾಗಿ ಬಾಳಿದ ಜನ" – ತಿಳಿದವರು ಆಡಿದ ಮಾತುಗಳು.

ದಷ್ಟಪುಷ್ಟ ಆಕಾರಕ್ಕೆ ಸರಿಯಾದ ಮೀಸೆಗಳು. ಎದೆಗುದಿ ಇದ್ದವರು

ಕ್ಷಣವಾದರೂ ಹೆದರಿ ನಿಲ್ಲಬೇಕು. ಅದಕ್ಕೆ ಮಹೇಂದ್ರರು ಆ ತೈಲಚಿತ್ರಣಗಳನ್ನು ನೋಡಲೇ ಹೆದರುತ್ತಿದ್ದರು.

ಬಾಗಿಲತ್ತ ಬಂದವನು ಗಕ್ಕನೆ ನಿಂತ. "ನಮಸ್ತೆ..." ಜಗದೀಶ ಕೈಜೋಡಿಸಿದ. ಶಿಷ್ಟಾಚಾರ ಮೀರದ ಪದ್ಧತಿಯಂತೆ ತುಟಿಗಳ ಮೇಲೆ ನಗು ತೇಲಿಸಿ "ಹಲೋ..." ಎಂದ.

"ಹೇಗಿದ್ದೀರಾ?" ಜಗದೀಶನ ದನಿ ತಗ್ಗಿತು.

"ಫೈನ್..." ಪಕ್ಕಕ್ಕೆ ಸರಿದು ಸೋಫಾದತ್ತ ಕೈತೋರಿಸಿದ. "ಕೂತ್ಕೊಳ್ಳಿ, ಸೀ ಯು ಲೇಟರ್." ಹೊರ ನಡೆದ. ಜಗದೀಶ್ ಮುಖಭಂಗಿತನಾಗದಿದ್ದರೂ ತಾನು ಬಂದಿದ್ದು ಸರಿಹೋಗಲಿಲ್ಲವೆಂದುಕೊಂಡ.

ದತ್ತ ಬಂದು ಸೆಲ್ಯೂಟ್ ಹೊಡೆದ. "ಯಜಮಾನ್ರು ಏನೋ ಒಂದು ಥರ ಇದ್ದಾರೆ. ಆದ್ರೆ ನೀವು ಬಂದ ಗಳಿಗೆ ಈಗ್ಲೂ ಸರಿಹೋಗ್ಲಿಲ್ಲ, ಬರೀ ರಾದ್ಧಾಂತ...." ಅತ್ತಿತ್ತ ನೋಡಿದ.

ತಕ್ಷಣ ಗಾಬರಿಯಾದ ಜಗದೀಶನ ಹಣೆಯಂಚಿನಲ್ಲಿ ಬೆವರೊಡೆಯಿತು. "ಏನು ವಿಷ್ಯ? ಅಮ್ಮಾವ್ರು ಆರೋಗ್ಯ ತಾನೇ?" ದತ್ತ ಹಣೆ ಗಟ್ಟಿಸಿಕೊಂಡ.

"ಅದೆಲ್ಲ ಏನಿಲ್ಲ! ಆ ಮುದ್ಕ ಅನಂತರಾಮಯ್ಯನಿಗೆ ಹುಚ್ಚು ಹಿಡ್ದುಬಿಟ್ಟಿದೆ. ಬಾಯಿಗೆ ಬಂದಿದ್ದೇ ಮಾತು. ಸುಮ್ನೆ ಲಾಕಪ್‌ಗೆ ಹಾಕೋ ಬದ್ಲು ಯಜಮಾನ್ರು ಕರುಣೆ ತೋರಿಸ್ತಾರೆ." ಬಹಳ ಎಚ್ಚರದಿಂದ ತಗ್ಗಿದ ದನಿಯಲ್ಲಿ ಹೇಳಿದ. ದತ್ತನ ಕಣ್ಣುಗಳಲ್ಲಿ ಭಯ ಇಣುಕದೆ ಹೋಗಲಿಲ್ಲ.

ಅಷ್ಟರಲ್ಲಿ ಬಂದ ಕಣ್ಣ ಸನ್ನೆ ಮಾಡದಿದ್ದರೆ ಇನ್ನೇನಾದರೂ ಹೇಳುತ್ತಿದ್ದನೇನೋ, ಅಷ್ಟಕ್ಕೆ ತೆಪ್ಪಗಾದ. ಅತಿಯಾದ ಮಾತುಗಳೇ ದತ್ತನ ದೌರ್ಬಲ್ಯ.

ಟೀಪಾಯಿ ಮೇಲಿನ ಒಂದೆರಡು ಪೇಪರ್‌ಗಳನ್ನ ತಿರುವಿದ.

"ಅರೆ, ಜಗದೀಶ್..." ಶಾರದಾಳ ನವಿರಾದ ಸ್ವರಕ್ಕೆ ತಲೆಯೆತ್ತಿದ್ದ. ತುಂಬಿಕೊಂಡ ಮೈಜೊತೆ ಕೆನ್ನೆಗಳಿಗೆ ಗುಲಾಬಿಗಳ ರಂಗು. "ಹೇಗಿದ್ದೀಯಾ ಶಾರದ?" ಅವನ ನೋಟ ಅವಳಿಂದ ಚಲಿಸಲಿಲ್ಲ. "ಫೈನ್, ನೀನು ಹೇಗಿದ್ದಿ?" ಜಗದೀಶನ ಎದುರಿನಲ್ಲೇ ಬಂದು ಕೂತಳು. ಕಣ್ಣ ಬೆಳಕಿನಲ್ಲಿ ನೋವು ಕಂಡರೂ ಅತ್ಯಂತ ನೆಮ್ಮದಿಯಾಗಿರುವಂತೆ ಕಂಡಳು.

"ಎಗ್ಸಾಕ್ಟ್‌ಲಿ... ಅರವತ್ತು ಕೆ.ಜಿ. ಇಳ್ದೂ ಇಲ್ಲ, ಹತ್ತೂ ಇಲ್ಲ." ನಸುನಗುತ್ತ ಹೇಳಿದ. ಆದರೆ ನಿಜವಾಗಿಯೂ ಇನ್ನೆರಡು ಕೆ.ಜಿ. ತೂಕವನ್ನ ಕಳೆದುಕೊಂಡಿದ್ದ.

"ನಾನು ನಂಬೋಲ್ಲ! ನಿನ್ನ ಅಡ್ಮಿಷನ್ ಕಡೆ ಲಕ್ಷ್ಯವಿಟ್ಟು ಆರೋಗ್ಯಾನ ಹಾಳು ಮಾಡ್ಕೋತಾ.... ಇದ್ದೀಯಾ!" ಅವಳ ಆಕ್ಷೇಪಣೆಯ ಹಿಂದೆ ನೋವಿತ್ತು. ಅವಳ ಸ್ನೇಹಮಯ ವ್ಯಕ್ತಿತ್ವವನ್ನು ಮರೆಯಲಾರಳು.

ಕೂದಲನ್ನ ಎಡಗೈನಿಂದ ಸರಿಪಡಿಸಿಕೊಳ್ಳುತ್ತ ನೋಟ ಎಲ್ಲೆಡೆ ಹರಿಸಿ

ವಿಜಯೇಂದ್ರ "ಅವ್ರು ಹಾರ್ಸ್ ರೈಡಿಂಗ್‌ಗೆ ಹೋದ್ರಾ?" ತಟ್ಟನೆ ಶಾರದಳ ಮುಖದ ಮೇಲೆ ಕಾರ್ಮೋಡಗಳು ಕವಿದುಕೊಂಡವು.

ಬಂದ ದತ್ತ ಕಾಫೀ ಅಲ್ಲಿಟ್ಟು, "ಅಮ್ಮಾ ಒಂದ್ಸಲ ಹೋಗ್ಬರ್ತೀನಿ. ಎರ್ಡು ಸಲ ಯಜಮಾನ್ರ ಪ್ರಾಣ ತೆಗೆಯೋಕೆ ಆ ಮುದ್ಕ ಮುಂದಾಗಿದ್ದ. ಈಗ ಇನ್ನೇನು ಅನಾಹುತ ಕಾದಿದ್ಯೋ!" – ಹೊರಗೆ ಓಡಿದ.

ಜಗದೀಶ ಆತಂಕಗೊಂಡ. ಸೋಫಾದ ಬೆನ್ನಿನಿಂದ ಹಿಂದೆ ಮುಂದಕ್ಕೆ ಬಂದ. 'ಹಿಂದಿನ ಮ್ಯಾನೇಜರ್', 'ದಿವಾನರು' ಎಂಬುವ ಸಂಬೋಧನೆ 'ಮುದುಕ' ಎನ್ನುವುದಕ್ಕೆ ಇಳಿದಿತ್ತು. 'ದಿವಾನರ' ಹೆಸರಿನ ಸಂಪಾದನೆಗೆ ಅನಂತರಾಮಯ್ಯ ಬಹಳ ಕಷ್ಟಪಟ್ಟಿರಬಹುದು. ಆದರೆ ಈ ಇಳಿತಕ್ಕೆ ಪ್ರಯಾಸ ಅಗತ್ಯವೆನಿಸಲಿಲ್ಲ.

"ಶಾರದ, ಏನು ವಿಷ್ಯ?" ತಲೆಯಾಡಿಸಿದಳು. "ನಂಗಂತೂ ಗೊತ್ತಿಲ್ಲ. ಲಕ್ಷ ರೂಪಾಯಿನೊಂದಿಗೇನೇ ರಜತಾದ್ರಿ ಬಿಟ್ಟಿದ್ದು. ಇಲ್ಲೇ ಇರಲು ಅವರಿಗೆ ಅಡ್ಡಿ ಆತಂಕಗಳಿರ್ಲಿಲ್ಲ." ವ್ಯಥಿತಳಾದಳು. ವಿಜಯೇಂದ್ರನ ತಾಳ್ಮೆ, ಸಹನೆಗೆ ಅನಂತರಾಮಯ್ಯ ಸವಾಲೊಡ್ಡಿದ್ದರು. ಸ್ವಲ್ಪ ಅವನು ತಾಳ್ಮೆಗೆಟ್ಟರೆ ಭೂಗತರಾಗಬೇಕಿತ್ತು.

ಜಗದೀಶ ಎರಡು ಕೈಗಳನ್ನು ಬೆಸೆದು ಉಜ್ಜಿ ಕಾಫೀ ಕಪ್ ಎತ್ತಿಕೊಂಡ. "ಅಷ್ಟೇ ತಾನೇ! ಅದಕ್ಯಾಕೆ ಚಿಂತೆ? ಎಲ್ಲಾದ್ರೂ ಇದ್ದುಕೊಳ್ಳಿ. ದಿಢೀರೆಂದು ನಿನ್ನ ಬದ್ಕಿನಲ್ಲಿ ಪ್ರತ್ಯಕ್ಷರಾದವ್ರು.... ಅಷ್ಟೇ ಬೇಗ ಮಾಯವಾದ್ರು. ದಟ್ಸ್ ಆಲ್..." ಹಗುರವಾಗಿ ಆಡಿದ. ಶಾರದಳ ಕಣ್ಣುಗಳಲ್ಲಿ ನೀರು ತುಂಬಿಕೊಂಡಿತು. ಈಗ ಅವಳಿಗೆ ಜಗದೀಶನನ್ನ ಬಿಟ್ಟರೆ ಬೇರೆ ಬಂಧುಗಳೇ ಇಲ್ಲವೆನಿಸಿತು.

ಅಷ್ಟರಲ್ಲಿ ಕಣ್ಣ, ದತ್ತ ಇಬ್ಬರೂ ಬಂದರು. ಮುಖದಲ್ಲಿ ಭೀತಿಯ ಛಾಯೆ.

"ನೀವು ಜೊತೆಯಲ್ಲಿ ಹೋದ ಹೊತ್ತು... ಅನಂತರಾಮಯ್ಯನವ್ರು ಇಲ್ಲಿಂದ ಹೋಗೋಲ್ವಂತೆ. ಕೆಟ್ಟ ಹುಳ, ಕೊಟ್ಟ ಚೆಕ್‌ನ ಕೂಡ ಹರ್ದು ಬಿಸಾಕಿದ್ರು." ದತ್ತ ಮುಖ ಕಹಿ ಮಾಡಿ ತೋಡಿಕೊಂಡ. ಜಗದೀಶನ ಕೈಯಲ್ಲಿನ ಕಪ್ ಕೆಳಗೆ ಬಿತ್ತು. ದಿಗ್ಭ್ರಮೆಗೊಂಡ.

"ಏನಾಗಿದೆ ಆ ಮನುಷ್ಯನಿಗೆ!" ಹಲ್ಮುಡಿ ಕಚ್ಚಿದ. "ಹುಚ್ಚು... ಹುಚ್ಚು... ಕೆಟ್ಟ ಹುಚ್ಚು! ಅವ್ರಿಗೆ ಹಿಡಿದಿದ್ದು ಒಳ್ಳೇ ಹುಚ್ಚಲ್ಲ!" ದತ್ತ ಹಣೆ ಗಟ್ಟಿಸಿಕೊಂಡ.

ಅಷ್ಟರಲ್ಲಿ ಬಂದ ವಿಜಯೇಂದ್ರ ಯಾರತ್ತಲೂ ನೋಡದೆ ಮೆಟ್ಟಲೇರಿ ಹೋದ. ದತ್ತ, ಕಣ್ಣ ಯಜಮಾನನನ್ನ ಹಿಂಬಾಲಿಸಿದರು.

ಹಲವುಗಳ ನಡುವೆ ಹೊಸದಾಗಿ ಹುಟ್ಟಿಕೊಂಡ ಸಮಸ್ಯೆ. ಎಲ್ಲಕ್ಕಿಂತ ಶಾರದ ಹುಟ್ಟಬಹುದಾದ ಮಗುವಿನ ಭವಿಷ್ಯದ ಬಗ್ಗೆ ಯೋಚಿಸುತ್ತಿದ್ದಳು.

"ಹಿಂದೆ ಅತ್ಯಂತ ಪವಿತ್ರವಾಗಿಯೇ ಇತ್ತು ರಜತಾದ್ರಿ. ಮಹೇಂದ್ರನ

ಮಿತಿಮೀರಿದ ವಿಲಾಸಪ್ರಿಯತೆ ಅಥ್ವಾ ಭಾಮಿನಿಯ ಹದಗೆಟ್ಟ ಭಾವನೆಗಳು ಈ ಸ್ಥಿತಿಗೆ ಇಳಿಯಲು ಕಾರಣ." ಅಡ್ವೊಕೇಟ್ ಚಂದ್ರಶೇಖರಯ್ಯ ನೊಂದು ನುಡಿದಿದ್ದರು.

"ಸೋ ಸಾರಿ ಜಗದೀಶ್, ವಿಜಯೇಂದ್ರ ತುಂಬ ತಲೆ ಕೆಡಿಸಿಕೊಂಡಿದ್ದಾರೆ. ಟೇಕ್ ರೆಸ್ಟ್." ಶಾರದ ಮೆಟ್ಟಲಿನತ್ತ ನಡೆದಳು. ಜಗದೀಶನ ನೋಟ ಅವಳನ್ನು ಹಿಂಬಾಲಿಸಿತು. 'ವಿಜಯೇಂದ್ರ ಯು ಆರ್ ಲಕ್ಕಿ' ಮತ್ತೊಮ್ಮೆ ಅವನ ಮನ ಉಸುರಿತು.

ಶಾರದಳ ಸುಖ, ಭವಿಷ್ಯದ ಬಗ್ಗೆ ಏನೊಂದೂ ಊಹಿಸಲಾರದ ಸ್ಥಿತಿಗೆ ಇಳಿದಿದ್ದ ಜಗದೀಶ.

ಬಂಗ್ಲೆಯಿಂದ ಹೊರಬಂದವನು ಹಿಂದಕ್ಕೆ ನಡೆದ. ಅನಂತರಾಮಯ್ಯನವರು ವಾಸಿಸುತ್ತಿದ್ದ ಮನೆಯ ಮುಂಭಾಗದಲ್ಲಿ ಇಬ್ಬರು ಕೂತಿದ್ದವರು ಅವನನ್ನ ನೋಡಿ ಎದ್ದರು.

"ಅವ್ರನ್ನ ಈಗ ಯಾರೂ ನೋಡೋಹಂಗಿಲ್ಲ." ಪಳನಿ ಎಲೆ ಮಡಚಿ ಬಾಯಿಗೆ ತುರುಕಿಕೊಂಡಳು. "ನಾಳಿಕೂ ಅಮಾಸೆ. ಹುಚ್ಚು ಯದ್ವಾ ತದ್ವಾ ಜಾಸ್ತಿ ಆಗಿದೆ." ತುಟಿ ಸೊಟ್ಟಗೆ ಮಾಡಿ ಉಸುರಿದಳು.

"ನಾನು ನೋಡ್ತೀನಿ." ಎಂದಾಗ ತಿಮ್ಮ ಅಡ್ಡ ಬಂದ. "ಬೇಡ ಬುದ್ಧಿ. ದಣೇರಿಗೆ ತಿಳಿದ್ರೆ ಕೋಪ ಮಾಡ್ಕೋತಾರೆ." ಜಗದೀಶ ಅವನ ಭುಜದ ಮೇಲೆಕೈಯಿಟ್ಟ. "ನಾನು ಯಜಮಾನರನ್ನ ಕೇಳ್ಕೊಂಡೇ ಬಂದಿದ್ದೀನಿ...." ಚಿಲಕವನ್ನ ಸರಿಸಿ ಬಾಗಿಲನ್ನ ಹಿಂದಕ್ಕೆ ತಳ್ಳಿದ.

ಮನೆ ಬಿಕೋ ಎನ್ನುತ್ತಿತ್ತು. ಕಸವಿಲ್ಲದಿದ್ದರೂ ಧೂಳು ತುಂಬಿಕೊಂಡಿತ್ತು. ಎಲ್ಲೆಲ್ಲಿನ ಆಸನಗಳು ಅಲ್ಲಲ್ಲೇ ಇತ್ತು. ಆದರೆ ಗರಬಡಿದುಕೊಂಡು ಹೊರದಬ್ಬುವಂತಿತ್ತು.

ಅನಂತರಾಮಯ್ಯನವರು ಕೂತು ಎರಡು ಕಾಲುಗಳ ನಡುವೆ ತಮ್ಮ ತಲೆಯನ್ನ ಹುದುಗಿಸಿದ್ದರು. ಅವರ ಶರೀರದಲ್ಲಿ ಚಲನೆ ಇದ್ದುದರಿಂದ ಬದುಕಿದ್ದಾರೆಂದು ಗುರ್ತಿಸಬಹುದಾಗಿತ್ತು.

"ಅನಂತರಾಮಯ್ಯನವ್ರೇ..." – ಕೂಗಿದ. ಒಂದೆರಡು ನಿಮಿಷಗಳ ನಂತರ ತಲೆಯೆತ್ತಿದರು. "ಯಾರು, ನೀನು?" ಸ್ವರ ಕರ್ಕಶವಾಗಿತ್ತು. ಮೊದಲಿನ ನುಣುಪು, ನಾಗರಿಕತೆ ಸತ್ತುಹೋಗಿತ್ತು. ಈಗ ಪ್ರೇತ ಮೆಟ್ಟಿದವರಂತೆ ಇದ್ದರು. "ನಾನು ಶಾರದನ ಕರ್ಕೊಂಡ್ಹೋಗ್ತೀನಿ." ಕೇಕೆ ಹಾಕಿ ನಕ್ಕರು.

ಅವರಿಗೆ ಹುಚ್ಚು ಹಿಡಿದಿದೆಯೆನ್ನುವುದು ಸ್ಪಷ್ಟವಾಯಿತು. ಅದಕ್ಕೆ ಕಾರಣ?

ಅವರನ್ನ ಕೈಹಿಡಿದು ತಂದು ಧೂಳಿಡಿದ ಸೋಫಾ ಮೇಲೆ ಕೂಡಿಸಿದ.

"ಸೀತಮ್ಮ ಎಲ್ಲಿ?" ಕೇಳಿದಾಗ ಕ್ಷಣ ಹೊಳೆದ ಅವರ ಕಣ್ಣುಗಳು ಮಂಕಾದವು. "ಅವ್ಳು ಹೊರಟುಹೋದ್ಳು." ನಿರ್ವಿಕಾರದ ಭಾವ ಅವರ ಮುಖದ ಮೇಲೆ ತೇಲಿತು.

"ಸಾಯ್ಲಿ.... ಎಲ್ಲರೂ ಸತ್ತುಹೋಗ್ಲಿ...!" ಗೊಣಗಿದವರು ಎದ್ದು ಮೊದಲು ಕೂತ ಜಾಗದಲ್ಲಿಯೇ ಕೂತು ಮೊಣಕಾಲುಗಳ ನಡುವೆ ತಲೆಯನ್ನ ಹುದುಗಿಸಿದರು. ಜಗದೀಶನಿಗೆ ಹೃದಯ ಕಿತ್ತು ಬಾಯಿಗೆ ಬಂದಂತಾಯಿತು.

ಜಗದೀಶ ಅಲ್ಲೇ ಹೋಗಿ ಅವರ ಬಳಿಯಲ್ಲಿಯೇ ಕೂತ. "ಬನ್ನಿ, ಹೇಗೂ ಕೆಲ್ಸ ಬಿಟ್ಟಿದ್ದೀರಾ. ನಾನು ಕರ್ಕೊಂಡ್ಹೋಗ್ತೀನಿ." ಅನುನಿಯಿಸಿದ. ಒಂದೆರಡು ನಿಮಿಷದ ನಂತರ ತಲೆಯೆತ್ತಿದ ಅನಂತರಾಮಯ್ಯ ಅವನನ್ನೇ ನೋಡಿದರು.

"ಯಾಕೆ ಬರ್ಲಿ ? ಬರೋಲ್ಲ" ದಬಾಯಿಸಿದರು.

"ಬೇಡ, ಬಿಡಿ. ನಾನೇ ರಜತಾದ್ರಿಯಲ್ಲಿ ಇರ್ತೀನಿ. ನಂಗೊಂದು ಕೆಲ್ಸ ಕೊಡ್ಸಿ." ಮೆಲ್ಲಗೆ ಮೊಣಕಾಲುಗಳನ್ನ ಬಿಗಿದುಕೊಂಡಿದ್ದ ಅವರ ಕೈಗಳನ್ನ ಸರಿಸಿದರು. ಈಗ ಸರಿಯಾಗಿ ಗೋಡೆಗೊರಗಿ ಕೂತರು.

ಅನಂತರಾಮಯ್ಯನವರ ಕಣ್ಣಿಂದ ಕಂಬನಿ ಇಳಿಯಿತು. "ಇನ್ನೆಲ್ಲಿಯ ರಜತಾದ್ರಿ? ಎಲ್ಲಿಯ ದಿವಾನಗಿರಿ! ವಯಸ್ಸಾಯ್ತು, ಬಿಟ್ಟೆ. ಲಕ್ಷ ರೂಪಾಯಿ ಕೊಟ್ರು. ದೊಡ್ಡವ್ರಿಗಿಂತ ಈಗಿನವ್ರು ತುಂಬ ಒಳ್ಳೆಯೋರು." ಅವರೆದೆಯ ಪ್ರಾಮಾಣಿಕತೆಗೆ ಕನ್ನಡಿ ಹಿಡಿದಂತಾಯಿತು.

ಜಗದೀಶ ಬೆಚ್ಚಿದ್ದ. ಎರಡು ಸಲ ವಿಜಯೇಂದ್ರನ ಹತ್ಯೆಗೆ ಅವರು ಪ್ರಯತ್ನಿಸಿದರೆಂದು ದತ್ತ ತಿಳಿಸಿದ್ದ. ಗಾಬರಿಯಿಂದ ಅವರ ಮುಖದ ಭಾವನೆಗಳನ್ನ ಅಳೆಯತೊಡಗಿದ.

"ಎಲ್ಲಾ ಮುಗ್ದುಹೋಯ್ತು!" ನಿಟ್ಟುಸಿರುದಬ್ಬಿದರು. ನಾರ್ಮಲ್ ಸ್ಥಿತಿಗೆ ಬಂದವರಂತೆ ಕಂಡರು. "ದೊಡ್ಡ ಯಜಮಾನ್ರು ಆಗಾಗ ಹೇಳ್ತಾ ಇದ್ರು, ಅನಂತಯ್ಯ ಜವಾಬ್ದಾರಿ ನಿಂದೆ. ಇದೆಂದಿಗೂ ಹಾಳಾಗ್ಬಾರ್ದು. ನಮ್ಮಪ್ಪನ ಕಾಲ್ದ ಸ್ಥಿತಿ ಒಂದಲ್ಲ ಒಂದು ದಿನ ಬರುತ್ತೆ ಅಂದ್ರು. ಇನ್ನೆಲ್ಲಿ..." ಸೊಂಟದಲ್ಲಿನ ಚಾಕು ತೆಗೆದು ಅವನ ಮುಂದೆ ಝಳಪಿಸಿದರು. "ಕೊಂದು ಬಿಡ್ತೀನಿ; ಒಬ್ಬರನ್ನೂ ಬದುಕೋಕೆ ಬಿಡೋಲ್ಲ!" ಅವರ ಕಣ್ಣುಗಳಲ್ಲಿ ಕೆಂಡದುಂಡೆಗಳು ಉರುಳಿದವು. ಆ ಕ್ಷಣ ಅವನೆದೆಗೆ ನೆಟ್ಟಂತಾಯಿತು.

ದತ್ತ ಬಾಗಿಲು ಸರಿಸಿಕೊಂಡು ಒಳಗೆ ಬಂದ. "ಊಟ ಮಾಡ್ಬೇಕೂಂತ ಯಜಮಾನ್ರು ಹೇಳಿದ್ದಾರೆ" – ಮುಚ್ಚಿ ತಂದ ತಟ್ಟೆಬಟ್ಟಲುಗಳನ್ನ ಮೂಲೆಯಲ್ಲಿದ್ದ ಟೇಬಲ್ಲು ಮೇಲಿಟ್ಟಿರುವನು, ಫಳಫಳ ಹೊಳೆಯುವ ಚಾಕನ್ನ ನೋಡಿ ನಡುಗಿಬಿಟ್ಟ.

"ಅಯ್ಯಯ್ಯೋ.... ನಾವು ಹೇಳಿದ್ರೆ ಅವ್ರು ಕೇಳೋಲ್ಲ!" ಅವನ ಮುಖ ಬಿಳಚಿಕೊಂಡಿತು. ಹಿಂದಿನಿಂದ ಬಂದ ವಿಜಯೇಂದ್ರ ಚಾಕು ತೆಗೆದು ಮಡಚಿ ಅವರ ಕೈಗೆ ಕೊಟ್ಟು "ದತ್ತ ನೀನ್ಹೋಗು..." ಎಂದವನು "ಸಾರಿ, ಮಿಸ್ಟರ್ ಜಗದೀಶ್. ನಿಮ್ಮ ಬ್ರೇಕ್‌ಫಾಸ್ಟ್ ಕೂಡ ಮುಗಿದಂತಿಲ್ಲ. ಹೋಗಿ ಮುಗ್ಸಿಕೊಂಡ್ಬನ್ನಿ." ಗತ್ತಿನಿಂದ ಹೇಳಿದ. ಅದರಲ್ಲಿ ವ್ಯಂಗ್ಯವಿರಲಿಲ್ಲ. ದೃಢತೆ ಅವನ ಮುಖದಲ್ಲೊಡೆದು ಕಾಣುತ್ತಿತ್ತು.

ಪ್ಯಾಂಟಿನ ಧೂಳು ಕೊಡವುತ್ತ ಮೇಲೆದ್ದ ಜಗದೀಶ್, "ಸಾರಿ ಸಾರ್, ಮತ್ತೆ ನಿಮ್ಮನ್ನ ಭೇಟಿ ಮಾಡೋಕೆ ಬರಬೇಕಾಯ್ತು." ಸಂಕೋಚಿಸಿದ.

"ನೋ.... ನೋ.... ನಿಮ್ಮ ಅಗತ್ಯವಿಲ್ದೇ ಸಮಸ್ಯೆ ಪರಿಹಾರವಾಗ್ತಾ ಇರ್ಲಿಲ್ಲ. ನನ್ನ ಅಗತ್ಯ ಕೆಲ್ಸಗಳ್ನ ನೆಗ್ಲೆಕ್ಟ್ ಮಾಡಿ ತುಂಬ ದಿನ ಇಲ್ಲಿ ನಿಲ್ಲೋಕಾಗೋಲ್ಲ!" ಹಣೆಯುಜ್ಜಿದ. ಸ್ವಲ್ಪ ಮನಸ್ಸು ಮಾಡಿದ್ದರೆ ಅವನು ಬೇರೆ ರೀತಿ ವರ್ತಿಸಬಹುದಾಗಿತ್ತು.

ಇಂಥ ಸುಳಿಯಲ್ಲಿ ತಾನು ಸಿಗಬಹುದೆಂಬ ಅನುಮಾನ ಅವನಿಗಿತ್ತು. ಯಾವ ವಿಷಯವನ್ನು ಮುಚ್ಚಿಡದೆ ವಿಜಯೇಂದ್ರನಿಗೆ ಹೇಳಿದ. ಕಡೆಗೆ ತನ್ನ ಹೃದಯದ ಪ್ರೀತಿಯನ್ನ ತೆರೆದಿಟ್ಟಿದ್ದ.

ಅನಂತರಾಮಯ್ಯನವರ ಕಡೆ ತಿರುಗಿ ವಿಜಯೇಂದ್ರ, "ಎದ್ದು ಊಟ ಮುಗ್ಸಿ. ನಿಮ್ಮ ಮೊಮ್ಮಗ್ಳನ್ನ ಕಳ್ಸಿಕೊಡೋ ತೀರ್ಮಾನ ಮಾಡಿದ್ದೀನಿ. ಜಗತ್ತಿನಲ್ಲಿ ಅವಳೊಬ್ಬೇ ಹೆಣ್ಣಲ್ಲ. ಅಂಥ ಹೆಣ್ಣಿನ ಹುಚ್ಚು ಕೂಡ ನಂಗಿಲ್ಲ." ಅವನ ಮಾತಿನ ಅಂಚನ್ನ ಸವರಿದ್ದು ಕ್ರೋಧ. ರೀತಾ, ಭಾಮಿನಿ ಬೆಂಬಿಡದ ಭೂತಗಳಂತೆ ಅವನ ಮಿದುಳು, ಮನಸ್ಸಿನ ಮೇಲೆ ಪ್ರಹಾರ ಮಾಡುತ್ತಲೇ ಇದ್ದರು.

ಅನಂತರಾಮಯ್ಯ ಎರಡು ಕೈಗಳಲ್ಲು ಮುಖ ಮುಚ್ಚಿ ಬಿಕ್ಕತೊಡಗಿದರು. ಮುಗ್ಧ ಮಗುವಿನ ಅಳುವಿನಂತಿತ್ತು. ಆದರೆ ವಿಜಯೇಂದ್ರ ಕಲ್ಲಾಗಿದ್ದ.

"ಬನ್ನಿ ಜಗದೀಶ್, ಅವ್ರು ತಾನಾಗಿ ಸಮಾಧಾನ ಮಾಡಿಕೊಂಡು ಊಟ ಮಾಡ್ಲಿ." ಹೊರಗೆ ನಡೆದವನು ಸ್ವಲ್ಪ ದೂರದಲ್ಲಿ ನಿಂತು ಹಿಂದಕ್ಕೆ ತಿರುಗಿದ. ಜಗದೀಶ್ ಬರುತ್ತಿದ್ದ. "ಹರಿ ಅಪ್, ಬೇಗ ತೀರ್ಮಾನವಾಗ್ಬೇಕು. ಪೇಷೆನ್ಸ್ ಯಾವ ವ್ಯಕ್ತಿಯಲ್ಲು ಒಂದು ಮಿತಿಯಲ್ಲಿರುತ್ತೆ. ನೀವೆಷ್ಟು ಎಕ್ಸ್‌ಪೆಕ್ಟ್ ಮಾಡ್ತೀರಿ? ಅದ್ಕೆ ಬಡ ಅನಂತರಾಮಯ್ಯನವರನ್ನು ಉಪಯೋಗಿಸಿಕೊಳ್ಳೋ ಅಗತ್ಯವಿರ್ಲಿಲ್ಲ."

ಜಗದೀಶನಿಗೆ ನಡೆಯುತ್ತಿದ್ದ ನೆಲ ಸೀಳಾದ ಅನುಭವವಾಯಿತು. ಅವನಿಗೆ ಹಣ ಪ್ರತಿಷ್ಠಿತ ಸ್ಥಾನದ ಬಗ್ಗೆ ಆಸಕ್ತಿ ಇತ್ತು. ಆದರೆ.... ಇಂಥ ಅಡ್ಡದಾರಿಯ ಸಂಪಾದನೆಯನ್ನ ಅವನೆಂದೂ ನಿರೀಕ್ಷಿಸಿರಲಿಲ್ಲ.

"ಯು ಆರ್ ಮಿಸ್ಟೇಕನ್." ಅವನ ಕಣ್ಣಂಚಿನಲ್ಲಿ ಮಿನುಗಿದ ನೋವು ಮುಖ ಮೇಲೆಲ್ಲ ಹರಡಿಕೊಂಡಿತು. "ಈಗಾಗ್ಲೇ ನಾನು ಶಾರದಳ ದೃಷ್ಟಿಯಲ್ಲಿ ಕೆಳಗಿಳಿದಿದ್ದೇನೆ. ಮತ್ತಷ್ಟು ಇಳಿಯೋ ಮನಸ್ಸಿಲ್ಲ."

ಜಗದೀಶನ ಉದ್ವಿಗ್ನ ಮಾತುಗಳನ್ನ ವಿಜಯೇಂದ್ರ ಬಹಳ ಶಾಂತವಾಗಿ ಸ್ವೀಕರಿಸಿದ. ತನ್ನ ತಾಯಿ, ತಂಗಿಯರು ಮಾಡುತ್ತಿರುವ ಭಯಂಕರವಾದ ತಪ್ಪುಗಳಿಗಿಂತ ಬೇರೆಯವರು ಹೆಚ್ಚೇನೂ ಮಾಡಲಾರರು–ಇದು ಅವನ ಅನಾಲಿಸಿಸ್.

ಬಂಗ್ಲೆ ತಲುಪಿದಾಗ ಇಬ್ಬರೂ ಮೌನವಾಗಿದ್ದರು. ಜಗದೀಶನನ್ನು ಕಳುಹಿಸಿ ವಿಜಯೇಂದ್ರ ಮೇಲಕ್ಕೆ ಬಂದಾಗ ಸೋಫಾ ದಿಂಬಿಗೊರಗಿ ಶಾರದ ಕಣ್ಣು ಮುಚ್ಚಿದ್ದಳು.

"ಮೇಡ್ ಫಾರ್ ಈಚ್ ಅದರ್ ಅನ್ನೋ ಹಾಗೆ ಇದ್ದೀರಿ. ನಿಮ್ಮ ಮಗು ತುಂಬ ಮುದ್ದಾಗಿರುತೆ." ಚೆಕ್‌ಅಪ್‌ಗೆ ಬಂದಿದ್ದ ಡಾ|| ಸುನೀತ ಹೇಳಿದ್ದರು.

ಮೊಳಕೆಯೊಡೆದ ಮೃದುವಾದ ಭಾವನೆಗಳು ತಕ್ಷಣ ಹತ್ತಿಕೊಂಡು ಉರಿದುಹೋದವು. ಸಂಬಂಧಗಳ ಬಗ್ಗೆಯೇ ಬೇಸತ್ತುಹೋಗಿದ್ದ ಅವನಿಗೆ ಅನಂತರಾಮಯ್ಯ, ಜಗದೀಶ ಅಣಕಿಸುವ ಕೋತಿಗಳಂತೆ ಕಂಡಿದ್ದರು. ಕ್ಷಣ ಮನಸ್ಸು ಮಾಡಿದರೂ ನಿರ್ನಾಮ ಮಾಡಿಬಿಡಬಲ್ಲ. ಯಾಕೋ ಅವನ ಮನ ಅದನ್ನ ಬೆಂಬಲಿಸುತ್ತಿರಲಿಲ್ಲ.

ಆರಾಮವಾಗಿ ಮಲಗಿ ಕಣ್ಮುಚ್ಚಿದ. 'ನಾನು ಶಾರದಳ ವೆಲ್‌ವಿಷರ್, ಒಬ್ಬ ಬಂಧು, ಸ್ನೇಹಿತ ಮಾತ್ರ' ಜಗದೀಶ ಹೇಳಿದಂತಾಯಿತು. ಎದ್ದು ಕೂತ.

"ನಡಿ, ಊಟ ಮಾಡೋಣ" ಶಾರದಳ ಭುಜದ ಮೇಲೆ ಕೈಯಿಟ್ಟ. ಬೆಚ್ಚಿದಂತೆ ಕಣ್ತೆರೆದಳು. "ಕಮಾನ್, ಹಸಿವು ಹೇಗಿರುತ್ತೇಂತ ಇವತ್ತು ಗೊತ್ತಾಗ್ತ ಇದೆ." ಹಗುರವಾಗಿ ಹೇಳಿದ. ಒಲ್ಲದ ಮನಸ್ಸಿನಿಂದಲೇ ಎದ್ದಳು.

ಒಂದ್ಸಲ ನನ್ನ ತಾತನ ನೋಡ್ಬರ್ತೀನಿ ಎಂದಾಗ ಎರಡ್ಹೆಜ್ಜೆ ಮುಂದಕ್ಕೆ ಹೋದವನು ಹಿಂದಕ್ಕೆ ಬಂದ. "ನೋಡ್ಬಹುದು, ಈಗಲ್ಲ, ಅವು ನಿನ್ನ ಪರ್ಮನೆಂಟಾಗಿ ಕರ್ಕೊಂಡ್ಹೋಗೋಕೆ ಬಂದಿದ್ದಾರೆ." ಚುಚ್ಚಿದಂತಾಯಿತು ಅವಳಿಗೆ. ಅದಕ್ಕಾಗಿ ವಿಜಯೇಂದ್ರನನ್ನ ನಿಂದಿಸಲು ಅವಳ ಮನ ಒಪ್ಪಲಿಲ್ಲ.

ಮೌನವಾಗಿ ಡೈನಿಂಗ್ ಹಾಲ್‌ಗೆ ಹೋದರು. ಜಗದೀಶ ಇವರಿಗಾಗಿಯೇ ಕಾಯುತ್ತಿದ್ದ.

"ನಮ್ಮ ಶಾರದ ಮಗುವಿನ ಕನಸ್ಸಿನಲ್ಲಿ ಜಗತ್ತನ್ನೇ ಮರ್ತುಬಿಟ್ಟಿದ್ದಾಳೆ. ಆಫ್ಟರ್ ಆಲ್ ಈ ಜಗದೀಶನ ನೆನಪು ಎಲ್ಲಿರುತ್ತೆ?" ನಗೆಯಾಡಿದ. ಅದಕ್ಕೆ ಇಬ್ಬರಿಂದ ಯಾವ ಪ್ರತಿಕ್ರಿಯೆಯೂ ಬರಲಿಲ್ಲ. ಅದನ್ನ ಅವನು ನಿರೀಕ್ಷಿಸಲೂ ಇಲ್ಲ.

ನೀರವತೆಯ ನಡುವೆ ಊಟ ಸಾಗಿತ್ತು. ಜಗದೀಶನ ಯೋಚನೆಗಳು ನಾನಾ ದಿಕ್ಕಿನಲ್ಲಿ ಅಲೆದಾಡುತ್ತಿದ್ದವು. ಹುಚ್ಚನಂತೆ ವರ್ತಿಸುತ್ತಿರುವ ಅನಂತರಾಮಯ್ಯ ನಾರ್ಮಲ್ ಆಗಿಯೇ ಇದ್ದರೆಂದು ಅವನ ನಂಬಿಕೆ.

ಅವರು ಶಾರದನ ಕರೆದೊಯ್ಯಬೇಕೆಂದು ಹಟ ಮಾಡಿದ್ದೇಕೆ? ಎಲ್ಲಿಗೆ ಕರೆದೊಯ್ಯುತ್ತಾರೆ? ವಿಜಯೇಂದ್ರನ ಬಗ್ಗೆ ಅಭಿಮಾನವಿರಿಸಿಕೊಂಡಿದ್ದ ಅವರು ಕೊಲ್ಲಲು ಪ್ರಯತ್ನಿಸಿದ್ದೇಕೆ? ಯಾವೊಂದೂ ಪ್ರಶ್ನೆಗೂ ಉತ್ತರವನ್ನ ಕಲ್ಪಿಸಿಕೊಳ್ಳಲು ಕೂಡ ಅವನಿಗೆ ಸಾಧ್ಯವಾಗಲಿಲ್ಲ.

ಅರ್ಧ ಊಟದಲ್ಲಿಯೇ ಬಂದ ಕಣ್ಣ, "ಆ..." ಎಂದವನು ಮುಂದೆ ಹೇಳಲಾರದೆ ನಿಲ್ಲಿಸಿಬಿಟ್ಟ. ಅವನು ನಡುಗುತ್ತಿದ್ದುದು ಬೇರೆಯವರಿಗೆ ಕಾಣಿಸುತ್ತಿತ್ತು. ತರತರ ತರಗೆಲೆಯಂತೆ ಹೊಯ್ದಾಡುತ್ತಿದ್ದ.

"ಏನದು....?" ಹುಬ್ಬುಗಂಟಿಕ್ಕಿ ರೇಗಿದ. "ಅನಂತರಾಮಯ್ಯನವ್ರು ಕೊಲೆ

ಮಾಡಿದ್ದಾರಂತೆ" ಎಂದ ಕೂಡಲೇ ವಿಜಯೇಂದ್ರನ ಕೈಯಲ್ಲಿನ ಸ್ಪೂನ್ ಕೆಳಗೆ ಜಾರಿ ಸದ್ದು ಮಾಡಿತು. "ಯಾರ ಕೊಲೆ?" ಕುರ್ಚಿಯನ್ನ ಕಾಲಲ್ಲಿ ಹಿಂದಕ್ಕೆ ಸರಿಸುತ್ತ ಎದ್ದ.

"ಅವ್ರ ಹೆಂಡ್ತಿ ಕೊಲೆ..." ಕಣ್ಣನ ನಡುಕ ಇನ್ನು ನಿಂತಿರಲಿಲ್ಲ. "ನೀವು ಊಟ ಮಾಡಿ." ಹೊರಗೆ ನಡೆದ. ಇವರಿಬ್ಬರ ಕೈಗಳು ಸ್ತಬ್ಧವಾದವು. ಶಾರದಳ ಮುಖದ ಕೆಂಪು ನಿಧಾನವಾಗಿ ಬಿಳಿಯ ಬಣ್ಣಕ್ಕೆ ತಿರುಗಿತು.

"ಏನಾಗಿದೆ.... ಅವ್ರಿಗೆ?" ಹಣೆಗೆ ಕೈಯೊತ್ತಿ ಕಣ್ಣೀರು ಸುರಿಸಿದಳು. ಎಲ್ಲೋ ಹುದುಗಿಹೋಗಿದ್ದ ಜನ ಪ್ರತ್ಯಕ್ಷರಾಗಿ ಈ ರೀತಿ ದುರಂತದಲ್ಲಿ ಮುಕ್ತಾಯವಾಗಬೇಕಿತ್ತು! ಘಳಘಳ ಕಣ್ಣೀರು ಹರಿಯಿತು.

ಕಾಯುತ್ತಿದ್ದ ಪೊಲೀಸ್ ಇನ್ಸ್‌ಪೆಕ್ಟರ್ ವಿಶ್ ಮಾಡಿ ವಿಷಯ ತಿಳಿಸಿದರು. "ಆ ವ್ಯಕ್ತಿ ರಜತಾದ್ರಿಯಲ್ಲಿ ಇರೋದು ತಿಳೀತು. ಪ್ರಿಸನ್ನಲ್ಲಿ ಇಟ್ಕೊಳ್ಳೋದು ಕಾನೂನು ರೀತ್ಯಾ ಅಪರಾಧ."

"ಐ ಡೋಂಟ್ ನೋ. ರಜತಾದ್ರಿಯಲ್ಲಿನ ಒಂದು ಹಾವನ್ನ ಕೊಲ್ಲಿಸೋಕೆ ಇಷ್ಟಪಡದ ವ್ಯಕ್ತಿ... ಕೊಲೆ... ಸರ್‌ಪ್ರೈಜ್..." ವಿಜಯೇಂದ್ರನ ಹಣೆ ನೆರಿಗೆಗಟ್ಟಿತು. "ಹೀ ಬಿಕೇಮ್ ಮ್ಯಾಡ್. ನಿಮ್ಮ ಕೆಲ್ಸ ನೀವು ಮಾಡಿ. ಆ ಸಾತ್ವಿಕ ಖಂಡಿತ ಅಪರಾಧಿಯಲ್ಲ."

"ಸಾಕ್ಷಿಯಾಧಾರ ಕುಸಿದುಬಿದ್ರೆ... ತಾನಾಗಿ ನಿರಪರಾಧಿತ್ವ ಸಾಬೀತು ಆಗುತ್ತೆ." ಇನ್ಸ್‌ಪೆಕ್ಟರ್ ಮುಗುಳ್ನಕ್ಕರು.

ಬಾಗಿಲು ತೆಗೆದು ಇನ್ಸ್‌ಪೆಕ್ಟರ್ ಒಳ ಹೊಕ್ಕಾಗಲೂ ಅನಂತರಾಮಯ್ಯ ಮಂಡಿಗಳ ನಡುವೆ ತಲೆ ಹುದುಗಿಸಿ ಅದೇ ಸ್ಥಿತಿಯಲ್ಲಿ ಕೂತಿದ್ದರು.

"ನನ್ಕೆಲ್ಸನೇ ಮುಗಿದ್ದಿಲ್ಲ, ನೀವು ಬಂದೇಬಿಟ್ರಾ." ತಮ್ಮ ಬಳಿಯಲ್ಲಿದ್ದ ಚಾಕು ಝಳಪಿಸುತ್ತ ಬಂದೇಬಿಟ್ಟರು. ಎಲ್ಲರನ್ನು.... ಕೊಲೆ ಮಾಡ್ತೀನಿ!" – ಕೈಯಲ್ಲಿನ ಬೆತ್ತದಿಂದ ಮುಂಗೈ ಮೇಲೊಂದು ಬಾರಿಸಿದರು. "ಈ ಬದ್ಮಾಷ್ ಕೈಗೆ ಹಾಕ್ರೋ... ಬೇಡಿ...." ಗರ್ಜಿಸಿದರು.

ಪೇದೆಗಳು ಬಂದು ಹಿಡಿದುಕೊಳ್ಳುವ ಹೊತ್ತಿಗೆ ವಿಜಯೇಂದ್ರ ಬಂದ, ಅವನ ಮುಖ ತೀರಾ ಗಂಭೀರವಾಗಿತ್ತು.

"ಅನಂತರಾಮಯ್ಯ, ಇವ್ರುಗಳು ಹೇಳೋದು ನಿಜವಾ?" ಅವರು ತಲೆತಗ್ಗಿಸಿದರು. ಮಾತಾಡಲಿಲ್ಲ. "ಸೀತಮ್ಮನನ್ನ ಕೊಲೆ ಮಾಡುವಷ್ಟು ನೀಚತನ..." ಅವುಡು ಬಿಗಿಯಿತು.

"ಇನ್ಸ್‌ಪೆಕ್ಟರ್, ನಾನು ಯಜಮಾನರತ್ರ ಐದು ನಿಮಿಷ ಏಕಾಂತವಾಗಿ ಮಾತಾಡೋಕೆ ಅವಕಾಶ ಕೊಡಿ" – ದೈನ್ಯದಿಂದ ಕೇಳಿಕೊಂಡರು. "ಪ್ಲೀಸ್..." ಇನ್ಸ್‌ಪೆಕ್ಟರ್ ಪ್ರಭಾಕರ್, ವಿಜಯೇಂದ್ರನತ್ತ ನೋಡಿ. "ಓ.ಕೆ. ಮಾತಾಡಿ." ಪೇದೆಗಳೊಂದಿಗೆ ಹೊರಗೆ ಹೋದ.

"ನಾನೇ ನನ್ನ ಹೆಂಡ್ತಿನ ಕೊಲೆ ಮಾಡ್ದೆ." ಅನಂತರಾಮಯ್ಯ ಒಪ್ಪಿಕೊಂಡರು. ಅವರ ದನಿಯಲ್ಲಿ ಪಶ್ಚಾತ್ತಾಪವಿಲ್ಲ. ಸಾಧನೆಗೆಯ್ದ ಗೆಲುವಿತ್ತು. "ಅವ್ಳ ಮಗ್ಳು ಕಮಲ ಕೂಡ.... ಒಳ್ಳೆಯವಳಲ್ಲ! ಅವ್ಳಿಗೆ ರಜತಾದ್ರಿಯ ಸಂಪತ್ತಿನ ಮೇಲೆ ಕಣ್ಣು, ಹಾಳು ಹೆಣ್ಣು ಒಂದು ದಿನನೂ ಗಂಡನನ್ನ ಸುಖವಾಗಿರಿಸ್ಲಿಲ್ಲ. ಅವ್ಳ ಮಗ್ಳು... ಶಾರದ" – ಅವರ ಕಣ್ಣುಗಳಲ್ಲಿ ಕ್ರೋಧದ ಕಿಡಿಗಳು ಹಾರಿದವು. "ಇವ್ಳು ನಿಮ್ಮ ಬದ್ಕು ಹಾಳು ಮಾಡಿಬಿಡ್ತಾಳೆ. ಅದ್ಕೇ ಅವಳನ್ನ ದೂರ ಕರ್ಕೊಂಡ್ಹೋಗ್ಬೇಕೂಂತ ಇದ್ದೆ. ನಂಗೆ ಮೊಮ್ಮಗ್ಳ ಮೇಲಿನ ಪ್ರೀತಿಗಿಂತ ರಜತಾದ್ರಿಯ ಮೇಲಿನ ಅಭಿಮಾನವೇ.... ಹೆಚ್ಚು." ಬಡಬಡಿಸಿದರು.

ವಿಜಯೇಂದ್ರ ಅವರ ಭುಜದ ಮೇಲೆ ಕೈಯಿಟ್ಟ. "ಸತ್ಯ ಏನಿದ್ರೂ... ನೀವು ಅಪರಾಧಿಯಾಗ್ಬಾರ್ದಿತ್ತು." ಸಂತೈಸುವ ದನಿಯಲ್ಲಿ ನುಡಿದ. ರಜತಾದ್ರಿಯ ದಿವಾನರೆಂದು ಮೈಸೂರಿನ ಜರಿಯ ಪೇಟಾ ತಲೆಯ ಮೇಲಿಟ್ಟುಕೊಂಡು ಕಪ್ಪು ಲ್ಯಾಂಗ್ ಕೋಟು ತೊಟ್ಟು ಬೀಗುತ್ತಿದ್ದ ವ್ಯಕ್ತಿ.... ಅವನೆದೆ ಭಾರವಾಯಿತು.

ಹೋಗುವ ಮುನ್ನ ಮತ್ತೊಮ್ಮೆ ಉಸುರಿದರು: "ಕಮಲ ಮಗ್ಳು ಒಳ್ಳೆಯವ್ಳು ಆಗೋಕೆ ಸಾಧ್ಯವಿಲ್ಲ. ದಯವಿಟ್ಟು ಎಲ್ಲಾದ್ರೂ ದೂರ... ಬಹು ದೂರ... ಕಳ್ಸಿಬಿಡಿ. ಈ ರಜತಾದ್ರಿಯ ಆಕರ್ಷಣೆ..." ಮುಂದಕ್ಕೆ ಹೇಳಲಾರದೇ ಹೋದರು.

* * * *

ಸೀತಮ್ಮನ ಹೆಣ ಸಿಕ್ಕಿ, ಅನಂತರಾಮಯ್ಯನವರು ತಾವೇ ಕೊಲೆಗಾರರೆಂದು ಒಪ್ಪಿಕೊಂಡ ಮೇಲೆ ವಿಜಯೇಂದ್ರ ನಿಸ್ಸಹಾಯಕನಾಗಿದ್ದ.

ಅವರಲ್ಲಿ ದ್ವಂದ್ವ ದ್ವೇಷವಿತ್ತು ಎನ್ನುವುದು ಅವನ ಅರಿವಿಗೆ ಬಂದಿತ್ತು. ಅನಂತರಾಮಯ್ಯನವರ ಸುಪ್ತ ಮನಸ್ಸಿನಲ್ಲಿ ರಜತಾದ್ರಿಯವರ ಬಗ್ಗೆ ದ್ವೇಷವಿತ್ತು. ಪ್ರಾಮಾಣಿಕತೆ, ಋಣ, ಕರ್ತವ್ಯಗಳ ನಡುವೆ ಅದು ಹುದುಗಿಹೋಗಿದ್ದರೂ ಅದರ ಆಕ್ರೋಶದಿಂದ ಪೂರ್ತಿ ಮುಕ್ತರಾಗಿರಲಿಲ್ಲವೆಂದು ಅವನಿಗೆ ಮನದಟ್ಟಾಗಿತ್ತು.

ಎಲ್ಲಾ ಮುಗಿಸಿಕೊಂಡು ಬಂಗ್ಲೆಗೆ ವಿಜಯೇಂದ್ರ ಬಂದಾಗ ಅವನಿಗಾಗಿ ಕಾಯುವಂತಿದ್ದ ಜಗದೀಶ.

"ಮೇ ಐ ಡಿಸ್ಟರ್ಬ್ ಯು?" ಅವನ ಸ್ವರ ಸೊರಗಿದಂತೆ ಕಂಡರೂ ಸಮಾಧಾನಗೊಂಡಂತೆ ಕಂಡ. "ವೈ ನಾಟ್, ಕಮಾನ್..." ಒಳಗೆ ಕರೆದೊಯ್ದ.

ಮುಂದಿನ ದಿವಾನ್‌ಖಾನೆಗೆ ಕರೆದೊಯ್ದವನು ಸೀಟ್‌ನತ್ತ ಕೈ ತೋರಿ "ಕೂತ್ಕೋಳಿ..." ಮುಖ ಮೇಲೆತ್ತಿ ಉಸಿರುದಬ್ಬಿದ. "ಫ್ರಾಂಕಾಗಿ ಹೇಳಿ, ನರ್ವಸ್, ಅಪ್‌ಸೆಟ್, ಆಂಗ್ರಿ.... ಒಂದೂ ಇಲ್ಲ" ಎದೆಯ ಮೇಲೆ ಕೈಕಟ್ಟಿದ.

ಜಗದೀಶನ ಗಂಟಲು ಕಟ್ಟಿದಂತಾಯಿತು. ಅಂದು ಜವಾಬ್ದಾರಿ ಅರಿಯದ ಶ್ರೀಮಂತ ಗರ್ವಿ ಯುವಕನಂತೆ ಕಂಡಿದ್ದ. ಆದರೆ ದಿಢೀರೆಂದು ಶಾರದಳನ್ನ

ಮದುವೆಯಾದಾಗ ಯಾವುದೇ ನಿರ್ಣಯಕ್ಕೆ ಬರದಿದ್ದರೂ ಅದರ ಹಿಂದೆ ಅಪಾಯದ ಕರೆಗಂಟೆ ಇದೆಯೆಂದುಕೊಂಡಿದ್ದ.

"ನನ್ನ ನೀವು ತಪ್ಪು ತಿಳ್ಕೊಂಡ್ರಿ. ಶಾರದಳ ಭವಿಷ್ಯದ ಬಗ್ಗ ಕಾಳಜಿಯಿಂದ್ಲೇ ನಾನು ಇಲ್ಲಿಗೆ ಬಂದಿದ್ದು. ಚೀಟಿಂಗ್... ಬ್ಲಾಕ್‌ಮೇಲ್..... ಅಂಥ ಕಲ್ಪನೆ ಕೂಡ ಮಾಡ್ಬೇಡಿ. ನಾನೆಂದೂ ನಿಮ್ಮ ಬಗ್ಗೆ ಅನಂತರಾಮಯ್ಯನವರಲ್ಲಿ ಮಾತಾಡೇ ಇರ್ಲಿಲ್ಲ. ಶಾರದ ತಾಯಿ ಆಗೋ ವಿಷ್ಯ ನಿಮ್ಗೆ ಮಾತ್ರ ತಿಳಿಸ್ದೆ. ಅವ್ರ ಭವಿಷ್ಯಕ್ಕೆ ನೆರವಾಗ್ಬಹ್ದು, ಅವ್ರ ಹೃದಯದ ಮಿಡಿತಕ್ಕೆ ಇವ್ರು ಸಂವೇದಿಸಬಹುದೆಂಬ ಭರವಸೆ ನಂಗೆಂದೂ ಮೂಡಿರಲೇ ಇಲ್ಲ." ಅವನ ಕಣ್ಣುಗಳು ಕಿರಿದಾಗಿ ಗೆರೆಗಳು ಮೂಡಿ ದೃಢತೆಯನ್ನು ಸ್ಥಾಪಿಸಿತು.

ವಿಜಯೇಂದ್ರ ಎದೆಯ ಮೇಲೆ ಕಟ್ಟಿದ ಕೈಗಳನ್ನ ಇಳಿಸಿದ. "ಅಂಥ ಅಪನಂಬಿಕೆ ನಿಮ್ಗೆ ಹೇಗೆ ಬಂತು? ಮೊಮ್ಮಗಳ ಬಗೆಗಿನ ಅಕ್ಕರೆಯಲ್ಲಿ ಅವ್ರು ಕೊಲೆ ಮಾಡೋಕೂ ಮುಂದಾಗಿದ್ರು!"

ಜಗದೀಶನ ತುಟಿಯಂಚಿನಲ್ಲಿ ಅಪಹಾಸ್ಯದ ಕಿರುನಗು ಇಣಕಿತು. "ಅದೆಲ್ಲ ಬೋಗಸ್! ಮೊಮ್ಮಗಳ ಮೇಲೆ ಅವ್ರಿಗೆ ಪ್ರೀತೀನೇ ಇರ್ಲಿಲ್ಲ. ಮೊಮ್ಮಗಳ ಮಗಳು ಹೆತ್ತ ಮಗುನ ಇಪ್ಪತ್ತೆರಡ್ವರ್ಷ ನೋಡದಂಥ ಕಟುಕರು." ಉದ್ವಿಗ್ನನಾದ. ಮದುವೆಯ ರಂಪದ ದಿನ ತಣ್ಣಗೆ ಕೂತಿದ್ದ ಅನಂತರಾಮಯ್ಯ ದಂಪತಿಗಳ ನೆನಪಾಗಿ ಅವನ ಅವುಡುಗಳು ಬಿಗಿದುಕೊಂಡವು. ಮುಷ್ಟಿಯ ಹಿಡಿತ ಬಿಗಿಯಾಯಿತು.

"ಅಂದು ಮದ್ವೆ ದಿನ ಅವ್ರು ಸ್ವಲ್ಪ ದೊಡ್ಡತನ ತೋರಿಯೋ, ಮೊಮ್ಮಗಳ ಭವಿಷ್ಯ ಚಿಂತಿಸಿಯೋ, ಸ್ವಲ್ಪ ಮುಂದಾಗಿದ್ದರೆ ಮದುವೆ ನಿಲ್ಲುತ್ತಿರಲಿಲ್ಲ. ಅಂದು ಪಾಷಾಣದಂತೆ ಕೂತಿದ್ದರು. ಮೊಮ್ಮಗ್ಳ ಮೇಲೆ ಪ್ರೀತಿ..." ಹಲ್ಲುಗಳನ್ನ ಕಡಿದ ಜಗದೀಶನ ಮನ ರೋಷತಪ್ತವಾಗಿತ್ತು.

"ಡೋಂಟ್ ಗೆಟ್ ಎಕ್ಸೈಟೆಡ್. ಸಮಾಧಾನ ಮಾಡ್ಕೊಳ್ಳಿ" ಎಂದವನು ಟೀಪಾಯಿ ಮೇಲಿದ್ದ ಬೆಲ್ ಒತ್ತಿದ. ಕಣ್ಣ ಬಂದು ವಿನಯದಿಂದ ನಿಂತ. ಏನಾದ್ರೂ ತಿಂಡಿ ತರೋಕೆ ದತ್ತನಿಗೆ ಹೇಳು."

ದತ್ತ ತಿಂಡಿ ತರುವವರೆಗೂ ಇಬ್ಬರ ನಡುವೆ ಭಯಂಕರವಾದ ನಿಶ್ಯಬ್ದತೆ ಬಿದ್ದುಕೊಂಡಿತ್ತು. ಗರಿಗರಿ ಸಮೋಸ, ಈರುಳ್ಳಿ ಪಕೋಡ ಬಿಸಿಯಾಗಿಯೇ ಇತ್ತು.

"ಈಗ ದತ್ತ ಮಾಡೋ ತಿಂಡಿ ಅವ್ನ ಟೇಸ್ಟ್.... ತಗೊಳ್ಳಿ" ಬಲವಂತಪಡಿಸಿದ. ಜಗದೀಶ ಒಂದು ಪ್ಲೇಟ್ ಖಾಲಿ ಮಾಡಿದರೂ ವಿಜಯೇಂದ್ರ ಕೈಹಾಕಲಿಲ್ಲ. "ಸಾರಿ, ಈಗ ಕಂಪನಿ ಕೊಡಲಾರೆ" ಎಂದವನು ಯೋಚನಾ ಮಗ್ನನಾಗಿದ್ದ. ಆದರೆ ಕಾಫಿ ಮಾತ್ರ ಒಂದು ಸಿಪ್ ಕುಡಿದಿಟ್ಟ.

ಮೇಲೆದ್ದ ಜಗದೀಶ ಮತ್ತೊಮ್ಮೆ ಹೇಳಿದ –"ನಿಮ್ಮ ಪ್ರೇಮ, ಪ್ರೀತಿ, ಮದ್ವೆಯಲ್ಲಿ ನನ್ನ ಪಾಲಿಲ್ಲ" ಎಂದವನು ಮತ್ತೆ ಸರಿಪಡಿಸಿದ. "ನಾನು ಸತ್ಯ ತಿಳಿಸಿದ್ಮೇಲೆ ಮದ್ವೆ

ಯೋಚ್ನೇ..... ಮಾಡಿದ್ರೋ, ಅಥ್ವಾ... ಅಥ್ವಾ... ಅದ್ನ ನಾನು ಎಕ್ಸ್‌ಪ್ರೆಸ್ ಮಾಡ್ಲಾರೆ. ಇನ್ನು ಹೋಗೋಕೆ ಪರ್ಮಿಷನ್ ಕೊಡಿ. ಶಾರದ ಸುಖವಾಗಿದ್ದಾಳೆ, ನನಗಷ್ಟು ಸಾಕು." ತುಂಬು ಪ್ರಾಮಾಣಿಕ ಧ್ವನಿಯಲ್ಲಿ ನುಡಿದ.

ಮೌನವಾಗಿ ಕೂತಿದ್ದ ವಿಜಯೇಂದ್ರ ಎದ್ದು ಅವನ ಕೈಕುಲುಕಿದ. "ಓ.ಕೆ. ಆಗಾಗ ಬನ್ನಿ." ಎಂದಾಗ ಜಗದೀಶ ಅರ್ಥಪೂರ್ಣ ನಗೆಬೀರಿದ. "ಯಾಕೆ ಬರೋಲ್ಲ, ಖಂಡಿತ ಬರ್ತೀನಿ. ಮಿನಿ ವಿಜಯೇಂದ್ರನಿಗೆ ನಾಮಕರಣ ಮಾಡಿದುದು ನಾನೇ. ನನ್ನ ಶಾರದ, ಸಂಬಂಧ, ಸ್ನೇಹ ಜಗತ್ತಿನ ಎಲ್ಲಾ ಸ್ವಾರ್ಥ ಸಂಬಂಧಗಳ್ಗಿಂತ ಪವಿತ್ರವಾದದ್ದು. ನನ್ನೆದೆಯ ಪ್ರೇಮ ಸದಾ ಅವ್ಳ ಒಳಿತನ್ನ ಬಯಸುತ್ತೆ." ಅವನ ಕಂಠ ತುಂಬಿ ಕಣ್ಣಲ್ಲಿ ನೀರು ತುಂಬಿಕೊಂಡಿತು.

ವಿಜಯೇಂದ್ರ ಬಾಲ್ಕನಿಯವರೆಗೂ ಬಂದು ಬೀಳ್ಕೊಟ್ಟ. ಕಾರು ಹತ್ತಿದ ಜಗದೀಶ ಕೈಬೀಸಿದ. ಚಕ್ರಗಳು ರಜತಾದ್ರಿಯ ನೆಲವನ್ನ ಬಿಟ್ಟು ಹೊರಗೆ ಬಂದಾಗ ನಿಲ್ಲಿಸಿ ಇಳಿದ.

ನೂರು ಕನಸುಗಳನ್ನು ಹೊತ್ತ ರಜತಾದ್ರಿ ಫಳಫಳ ಹೊಳೆಯುತ್ತಿತ್ತು. ಸಾವಿರ ಸಾವಿರ ಹೂಗಳು ಅರಳಿ ನವಶೋಭೆಯನ್ನ ನೀಡಿತು.

ಅಡ್ವೊಕೇಟ್ ಚಂದ್ರಶೇಖರಯ್ಯನವರನ್ನು ಭೇಟಿ ಮಾಡಿದಾಗ ಹೇಳಿದ್ದರು: "ರಜತಾದ್ರಿಯ ಗರ್ಭದಲ್ಲಿ ನೂರು ಕನಸುಗಳು ಹುದುಗಿಹೋಗಿವೆ. ಭಾಮಿನಿ ಅದರ ಮೇಲೆ ಕಲ್ಲುಚಪ್ಪಡಿ ಎಳೆದಿದ್ದಳು. ಅದನ್ನ ತೆಗೆದು ಶಾರದ ಅವೆಲ್ಲ ನನಸಾಗಿಸಲಿ" ಅದೇ ಹಾರೈಕೆಯು ಕೂಡ ಅವನದು.

—0—